இரண்டாம் வீராநாய்க்கர் நாட்குறிப்பு
(1778 – 1792)

இரண்டாம் வீராநாய்க்கர் நாட்குறிப்பு

(1778 – 1792)

பதிப்பாசிரியர்

மா. கோபாலகிஷ்ணன்

புதுச்சேரியில் 1940ஆம் ஆண்டு பிறந்து, அங்குள்ள பிரெஞ்சுக் கல்லூரியில் 1958வரை படித்தபின், பிரான்சுக்குச் சென்று 1963ஆம் ஆண்டு பௌதிகம், பொறியியலில் பட்டம் பெற்றார்.

சுமார் 45 ஆண்டுகளுக்கு மேலாகத் தமிழ்நாட்டின் வரலாறு பற்றி ஆய்வு செய்துவருகின்றார்.

பாரிசில் கணினிப் பொறியியலாளராகப் பணிபுரிந்து ஓர்சேவில் ஓய்வுபெற்ற இவர் பட்டினப்பாலையைப் பிரெஞ்சில் மொழிபெயர்த்திருக்கிறார். கோலாலம்பூர், தைப்பே, மொரீசியசு, பாரிசு, புதாபெஸ்த், ஜடெல்பெர்க் ஆகிய இடங்களிலும், தமிழ்நாடு, புதுவை மாநிலங்களின் பலவிடங்களிலும் பல ஆய்வுக் கட்டுரைகள் வழங்கி யிருப்பதும் குறிப்பிடத்தக்கனவாகும்.

இவருடைய படைப்புகள் ‘ஆனந்தரங்கப்பிள்ளை வி–நாட்குறிப்பு பிறசொற்பத்தி ஆண்டு (1751-1752)’, ‘ஆனந்தரங்கப்பிள்ளை வி–நாட்குறிப்பு ஆங்கிரச ஆண்டு (1752-1753)’, ‘ஆனந்தரங்கப்பிள்ளை வி-நாட்குறிப்பு சிரீமுக ஆண்டு (1753-1754)’ ஆகியன இதுவரை பதிப்பிக்கப்படாத பல புதிய விபரங்களைக் கொண்டுள்ளன.

மனைவி: சுந்தரி, மகள்கள்: காவேரி, பவானி, பொன்னி

பதிப்பாசிரியரின் பிற நூல்கள்

ஆனந்தரங்கப்பிள்ளை வி–நாட்குறிப்பு பிறசோற்பத்தி ஆண்டு (1751–1752)

ஆனந்தரங்கப்பிள்ளை வி–நாட்குறிப்பு ஆங்கிரச ஆண்டு (1752–1753)

ஆனந்தரங்கப்பிள்ளை வி–நாட்குறிப்பு சிரீமுக ஆண்டு (1753–1754)

ஆனந்தரங்கப்பிள்ளை வி–நாட்குறிப்பு பவ ஆண்டு (1754–1755) (விரைவில்)

நாட்டுக்கோட்டையாரின் உற்பத்தியும் அவர்களின் சாதியின் முறையும், (2006)

பிரெஞ்சிலும் ஆங்கிலத்திலும்:

- E. Ariel: His life and preliminary pioneer Buddhist research works, Buddhist Studies Review, vol. 17 no.2, London, 2000.

- The "French Revolution" of the Tamils in Pondicherry (1790-1793), in East and West, vol. 50, Rome, 2000.

- Attissoudy d'Avvaiyar (french translation of Edouard Ariel with an introduction of M. Gobalakichenane), Cercle Culturel des Pondichériens, Special Issue No. 1, Paris, 2001.

- La littérature sapientiale tamoule et la contribution d'Edouard Ariel, Colloque « Proverbes, Contes et Littérature sapientiale en Orient » Collège de France - Société Asiatique, Paris, 2005.

- Le Pattinappalai (Ville et Désert), பட்டினப்பாலை, Chennai, 2009.

இரண்டாம் வீராநாய்க்கர் நாட்குறிப்பு

(1778 – 1792)

பதிப்பாசிரியர்
மா. கோபாலகிஷ்ணன்

காலச்சுவடு பதிப்பகம்

அன்பார்ந்த வாசகருக்கு,

வணக்கம்.

காலச்சுவடு நூலை வாங்கியமைக்கு நன்றி.

நூலின் உள்ளடக்கம், உருவாக்கம், அட்டைப்படம் இன்ன பிற அம்சங்கள் பற்றிய உங்கள் கருத்துகளையும் ஆலோசனைகளையும் காலச்சுவடு வரவேற்கிறது. தகவல், எழுத்து, வாக்கியப் பிழைகள் தென்பட்டால் கட்டாயம் தெரிவித்து உதவுங்கள். நூல் தயாரிப்பில் கடும் குறைபாடு இருப்பின் மாற்றுப் பிரதி உங்களுக்குக் கிடைக்கக் காலச்சுவடு ஏற்பாடு செய்யும்.

மின்னஞ்சல்: publisher@kalachuvadu.com

காலச்சுவடு நாகர்கோவில் தலைமையகத்துக்கும் கடிதம் அனுப்பலாம்.

தங்கள்
எஸ்.ஆர். சுந்தரம் (கண்ணன்)
பதிப்பாளர் — நிர்வாக இயக்குநர்

இரண்டாம் வீராநாய்க்கர் நாட்குறிப்பு (1778–1792) ❖ பதிப்பாசிரியர்: மா. கோபாலகிஷ்ணன் ❖ பதிப்பும் அமைப்பும் © மா. கோபாலகிஷ்ணன் ❖ முதல் பதிப்பு: பிப்ரவரி 1992 ❖ மேம்படுத்தப்பட்ட காலச்சுவடு முதல் பதிப்பு: செப்டம்பர் 2021 ❖ வெளியீடு: காலச்சுவடு பப்ளிகேஷன்ஸ் (பி) லிட்., 669, கே.பி. சாலை, நாகர்கோவில் 629001, தமிழ்நாடு

காலச்சுவடு பதிப்பக வெளியீடு: 986

irandaam veeranayakkar naatkurippu (1778 -1792) ❖ Edited by: M. Gobalakichenane ❖ Compilation, Editorial format and Arrangement © M. Gobalakichenane ❖ Language: Tamil ❖ First Edition: February 1992 ❖ Improved Kalachuvadu First Edition: September 2021 ❖ Size: Demy 1 x 8 ❖ Paper: 18.6 kg maplitho ❖ Pages: 352

Published by Kalachuvadu Publications Pvt. Ltd., 669, K.P. Road, Nagercoil 629001, India ❖ Phone: 91-4652-278525 ❖ e-mail: publications @kalachuvadu.com ❖ Printed at Mani Offset, Chennai 600077

ISBN: 978-93-90802-63-0

09/2021/S.No. 986, kcp 2998, 18.6 (1) ass

என்னுயிர்த் தாய்க்கும் தந்தைக்கும்
இனிய தமிழ்த் திருநாட்டுக்கும்
இந்நூல் காணிக்கை

உள்ளடக்கம்

அணிந்துரை	*i*
முதல் பதிப்பின் முகவுரை	*iii*
இரண்டாம் பதிப்பின் முகவுரை	*v*
முன்னுரை	*vii*
புகைப்படங்கள்	*xxiii*
புதுச்சேரி முற்றுகை	1
ஆங்கிலேயரின் ஆட்சி	51
பிரெஞ்சு முடியாட்சியின் கடைசி ஆண்டுகள்	120
புதுச்சேரி புரட்சி	205
துணைநூற் பட்டியல்	273
பெயரடைவு	277
Index of French/English names (ships are in *italics and underlined*)	297
காலவரிசை	303

G. Léonard de Bellecombe, Gouverneur de Pondichéry

(drawn from an engraving in Departl. Archives, Montauban, France.)

அணிந்துரை

பிறந்தது ஓரிடம் – பயின்றது ஓரிடம் – வாழ்ந்து வளம் கொள்வது வெளியிடம் என்ற அளவில் எண்ணற்ற உயர்கல்வி பெற்ற மண்ணின் மைந்தர்கள் வெளிநாட்டில் வாழ்வைத் தேடிக்கொள்வதைக் காணும்போது – என்ன இல்லை இந்தத் திருநாட்டில், ஏனிவர்கள் இப்படிச் செல்ல வேண்டும் என்னும் கேள்வி நம் மனதில் எழுவது இயற்கை. இதற்கு விடைகாணும் சர்ச்சையில் நான் ஈடுபட விரும்ப வில்லை. படிப்பை நாடிச் செல்கிறார்களா? தரத்தை உயர்த்தி வாழ வேண்டிச் செல்கிறார்களா? இல்லை மிகுந்த பொருள் வேண்டிச் செல்கிறார்களா? இவைபற்றி ஆராய வேண்டியதும் இல்லை. ஒன்றுமட்டும் நிச்சயம். தாங்கள் பெற்ற உயர் கல்வியின் பயனைக் கற்றுக்கொடுத்த தாய் அடைய வழியில்லாமல் மற்றவர் அடையும் சூழ்நிலைக்கு ஆளாகிவிடுகின்றனர். இந்த நிலை மாற வேண்டும். கல்வியில் உயர்ந்தவர் இந்நாட்டின் உயர்வுக்குப் பாடுபடும் நிலை வர வேண்டும்.

புதுவையில் பிறந்து, அந்தக் காலப் பிரெஞ்சுக் கல்லூரிகளில் கல்வி கற்று, *1958*இல் பிரான்சில் பௌதிகத்திலும் பொறியியலிலும் பட்டம் பெற்று, *1964*இல் தென் வியட்நாமில் பௌதிகப் பேராசிரியராகவும், *1968*லிருந்து ஐரோப்பிய நாடுகளில் கணிப்பொறி நிபுணராகவும் பணியாற்றி வரும் அருமை நண்பர், ஏன்! அருமைச் சகோதரர், ஒர்சே. மா. கோபாலகிஷ்ணன், அன்பும் அடக்கமும் ஒருசேரக் கொண்டவர். தளும்பாத நிறைகுடம். கட்டுப்பாடான வாழ்க்கை, இனியவர், தமிழ்ப் பற்று மிகுதியும் கொண்டவர் – தமிழ்த் தாய்க்கு ஆரம் சூட்டி மகிழ நினைப்பவர் – செய்பவர். அவர் படைத்த நூலே இது. இதற்கு அணிந்துரை நான். இதை

அகங்காரச் சொல்லாக்கவில்லை. நானா? என்கிறேன். எனக்கும் ஆர்வமுண்டு செயற்படுத்தவில்லை. என் சகோதரர் கோர்த்த மணி சங்க காலத்துப் பட்டினப்பாலையைப் பிரெஞ்சில் மொழி பெயர்த்து வெளியிடுகிறார். பல்லவர் காலத்திற்கு முற்பட்ட தமிழ்நாட்டின் வரலாற்றையும், தமிழ் இலக்கியங்களையும், மொழியமைப்புக்களையும் ஆராய்ந்து கட்டுரைகள் எழுதியுள்ளார். தொழில் பாரிசிலானாலும், தமிழ்நாட்டிற்கு வரும்போதெல்லாம் அவர் செல்லுமிடம் வாசக சாலைகள் – தொன்மையான சிற்பங்கள் – கல்வெட்டுகள் உள்ள இடங்கள். பிரெஞ்சு நாட்டில் பல்வேறு நூலகங்கள் – மொரீசியஸ் நாட்டிலுள்ள நூலகங்கள் இவற்றைப் பார்த்து அங்குள்ள நூல்களைப் படித்து அவைகூறும் தமிழ்நாடு, தமிழ் வரலாறு பற்றிய செய்திகளைத் திரட்டித் தனிமனிதனாகத் தமிழ்த் தாய்க்குத் தொண்டுசெய்துள்ளார். அதிலொன்றே வீராநாய்க்கரின் நாட்குறிப்பான இந்த மணி. இவர் பணிக்குக் கலம் நெல்லுக்கு ஒரு மணியே பதமாகும் என்பதுபோல் இது விளங்குகிறது.

நாட்குறிப்பு எழுதுவது, காலகட்டத்தில் சரித்திரமாக அவை மாறும்போது பலர் பயன்பெற வழிகாட்டி நிற்கும். பதினெட்டாம் நூற்றாண்டின் பின்பாதியில் சூன் 1778 முதல் சூலை 1792வரை புதுச்சேரியில் பிரெஞ்சுக் கும்பினியாரின் சத்திர நீதிமன்றக் காவல்துறையில் 'இரண்டாவது நயினார்' என்ற பொறுப்பான பதவி வகித்த வீராநாய்க்கர் எழுதிய நாட்குறிப்பு – சரித்திரமாக அக்காலத்து வாழ்வு முறைகளையும் தமிழ்நாடு, ஆந்திரம், கர்நாடகம், மகாராட்டிரம், வங்காளம் ஆகியவற்றிற்கிடையே நிலவிவந்த உறவு, பகை, பிரெஞ்சுக்காரர்கள் ஆங்கிலேயர் இவர்களிடம் கொண்டிருந்த உறவையும் சரி பகையையும் சரி படம் பிடித்துக் காட்டுகிறது. இதில் ஐதர் அலி ஆட்சியும் வருகிறது. திப்பு சுல்தான் ஆட்சியும் வருகிறது. பிரெஞ்சுப் புரட்சிக்கு விளக்கம், புதுவை மக்களின் எழுச்சி, தென்னிந்திய வரலாறு தமிழ் வரலாற்றின் இணைப்பு, ஐரோப்பிய வரலாற்றின் பாதிப்பு இவை பற்றிய விளக்கம் உண்டு.

இந்த ஆராய்ச்சி நூல் – என் இனிய சகோதரரே! காலங் காலமாக நிலைத்து நிற்கட்டும் – வரலாற்று ஆசிரியர்கட்கும், 18ஆம் நூற்றாண்டுத் தமிழ்மொழி பற்றிய ஆராய்ச்சியாளர்கட்கும் விருந்து படைக்கட்டும். என் மனம் நிறைந்த வாழ்த்துக்கள். எனக்குப் பெருமை இவ்வரிய நுலுக்கு அணிந்துரை வழங்கும் பேறு கிட்டியதால்.

சென்னை 600 006.
14.2.1992

தி. நாச்சிமுத்து
பள்ளிக் கல்வி இயக்குநர்

முதல் பதிப்பின் முகவுரை

தமிழ்நாட்டு வரலாறு குறித்துப் பல நூலகங்களின் படியேறி பல்லாண்டுகளாகச் செய்த ஆராய்ச்சியின் விளைவாக 1988இல் பிரான்சு தேசிய நூலகத்தில் மூழ்கியெடுத்த நல் முத்தே 18ஆம் நூற்றாண்டுக்குரிய வீரநாய்க்கரின் நாட்குறிப்பாகும். இதுவே, இன்று நூல் வடிவம் பெற்று உங்கள் கையில் மிளிர்கின்றது. இந்நாட்குறிப்பின் வாசகத்தைப் பற்றியும், ஆசிரியரைப் பற்றியும் ஐந்தாண்டுகளாக அரும்பாடுபட்டு ஆய்வு செய்தபின், பல விளக்கங்கள் பெற்று, படிப்போருக்கு மிக்க உபயோகமாக இருக்கும் வகையில் தொகுத்து, வரிசைப்படுத்தி, குறிப்புகள் கொடுத்திருக்கின்றேன். 'இரண்டாம் வீரநாய்க்கர் நாட்குறிப்'பை இன்றைய தமிழ்மொழியியல் ஆய்வாளர், தமிழ்நாட்டு வரலாற்றாய்வாளர், தென்னிந்திய வரலாற்றாய்வாளர், முதுகலை மாணாக்கர் ஆகியோரின் நற்பயன் நாடித் தொடங்கிய என் முயற்சி நல்விதமாக முடிவு பெற்றது குறித்து மகிழ்ச்சிகொள்கின்றேன்.

வரலாற்றின்மீது என் கவனத்தை ஈர்த்து, என் மேல் படிப்புக்கும், பொருள் சிறுத்து மெலிந்திருந்த என் குடும்பத்துக்கும் சகல உதவியும் செய்த காலஞ்சென்ற புதுவைப் பிரெஞ்சுக் கல்லூரி வரலாற்றுப் பேராசிரியர் திரு. அதிசயம் அவர்களுக்கும், இந்நாட்குறிப்பைக் கண்டுபிடித்தபின் அதை நன் முறையில் தெளிவாக்க வேண்டிய அறிவுரை கூறிய காலஞ்சென்ற திருமதி. அதிசயம் அவர்களுக்கும் எனது நன்றி மலரைச் சமர்ப்பிக்கின்றேன்.

ஜஸ்டிஸ் திரு. தாவிது அன்னுசாமி அவர்கள் அளித்த ஊக்கத்துக்கும், புதுவைப் பிரெஞ்சு நிறுவனத்தின் சிறப்பு ஆராய்ச்சியாளர் திரு. ழான் தெலோஷ் அவர்களின் அறிவுரைக்கும் புதுவை இலக்கணச் செம்மல் இரா. திருமுருகன் அவர்களின் உதவிக்கும் நான் கடமைப்பட்டவனாவேன்.

நூல் வடிவில் கொண்டுவருவதற்கு எனக்கு மிகவும் ஒத்தாசையாக இருந்து, எல்லாக் கஷ்டங்களிலும் பங்கேற்றுச் சீரிய முறையில் கொண்டுவரும்வரை மிக்க ஆர்வத்துடன் ஆவன செய்த பல நண்பர்களுக்கும், சுற்றத்தார்களுக்கும், அத்துடன் பல திருத்தங்கள் செய்யவும் பேருதவியாக இருந்த என் மைத்துனி திருமதி. ஜோதிக்கும், அன்னாரின் வாழ்க்கைத் துணைவர் சகோதரர் திரு. ரத்தினத்துக்கும் என் மனமார்ந்த நன்றி.

பழங்காலத் தமிழ் நடையில் அமைக்கப்பட்டுப் பிரெஞ்சு மொழிச் சொற்கள் செறிந்திருந்த காரணத்தால், பல இடர்பாடுகள் ஏற்பட்டும், மிகச்சிறந்த முறையில் கணினி அச்சுக் கோர்வை செய்த ஸ்ரீ மாருதி லேசர் பிரிண்டர்ஸ் நிறுவனத்துக்கும் நன்றியைத் தெரிவித்துக்கொள்கின்றேன். ஆராய்ச்சியின் பொருளுணர்ந்து அழகிய முறையில் அட்டைப்படத்திற்கு வடிவமைத்துதவிய திரு. 'லதா' அவர்களுக்கும் என் நன்றி உரித்தாகுக.

பல்வேறு அலுவல்களுக்கிடையேயும் நான் செய்து கொண்டிருக்கும் ஆராய்ச்சிப் பணியின் பயனைத் தமிழ்நாடு துய்க்க வேண்டிப் பெரும்பாடுபட்டு எல்லா உதவிகளையும் செய்து, சிறப்பான அணிந்துரையையும் வழங்கி மகிழ்வித்த தமிழ்நாடு பள்ளிக் கல்வி இயக்குநர் திரு. தி. நாச்சிமுத்து அவர்களுக்கு எத்துணை நன்றி கூறினும் மிகையாகாது.

கடைசியாக, சுமார் 20 ஆண்டு காலமாக என் ஆராய்ச்சி விருப்ப உணர்ச்சிகளைத் தெளிந்துணர்ந்து வாழ்க்கைத் துணைவியாக மட்டுமல்லாமல் முதற் செயலாளராகவிருந்து என்னுடைய வேலைகளில் பெரும் பகுதியைத் தானேற்று, என் ஆராய்ச்சி நல்ல முறையில் தொடர்ந்து முடிந்ததற்குக் காரணமான திருமதி. சுந்தரியையும், என் உளமறிந்து நடந்து இனிய சூழலை இல்லத்தில் காத்த என் அருமைச் செல்வங்கள் காவேரி, பவானி, பொன்னிக்கும் அன்புடன் என் நன்றியைத் தெரிவித்துக்கொள்கிறேன்.

பலதடவை மீண்டும் மீண்டும் திருத்தங்கள் செய்தும் சிலவிடங்களில் இன்னும் பிழைகள் இருக்கக்கூடும். வாசகர்கள் அனைவரும் அன்பு கூர்ந்து குறைகளைப் பொறுத்தருளுமாறு வேண்டி இவ்வாராய்ச்சி நூலுக்கு நல்லாதரவு கொடுக்குமாறு உளமாறக் கேட்டுக்கொள்கின்றேன்.

சென்னை,   அன்பன்
22.2.1992   மா. கோபாலகிஷ்ணன்

இரண்டாம் பதிப்பின் முகவுரை

இந்நூலின் முதற்பதிப்பு 1992ஆம் ஆண்டில் வெளியாயிற்று. இதன்மூலம் 18ஆம் நூற்றாண்டில் புதுச்சேரி, தமிழ்நாடு, தென்னிந்தியாவிலும் வட இந்தியாவிலும் அப்பொழுது 'சீர்மை' என்று சொல்லப்பட்ட பிரான்சிலும் நடந்த வரலாற்று முக்கியம் வாய்ந்த புதிய சம்பவங்களை அறிந்து கொள்ள முடிந்தது.

'இரண்டாம் வீரநாய்க்கர் நாட்குறிப்'பை மூலமாகக் கொண்டு பல ஆய்வுகள் தொடங்கப்பட்டது பற்றியும் மூலத்தின் தமிழ் நடையை இன்றைய தமிழ் மொழியில் மாற்றும் முயற்சி பற்றியும் அறிந்து நான் மகிழ்ச்சியடைகின்றேன்.

மிக்க கவனத்துடன் முதலில் கணினி அச்சுக்கோர்வை செய்த திரு. அசோக்குமாருக்கும் பின்னர் கணினியில் சிறப்பாக வடிவமைத்த காலச்சுவடு பதிப்பக நண்பர் பா. கலா முருகன், ஜி.ஆர். மணிகண்டன் அவர்களுக்கும், அழகான அட்டை வடிவம் செய்த சிவராஜ் பாரதிக்கும் நூலைச் சிறப்பாக அச்சிட்ட காலச்சுவடு பதிப்பகத்திற்கும் என் நன்றி உரித்தாகுக.

முதல் பதிப்பின்போது கணினி அச்சுக்கோர்வைக்குச் சரியான மென்பொருள் கிடையாது. எனவே, பலமுறைகள் திருத்தம் பார்த்தும் பிழைகள் மலிந்துவிட்ட காரணத்தால் அப்பொழுது பல

திருத்தங்களை நூலின் கடைசிப் பக்கங்களில் சேர்க்கும்படி நேர்ந்தது. அத்திருத்தங்களும் மேலும் சில மாற்றங்களும் இவ்விரண்டாம் பதிப்பில் கொண்டுவரப்பட்டுள்ளன.

இது மேலும் பல்துறை ஆய்வாளருக்குப் பயனளிக்குமென்று நம்புகின்றோம்.

புதுச்சேரி   **மா. கோபாலகிஷ்ணன்**
8.2.2019

முன்னுரை

ஐரோப்பாவில் நடந்த ஏழாண்டுப் போரின் முடிவாக 1763இல் பிரெஞ்சு நாட்டின் தலைநகரமான பாரிசில் ஏற்பட்ட ஒப்பந்தத்தின்படி *(Treaty of Paris)* வட அமெரிக்காவில் கானடாவையும் இந்தியாவில் ஐந்து வியாபாரத்தலங்கள் தவிர மற்ற எல்லாவிடங்களையும் பிரான்சு இழக்க நேரிட்டது. அப்போரின் போது கானடாவில் புகழ் பெற்ற பிரெஞ்சுப் படைத் தலைவர் மாண்ட்கால்ம் *(Montcalm)* துரையின் கீழ் மிக்க தைரியமாகவும் சாதுரியமாகவும் சண்டை செய்து நல்ல பெயர் வாங்கியவர் கர்னல் பெலுக்கோம்பு *(Colonel Bellecombe)*.

அதே ஆண்டில் தென்னிந்தியாவில் விசயநகர காலந் தொட்டு தனி நாடாக விளங்கி வந்த கெலாடி ராச குலத்தினரை வென்று, அக்கால முதல் ஒரு புதிய சகாப்தத்தை உருவாக்கிய வீரமிகுந்த பதசாலி ஐதர் அலி யாவர்.

இச்சம்பவங்கள் நடந்த 15 ஆண்டுகளுக்குப்பின், 1778இல் தொடங்கும் 'இரண்டாம் வீராநாய்க்கர் நாட்குறிப்பு'களைச் சரியாகப் புரிந்துகொள்வதற்கு 18ஆம் நூற்றாண்டின் இரண்டாவது பகுதியில் உலக நிலைமையும், 'சிந்து' (அல்லது 'யீந்தை') நாட்டின் நிலைமையும் தெற்குப் பகுதிகளான கர்நாடக, சோழ மண்டலக்கரை நிலைமையும் எப்படியிருந்தன வென்பதை முதலில் ஞாபகப்படுத்திக்கொள்வது அவசியமாகும்.

வாஸ்கோடாகாமா *1498*இல் கள்ளிக்கோட்டையில் இறங்கிய முதல் காலத்துக்குப் பின் போர்த்துகீசியர்கள் வட புலம் சென்று தக்காண சுல்தான்களுக்கும் இந்து ராசாக்களுக்கு மிடையே உள்ள கோவாவில் நிலைப்பெற்றுத் தங்கள் வியாபாரத்தைப் பெருக்கி வந்தனர். அவர்களைத் தொடர்ந்து ஒலாந்துக்காரர்களும், டேனிஷ்காரர்களும் ஆங்கிலேயர்களும் வாணிபம் செய்யும் பொருட்டுத் தென்னிந்தியாவில் பல விடங்களில் தத்தம் வியாபாரத் தலங்கள் அமைத்துக்கொண்டனர்.

பிரான்சு நாட்டில் *1604*ஆம் ஆண்டிலேயே *4*ஆம் ஆன்ரி *(Henri IV)* மகாராசா கிழக்கிந்தியக் கும்பினியொன்றை அமைத்தாரென்றாலும், இக்கும்பினியின் வியாபாரம் சரியானபடி பெருகவில்லை. அதன் பிறகு, *1664*இல் ஒலாந்து, ஆங்கிலேயக் கும்பினிகளுக்குச் சமமாகப் போதுமானப் பொருள் வசதியும் மற்ற வசதிகளும் கொடுத்து, *14*ஆம் லூயி *(Louis XIV)* மன்னரின் அமைச்சரான கொல்பேர் *(Colbert)* புதிய கிழக்கிந்தியக் கும்பினியை நிறுவினார். இதையே பிற்காலத்தில் 'கொல்பேர் கும்பினி' யென்றழைக்கும் பழக்கம் ஏற்பட்டது.

*14*ஆம் லூயி மகாராசா ஐரோப்பாவில் பலவிடங்களில் வெற்றி பெற்று வந்தாலும், அவருடைய கப்பற்படை போதுமான பலமுள்ளதாக இல்லாததால், வெளிநாடுகளுடன் கடல் மார்க்க மாக வாணிபம் சிறந்த முறையில் நடந்தேறவில்லை. எனவே "கொல்பேர் கும்பினி" கலைக்கப்பட்டு, வேறொரு "பிரெஞ்சிந்தியக் கும்பினி" அமைக்கப்பட்டது. இம்மூன்றாம் கும்பினியே பல சிறப்புத் தனியுரிமையுடன் *1769*வரை இந்தியாவுடன் வியாபாரம் செய்து வந்தது.

வட இந்தியாவில் *1526*இல் பாபர் கொண்ட வெற்றிக்குப் பின் மொகலாய சாம்ராஜ்யம் உருப்பெற்று, பிறகு அக்பர், ஜெஹாங்கீர் காலத்தில் விரிவடைந்து *17*ஆம் நூற்றாண்டு நடுவில் சிறப்புடன் விளங்கிற்று. எனவே, ஐரோப்பிய நாடுகளனைத்தும் முதலில் டாமன், பரோக், சூரத் போன்றவிடங்களில் தத்தம் தலங்களை அமைத்தன. கொள்ளை நோயும் பஞ்சமும் ஏற்பட்டதன் காரணமாக சூரத்தில் வளம் குன்றத் தொடங்கியதால் ஐரோப்பியர்கள் அவ்வூரை விட்டுத் தெற்கு நோக்கிச் சென்றனர்.

முதன் முறையாக, *1553*ஆம் ஆண்டில் வெளியான போர்த்துகீசியரின் வரைபடத்தில் தான் புதுச்சேரி குறிப்பிடப் பட்டிருக்கிறது. *1618–1620* ஆண்டுகளில் அங்கு டச்சுக்காரர் என்று சொல்லப்படும் ஒலாந்துக்காரர் வியாபாரக் கூடமொன்று வைத்திருந்தனர். அவர்களுக்குப்பின் சில வருடங்கள் டேனிஷ் காரர்கள் அங்கு தங்கி வியாபாரம் செய்தனர்.

17ஆம் நூற்றாண்டின் இரண்டாவது பகுதியில், தென்னிந்தியாவில் அடிக்கடி பல போர்கள் நிகழ்ந்து ‘அலங்கோலைகளும்’ மக்களுக்குச் சொல்லொணா கஷ்டங்களும் ஏற்பட்டன. தக்காணத்தின் கிழக்குப்பக்கம் கோல்கொண்டா ராஜ்யம் தெற்கில் பாலாறு வரை பரந்திருந்தது. மேற்குப்பக்கத்திலிருந்த பிஜப்பூர் ராஜ்யமோ தென் கிழக்கில் தஞ்சாவூர் ராஜ்யம் வரை வியாபித்திருந்தது. இவ்விரண்டு அரசுகளுக்கும் இடையே இருந்த புதுச்சேரி பல சமயங்களில் வன்முறைக்குட்பட்டு கொள்ளையடிக்கப்பட்டது.

கடைசியில், பிஜப்பூர் ராஜ்யத்துடன் இணைக்கப்பட்டபோது, அப்பகுதியில் ஆளுநராக இருந்த ஷேர் கான் லோதி புதுச்சேரியை 1662இல் ஒலாந்துக்காரருக்குக் கொடுத்து, அவர்கள் அங்குத் தங்கி வாணிபம் செய்யச் சம்மதியளித்தார். ஆனால், 1673இல் பிரெங்சுக்காரர் சூரத்தை விட்டுத் தெற்கில் சோழமண்டலக் கரையில் புதிய தலமொன்று ஆரம்பிக்க விரும்பி ஓர் இடம் தேடிக்கொண்டிருக்கும் சமயம், ஷேர் கான் லோதிக்கு ஒலாந்துக்காரர் மீது வெறுப்பு ஏற்பட்டிருந்ததால், புதுவையில் இருந்த சிறிய கோட்டையை பிராஞ்சுக்காரருக்கு அளித்தார். அடுத்த வருடம், பிரான்சுவா மர்த்தேன் *(François Martin)* அவ்விடம் வந்து, ஊரை விரிவுப்படுத்தி, தமிழரும் பிராஞ்சுக்காரரும் தத்தம் வியாபாரத்தைப் பெருக்குவதற்கான சூழ்நிலையை ஏற்படுத்தத் தொடங்கினார்.

1693ஆம் ஆண்டு ஐரோப்பாவில் ஏற்பட்ட சண்டையின் தொடர்பாக ஒலாந்துக்காரர் புதுச்சேரியில் சண்டை செய்து, அவ்வூரைக் கைப்பற்றிக் கொண்டு, பிரான்சுவா மர்த்தேனை ஜாவா தீவிலிருக்கும் பத்தாவியா *(Batavia)*க்கு நாடுகடத்தினார்கள். புதுச்சேரி தங்கள் வசமிருந்தபோதுதான், வில்வ நல்லூர், பாகூர் ஆகிய விடங்கள் வாங்கப்பட்டு, புதுவை நகருடன் சேர்க்கப் பட்டன. 1699இல், ரிச்விக் *(Rijswick)* ஒப்பந்தம் ஏற்பட்ட போது அவர்கள் புதுவை நகரையும், அதைச் சார்ந்த கிராமங்களையும் பிரெஞ்சுக்காரரிடம் ஒப்படைத்தனர். பிரான்சு வா மர்த்தேன் பிரெஞ்சிந்தியக் கும்பினியின் தலைமையிடத்தை 1701ஆம் ஆண்டில் சூரத்திலிருந்து புதுசசேரிக்கு மாற்றி, இவ்வூர்க் கோட்டையைப் பெரியதாக்கி வலுப்படுத்தியதின் விளைவாக, வாணிபம் பெருகி, தமிழரும் பிரெஞ்சுக்காரரும் அங்கு அமைதியுடன் வாழத்தொடங்கினர். 1706இல் அவர் இறந்தபோது, தென்னிந்தியாவிலேயே புதுச்சேரி மிக்க அழகிய அரணமைந்த ஊராகவும், வியாபாரச் செல்வம் கொழிக்கும் ஊராகவும் விளங்கிற்று. அக்காலத்தில் பிரெஞ்சு மகாராசாவாக இருந்த 14ஆம் லூயி *(Louis XIV)* பற்பல வெற்றிகள் கண்டு

தன் ராஜ்யத்தை விரிவுபடுத்தினார். ஆனால், மேலே கூறியது போல் அவருக்குப் போதுமான பலமுள்ள கப்பற்படையில்லாத காரணத்தால், கடற்பகுதிகளில் ஆங்கிலேயருக்கு எதிராகப் போட்ட சண்டையில் தோல்வியே கண்டார். 17ஆம் நூற்றாண்டில் தொடக்கத்திலிருந்து ஆங்கிலேயருடைய கப்பற்படையே முதற்படையாக விளங்கிற்று. ஒலாந்துக்காரர் சிறிது சிறிதாக இந்தியத் துறைமுகங்களைக் கைவிட்டு, மலாக்கா, ஜாவா பகுதிகளில் முழு முயற்சியுடன் தங்கள் வியாபாரத் தலங்களை அமைத்துக்கொண்டதால், அது முதல் இந்தியாவின் வடக்கு–தெற்கு பாகங்களில் ஆங்கிலேயருக்கும் பிரெஞ்சுக்காரருக்குமே பலத்த போட்டி ஏற்பட்டது.

14ஆம் லூயி காலத்தில் இந்தியாவின் வடபகுதியில் அரசாண்ட ஔரங்கசீப் மறையும் சமயம் அவருடைய சாம்ராஜ்யம் பல பகுதிகளாகப் பிரிந்தது. மகாராட்டிரப் பகுதியில் எதிர்த்தெழுந்த சிவாஜி ஓர் இந்து ராஜ்யத்தை ஏற்படுத்தினாலும், அவருக்குப்பின் அதுவும் பல அரசியல் ஊழல்களுக்கும் ஒற்றுமையின்மைக்கும் அடிபட்டுச் சிதறுண்டது. இதே போல், மீதி தக்காணத்திலும் மற்ற தென் பக்கங்களிலும் பல முஸ்லீம் சுல்தான்களும், சிற்றசர்களும், பாளையக்காரர்களும் அவரவர்களுடைய முதல் ராஜ்யத்தை விரிவுபடுத்த விரும்பிய காரணத்தைச் சாமார்த்தியமாக உபயோகித்துக்கொண்டு, வியாபார நோக்கத்துடன் வந்த ஆங்கிலேயரும் பிரெஞ்சுக் காரரும் அந்தந்த அதிபர்களுக்குத் தங்கள் படை பலத்தையும், கப்பற்படையின் ஆதரவையுங் காட்டித் தங்கள் உதவியைப் பேரம் பேசிப் பலவித அனுகூலங்களைப் பெறத் தொடங்கினர். பாரசீகர் 1739இல் டில்லி சாம்ராஜ்யத்தை கடைசி முறையாக அழித்துவிட்ட பின், தக்காணத்தில் சுமார் பத்தாண்டுக்கு முன் துய்பிளெக்சு (Dupleix) கையாண்ட முறையைப் பின்பற்றி ஆங்கிலேயர் 1757இல் பிளாசியில் வெற்றி கண்டு வங்காளத்தில் தங்கள் அரசாட்சியை ஏற்படுத்திக் கொண்டனர். பிறகு, மேற்கு நோக்கிச் சென்று 1764இல் அவுத் பகுதியைப் பிடித்துக்கொண்ட பின், வேறு வழியின்றி அவர்களுடன் டில்லி பாதுஷா ஷா ஆலம் உடன்படிக்கை செய்துகொள்ள வேண்டியதாயிற்று. இவ்வுடன்படிக்கையின்படி ஆங்கிலேயரின் ஆதிக்கம் சர்க்கார் நாடு என்று சொல்லப்படும் ஒரிச்சா, ராயல சீமைப்பகுதிகளில் பரவியது.

ஏறக்குறைய அதே சமயத்தில் மைசூர்ப் பகுதியில் சேனைத் தலைவனாகத் தொடங்கிய ஐதர் அலி தன் பராக்கிரா மத்தாலும் கூர்ந்த மதியினாலும் புதியதொரு வல்லரசை

ஏற்படுத்தினார். 1763இல் மேற்கு கர்நாடகப் பகுதியிலுள்ள பேதனூரில் ஏற்பட்ட வெற்றி அவருடைய பிற்கால கீர்த்திக்கு அடிகோலியாக இருந்ததெனலாம். அவருடைய ராஜ்யத்தின் பலம் அதிகரிக்க அதிகரிக்க, பக்கத்திலிருந்த ஐதராபாத்து நிசாம், மராட்டியருடனும் ஆங்கிலேயருடனும் கூட்டுச் சேர்ந்து ஐதரின் பலத்தை அடக்க விரும்பினார். ஆனால், இவருடைய ஏனைய முயற்சிகளும் வீணாகி, ஐதர் அலிக்கே வெற்றியும் புகழும் பெருகின. 1769இல் ஐதர் அலி தன் படையுடன் சென்னைக்கு மிக அருகாமையில் வந்து ஆங்கிலேயரைத் தன்னுடன் ஒப்பந்தம் செய்து கொள்ளும்படிச் செய்தார்.

மொகலாய சாம்ராஜ்ய காலத்திலிருந்து சுய ஆட்சியைப் பெற்றிருந்த செஞ்சி நாடு ஆற்காடு நவாப்பால் கைப்பற்றப்பட்டது. மற்றும், தஞ்சாவூர்ப் பகுதியில் சிவாஜி காலந்தொட்டு நடந்து வந்த மகாராட்டிர ஆட்சி ஐதர் அலி கான், முகமது அலி கான் ஆகிய இருவரின் ராஜ்யங்களினிடையே மாட்டிக்கொண்டு கஷ்டப் பட்டுக் கொண்டிருந்தது.

இங்கு, ஆசியா கண்டத்தின் தென்மேற்குப் பகுதியிலும், இந்திய மாக்கடலிலிருக்கும் தீவுகளிலும் அக்காலத்தில் நிலவியச் சூழ்நிலையைச் சற்றுத் தெரிந்துகொள்ளுதல் பயனுள்ளதாக யிருக்கும்.

1638இல், ஒலாந்துக்காரர் மோரீசியசுத் தீவிலிறங்கித் தங்கினார்கள். அதே காலத்தில் பிரெஞ்சுக்காரர் அதற்குப் பக்கத்திலுள்ள புர்போம் (Bourbon) – இன்றைய ரியூனியன் – தீவு, ரொதிரீக் தீவு மற்றும் மதகாச்கரில் சில விடங்களையும் தமதாக்கிக் கொண்டனர்.

1711இல் புர்போம் தீவில் சுமார் 1000 குடிகள் வாழ்ந்து வந்தனர். ஏறக்குறைய அதே காலத்தில் மோரீசியசில் தங்கி வாழ முடியாத காரணத்தால் அனைத்து ஒலாந்துக்காரரும் அத்தீவை விட்டுக் கிளம்பி, தூர கிழக்கில் சுமத்திரா, ஜாவாவில் தங்கள் வியாபாரத் தலங்களை அமைத்தனர். எனவே, அச்சமயம் பிரெஞ்சுக்காரர் ஒரு குடியுமில்லா இத்தீவில் தமது கொடியை நாட்டி "பிரான்சுத் தீவு" என்ற இரண்டாவது பெயரைச் சூட்டினர்.

இங்கு காபி பயிர்த் தொடங்கி, சிறிது சிறிதாக இத் தீவு வளம்பெற்று வந்ததால், 1735ஆம் ஆண்டு இத்தீவின் ஜனத் தொகை சுமார் 4000மாகப் பெருகியிருந்தது. அவ்வருடம் அங்கு புதிய ஆளுநராக வந்த மாயே தெ லபுர்தொனே (Mahé de Labourdonnais)வின் ஆட்சியில் (1735–1746) பிரெஞ்சு

மகாராசாவின் பெயர் சூட்டப்பட்ட போர் லூயி *(Port Louis)* பட்டணம் ஆழ்கடல் துறையாக விரிவாக்கப்பட்டதன் விளைவாக இத்தீவுக்கு புதிய செல்வ நிலை ஏற்பட்டு, இதன் ஜனத்தொகை பெருகத் தொடங்கியது. 1778இல் அமெரிக்கக் காலனிகளின் சுயாட்சிப் போர் மூண்ட போது, பிரான்சுத் தீவு (யீலு தெ பிரான்சு) புர்போம் தீவு (யீலு தெ புர்போம்) ஆகிய ஒவ்வொன்றிலும் ஏறக்குறைய 45000 மக்கள் வாழ்ந்துவந்தனர். துய்பிளேக்சு காலத்தில் இருந்த சிறப்பையும் மக்கட் தொகையையும் இழந்து, புதுச்சேரி 1778இல் சற்று சாதாரண நிலைக்கு வந்து விட்டிருந்தாலும், அவ்வூரிலும் அவ்வூரைச் சார்ந்த பிரெஞ்சுப் பகுதிகளிலும் சுமார் 80000 மக்கள் வாழ்ந்ததுடன், அவ்வூருக்கு வெகு தூரத்திலிருந்து பல வகையான வாணிபப் பொருள் நிலையாகவும் பெருத்த அளவிலும் கிடைத்து வந்ததை நோக்குமிடத்து அக்காலப் புதுவையின் முக்கியத்துவத்தை உணர முடிகின்றது. பிரான்சு நாட்டிலிருந்து "ஈந்தை" என்று சொல்லப்பட்ட இந்தியாவுக்குப் போகும் கடல் வழியிலே மேற்சொன்ன இரண்டு தீவுகளும் நல்ல உபயோகமாக இருந்து வந்தன. இத் தீவுகள் உள்பட இந்துமாக் கடலிலிருந்த ஏனைய பிரஞ்சுத் தலங்களுக்குத் தலைமையிடமாகப் புதுச்சேரி விளங்கி வந்தது.

இதே போல், ஆங்கிலேயர் தென் ஆப்பிரிக்காவைச் சுற்றிச் செல்ல கடல் மார்க்கத்தை உபயோகித்தனர் என்றாலும், தங்களுக்கு மாற்று வழியாகத் தரை வழியொன்றும் அமைத்து எகிப்து, பெர்சியா போன்ற நாடுகளுடன் நல்லுறவு கொண்டிருந்தனர். லண்டன் 'சீர்மை'யிலிருந்து இந்திய நாட்டுக்கு விரைவில் முக்கியமான செய்திகளையும், ஆணைகளையும் அனுப்ப இவ்விரண்டாம் வழி அவர்களுக்கு மிக்க உதவியாக இருந்தது.

ஆங்கிலேயரும், பிரெஞ்சுக்காரரும் இந்தியாவிலும், இந்தியப் பக்கத்தின் கடலிலும் பன்முறை சண்டைபோட்டுக் கொண்டது ஐரோப்பாவில் ஏற்பட்ட பல போர்களின் பிரதிபலிப்புகளேயாம். 1740–1748இல் ஆஸ்டிரியா வாரிசுரிமைப் போரின் போது, புதுவை ஆளுநராக இருந்த துய்பிளெக்சு லபுர்தொனேயின் துணை கொண்டு சென்னப்பட்டணத்தை முற்றுகையிட்டார். அச்சமயம் ஆங்கிலேயரின் தலைமையகம் கூடலூரிலுள்ள சென் டேவிட் கோட்டைக்கு மாற்றப்பட்டு ஏக்சு லா ஷாப்பேல் *(Aix-la-Chapelle)* உடன்படிக்கைக்குப் பிறகு 1749இல் மறுபடியும் சென்னைக்கு வந்தது.

இந்தியாவில் அப்போது நிலவிய சீர்கேடான நிலைமையை உபயோகித்துக்கொண்டு துய்பிளேக்சு தன்னுடைய ஆதிக்கத்தைத்

தென்னிந்தியாவில் பல பாகங்களில் அமைக்கத் தொடங்கினார். ஜெனரல் புய்சி (Bussy)யின் வெற்றி ஐதராபாத் பகுதியை பிரெஞ்சுக்காரின் அதிகார வசம் கொண்டு வந்ததுடன், 1750ஆம் ஆண்டு வாக்கில் புதுவை நகரமே தென்னிந்தியாவில் அரசியல் நோக்கிலும், வாணிபச் செல்வ நோக்கிலும் முதலிடம் பெற்று விளங்கியது. ஆனால், துய்ப்பிளேக்சின் அரசியல் துண்ணறிவைப் புரிந்துகொள்ளாமல் வெர்சாயிலிருந்து (Versailles) ஆட்சி செய்த அதிகாரிகள், அவருடைய எதிரிகளின் பேச்சுக்கு செவிமடுத்து, அவரைப் பதவி நீக்கம் செய்து கோதெஹே (*Godeheu*) என்ற புதிய ஆளுநரை 'நேமக்கம்' செய்தனர். அக்காலத்தில் புதுவையில் வாழ்ந்த ஆனந்தரங்கப்பிள்ளையின் நாட்குறிப்பில் (*1736–1761*), கடைசி வருடங்களில் ஏற்பட்ட துர்பாக்கியங்கள் பற்றி மிகவும் மனக்கஷ்டத்துடன் எழுதப்பட்டிருக்கின்றது.

*1756–1763*இல் ஐரோப்பாவில் ஏற்பட்ட ஏழாண்டுப் போர் தொடங்கிய பின் *1757*இல் வங்காளத்திலுள்ள பிளாசியில் கொண்ட வெற்றியைத் தொடர்ந்து ஆங்கிலேயர்கள் தங்களுடைய முழு பலத்தைத் தெற்கே கொண்டுவந்து புதுவைக் கோட்டையைத் தாக்கினர். *1761*இல் அவர்கள் புதுச்சேரியைக் கைப்பற்றியது தக்கணத்தில் ஏற்பட்டிருந்த பிரெஞ்சு ஆதிக்கத்துக்கு முற்றுப் புள்ளி வைத்ததோடு, அக்காலம் வரை இந்தியாவில் பிரெஞ் சுக்காரருக்கு இருந்து வந்த செல்வாக்கும் சிறிது சிறிதாகக் குறையத் தொடங்கியது. *1746*இல் பிரெஞ்சுக்காரர் சென்னைக் கோட்டையை அழித்ததைச் சாக்காக வைத்து *1761*இல் ஆங்கிலேயர் புதுவைக் கோட்டையைத் தரை மட்டமாக்கி இவ்வுரையும் அழித்தனர். ஏழாண்டுப் போர் ஐரோப்பாவில் முடிவு பெற்றாலும், ஆங்கிலேயர் கங்கைச் சமவெளியினூடே மேற்கு நோக்கிச் சென்று ஆட்டங் கண்டுவிட்டிருந்த மொகலாய சாம்ராஜ்யத்தின் பல பாகங்களைத் தாக்கினர். பிற்காலத்தில் – வீராநாய்க்கரின் நாட்குறிப்பில் சொல்லப்படுகின்ற – புதுவையில் சந்திக்கப் போகும் 'மண்றோ' *1764*இல் பக்சாரில் வெற்றி பெற்று, மேலும் பெரிய பகுதியை ஆங்கிலேயரின் அதிகாரத்தின் கீழ் கொண்டுவந்தார்.

பாழடைந்த புதுவை *1763*இல் ஏற்பட்ட பாரிசு உடன்படிக்கைப்படி பிரெஞ்சு ஆட்சிக்குத் திரும்பி வந்தாலும், பல வருடங்கள் லாசு (*Law*)வின் ஆட்சியில் மிகவும் சீரழிந்த நிலையிலேயே சுணங்கியிருந்தது. எதிர்மாறாக, வங்காளத்திலும் பிகார்ப்பகுதியிலும் மக்கள் மீது பெருத்த வரிகள் சுமத்தி செல்வம் சேர்த்த ஆங்கிலேயக் கும்பினியால் மேலும் படைகளைப் பலுப்படுத்தவும் பீரங்கிகள், குண்டுகள் வாங்கவும், இந்தியச் சிப்பாய்களைப் பெருவாரியாகச் சேர்க்கவும் முடிந்தது.

15ஆம் லூயி மகாராசா காலத்தில் சுவாசேல் *(Choiseul)* அமைச்சராக இருந்தபோது நடந்த சீரான நிர்வாகம் அவருக்குப் பின் தொடரவில்லை. ஐரோப்பாவில் புதிதாக பிரஷ்யா என்ற ராஜ்யம் வலுப்பெறவும், பிரெஞ்சு ராஜ்யத்தின் வலிமை குன்றவும் தொடங்கியது.

பிறகு, 16ஆம் லூயி *(Louis XVI)* மகாராசா ஆட்சிக்கு வந்தபோது, சில அமைச்சர்கள் – துர்கோ *(Turgot)*, மலேர்பு *(Malesherbes)*, வெர்ழேன் *(Vergennes)* சீரான முறையில் நிருவகித் தாலும், அப்போது பிரான்சு நாட்டுக்குத் தேவையாயிருந்த சமூக முன்னேற்றச் சீர்திருத்தங்களைக் கொணர முடியவில்லை. பிறகு 1776இல் தொடங்கிய நிதி அமைச்சர் நெக்க *(Necker)*ரின் நல்ல நிருவாகமும் தொடர்ந்து செல்லாமல் அமெரிக்கா சுயாட்சிப் போரின் மும்முர கட்டமான 1781இல் அவர் பதவி ராஜினாமா செய்யும் நிர்ப்பந்தம் ஏற்பட்டது.

இங்கிலாந்திலோ, இரண்டாம் ஜார்ஜ் *(George II)* அரசின் போது (1727–1760) மிகச் சிறந்த அமைச்சரான விலியம் பிட் *(William Pitt)*, இங்கிலாந்தின் எதிர்காலம், அதன் வர்த்தக வளர்ச்சியனைத்தும் கப்பற்படை பலத்தைச் சார்ந்திருப்பதை நல்ல சமயோசித உணர்வுடனறிந்து அதற்குத் தக்கபடி நிர்வாகம் செய்ததன் பயனாக, அக்காலத்தில் கானடா, கரிபியன் தீவுகள், இந்தியாவின் கிழக்குப் பகுதி முதலியவை ஆங்கிலேயர் வசமாயின.

அவருக்குப்பின் மூன்றாம் ஜார்ஜ் *(George III)* 1760இல் சிம்மாசனம் ஏறியபோது இவருடைய அரசாட்சிக்காலம் ஆங்கிலேய வரலாற்றிலேயே இவ்வளவு சிறந்த காலமாகத் திகழும் என்று எவரும் எதிர்பார்த்திருக்க மாட்டார்கள். இவர் 1820ஆம் ஆண்டில் இறந்தபோது, பிரான்சு நாட்டில் 15ஆம் லூயி காலம், 16ஆம் லூயி காலம், பிரெஞ்சுப் புரட்சிக் கால 'அலங்கோலைகள்', நப்போலெயோ *(Napoléon)*னின் ஏற்றம், பிறகு 1815இல் அழிவு, அதன்பின் மீண்டும் புர்போம் மரபு முடியாட்சி ஆகியவற்றையெல்லாம் பார்த்துவிட்டு மறைந்தார். இவர் காலத்தில் மேற்சொன்ன விலியம் பிட் முதலமைச்சர், வேறு இதர அமைச்சருக்குப்பின், இளைய விலியம் பிட் *(William Pitt the Young)* என்பவரைப் பதவியில் அமர்த்தியதன் விளைவாக இங்கிலாந்தில் பொருளாதார முன்னேற்றமும் சிறப்பான வாழ்வும் ஏற்பட்டன.

அக்காலத்தில் பிரான்சு நாட்டின் மக்கட்தொகை 2½ கோடி யாகவும் இங்கிலாந்தின் மக்கட்தொகை 1½ கோடியாகவும்

இருந்ததை எண்ணிப் பார்க்கும்போது இச் சிறப்பின் மகிமை மேலும் அதிகமாகின்றது.

இப்படியிருக்க, தம்மீது போடப்பட்ட புதிய வரிகளை எதிர்த்து அமெரிக்கக் குடியேற்ற மக்கள் ஆங்கிலேய ஆட்சியிலிருந்து மீள விரும்பி, 1776ஆம் ஆண்டு சூலை 4ஆம் தேதி சுயாட்சிப் பிரகடனம் செய்தனர். முதலில், பிரான்சு நாட்டிலிருந்து பல பிரெஞ்சுக்காரர்கள் – லபாயேத் *(Lafayette)* போன்றோர் – சொந்த விருப்பத்திலும் அபிமானத்திலும் அமெரிக்கா சென்று அக்குடிகளுக்குத் துணையாக ஆங்கிலேயரை எதிர்த்தனர். பிறகு 1778இல் அதிகாரபூர்வமாக ஸ்பெயி *(Spain)*னும் பிரான்சும் சட்டமுறையில் போரில் இறங்குவதை அறிவித்தபின், உலக முழுவதிலும் ஆங்கிலேயர்களுக்கும் பிரெஞ்சுக்காரர்களுக்கும் மோதல்கள் ஏற்பட்டன.

அக்காலங்களில், இரண்டு பக்கத்திலுமிருந்த சேனைத் தலைவர், கப்பற்படைத் தலைவர், உலகின் பற்பல பாகங்களில் எதிர்த்துப் போராடும் சூழ்நிலைகள் ஏற்பட்டன. இதன்படியே, முதலில் கானடாவில், ஏழாண்டுப் போரின் போது எதிரெதிர் நின்று சண்டை செய்த பெலுக்கோம்பும் மண்றோவும் பிறகு 1778இல் புதுச்சேரி முற்றுகையின் போது எதிர்த்து மோதிக் கொண்டனர். பெரிய கப்பற்படையின் பக்கபலம் காரணமாக வெகு சீக்கிரமே தங்களுடைய ஆதிக்க நாடுகளை விரிவுபடுத்திய ஆங்கிலேய அரசின் கீழ் பல படைத் தலைவர்கள் வட அமெரிக்கா, இந்தியா, ஐரோப்பா முதலிய பாகங்களில் இடம் மாறி மாறிச் சண்டை செய்து வெற்றியும் புகழும் அடைந்தனர்.

அக்காலத்தில் தென் இந்தியாவின் கீழ்ப் பகுதியில் மூன்று வல்லரசுகள் ஆட்சி செய்து வந்தன. மகாராட்டிரர், ஐதராபாத் நிசாம், மைசூர் ராஜா ஐதர் அலி ஆகிய இம்மூன்று அரசுகளி னிடையே உள்ள பகையுறவை நன்றாகப் பயன்படுத்திக்கொண்டு, சமயத்துக்குத் தக்கமாதிரி மாறி மாறி ஒவ்வொருவருடனும் உதவி ஒப்பந்தம் செய்துகொண்டு, சிறிது சிறிதாக பெருநிலப் பகுதிகளை ஆங்கிலேயர் தம் வசமாக்கிக் கொண்டு வந்தனர். இருப்பினும் ஆங்கிலேயரிடம் நல்லுறவு வைத்துக்கொண்டிருந்த ஆற்காட்டு நவாபு முகம்மது அலிக்குப் பலவிதங்களில் ஆட்டங்காட்டி, 1769இல் சென்னைக்கு மிக அருகில் வந்து ஆங்கிலேயப் படைகளை நடுங்கச் செய்த பின், தன்னுடன் ஒப்பந்தம் செய்ய வைத்தவர் ஐதர் அலி என்பது குறிப்பிடத் தக்கதாகும். இந்த உடன்படிக்கையை ஆங்கிலேயர் பிறகு சரியான முறையில் அமுல்படுத்தாதது கண்டு வெகுண்ட ஐதர் அலி அது முதல் அவர்களை அறவே வெறுத்து பிரெஞ்

சுக்காரருடன் சிநேகம் கொண்டு இவர்களுடைய கப்பற்படையுடன் தன்னுடைய தரைப்படை பலத்தைக் கூட்டி ஆங்கிலேயரின் ஆதிக்கப் பெருக்கத்தை நிறுத்துவதே முதல் குறிக்கோளாகக் கொண்டிருந்தார். இக்காலத் தென் இந்திய சம்பவங்கள் பற்றியும் ஐதர் அலி, திப்பு சுல்தானுடன் பிரெஞ்சுக் காரர்கள் வைத்திருந்த உறவு பற்றியும் இந்நாட்குறிப்பில் நிறைய விபரங்கள் புதைந்துள்ளன.

நாட்குறிப்பும் ஆக்கியோனும்

பாரிசில் உள்ள தேசிய நூல் நிலையத்தில் பற்பல ஆண்டு களாக தமிழ்நாட்டு வரலாறு, தமிழ் – பிராமிக் கல்வெட்டுகள், தமிழ்நாட்டில் பௌத்தம் பற்றி ஆய்வு செய்தபோது, அங்குள்ள தூர கிழக்கு ஆவணக் காப்பகத்தில் இந்நாட்குறிப்பைக் கண்டு பிடிக்கும் வாய்ப்பு ஏற்பட்டது.

புதுவையில் *1840–1850*ஆம் ஆண்டுகளில் அரசுப் பணியாற்றிய எதுவார் அரியேல் *(Edouard Ariel)* தமிழ்நாட்டுப் பண்பாட்டிலும், தமிழ் மொழியிலும் மிகுந்த பற்று கொண்டு, இம்மொழியை நன்று கற்றதோடு, அச்சமயம் அவருக்குக் கிடைத்த எல்லா தமிழ் நூல்கள், சுவடிகள், குறிப்புகள் முதலியவற்றைத் தேடி சேர்க்கத் தொடங்கினார். அப்போதுதான் ஆனந்தரங்கப் பிள்ளையின் தினசரிதையை அவருடைய சந்ததியார்களின் வீட்டில் கண்டுபிடித்து, அத்தினசரிதையையும் மற்றும் அன்னாருக்குப் பின் வந்த விஜய திருவேங்கடப்பிள்ளை (மூன்றாம் திருவேங்கடப் பிள்ளை), முத்து விஜய திருவேங்கடப்பிள்ளை (நான்காம் திருவேங்கடப்பிள்ளை) ஆகியோர் தொடர்ந்து எழுதியதையும், மற்ற குறிப்புகளையும் எழுத்தர்களைக்கொண்டு படி எடுக்க வைத்தார். 1854இல் ஏற்பட்ட அவருடைய திடீர் மறைவுக்குப் பின், அவர் சேர்த்துவைத்ததனைத்தையும் பிரேஞ்சு அரசு பிரான்சின் தலை நூலகத்துக்குக் கொண்டுவந்து பாதுகாத்து வருகின்றது.

Ms. Ind. 143 என்ற எண்ணுடைய கட்டுக்கோப்பினுள்ளே வேறு பல குறிப்புகளோடு எதுவார் அரியேலால் 'வீரானாய்க்கர் தினசரிதை' என்ற தலைப்பு குறிக்கப்பட்டு, மூலப் பிரதியுடன் ஒப்பிட்டுப் பார்த்தபின் கையொப்பமிட்டு வைக்கப்பட்டிருக்கின்றது. சுமார் 320 பக்கங்கள் கொண்ட இத்தினசரிதைப் படி முழுவதை யும் நுணுகியாராய்ந்தபின், வாசிப்பவர்களும் *1778–1792* கால வரலாற்றை ஆராய்ச்சி செய்வோர்களும் நல்ல பயனடையும் படியாக நாம் இதை நான்கு அத்தியாயங்களாகப் பகுத்துப் பதிப்பித்திருக்கின்றோம். இத்தினசரிதையின் முழுபடி யொன்றை எடுத்து, புதுவையிலுள்ள பிரெஞ்சு ஆராய்ச்சி நிறுவனத்தில் ஆய்வாளர்களின் பார்வைக்கு வைத்திருக்கின்றோம்.

தமிழ் மொழியாராய்ச்சியின்போது 'நயினார்' என்று சொல்லுக்குப் பற்பல பொருளிருப்பதை உணர்ந்து, 18ஆம் நூற்றாண்டில் இச்சொல் காவல் துறைத் தலைவரையும் குறிப்பிட்டதறிந்து மேலும் ஆய்வு நடத்தியபோது தான், இவ் வீராநாய்க்கரின் நாட்குறிப்பைக் கண்டுபிடிக்கும்படி நேரிட்டது.

இவரின் கொள்ளுத் தாத்தாவான பெருமாள் நாய்க்கர் *1700*ஆம் ஆண்டிலேயே புதுவையில் 'இரண்டாம் நயினாராக' – அதாவது புதுவைவாழ் தமிழ் மக்களுக்கு நீதி வழங்கும் மன்றத்துக்கு பிரெஞ்சு அரசு அமைத்த காவல் துறைத் தலைவருக்கு அடுத்தபடியான அதிகாரியாக – பணி புரிந்தார். பிரான்சுவா மர்த்தேன் *(François Martin)* ஆளுநராக இருந்தது முதல் புதுச்சேரியில் அமைதி நிலவி, வியாபாரம் பெருகி, இவ்வூரின் பொருளாதார நிலை ஓங்கிக்கொண்டே வந்தது. பிரெஞ்சு அரசின் பாதுகாப்பைத் தேடி பல மக்கள் புதுவைக்கு வந்தனர். அக்கால கட்டத்தில் 'இரண்டாம் நயினா'ராகப் பணிபுரியத் தொடங்கியவர் தொடர்ந்து *1741*–வரை அப்பதவியிலிருந்தார். அவருக்குப் பின் அவருடைய மகனார் வீராநாய்க்கர் அதே பதவியில் அமர்த்தப்பட்டு, இவரும் மிகச் சீரிய முறையில் பொறுப்பை நிருவகித்து நல்ல பெயர் பெற்றார். இவர் டூப்ளெக்சு, ஆனந்தரங்கப்பிள்ளை காலத்தில் வாழ்ந்தவராவர். ஆனந்தரங்கப்பிள்ளை சிலவிடங்களில் இவரைப் பற்றியும், இவருக்குப் பின் *1754*ஆம் அளவில் அந்தப் பொறுப்பை வகித்த இவர் மகனார் ராசகோபால் நாய்க்கர் பற்றியும் குறிப்பிடுகின்றார். வீராநாய்க்கர் காலத்தில்தான் *1746*இல் சென்னையை பிரெஞ்சுக் காரர்கள் முற்றுகையிட்டுப் பிடித்துக்கொண்டது, *1748*இல் ஆங்கிலேயர்கள் (பாசுகோ வென்) புதுவையை முற்றுகையிட்டது. அயிதராபாத்தில் புய்சி பிரபலமான வெற்றிகள் கொண்டது, இந்தியாவில் டூப்ளேக்சின் புதிய அரசியல் நோக்கின் விளைவாக பிரெஞ்சுக்காரரின் நேர்முக ஆட்சி விரிவடைந்தது முதலிய வரலாற்றுச் சம்பவங்கள் நிகழ்ந்தன.

ராசகோபால் நாய்க்கர் சுமார் *38* ஆண்டு காலம் இரண்டாம் நயினார் பதவியில் பற்பல சூழ்நிலையில் பிரெஞ்சுக்காரருக்குப் பக்கபலமாக இருந்து, *1793* – வரை பணியாற்றியிருக்கிறார். முதலில் கோதஹோ, பிறகு லெரி, அதன் பின் லாசு முதலிய ஆளுநரின் கீழ் பணிபுரிந்து, அதற்குப் பிறகு வந்த தெ பெலுக்கோம்பு அவர்களின் காலத்திலும் அப்பொறுப்பில் இருந்தார். இவருடையப் புதல்வர்களில் ஒருவரான வீராநாய்க்கரே (தாத்தாவின் பெயர் சூட்டப்பட்டிருப்பதால், இவர் *1755*ஆம் ஆண்டளவில் பிறந்திருக்க வேண்டும் என்று யூகிக்க இடமுள்ளது) புதுவையிலும், புதுவையைச் சார்ந்த விடங்களிலும், தமிழ்

நாட்டிலும், தென்னிந்தியாவிலும், நடந்த சம்பவங்களைக் கவனித்துக் குறிப்பு எழுதி வைத்திருக்கின்றார். தாத்தாவிற்குப் பிறகு வரும் இவரை இரண்டாம் வீராநாய்க்கர் என்றும் இவருடைய தினசரிதையை "இரண்டாம் வீராநாய்க்கர் நாட்குறிப்பு" என்றும் குறிப்பிட்டிருக்கின்றோம்.

புதுச்சேரி முற்றுகையின்போது ராசகோபால் நாய்க்கர் பீரங்கி சுடும் படைக்குதவியாக இருந்த ஆட்களுக்கு ஆணையாளராகவுமிருந்து, தக்க சமயங்களில் பிரெஞ்சு ஆளுநருக்கு சிறந்த உபாயமான முறைகளையும் சொல்லி நல்ல உதவியாக இருந்திருப்பதாக ஆளுநரும், அவருக்கு அடுத்தபடியான மேலதிகாரியாக விருந்த ஷெரோவும் சான்றளித்திருக்கின்றனர்.

பின்னும், *1780–1781*இல் புதுவை மக்கள் பசி பஞ்சத்தால் வாடியபோது தானிய வினியோகம் செய்வதிலும், கடைத் தெருவில் அமைதி நிலவச் செய்வதிலும் ராசகோபால் நாய்க்கர் மிக்க சமர்த்தராக இருந்திருக்கிறார். ஆங்கிலேயர் ஆட்சி நடந்த சமயம், அவர்கள் தங்கள் படைக்குத் தேவையானத் தானியப் பொருட்களைச் சேகரிக்கும்படி அவரைக் கேட்டபோது, சரியானபடி ஒத்துழைக்காததாலும், மேலும் அவர் பிரெஞ்சுக்காரரிடம் காட்டிய விசுவாசத்தை அறிந்திருந்ததாலும், அவரைக் கூடலூர்ச் சிறையிலடைத்துத் துன்புறுத்தினர். பிறகு கப்பல் மூலம் அவர் சென்னைக்கு அனுப்பப்பட்டு அங்கும் பல துன்பங்களுக்கு ஆளாகி, பெருந்தொகை அங்குத் தெரிந்தவர்களிடம் வாங்கிக் கொடுத்தபின் விடுவிக்கப்பட்டு புதுச்சேரிக்குத் திரும்பினார். அதன்பின் புய்சி நேமித்த மொனறோமின் கீழ் ஊராட்சிப் பணிபுரிந்து, *1785*இல் புதுவை பிரெஞ்சுக்காரர் வசம் வந்தபின் மீண்டும் இரண்டாம் நயினாராக இருந்தார். அப்போது தெ சுலியாக் *(de Souillac)* தெ கொசிஞி *(de Cossigny)*, தெ கொன்வே *(de Conway)* முதலிய ஆளுநர்களின் கீழ் வேலை செய்தார். பிறகு *1790*இல் பிரெஞ்சுப் புரட்சியின் எதிரொலியாகப் புதுச்சேரியிலும் பல புதிய அரசியல் நிலைகள் ஏற்பட்டுத் தமிழ்க் காவல் துறை புதுவை நகராட்சியின் அதிகாரத்துக்கு மாற்றப்பட்ட போதும், அதே வேலையில் இருந்ததாக ரெனோ *(Reynaud)* தெ பிரேன் *(de Fresne)*, மொத்தே *(Mottet)* ஆகியோர் சான்றளித்திருக்கின்றனர்.

*1792*இல் அவருக்கும் அவருக்கு மேலிருக்கும் முதல் நயினாரான திருவம்பலத்துக்கும் சச்சரவு ஏற்பட்டு, திருவம்பலம் ராசகோபால் நாய்க்கரை பதவிநீக்கம் செய்தபோது, சரியான காரணங்களை விளங்கக் கேட்டபின், ஆளுநர் தெ பிரேன் மறுபடியும் அவரை இரண்டாவது நயினார் வேலையில் வைத்துக் கொள்ளும்படி முதல் நயினாருக்குக் கட்டளையிட்டிருப்பதும்,

எக்காரணத்தினாலும் முதல் நயினாருக்குத் தன் பணியைத் தொடர முடியாவிட்டால், இரண்டாவது நயினாரான ராசகோபால் நாய்க்கரே முதல் நயினார் அதிகாரத்தை மேற்கொண்டு செயல்படக் கடவதென்று கட்டளையிட்டிருப்பதும் குறிப்பிடத் தக்கது.

பிறகு ஆகஸ்ட் 1793இல் ஆங்கிலேயர் புதுவையை மறுபடியும் பிடித்துக்கொண்டபின், ராசகோபால் நாய்க்கர் தன் பதவியை இழந்த சில காலத்தில் இறந்திருக்க வேண்டும்.

இப்படிப்பட்ட இரண்டாவது நயினார் ராசகோபால் நாய்க்கருக்குப் பின் அவருடைய பிள்ளை மூன்று தலைமுறையாகத் தன் மூதாதையர் வகித்து வந்த வேலையில் உடனே அமர முடியவில்லை.

ஆங்கிலேயர் வசமிருந்த புதுச்சேரி திரும்பி 1816ஆம் ஆண்டு பிரெஞ்சுக்காரரிடம் வந்தபின் பலகாலம் இரண்டாம் வீராநாய்க்கர் தன் மூதாதையரின் பணிகளைக் காட்டித் தனக்கு 'இரண்டாம் நயினார்' பதவி கொடுக்கக் கேட்கவும், சரியான வேலை கிடைக்காததால், தன் குடும்பத்தின் வாழ்வு வசதிக்கு நிதியுதவி கேட்கவும் பல சான்றிதழ்களைக் கூட்டிப் பிரான்சு நாட்டு அமைச்சருக்கு விண்ணப்பம் செய்தார். இச் சான்றுகளின் வழியே அவருடைய வாழ்க்கையையும், அவர் 1827 வரை வாழ்ந்ததையும் அறிய முடிகின்றது. 1792–793ஆம் ஆண்டில் புதுச்சேரியில் பிரெஞ்சு புரட்சி அதிகாரத்தின் பிரதிநிதியாக இருந்த கொமிசேர் சிவிலான துமோரியே (Dumorier) பிறகு பிரான்சு நாட்டிலிருந்து அவருக்குப் பதில் கடிதமொன்று எழுதும்போது "என் அருமை வீராசாமிக்கு" என்று குறிப்பிட்டிருப்பதை நோக்குங்கால், நாட்குறிப்பு ஆக்கியோனின் உண்மைப் பெயர் புலப்படுகின்றது.

இரண்டாம் வீராநாய்க்கரின் விண்ணப்பத்துடன் அப்போதைய ஆளுநர் கொர்தியே (Cordier) எழுதியிருக்கும் பரிந்துரையில், அவருடைய மூதாதையருடைய சேவையை நோக்கி அவருக்கு ரூ.15 உதவிச் சம்பளமாகவும், 2 காணி நிலம் மானியமாகவும் கொடுக்கும்படி கேட்டிருக்கின்றார். ஆனால், உதவிச் சம்பளமும் மானியமும் கிடைத்தனவாவென்பதும் தெரியவில்லை, இரண்டாம் வீராநாய்க்கர் மறைந்த ஆண்டும் (1827க்குப்பின்) தெரியவில்லை.

நாட்குறிப்பு எழுதும் எண்ணம் இரண்டாம் வீராநாய்க்கருக்கு எப்படி ஏற்பட்டது? தமக்குத் தெரிந்த பிரெஞ்சுக்காரருக்கு இப் பழக்கம் இருப்பதை அவர் கவனித்திருக்கலாம். மேலும், தம் தந்தைக்குப் பழக்கமான ஆனந்தரங்கப்பிள்ளையும் மூன்றாம்

திருவேங்கடப்பிள்ளையும் நாட்குறிப்புகள் எழுதிவந்துள்ளது அவருக்குத் தெரிந்திருக்கலாம். ஆனந்தரங்கப்பிள்ளையைப் போலவே, தாம் "கேட்ட சம்பவங்களும், கண்ணால் பார்த்த சம்பவங்களும், சில குறிப்புத்தாளில் படித்த சம்பவங்களும்" இந் நாட்குறிப்பை எழுதுவதற்கு அடிகோலிகளாக இருந்தன வென்று குறிப்பிட்டிருக்கின்றார்.

இந்நூலின் முதலாம் அத்தியாயம் பிரெஞ்சு மொழியில் எழுதியிருக்கப்பட்ட 'புதுச்சேரி முற்றுகை'யின் தமிழாக்கம் என்பதையும், பிறகு தாமே எழுதிய 2ஆம், 3ஆம், 4ஆம் அத்தியாயங்களில் இரண்டாம் வீரநாய்க்கர் கொடுக்கும் வரலாற்று விளக்கங்களையும் நோக்கும்போது, அவர் வரலாற்றாசிரியராகவும் திகழ்வது புலனாகின்றது. தமிழ உரைநடை, தமிழ் மொழியியல், தமிழ்நாடு வரலாற்றியல் முதலிய துறைகளில் ஆய்வு செய்வோருக்கு இரண்டாம் வீரநாய்க்கர் நாட்குறிப்பு நல்லதொரு கருவூலமாக விளங்கும் என்பது திண்ணம். தமிழ் முறை, ஐரோப்பிய முறைவழித் தேதிகளில் சில வித்தியாசமாக இருப்பதை நூலில் சற்றே மாற்றிப் பதிப்பிட்டிருக்கின்றோம். இது படியெடுத்த எழுத்தருடைய பிழையா அல்லது வீரநாய்க்கர் மறுபடி திருப்பித் தேதிகள் போடும்போது தவறிவிட்டாராவென்பது தெரியவில்லை. இந் நாட்குறிப்புக் காலத்தில் 'யீலு தெ பிரான்சு' *(Ile de France)* என்ற பெயரிருந்தும் அதை மொரீசியசு என்று குறிப்பிடுவது வீரநாய்க்கர் 1810–க்குப் பிறகு இதைச் செப்பனிட்டதைக் காட்டுகின்றது.

நெப்போலியன் காலத்தில் ஆங்கிலேயருடன் சண்டைகள் நேர்ந்தபோது, 1810இல் பிரான்சுத் தீவு ஆங்கிலேயர் கைக்கு மாறியபின், அதன் முதற்பெயரான மொரீசியசுத் தீவு என்ற பெயரை மறுபடியும் பெற்று, இன்றுவரை அப்படியே இருந்து வருகின்றது.

இரண்டாம் வீரநாய்க்கர் பிரெஞ்சு தமிழ் மொழிகளை நன்றாகக் கற்றிருந்தார். ஆங்கில, உருது, பாரசீக, பிரெஞ்சுச் சொற்களை உபயோகிப்பதற்குத் தயங்காவிட்டாலும், பலவிடங் களில் புதிய பிறமொழிச் சொற்களுக்குத் தூய தமிழ்ப் பதங்களை அவர் உபயோகிக்கும் திறன் பாராட்டத்தக்கது. அவரே பிரெஞ்சு மொழியில் எழுதியிருப்பதை இப்பதிப்பில் *italics* வடிவத்தில் கொடுத்து, அவர் தமிழில் எழுதியிருக்கும் பிரெஞ்சுச் சொற்களை வாசகர்கள் புரிந்துகொள்ளும் பொருட்டு அடைப்புக் குறிக்குள் பிரெஞ்சில் நேர் வடிவத்தில் கொடுத்திருக்கின்றோம்.

ஆங்கிலேயரின் தந்திர குணத்தை நன்றாக அறிந்திருந்த அவருடைய முழுநம்பிக்கையும் ஆதரவும் பிரெஞ்சுக்காரர் பக்கமே இருந்தன. பிரெஞ்சுக்காரர் பலரைப் பற்றி எழுதும் போது உபயோகிக்கும் தமிழ் நடையும் ஆங்கிலேயரைப் பற்றிக் குறிப்பிடும்போது உபயோகிக்கும் வேறு தமிழ் நடையுமே இதற்குத் தக்க சான்றுகளாகும்.

*1792*ஆம் ஆண்டு சூலை *18*க்குப்பின் அவரால் தம் நாட் குறிப்பைத் தொடரமுடியவில்லையோ அல்லது அவருக்கு மனமில்லயோ தெரியவில்லை. முதல் முறையாக *1778*இல் புதுவை முற்றுகையின்போது மிகவும் கஷ்டப்பட்டவர், மீண்டும் ஆங்கிலேயர் புதுச்சேரியைப் பிடித்துக்கொண்டபோது இன்னு மதிகமாகப் பாதிக்கப்பட்டுத் துன்பமடைந்திருக்கவேண்டும்.

இரண்டாம் வீராநாய்க்கரே எழுதிய மூலப்பிரதி இப்பொழுது இருப்பதாகத் தெரியவில்லை. நல்ல வேளையாக, புதுவையிலே *10* ஆண்டு காலம் *(1844–1854)* வாழ்ந்து, அவ்வூரிலே இளம் வயதில் இறந்துபோன பிரெஞ்சு அறிஞர் எதுவார் அரியேல் படியெடுத்துப் பத்திரப்படுத்தினதின் பயனாக, சிற்சில பகுதிகளாக நமக்குத் தமிழ் வரலாற்றுச் சான்றுகள் கிடைக்கின்றன. இவ்வளவு முக்கியமான நாட்குறிப்பைப் பாதுகாத்துத் தந்த அரியேல் அவர்களுக்கு தமிழுலகம் என்றென்றும் கடமைப்பட்டிருக்கின்றது.

எவ்வளவு கஷ்டங்கள் ஏற்பட்டும் அயராமல் தொகுத் தெழுதப்பட்ட, இக்கால வரலாற்றாசிரியர்களுக்கு முன்னோடி யாகத் திகழும் இரண்டாம் வீராநாய்க்கர் கூறும் கதையைப் படித்துணர்ந்து இன்புறுவோம்.

புகைப்படங்கள்

படம் 1 : Bellecombe-ன் வரைபடம் (பிரான்சில் உள்ள உருவ ஓவியத்தைத் தழுவி 'லதா' வரைந்தது (முதல் பதிப்பில் உள்ள மாதிரி)

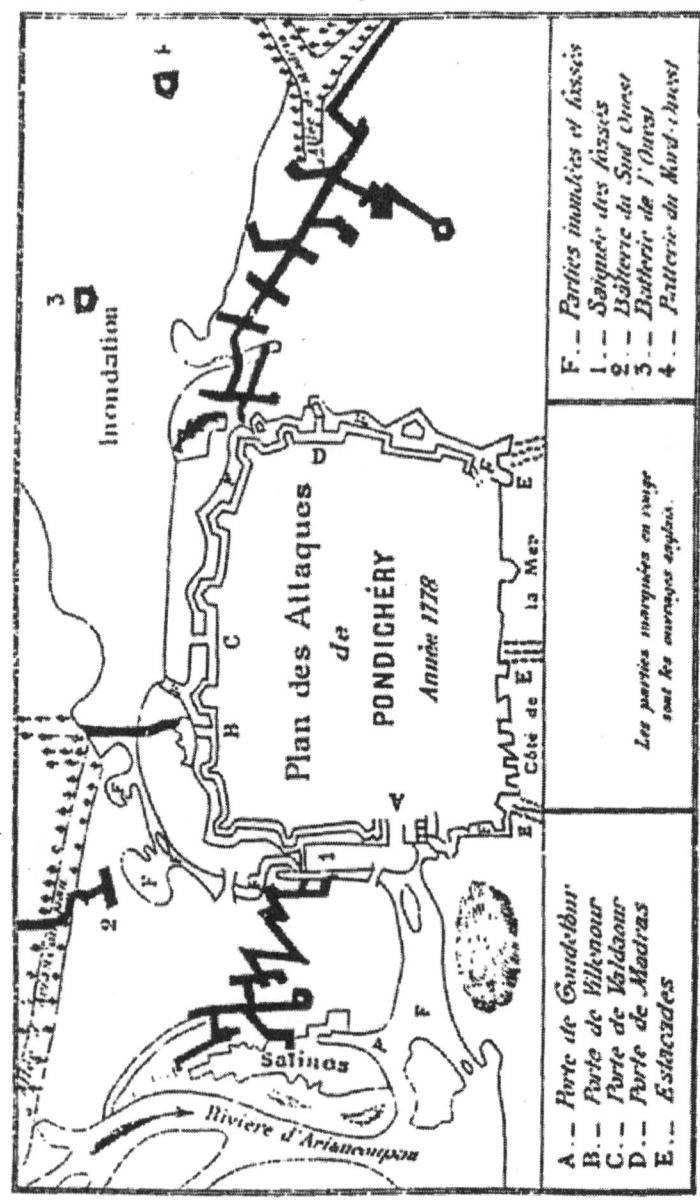

படம் 2 : (1778) H.de Bellecombe-ன் கட்டுரையில் வெளிவந்தது

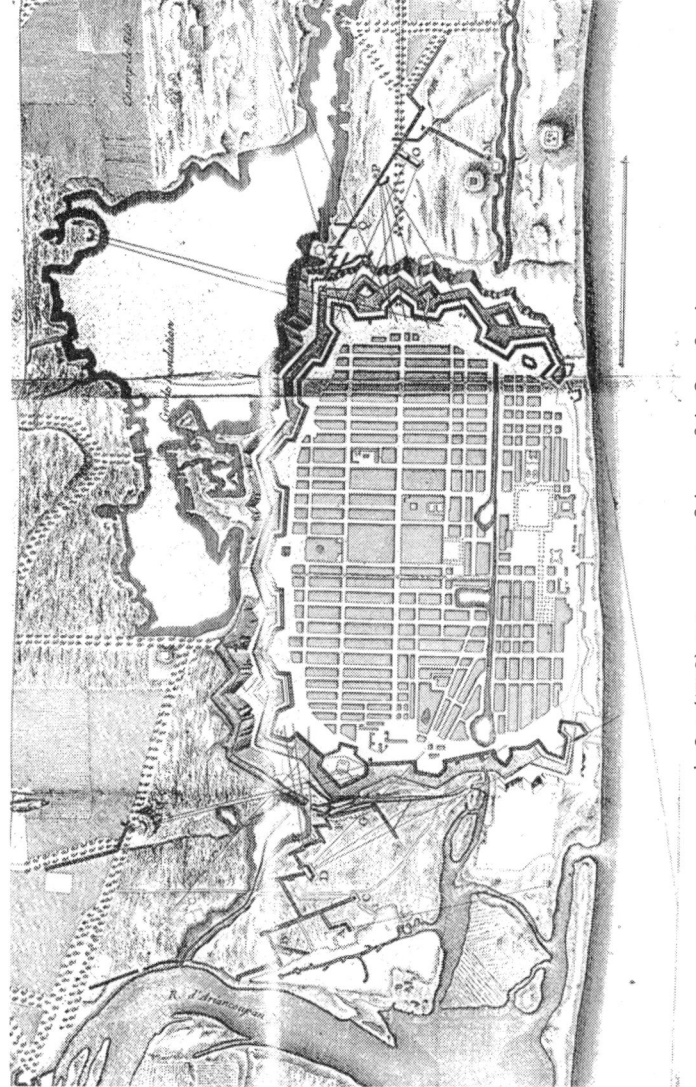

படம் 3 : (1778) P.Sonnerat-வின் நூலில் வெளிவந்தது

படம் 4 : (1778) Bellecombe-ன் நினைவாகப் புதுச்சேரியில் பிற்காலத்தில் அவருடையப் பெயரிடப்பட்ட தெரு

படம் 5 : (1782) திருகோணமலையிலும் சோழமண்டக்கரையிலும் ஆங்கிலேயருக்கு ஆட்டங்காட்டி, அவர்களை நடுங்கவைத்த பிரெஞ்சுக் கப்பற்படைத் தலைவர் சுப்பிரேனின் மார்பளவுச் சிலை (இடம் : பிரான்சில் அவர் பிறந்த ஊர், புகைப்படம் 2015, பதிப்பாசிரியர்)

படம் 6 : (1782) சுப்பிரேனுடைய பராக்கிரமத்தை உணர்ந்து போற்றிய ஐதர் அலி அவரைக் கூடலூரில் சூலை 1782இல் சந்தித்தது (*J-B Morret* 1789இல் வரைந்த படம்)

படம் 7 : (1785) புதுச்சேரி மறுபடியும் பிரெஞ்சுக்காரரிடம் ஒப்புவிக்கப்பட்டபின் கவர்னராக இருந்த சுய்யாக் (*Souillac*)
(புகைப்படம்: பதிப்பாசிரியர்)

படம் 8 : (1785) Souillac-ன் நினைவாகப் புதுச்சேரியில் பிற்காலத்தில் அவருடையப் பெயரிடப்பட்ட தெரு
(புகைப்படம்: பதிப்பாசிரியர்)

படம் 9 : 'அப்பாவு' என்று அன்புடன் ஆனந்தரங்கப்பிள்ளையால் அழைக்கப்படுகின்ற விஜய திருவேங்கடப்பிள்ளை என்னும் மூன்றாம் திருவேங்கடப்பிள்ளை, 1760–1791 நாட்குறிப்பு எழுதியவர் (புகைப்படம் 1994, பதிப்பாசிரியர்)

1

புதுச்சேரி முற்றுகை

ஆயிரத்தெழு னூத்தி யெழுபத்தெட்டா மாண்டில் இந்த சிந்து நாட்டில் பிறாஞ்சுக்காறருக் குள்ள ஸ்தலங்களுக்கெல்லாம் ஜெனறாலுமாய் ராசாவினுடைய ராணுவத்தளத்துக்கு படைத் தலவருமாகிய முசியே தெ பெலுக்கோம் *(Monsieur de Bellecombe)* பென்பவரிந்தப் புதுவை நகரப் பட்டணத்தின் பேரில் வந்த சண்டையில் நிறுவகித்த விபரம்.

பாயிரம் 1

எறொப்[1] தேசத்தின் சமாதானத்துக்கு விகாரந் தேடுகிற ஞாயங்க ளெப்பேர்ப்பட்டதாயிருந்தாலும் சண்டை யென்பது விகிதமான காரியமாயிருக்கிறது அல்லது அவ்விகிதமா யிருந்த போதைக்கும் ஒழுங்குள்ள சகல சாதியாரு மதையறியப் படுத்துகிறது எப்பொது வழக்கமாய் நடந்து வருகிறது. ஆகையால் பிறைசைகளுக்குத் தெரியும்படியாய் பிறசித்தமாக்கி யுறுதியாய் நிறவேற்றுகிறது இராசாக்களுக்கு கடமையாயிருக்கிறது. அப்போது குடிகள் தங்களையுந் தங்களுடைய பொருள்க்களையும் பத்திரமாய்க் காப்பாத்திக் கொள்ளும் பொருட்டாய் வர வேண்டிய வகை தேடிக் கொள்ளுவார்கள். வற்தகரும் பிறத்தியர் கையில் கொடுத்திருக்கிற தங்களுடைய வரவுகளை மறுபடியு மழைப்பித்துக் கொள்ளுவார்கள்.

1. Fr. Europe

1778 - முதல் சுயே வழியாய் கப்பல் வந்தது

ழூவென்[1] மா. 20ஆம் தே. எறொப் தேசத்திலிருந்து சென்னப் பட்டணத்துக் கொரு கப்பல் சுயே[2] வழியாய் வந்ததில் மார்சு மா. 18ஆம் தே. லோந்திறு[3] வேன்கிற பட்டணத்தில் சண்டை யாரம்பச் சமாசாரம் பிறசித்தப் படுத்தினார்க ளென்றும் அந்த மாசம் 30ஆம் தே. தானே பறீ[4] பட்டணத்திலும் பிறசித்தஞ் செய்தார்களென்றும் Consul du Levant என்றவ ரெதீழுதி யனுப்பினாரென்றும் சொன்னார்கள். ஆனாலவ ரதை நன்றாய் விசாரியாமல்ப் போனார்.

இரண்டாவது சுயே வழியாய் கப்பல் வந்தது

முலியெத்து மா. 5ஆம் சுயே வழியாய் கப்பல் வந்ததில் பிறாஞ்சுக்காறருக்கு மிங்கிலீசுக்காறருக்கும் சண்டையில்லை யென்றுஞ் சண்டையென்ற சமாசாரத்தைப் பிறசித்தஞ் செய்த தேயில்லையென்று மிரு ராசாக்களுடைய மந்திரிகளு மவரவர் தங்களுடைய வரண்மனையில்ப் போய் சேர்ந்துப் போனார்க ளென்றும் ஆனால் லாட்டு நோறட்டு[5] என்றவர் ராச காரியங் களின் நிமித்தயஞ் செனங்களுடைய கோபத்தைத் தணிக்கப் பிறையாசப்படுகிறாரென்று மந்தக் கப்பலில் ஸ்திரமாய் சமாசாரம் வந்தது.

சண்டைக்கு வேண்டிய வெற்றினங்கள் செய்யச் சொல்லி கட்டளை கொடுத்தது

சென்னப்பட்டணத்துக் கொமுசெலில்[6] முன் வந்தச் சமாசாரங்களைத்தானெ யுறுதியா யெண்ணிக் கொண்டு சுஏ யிலிருந்து வந்த காகிதங்களை யந்தச் சிணம் வங்காளத்துக் கனுப்பி பிறாஞ்சுக்காறருடன் யுத்தஞ் செய்து புதுவைநகரப் பட்டணத்தைப் பிடிக்கிறதுக்கு வேண்டிய வெற்றினங்க ளெல்லாஞ் செய்யச் சொல்லி நிருபித்தார்கள்.

ழுலியேத்து மா.–5-ந் தே. இராணுவத்தாரிருந்த வகை

கன்னியாகுமரிப் பக்கங்களில் சண்டைக்கு வேண்டிய வாயுதங்கள் செய்வதை கல்குத்தா[7] கொழூசேலிலு மேற்றுக்

1. Fr. Juin (Eng. June)
2. Suez
3. Fr. Londres for London
4. Paris
5. Lord North
6. Eng. Council
7. Fr. Calcutta

கொண்டார்கள். இந்தப்பட்டணத்தினுடைய சுத்துக் கோட்டை யின் சகலநிகளமும் 3800 துவாசு[1] இதுக்கு பதிமூணு பெரிய கொத்தளங்களும் 4 மொறசாக்களு[2] மிருக்க வேணுமென்று புதுவை நகரப்பட்டணத்தின் பிளாமி[3] லெழுதியிருந்தது. இத்தனை பெரியப் பட்டணத்தையுஞ் சுத்துக் கோட்டையுங் காப்பாத்தும் பொருட்டாயிருந்த ரெழிமாம் *(régiment)* வெள்ளைக்காறரில் 568, பீரங்கி சுடப்பட்ட வெள்ளைக்காறரில் 153, சிப்பாய்களில் 428.

மூலியேத்து மா. 5-ஆம் தே. பட்டண மிருந்த விதம்

ஆகையால் மூலியேத்து மா. 5–ந் தே. கடற்கரைப்பக்கம் முழுதும் வெளியாயிருந்தது. மேற்படி வாசற்படி யருகு மாத்திர மிரு புறமுங் கொஞ்ச விடத்திலிரண்டு சிற்றகிழ்களிருந்தது. மைற்ற விடங்களெல்லாம் வெளியாய் முன் பழைய சுவர்க ளிடிந்திருந்ததைக் குவித்து வொரு பிறகாரமாக்கி வைத்தி ருந்தது. வடபக்கங் கீழே கொஞ்சச் சுவர் கட்டி மேலே மண்ணாலே கொத்தளங்களும் சுவர்களு மெழுப்பியிருந்தது. இரண்டு வட பக்கத்தரை யாப்புக் கொத்தளங்களும் மண்ணினா லெழுப்பி யிருந்தாலுங் கொம்மைகள் பிறித்து வையாம லிருந்தது. வூரைச் சுத்தி யெழுப்பி வைத்திருந்த மண் கொத்தளங்கள்[4] 13–ல் 7 கொத்தளங்களை முதலாய் முகிந்த மண் கொத்தளங்களென்று கூட்டக் கூடாததுகளாயிருந்தது. சுத்து மதில்கள் மேன் பிறத்தில் விட்டு விட்டு வைத்திருந்தது. பிற தானமாய்த் தென்பிறங்களிலிருந்தக் கொத்தளங்களு மலங்கச் சுவர்களும் மண்ணாலே முதலாயெடுத்து வையாம லிருந்தது. அலங்கச் சுவர்களெழுப்பி வைத்திருந்தாலு மதுக்கு வேண்டிய கனமும் உசத்தியு மில்லாமலிருந்தது. *Parapet* என்னும் பீரங்கி வைக்கிற வடிச்சுவருக்கு வேண்டிய அகலம் விசாலமாய் வேண்டிய மட்டும் வையாம லிருந்தபடியினாலே பீரங்கி பின்னுதவுக்கு முதலாய் அகலம் போதாமலிருந்தது.

பொக்கிஷத்திலிருந்த ரொக்கம்

எதிரியுடன் சமாளிக்குறதுக்குத் தக்கதாய்ப் பட்டணத்தை யொரு விதப்படுத்த வேணுமென்று பார்க்குங்கா லசாவுகாசம் வேண்டியிருக்கிறது மன்றி மிகுந்த தொழிலாளிகளு மவர் களுக்கு வேண்டிய பலவிதத் தளவாடங்களுஞ் சம்பாதிக்க வேண்டியிருந்ததுக்குத் திரவியங்களும் வேண்டியிருந்தது.

1. பழைய பிரெஞ்சு நீள அளவை = toise =-1.95m
2. battery of cannons
3. Plan
4. bastions

அப்படியிருக்க ராசாவினுடைய பொக்கிஷத்தி லிப்பட்டணத்தி லிருந்த ராணுவத்தார்களுக்கு வொரு மாசஞ் சம்பளங் கொடுக் கிறதுக்கு மாத்திரமே 30,000 ரூபாயிருந்தது. இதுவும்: சில்லறையார் களுடைய பணம் மேற்படி பொக்கிஷத்தி லமாந்த மாக வைக்கப் பட்டிருந்தப் பணமாய் ரூபாய் 40,000. அதை அவர்களிராசாவின் சிலவுக்கு மனப்பூருவத்துடனே ஜெனெ றாலவர்கள்[1] கையில் தாங்கள்தானே கொடுத்தார்கள். சீர்மை யிலேயிருந்து பணம் வருமளவு மவர்களை மனம் பொறுத்துக் கொண்டிருக்கச் சொல்லி யவர்கள் கையி லதை வாங்கிக் கொள்ள வேண்டியிருந்தது.

முதல் சத்துராதிக் கிறிகை

புதுவை நகரத்து நிலவர மிவ்விதமா யிருக்கத்தக்கதாக யிங்கிலீசுக்காறருடைய கற்பினையின் பேரிலே நபாபு மகம்ம தல்லி கான் தம்முடைய அமுல்தாறர்களைக் கொண்டு புதுச் சேரிக்குள்ளே போகப்பட்ட பிறான்சுக்காறர்களையு மவர்களுட சாமான்களையும் வெளியிலிருந்து குண்டு சாலைக்குள்ளே[2] வரப்பட்ட ரஸ்துகள் முதலாயின சகலத்தையுஞ் சேர வொட்டாமல் மறிக்கத்தக்கதாகக் கட்டளையிட்டதின் பேரிலே இன்றையத் தினம் மறித்தார்கள். ஆதலால், அவர்களுடைய பாளையஞ் சண்டைக் கேதுவையாய் நடந்து வருவதையும் நடக்கிற கிறித்தியங்களையும் சமஸ்தமும் நன்றாய் ஜெனெறால் முசியே தெ பெலுக்கோம்பவர்கள் விசாரித்தறிந்துக் கொண்டு அவர்களை மட்டுகட்டவும் அவர்கள் செய்யப்படும் காரியங்களுக்கு சரிக்குச் சரி செய்யவும் வல்லமையற்ற சமையமா யிருந்தபடியினாலே யொன்றுந் தெரியாதவரைப் போலே யிருந்தார்.

சென்னப்பட்டணத்துக் கொமுசேலுக்கு காகிதமெழுதினது

இப்படியிருக்க, விது காரியத்துக்காக காகிதமெழுத வேணுமென்று யோசித்துக் கொண்டு முசியே பெலுக்கோம்ப வர்கள் மாத்திரம் நபாபு மகம்ம தல்லி கானுக் கொரு காகித மெழுதினதுக்கு மறுமொழி யொன்று மெழுதி யனுப்பவில்லை. யிதுவும்: சென்னப்பட்டணத்துக் கொமுசெலுக்கு முசியே தெ பெலுக்கோம்பவர்களும் ஏந்தாந்தமாகிய[3] முசியே ஷெவுறோவு[4] மிந்தச் சத்தூரதிக்கிறுகைகள் நடக்கிற காறணங்களின் வற்தமான மென்னவென்று முறைப்பாடாகக் காகித மெழுதிக் கொண்டதின்பேரில் இங்கிலீசுக்காற ரெழூதின மறுமொழியா

1. Fr. Général
2. குண்டு விழுகின்ற தூரத்திலுள்ள வரம்பு
3. Fr. Intendant
4. Mr. Chevreau

வது: நீங்களெழுதிக் கொண்ட முறைப்பாட்டின் காரணமின்ன தென்று நாங்களொன்று மறியோமென்று மிரு சாதியாருக்குள் ளேயும் நடந்திருக்கிற சமாதானத்தின் நடபடிகைக்கு யாதொரு வருத்தம் வருத்திவிக்கத்தக்க தில்லையென்றும் மறுக்கத்தக்க தில்லையென்று மிப்படி பலவிதமா யெழுதியனுப்பினார்கள்.

கோட்டை வேலை துவக்கினது

இங்கிலீசுக்காற ரெழுதியனுப்பின மறுமொழியைத்தானே உறுதியா யெண்ணிக் கொண்டு சும்மாயிராமல் துரைகள் பட்டணத்திலே செய்ய வேண்டிய வொழுங்குக் கடுத்த வெற்றி னங்களை யேர்ப்படுத்திக் கொண்டு ழெனெரால் முசியே தெ பெலுக்கொம்பவர்கள் முசியே துலாக் *(Mr. Dulac)* கென்றிந்தப் பட்டணத்திலே பெரிய யிஞ்சினீரா யிருந்தவரை யழைத்துப் புதுவைநகரி லிருந்தவர்களையெலாம் சேர்க்கச் சொல்லி கட்ட ளையிட்டு மூலியேத்து மா. 7–ந் தே. தானே கோட்டை வேலை செய்யத் தக்கதாக வுத்தாரங் கொடுத்தார். முசியே துலாக்கு, தெரான்ஷெ *(Deranger)* கொறுதே *(Corde)* மறுஷாம் *(Marchand)* பிக்காம் *(Bican)* சிபாய்களுக்கு வோப்பிசியே யாயிருந்த முசியே லறோக்கு *(Mr. Laroque)* இவர்கள்தான் இஞ்சினீர்மார்கள். முசியே துலாக்குத் தவிர மைத்தவர்கள் சத்தேறக் குறையப் படித்து யிஞ்சினீராயிருக்க விவர்களில் ஒருவரும் பாத்திரமா னவர்களல்லா திருந்தாலும் ழெனெரால் அவர்களுக்கு சத்திந்த வேலைத் தெரிந்திருந்தபடியினாலே ஒரு நாளொன்றுக்குத் தப்பாமல் மூன்று வேளையும் தாமே போய் வேலை பார்த்துக் கொண்டு முகியளவும் விசாரித்துக் கொண்டே வந்தார். மைற்ற வேலைகளிலெல்லாம் தம்முடைய காரியக்காறரைக் கொண்டு விசாரிக்கத் தக்கதாகக் கட்டளையிட்டார்.

முசியே தெ பெலுக்கோம்பவர்கள் தமக்கு குமுக்கு கூட்டி யொத்தாசை செய்யத் சொல்லி யீந்தை நபர்களுக்குக் காகிதமெழுதினது

அயித ரல்லி கான், மராட்டியர்[1] நிசா மல்லி கான், பசாலத்து சங்கு யிவர்களை தமக்கொத்தாசை செய்யச் சொல்லிக் கேட்டெழுதிக் கொண்டதுக்கு மறாட்டியர் மறுமொழி யொன்று மெழுதாமற் போனார்கள்.

அயித ரல்லி கானுடைய மறுமொழிப் பிறகாரம் மேற்படி குமுக்குக்கு குதிரை யாறாயிரமும் அவு[2] மாசத்தில் வந்து சேர வேண்டியதும் வராமற் போய்விட்டுது.

---

1. மராட்டியர்கள், மறாட்டியர் என்று இரண்டு விதமாகவும் எழுதியிருக்கின்றது.
2. Fr. Août (Eng. August)

மைற்றவர்களை யொத்தாசை செய்யச் சொல்லிக் கேட்டுக் கொண்டதும் காரியமில்லாமற்றானே போய்விட்டுது.

இவடத்திலிருந்து வற்தகருடைய கப்பலொன்று மோறீசுக்குப் பயணமாய்ப் போனதிவ் விடத்திலிருந்த நிறுவாகங்களை யெல்லா மறியத்தக்கதாக குறித்து மோறீசுக்குத் துரையாயிருந்த முசியே ஷெவாலியே பிறிலீயோன் *(Chevalier Brillanne)* என்பவரை ராணுவமனுப்பி வைக்கச் சொல்லி யெழுதி அனுப்பி வைக்கப் பட்டுது. முசியே லலே[1] யுடைய கூட்டத்தாருக் கெழுதி யனுப்பி னதும் முகியமளவும் வந்து கைகூடாமற் போய் விட்டார்கள்.

சென்னபட்டணத்துச் சமாசாரம்

புதுச்சேரியார் சிறிது பேர்கள் சென்னபுரியிலிருந்தவர்க ளவடத்திலிருக்கச் சகியாம லிவடத்துக்கு வந்து சேர்ந்தவர்கள் ழெனெறாலவர்களுக்குச் சொன்ன சமாசாரம். இங்கிலீசுக் காறருக்குள்ள தளங்களை யெல்லாம் காஞ்சிபுரத்தில் கூட்டச் சொல்லிக் கட்டளையிட்டு கப்பல்கள் முஸ்தீதானவுடனே கரையி லிருதும் கப்பலிலிருந்தும் புதுவைநகரின் பேரிலே சண்டை செய்துப் பிடித்துக்கொள்ள வேணுமென்று ராணுவத்தை யெல்லாஞ் சேகரஞ் செய்யச் சொன்னதுக்குங் கப்பல்கள் சேகரமானதுக்கும் நிலவரச் சமாசாரம் வேவுக்காரர் வந்து சொன்னதுக்கு மிவர்கள் வந்து சொன்னது சரியாயிருந்தது.

பிறாஞ்சுக்காறருக்கு கப்பல்கள் சேகரமானது

இந்த சண்டை சமாசாரஞ் சத்துக் குசும்பலாய்ப் பிறந்த வுடனே மோறீசுக்குப் போக பயணமாயிருந்த பிறில்லியா *Le Brilliant* மென்ற 64 பீரங்கியுள்ள ராசாவினுடைய கப்பலை நிறுத்திக் கொண்டு இந்தத் துறையிலே காவலுக்காக வந்திருந்த புறுவோய்யேசு *La Pourvoyeuse* வென்ற பிறக்காது *(frégate)* டன் சேர்த்துவிட்டு புதுவைநகரி லப்போதிருந்த வற்தகருடைய கப்பல்களில் வுமக்கெந்த கப்பல் வேணுமென்று கப்பல்களுக்குத் தலைவனாயிருந்த முசியே துறோன்ழொலி *(Mr. Tronjoli)* யென்ற பிறில்லியாங் கப்பலுடைய கப்பித்தேனையும்[2] பிறவோய் யேசுடைய கப்பித்தேனாகிய முசியே சென்தோறெ *(Mr. Saint Orain)* னென்றவரையும் யோசனைக்கேட்ட விடத்தி லவர்கள் சர்தி *Le Sartine* னென்ற 26 பீரங்கியுள்ளக் கப்பலை வேணுமென்ற விடத்தி லதை ராசாவுடைய கப்பலாகக் கொண்டார்க ளந்தக் கப்பலிலே வெள்ளக்காற ரொழிய வேறில்லை.

---

1. Mr. Lallée
2. Fr. Capitaine

பெந்தாதென்கிற கப்பல் வந்து சேர்ந்தது

மோறீசிலிருந்து பெந்தாதென்கிற La Pintade கப்பலிலே 160 சொல்தாதுகளையும் பீரங்கிகளையு மேற்றி மையிலே *(Fr. Mahé)* கொண்டு போயிறக்கி அயித ரல்லி கானவர்களுக் கனுப்பிவிக்கச் சொல்லி கட்டளையிட்டனுப்பின பிறகாரம் யேற்றிக் கொண்டுப் போனது கெடுப் பிறகாரம் போய் சேரக் கூடாமல் போனபடியி னாலே மலையாளத்திலே யந்த சொல்தாதுகளை மாத்திர மிறக்கி விட்டு புதுவைநகரிலே வந்து சேந்தது. அந்தக் கப்பல் பழசா யிருந்தபடியினாலேயு மக்கப்பலில் வேண்டிய மனுஷ ரில்லாததினாலேயு மதிலிருந்து கொஞ்ச செனங்களை யிறக்கி சற்றினென்ற Le Sartine கப்பலில் குறைப்பட்டிருந்த மத்லோத்துகளுக்குச்[1] சரிப்படுத்தும்படிக்குப் போட்டுக் கொண்டு முசியே துஷேலா *(Mr. Duchaila)* வென்றவரை சற்தீன் கப்பலுக்கு கப்பித்தேனாக வுத்தியோகங் குடுக்கப்பட்டுது.

பிறிசோமென்ற கப்பல் வந்து சேர்ந்தது

அவு மா. 6–ந் தே. முசியே ல றோஷேத் *(Mr. La Rochette)* தென்கிற பிறாஞ்சுக்காற வற்தகனுடைய கப்பலாகிய பிறிசோ Le Brisson மென்கிற சீர்மை வுரு 1,00,000 பத்தாக்குக்[2] கொண்டு கொண்டு புதுச்சேரியில் வந்து சேர்ந்தவுடனே யந்த வற்தக னந்தப் பணத்தை இராசாவுக்கு வலியக் கடன் கொடுத்து விட்டதுமன்றி தன்னுடைய கப்பலையும் பிறாஞ்சுக்காறருடைய யெசுக்காதிறுக்கு *(escadre = fleet)* வொன்றாகச் சேர்த்து விட்டு அன்றைக்குத்தானே முசியே துறோன்ழொலி கையில் வொப்பித்துப் போட்டார்.

கோட்டை வேலை சேகரமானது

முசியே தெ பெலுக்கோம்பவர்கள் கப்பல்கள் சேகரமா கிறதுக்கு வேண்டிய வெற்றினங்களை செய்து யெசுக்காதுரு சேகரமான வுடனே அசதியா யிராமல் கரையிலே பட்டணத்திற் செய்தாக வேண்டிய காரியங்களை யெல்லாம் வெகு சாகிறுதை யுடன் விசாரணை செய்யத் துவக்கிக் கொண்ட மாத்திரத்திலெ யவரவர்கள் சுறு சுறுப்புடனே அவரிடப்பட்டக் கட்டளைகளை செலுத்த வேணுமென்று செலுத்திக்கொண்டு வந்தபடியினாலே கோட்டை சத்தேறக்குறைய பலுப்பட்டுது.

யிங்கிலீசுக்காறருடைய பாளையம் புதுவைநகரின் பேரில் வெகு பிலத்துடன் வருகுதென்கிற சமாசாரங் கொஞ்சங்

---

1. Fr. matelots (Eng. sailors)
2. Piastres (1 Piastre = *ஏறக்குறைய 16 ரூபாய்*)

கொஞ்சமாய் வெளியானபடியினாலே அப்போது ல றேன்[1] கொத்தளத்திலே அகிழ் வெட்டிக் கொண்டிருந்த வேலையைக் கட்டாயமாய் நிறுத்திப் போட்டு அஞ்சடி யாழம் தண்ணீர் விட்டு எங்குஞ் சரியாய் நீர் மட்டமாக்கிவிடப்பட்டுது.

அலங்கச் சுவர்களை வுசத்தியா யெழுப்பி கூடலூர் வாசப் படியையும் வழுதாவூர் வாசப்படியையும் மறைத்துப் போட்டு சென்னபட்டணத்து வாசற்படியையும் வில்லியநெல்லூர் வாசற்படியையு மாத்திரம் திறந்து வைக்கப்பட்டது. கோட்டையை சுத்தி அகிழ்வோரங்க ளெங்கும் நடுவே வசிகளுஞ் சதிரக்கள்ளி முள்ளுக்களும் முளைக்குச்சுகளும் நட்டு பலுப்படுத்தப்பட்டுது.

புது ராணுவம் வைத்தது

சண்டையில் கோட்டையை சமாளிக்க வொவ்வொருக் கொத்தளத்துக் கிவ்வளவு ராணுவு யிருக்க வேணுமென்று விதித் திருக்கிற விதிப் பிறகாரம் பாற்கும்போது பட்டணத்திலிருந்த விராணுவ மெல்லாம் கூடி இரண்டு கொத்தளத்துக்கு முதலாய் போதாமலிருந்தது. முசியே தெ பெலுக்கோம்பவர்கள் சிறுது புது சிப்பாய் சினங்களைச் சேர்த்துப் பழைய சிப்பாய்களுடனே சேர்த்து விட்டார். மற்றும் பள்ளி சேவுக சிபாய் செனங்களை கொஞ்சஞ் சேர்த்து, *Dusaussois* என்னும் ஒப்பிசியே *(Fr. Officier)* யாயிருந்தவரைத் தள்ளிப் போட்டு வுத்தி யோக மில்லாம லிவடத்தி லிருந்தப்படியினாலே யவரை யவர்களுக் கிசமானாக வைக்கப்பட்டது.

அற்தெலெறி[2] வேலைகளுடனே சேர்ந்த வண்டிகளிழுக்கப் பீரங்கி தள்ள குண்டுகளெடுக்கவு முதலாயின அற்திலெறி வேலைகளுக்கு இரு நூறு காமாட்டிகளை வைக்கப்பட்டுது. புதுவை நகரில் கும்பனியாருடைய துரைத்தனத்தின்போது சின்னத் துரையாயிருந்த லக்கிறனே *(Lagrenée)* யென்ப வரையுங் கும்பனியாருடைய நாளில் குமுசேலியெராய்க்[3] கும்பனீர் கணக்கு கடன் முதலான காரியங்களுக்கு முசியே லக்கிறனேயுடனே கூடக் காரியம் பார்த்துக் கொண்டிருந்த முசியே மொறசெ *(Mr. Moracin)* னென்பவரையும் புதுவைநகரில் *Bourgeoisie* என்று சொல்லப்படும் குடித்தனக்காறறாய் வற்தக வியாபாரஞ் செய்துக்கொண்டிருந்த சில்லறை வற்தகராகிய வெள்ளைக்காறர்களை யெல்லாஞ் சேர்த்து மேற்சொன்ன விருவர்களை யுமவர்களுக்குத் தலைவராய்க் குறித்து வைக்கப்பட்டுது.

---

1. La Reine (Eng. The Queen)
2. Fr. artillerie (Eng. artillery)
3. Fr. Conseiller (Eng. Councillor)

சட்டைக்காறர் பிறம்பாய்க் கொஞ்சஞ் செனங்களைச் சேர்த்த விடத்தில் முசியே ஷம்பாஞி *(Mr. Champagne)* யென்றவர் அற்த்துவா ரெழிமாமி[4] லொப்பிசியே யாயிருந் துத்தியோகமில் லாம லிருந்தவரை அவர்களுக் கிசமானாகவும் வைக்கப்பட்டுது. நொண்டிமுடங்களாய் விறுத்தாப்பியராயிருந்தாலும் பழைய சொல்தாதுகள் *(Fr. soldats)* கெட்டிக்காறராகையால் தாங்களு மிராசாவுடைய காரியங்களைச் செய்ய வேணுமென்று முழு மனதுடன் விரும்பியதா லவர்களையுஞ் சேர்த்து முசியே *Biche* என்பவரை அவர்களுக்குத் தலைவராய்க் குறித்து வைக்கப்பட்டுது. சகலரும் வெகு சாக்கிறதையுடனும் சுறுசுறுப்புடனும் தங்கள் தங்களுடைய யிசாமன்களிடத்தில் விசுவாசத்துடன் காரியங்களை மனப்பூருவத்துடன் பொதுப்படச் செய்தார்கள்.

பரிச்சேதமாய்க் குதிரைகளில்லாமல் தவக்கமாயிருந்த படியினாலே பட்டணத்திலிருந்த சில்லறையார்களுடைய குதிரைகளையெல்லாம் சேர்த்துப் பாற்கும் போது யிருந்த குதிரைகளிலெல்லாம் வளமாய்ப் பதினஞ்சுக் குதிரைகள் மாத்திர மகப்பட்ட படியினாலே அதுகளை விலைக்கு வாங்கி அதுகளுக்குப் பதினஞ்சு வெள்ளைக்காறர்களை குதிரை ராவுத்தர்களா யேற்படுத்தி முசியே மதேக் *(Mr. Madec)* கென்பவரை அவர்களுக்குத் தலைவராய்க் குறித்து அவருடைய கட்டளைக் குள்ளாக்கி வைக்கப்பட்டது. முசியே மதேக் கென்றவர் சுஜாத்துல்லா[5] வென்பவருடைய விராணுவத்தளத்தி லொரு வகுப்புக் கிசமானாயிருந்து பிற்பாடு சுபா தகரென்னும்[6] பட்டணத்துக்குப் போயவடத்தில் அதிகாரவுத்தியோகமா யிருந் தவ ரதை விட்டு ஷாயே யாலம் *d'Agra* என்ற பார்ச்சாவின் ஷெத்தீர்க் கூட்டத்துக்கு கற்தறாயிருந்த மத்து ஷெப்பு கானுடைய ஷெத்திரக் கூட்டத்தி லதிகார வுத்தியோகமா யிருந்தவர் தெய்வயெத்தினமாய் சீர்மைக்குப் போறதுக்காகப் புதுவை நகரில் பயணமாய் வந்து தம்முடைய வாஸ்தி வெகுவாய் தக்கருக்குச் சமீபத்திலிருக்கிற பியானா யென்கிற சீர்மையில் தொந்தறைப் பட்டிருந்ததை வாங்கிக் கொண்டு போக வேணுமென்று வந்திருந்தவருடைய வல்லமைகளையும் சமத்தையும் ழெனெறால் முசியே தெ பெலுக்கோம்பவர்கள் வெகுசாய்க் கேழ்விப்பட்டது மன்றி பின்னுமவர் டில்லியிலே *1500* பேருடனே பத்து பீரங்கியும் வைத்துக் கொண்டு நாற்பது நாயிரம் மறாட்டியருடனெதிர்த்து யுத்தஞ் செய்து அவர்களைப் பின்னுக்கிடையும்படியாத் துரத்திவிட்டா ரென்கிற சமாசாரமும்

---

4. Artois Régiment
5. Sujah-ud-Daula
6. Subah Takkar

மைற்று மவர்களுடைய கிறித்தியங்களையுங் கேழ்விப்பட்ட மாத்திரத்தி லவர் மீதில் வெகு சந்தோஷமு மதிக விசுவாசமும் நம்பிக்கையு முண்டானபடியினாலே அவரைத் தம்முடன் கூடக் காரியங்களை நிறவேற்றச் சொல்லி வெகு முயற்சியுடன் வைத்துக் கொண்ட விடத்தி லவருங் காரியங்களைக் கூடிய மட்டும் நன்றாய்ச் செய்தார்.

அவரவர்களுக்குக் காவல்ப்பிறித்து விட்ட விதம்

எதிராளியுடைய மிகுதியாய் வந்து புதுவைநகரின் பேரில் சண்டை செய்ய வாரம்பிக்கிறதா யிருக்குதென்று வேவுக்காறர் வந்து முசியே தெ பெலுக்கோம்வர்களுக்குச் சாமாசாரஞ் சொன்னதின் பேரில் துரைமார்களுக்குக் காவல் பிறித்து தனித் தனியாய் வொவ்வொருத்தருக் கொவ்வொரு காவல் விட வேண்டியாச்சுது.

தென்பிறத்தில், கடற்கரை யோரத்த லிருக்குஞ் சிறு கொத் தள முதல் கூடலூர் கொத்தள மதில் வரைக்கும் லியேத்தனாங் கொலோனேலா[1] யிருந்த முசியே குத்தான்சோ *(Mr. Coutenceau)* வென்பவனுடைய[2] காவல். நோவாளிகளுடைய கிடங்குக் கொத் தளமும் ல றேன் *(La Reine)* கொத்தளத்து மதிலும் லியேத்தனாங் கொலோனேலுமாய் காரைக்காலுக் கொம்மாந்தாமுமா *(Commandant)* யிருந்த முசியே தெ போஸ்தே *(Mr. de Boistel)* லுடைய காவல்.

ல றேன் கொத்தள முதல் வில்லவநல்லூர் கொத்தளம் வில்லவநல்லூர் வாசற்படி வரைக்கும் முசியே மற்க்கனா *(Mr. Marguenat)* வென்பவருடைய காவல்.

சாம் பேர் *(Sans Peur)* கொத்தளம் வழுதாவூர் கொத்தளம் *St. Joseph* கொத்தளம் நொற்த்துயேஸ்து[3] கொத்தளம் சென்னப் பட்டணத்து கொத்தளத்தின் மதில் வரைக்கும் சிபாய்களுக்கு கொம்மாந்தாமா யிருந்த முசியே லேயோனா *(Mr. Léonard)* ருடைய காவல்.

சென்னப்பட்டணத்து கொத்தள முதற்கொண்டு வட பக்கஞ் சமுத்திரக் கரையோர மட்டுக்கும் றெழிமாமுக்கு லியோத்தனாங் கொலேனேலாயிருந்த முசியே தலுபிஞ்ஞாக்கு *(Mr. d' Albignac)* என்பவருடைய காவல்.

---

1. Fr. Lieutenant Colonel
2. வீ–ர் இப்படி எழுதுவது அவன் மேல் மரியாதையில்லை யென்பதைக் காட்டுகின்றது (3–ம் அத்தியாயம் பார்க்க)
3. Fr. Nord Ouest (Eng. North West)

முசியே தெசுப்பினேத் *(Mr. Despinette)* தென்பவர் பெரிய மழோறா *(Major)* யிருந்தபடியினாலே யவருடைய வுத்தியோகத் தின் முறைமைக்கு ஒரு விடத்திலேதானே யிருக்கக்கூடா தென் கிறதைப் பத்தி யொரு பக்கத்துக்குஞ் காவற் கும்மாந்தாம்மா யவரை நேமிக்கப்பட்டதில்லை.

காவல் துவக்கம்

மூலியேத்து மா. 30ஆம் தே. தானே கோட்டையை சுத்தி காவற்காறராக சத்தேறக்குறைய ராணுவத்தாரெல்லாம் வந்து ராவிலே கோட்டையின்பேரிலே படுத்துக்கொள்ள துவக்கிக் கொண்டார்கள். ழெனராலவர்களு மவருடைய சேனை கூட்டத் தாரும் பழைய குவற்னேரா *(Gouverneur)* யிருந்த முசியே லாவு *(Mr. Law)* மற்றக் காவல்களை நகர்சோதினை செய்துக் கொண்டு வந்தார்கள். முசியே தெ பெலுக்கோம்பவர்களும் தமக்குத் தனியாய் கொத்தளத்தைக் குறித்துக் கொண்டு தாமும் மைற்றவர்களுடன் கூட ராத்திரி காலங்களிலே காவற்கார்க்கத் துவக்கிக் கொண்டார். காரியங்களுக்கு வெகு வுதவியாயிருந்தது மன்றி ழெனெறால் செய்தக் காரியங்களெல்லாம் மைற்று மிருந்தவர்களுக் கெல்லாம் படிப்பினையா யிருந்தது. யேந் தாந்தா *(Intendant)* மவர்களும் தனியா யொரு கொத்தளத்தை நேமித்துக் கொண்டு தம்முடன் கூடிய அதுமினீஸ்திறாசி யோந் *(Administration)* துரைமார்களைச் சேர்த்துக் கொண்டு காரியங்களைச் செய்தார். யிதன்றியுஞ் சீர்மையிலிருந்து வற்தக வியாபாரஞ் செய்துக் கொண்டு போகப் புதுவைநகரில் வந்திருந்து மறுபடி போகக்கூடாமல் தாமசப்பட்டிருந்த வற்தகரு மிது காரியங்களை யேற்றுக் கொண்டார்கள். மைற்றபடி இது காரியங்கள் முகியளவும் சமஸ்தமான பேர்களும் வெகு சுறு சுறுப்புடனுஞ் சாகிறுதையுடனும் சகலரு மொருமித்து காரியங்களைக் கூடிய மட்டும் நிறவேற்றினார்கள்.

ஷாந்தேர்நகரைப் பிடித்துக் கொண்டது

பிறாஞ்சுக்காறர் பங்காளத்தில் ஷாந்தேர்நகரென்றப் பட்டணத்திலே பீரங்கி ராணுவ மில்லாமல் நீதியொழுங்கு செலுத்தத் தக்கதாக மாத்திரம் 150 சிப்பாய்களை மாத்திரம் வைத்துக் கொண்டிருந்த விடத்தில் இங்கிலீசுக்காற ரதைப் பிடித்துக் கொள்ள வேணுமென்று பங்காளத்துக் குமிசேலுடைய வுத்தாரத்தின்பேரில் ரெண்டு பட்டாளஞ் சிப்பாய்களையும் லியேத்தனாங் கொலேனேலாகிய தாவ்வு[1] யென்றவனை மூலியேத்து மா. 10–ந் தே. கல்க்குத்தாவிலிருந்து அனுப்பின விடத்தி லவன் ஷாந்தேர்நகரிலே போய் தன்னுடைய காவற்

1. Dow

போட்டுக் கொண்டு வூரைத் தன் கைவசமாக்கிக் கொண்டான வுடனே பழையது சாப்பிட[1] யுளுக்காந்தான். அந்த சமையத்திலே யந்த வூரில் பிறாஞ்சுக்காறருக்குத் துரையாயிருந்த முசியே ஷெவாலியே *(Mr. Chevalier)* என்பவர் கள்ள வழியாய்ப் பிறப்பட்டு அவர்கள் வச மகப்படாமல் அப்பிறந் தப்பித்துக் கொண்டு போய்விட்டார். பிற்பாடு கத்தேக்கு *(Cuttack)* என்றவூரி லவ ரிங்கிலீசுக்காறர் வச மகப்பட்டவிடத்தி லவரை ஷாந்தேர் நகரில் மறுபடியும் அவு மா. 23–ந் தே. கூட்டி வந்தார்கள். ஷாந்தேர்நகரை யிங்கிலீசுக்காறர் பிடித்துக் கொண்ட சமாச்சாரம் புதுவைநகருக்கு அவு மா. 2–ந் தே. வந்தது.

இங்கிலீசு தளத்துக்கு ழெனராலாகிய முசியே மண்டுறோ

யிங்கிலீசுக்காறரைச் சேர்ந்த விடங்களிலிருந்து ராணுவம் வந்து சேருவதும் இரஸ்துகள் வருவதும் பீரங்கி சரனசரன வந்து சேருகிறதும் பாளையம் புதுவைநகரின் பேரில் வருகு தென்று மந்தப் பாளையத்துக்கு கொம்மந்தாமாய் மழோற் ழெனெராலா *(Major General)* யிருந்த முசியே மண்டுறோவைத் தலைவனாய்க் குறிக்கப்படப்பட்டு மேற்படியானையும் புதுச்சேரியை யடுத்தப் பத்து நாழிகை வழியிலே வரச்சே யவரும் வந்தந்த பாளையத்துக்குக் கொம்மாந்தாமா *(Commandant)* யேர்ப்பட்டு வருகிறாரென்றும் வேவுக்காறர் சமாசாரம் வந்து சொன்னார்கள்.

யிதுவும்: மேற்படியாருடைய குதிரைக்காறர் வந்து சுத்துப் பட்டுக் கிராமங்களிலிருந்த மாடாடுகளை யோட்டிக் கொண்டு குண்டு சாலையிலே காவலாயிருக்கிற சிபாய்களுடன் சண்டை செய்ய வேணுமென்று நெருங்கி வந்த விடத்தில் பிரான்சுக்காற ருடைய சிபாய்களுக்கு அவரவர்களுடன் சண்டை கொடுக்க வுத்திரவில்லா திருந்தபடியினாலே யிவர்கள் சத்துருக்களைக் கேட்டது உங்களுக்குச் சண்டை துவக்க மனதா வென்றும் முதல் துவக்க மனதுண்டாயிருந்தா லெங்களுக்கு . . .[2] உடனே வந்தக் குதிரைக்காறர் திரும்பிப் போய்விட்டார்கள்.

அந்தச் சிணத்திலே காரைக்காலை விட்டுவிட் டவிடத்தி லிருந்த சிப்பாய்களையு மிட்டுக் கொண்டு ராசாவினுடைய காரியத்தி லிருந்தவர்களையும் புதுச்சேரி ரெழிமாமிலே யிருந்த 50 பேர்களையு மழைப்பித்துக் கொண்டு வந்துவிடச் சொல்லி ழெனெறாலவர்கள் முசியே தெ பொஸ்தேலுக்குக்குக் *(de Boistel)* காயித மெழுதின விடத்தி லவரு மிந்த ராணுவத்தை யெல்லா மிட்டுக் கொண்டு வந்து சேர்ந்தார்.

---

1. இங்கிலீசுக்காரர் காலையில் சாப்பிடுவதை வீ–ர் இப்படிக் குறிக்கின்றார்.
2. சில சொற்கள் குறைகின்றன.

யிங்கிலீசுக்காறரு டைய பாளையம் பிரம்பையிலே வந்து சேர்ந்தது

அவு மா. 8–ந் தே. யிங்கிலீசுக்காறருடைய தண்டு[1] புதுச்சேரிக் கெதிரே காட்டு மேட்டின் பேரிலே பிரம்பைக் கடுத்தாப் போலே வந்திறங்கித்துது.

அன்றையத் தன மந்தத் தண்டிலிருந்து யிராணுவத்தாராவது: சொல்தாதுகள் 1200, பீரங்கி சுடும் வெள்ளைக்காறரில் 500, பின்னூத்துப் பீரங்கி 20, சிபாய்களுட பட்டாளம் 10, குதிரை ராவுத்தராகிய வெள்ளைக்காறரில் ரெழிமாம் 2, யிதல்லாமல் மொற்சாவு[2] க்குத் தழைக்கட்டு, தொம்பை, கூண்டு முதலாயி னதுக ளெடுக்க கலாசிகள் விஸ்தாரமாய்ச் சூழ்ந்திருந்தார்கள். மோற்சா பீரங்கி வந்து சேராமலிருந்தது. சென்ன புரியிலிருந்து கப்பல்கள் புதுவைநகரத்து துறையில் வருகுதென்று மந்த சமையத்தில் பாளையங் காட்டு மேட்டிலே வந்திறங்கிறதா யிருக்கு தென்றும் ஜெனறாலவர்கள் சமாசாரங் கேழ்விப்பட்ட பிறகாரம் மெய்யாத்தானே கிழக்கே கப்பல்கள் காணப்பட்டுது. நாட்டுக் கப்பலானபடியினாலேயுங் கலாசிக ளொழிய மத்தலொத்துக (matelots) ளில்லாததினாலும் எசுக்காதுரு (escadre) களுடன் சேர்க்கக்கூடாதென்றும் ராசாவுக்கு வாங்கிக் கொள்ளாமற் தள்ளுபடியாக்கிப் போட்டு முசியே லாவு என்பவருடைய லொறிஸ்தோ Le Lauriston மென்கிற கப்பல் மோறீசுக்குப் போகப் பயணப்பட்டு பாய்விரித்து உயர்ந்துப் போன கப்பலானது யிங்கிலீசுக் கப்பல்கள் தூரக் கூட்டமாய் சென்னபுரியி லிருந்து வருவதைக் கண்டு தான் கரை பிடித்து வந்து நம்முடைய கப்பல்காறருக்கு சேதி சொல்லி, தானும் பயணம் போகாமல் துறையிலெ நிண்ணுது.

கப்பல்களுக்கு கட்டளையிட்டது

யிதன் பேரில் முசியே தெ பெலுக்கோம்பவர்கள் கப்பலு களுக்குத் தலைவனாயிருந்த முசியே துறொன்ஜொலி (Mr. Tronjoli) யென்பவனுக்கிட்டக் கட்டளையாவது: எதிரிகளுக் கெதிரே போகச் சொல்லியும் அவர்களுங்கள் பேரில் முதற்கை யெடுத்தாலொழிய நீங்களவர்களை எதிர்க்கத் தேவையில்லை யென்று மவர்களுங்கள் பேரில் கை யெடாமல் சும்மாய் புதுச்சேரி துறைப்பிடிக்க வந்தாலவர்களை யப்பிறம் போகச் சொல்லி முதலறிவிக்க வேண்டியது. நல்லதனத்துடனவர் களப்பிறம் போகாவிட்டால் சண்டை துவக்கிக் கொள்ளச் சொல்லியு மதன்முன் சண்டை துவக்கத் தேவையில்லை யென்றுங்

1. ராணுவம்
2. Eng. battery of cannons

கப்பல்க்காறருக்குக் கட்டளையிட்டான பின் தாம் தானே யிந்தக் கட்டளைப் பிறகாரம் கரையிலும் நடத்த யிங்கிலீசுக்காறருடைய பாளையத்துக்குத் தலைவனாயிருந்த முசியே மண்றோவுக்குக் காகித மெழுதினார். அதாவது :

யிப்ப சண்டையில்லாதிருக்கத்தக்கதாக பிறாஞ்சுக்காற ருடைய யெல்லையிலே யித்தனை சமீபத்திலே பாளையம் வந்தி றங்கியிருக்கிற காரியமென்ன வென்று மெந்தப் பிலத்தைக் கொண்டு மெந்தப் பேரைக் கொண்டு நீர் சண்டை கொடுக்க வந்திருக்கிறீர் அதைச் சொல்ல வேணுமென்று துரையவர்கள் கேட்டெழுதிக் கொண்டதுக்கு இவடத்திலிருந்து கொண்டு போன காகிதத்துக்கு மரியாதையா யொரு காகிதமெழுதிக் கொடுத்து காகிதத்துக்கு வதில் மறுமொழி காகிதம் நாளையனுப்பி விக்கிறோமென்று சொல்லியனுப்பிவிட்டார்.

யிடத்தை விட்டுவிடச் சொல்லி ழெனெறால் முசியே தெ பெலுக்கோம்பவர்களை யிங்கிலீசு ழெனெறால் கேட்டது

மறுநாள் 9–ந் தே. காலமே பத்து மணிக்கு ழெனெறால் மண்டுறொ தமக்கு நேத்தியத்தினம் முசியே தெ பெலுக்கோம் பவர்கள் அனுப்பின காகிதத்துக்கு மறுமொழி யொரு காகிதமும் புதுவை நகரை தம்முடைய வசத்தில் நல்லத் தனமாய்த் தானே விட்டு விடென்று முத்திக்கைப் போட்டுப் பாளைய மிறங்கிச் சண்டை துவக்கு முன் கேட்கிற வழக்க முறைமைப் படிக்கு கேட்க்குங் காகித மொன்று மெழுதி லியோத்தனாங் கொலோனேலா யிருந்த மக்கிலான்(*Maclane*) வசமனுப்பினார். துரை யவரை மத்தியான சாப்பாட்டுக்கு நிறுத்திக்கொண்டு மறுகாகித மெழுதிக் கொடுத்து நாலு மணிக்கனுப்பிவிட்டார்.

யிங்கிலீசுக்காறர் முதல் சண்டை யாரம்பித்தபடியினாலே நீங்களுஞ் சண்டை துவக்கிக் கொண்டு யுயித்தஞ் செய்யுங்கோ ளென்று வெகு சீக்கிறமா முசியே துறோன்ழொலிக் கொரு சலங்கு முஸ்தீது செய்துக்கொடுத்து கப்பல்காறரை சண்டை துவக்கிக் கொள்ளச் சொல்லி துரை யுத்திரவு கொடுத்தனுப்பி விட்டார்.

அவு மா. 9ந் தே. முதல் எச்சரிக்கைப்பட்டது

இந்த நாள் ராத்திரி யெட்டு மணிக்கு குண்டு சாலையிலிருந்து புது சிப்பாய்கள் இங்கிலீசுக்காறருடைய *Patrouille* என்று சொல்லப்பட்ட நகரசோதனைக்காறர்களைக் கண்டு பயந்து எதிரிகள் நெருங்கி வந்தால் செய்யச்சொல்லி யவர்களுக்கு

கற்பித்திருந்த வடையாளங்களை யவர்கள் செய்துப் போட்டு கோட்டையை நோக்கி யோடி வந்தார்கள். அந்த வடையாளத்தைக் கேட்டு கோட்டைக்குள்ளே யெங்கும் ழெனெறால் தம்பூற[1]டித்து துடர்ந்தெற்றமாய் மூன்று பீரங்கி சுட்டு அடையாளங் காட்டினார்கள். உடனே ழெனெறாலவர்கள் கால்நடையாய் வில்வனல்லூர் தெத்துவாசற்படி மட்டுக்கும் நடந்தோடினார்கள்.

பெண்டுகள் தவிர பட்டணத்திலுள்ள சறுவ செனங்களும் கொத்தளங்களெங்கும் நிரம்பி யிருந்தார்கள். மறுனாள் காலமே பழையப்படி குண்டு சாலையை யெளிசாய்க் கைப்பத்திக் கொண்டார்கள்.

காரைக்காலை யொழித்து விட்டு விட்டது

காரைக்காலை ஒழித்துப்போட் டவடத்திலிருந்து 108 சிபாய்களையும் 12 கிழச் சொல்தாதுகளையும் 16 சட்டைக்காறரையு மேற்றிக் கொண்டு சில பீரங்கிகளிருந்ததையும் சலங்கிலேற்றிக் கொண்டு முசியே தெ பொஸ்தே லின்று ராத்திரி புதுவைநகரில் வந்து சேர்ந்தார்.

அவு மா. 11–ந் தே. இங்கிலீசு சிப்பாய்கள் 500 பேர் வந்து காரைக்காலைப் பிடித்துக் கொண்டார்கள்.

அவு மா. 10ந் தே. கப்பல் சண்டையானது

யிந்த னாள் காலமே கடலின் பேரில் பிறாஞ்சுக் கப்பலும் இங்கிலீசுக் கப்பலுங் காணப்பட்டுது. பகலைக்குமே லிரெண்டு மணி வரைக்கு மிரு கட்சியாரு மவரவர்களுட காத்துப் பக்கத்தின் நலந்தேடிக் கொண்டே வந்துக் கடசியாய்ப் பகலிக்குமே லிரண்டு மணிக் கெல்லாங் கரைக்கு 7½ நாழிகை வழிக் குள்ளே[2] கப்பல் சண்டை துவக்கிக் கொண்டு 1½ மணி மட்டுஞ் சண்டை கொடுத்தார்கள். இங்கிலீசுக்காறருடைய கப்பல்க ளெல்லாஞ் சென்னப்பட்டணத்தை நோக்கி யோடிப் போய்விட்டுதுகள்.

புதுவை நகரத்திலுள்ள சகலரும் முசியே துறோன்ழொலி செய்ததைக் கொண்டு பின் செல்லுவானெனன் றெண்ணியிருந்தார்கள். யிங்கிலீசுக்காறருடைய பெலனற்ற றிப்போ <u>Rippon</u> மென்கிற கப்பலையும் பிடித்துக் கொள்ளாமல் மறுபடியும் தானிருந்த அதஸ்தானத்தில் வந்து சேர்ந்தான்.

---

1. Fr. tambour (Eng. drum)
2. 12 km தூரத்தை இப்படி வீ–ர் நாட்குறிப்பில் எழுதியிருக்கின்றது.

மறுபடியும் துடந்தேற்றமாய்க் கப்பல் சண்டை செய்ய வேண்டுமென்று யோசித்தது

அவு மா. 10ந் தே. கப்பல் சண்டை செய்யும் போது யிரு திறவார்களுக்கு மிருந்த பெலன்களின் விபரம்.

பிறான்சுகாறருடைய கப்பல்கள்

கப்பல்கள்	கப்பித் தேன்கள்	பீரங்கிகள்	குண்டுகள்	பரிவாரங்கள்
பிறிலவியாம்	துறொன்ழோலி	64	24	574
புறுவெய்யேசு	சென் தோறேன்	38	18	319
சற்தீன்	துஷெலா	26	8	171
லொறிஸ்தோம்	லெ பெர்	20	8	138
பிறிசோம்	தெஷேசோ	20	8	106
	ஆக	168		1,308

இங்கிலீசுக்காறருடைய கப்பல்கள்

கப்பல்கள்	கப்பித் தேன்கள்	பீரங்கிகள்	குண்டுகள்	பரிவாரங்கள்
றிப்போம்	வெற்னோ	60	23	420
த காவேந்திரி	மொறலோவ்	26	9	170
செக்குவாரசு	பாந்தோம்	24	9	160
கொறுமொறாம்	ஒவ்வறுன்	14	7	120
வலாந்தேன்	ஒழில்வி	26	9	140
		150		1,010

இதில் பிறாஞ்சுக்காறருக் கதிகமாயிருந்தது பீரங்கி 18, செனங்கள் 298. 11–ந் தே. செய தோத்திரம்பாடி பீரங்கி சுட்டார்கள்.

சண்டையில் இங்கிலீசுக்காறருக்குச் சேதமான விபரங்களை மேற்படி காமண்டொறாகிய வெறனோ (Vernon) கண்டெழுதி யுறுதிப்படுத்தின பிறகாரம் எதிரிகளுக்கு கப்பலில் சேதமானது:

இறந்துபோனவர்கள் 11, காயம்பட்டவர்கள் 51.

பிறாஞ்சுக்காறருக்கு சேதமானது:

இறந்துபோனவர்கள் 30, காயம்பட்டவர்கள் 3

அதாவது முசியே துறோன்ழொலிக்கு அதில் காயம். யிதுவும் முசியே லபே (Mr. Labbé) Le Chat et Pasdeloup, யீலு தெ பிராம்சு

ரெழிமாமுக்குக் கப்பித்தேனாயிருந்த முசியே தஸ்திரேலுக்கு *(Mr. d'Hastrel)* ஒரு துபாக்கியுண்டை யடைத்து.

பின்னும் வெறனோவுடைய இங்கிலீசுக் கப்பலி லிருந்த வெள்ளைக்காறரில் துபாக்கிச் சண்டை செய்யும்போது காயம் பட்டவர்கள் 51.

ழெனெராலவர்கள் வடபிறத்திலுந் தென்பிறத்திலும் வேவு பாற்கும் படியாய்க் கடலின் பேரிலே கப்பல்களை ஸ்தாபிதஞ் செய்தது

கரையிலே செய்தான காரியங்களின் சேகரத்தின் பேரில் கடலில் சம்புவித்தக் காரியங்களில் விசேஷமாய்ச் சேதப்பட்ட கப்பல்களை யெல்லாம் சீக்கிரத்துக்குப் பழுதுபார்த்து முஸ்தீது செய்யச் சொல்லி ழெனெரால் கட்டளையிட்டு பேந்தா La Pintade தென்கிற கப்பலில் கொஞ்சஞ் சிப்பாய்களை யேத்தி முசியே ழொய்யோ *(Mr. Joyeuse)* சென்பவரைக் கப்பித்தேனாக்கி வட பக்கத்தி லாலம்பறைத் துறையண்டையில் கடலில் வேவு பார்த்து வழியி லெதிர்ப்பட்டு வரப்பட்டதுகளை யெல்லாம் பிடித்து பறித்துக்கொள்ளச் சொல்லியும் புறுவோய்யேசு La Pourvoyeuse என்ற கப்பலை தென்பக்கங் கூடலூர்த் துறை யண்டையில் வேவு பார்க்கும்படியாகவும் வைத்துவைக்கத் துரையவர்கள் கற்பித்த விடத்திலிரண்டு கப்பல்களையு மிருப் பக்கத்துக்கும் அனுப்பப் பட்டிருந்தது. புறுவோய்யேசு யென்ற கப்ப லிவடத்திலிருந்து போறபோது நெல்லுக் கட்டைக்குச்சுகள் முத லானதுக ளேற்றிக்கொண் டெதிரே வந்த மூன்று சம்பா[1]னைப் பிடித்தது. மறு நாளு மிரண்டு சம்பான் பிடிபட்டதில் அரிசி, நெல், வைக்க லிருந்தது மன்றி ஒரு சம்பானில் 500 வராகன் யிருந்தகப்பட்டுது. மறு நாள் 14–ந் தேதி சாயங்கால மிரண்டு கப்பல் வருகிறதை புறுவோய்யேசு வென்கிற கப்பல் கண் டடையாளங் காட்டித்துது.

அந்த வடையாளத்தை பிறில்லியாங் கப்பல் தானுங் கண்டுபிடித்தே னென்று வுடனே வதி லடையாளமும் போட்டுது.

அந்தச் சிணத்தில் காயம்பட்டு கரையிலிருந்த முசியே துறோன்ழொலியுடன் முசியே தெ பெலுக்கோம்பு சத்தினென்ற கப்பலை முஸ்தீது செய்தனுப்பி வைக்க வேணுமென்று யோசனை சொன்னவிடத்தி லந்த யோசனைப் பிறகாரம் நடத்தாமல் பறவாயற்றத்தனமா யிருந்தான். காலமே 15–ந் தே. 5½ மணிக்கெல்லா யீந்தியில் சண்டையென்றறியாத யிங்கிலீசுக் காறருடைய வற்தகன் கப்பல்களிரண்டு மேற்படியாருடைய

1. sampan

கொடி போட்டுக் கொண்டு புதுச்சேரி துறையைப் பிடித்து வடக்கே யோடித்துது. புறுவோய்யேசென்ற கப்பல் பின் சென்று துரத்த வேணுமென் றாரம்பித்த விடத்தி லதுக்கு மிதுக்குங் காத வழி தூர வித்தியாசமா யிருந்துது.

புறுல்லியாங் கப்பலை அனுப்பவேணு மென்று யோசித்த விடத்தி லதினுடைய சுக்கான் முறிஞ்சு போய் கரையிலே யிருந்தபடியினாலே கூடாமலிருந்துது. சற்தி னென்ற பிற காதை முஸ்தீது செய்துக் கொண்டு போகச் சொல்லி கற்பித்த விடத்திலிதுக ளாயித்தப்படுகிறதை எதிரிகளுடைய கப்பல்காறர்க ளறிந்து மேலுக்கு வைக்கப்பட்டு பாய்களை யெலாம் கட்டிக் கொண்டோடிப் போனார்கள். பிற்பாடு ழெனறா லவர்கள் முசியே சென்தொறென் முசியே துஷெலா வென்பவர்களுக்குக் காகித மெழுதி வொலாந்தக் கொடி போட்டுக் கொண்டு சதிரங்கப்பட்டணம் வரைக்கும் துரத்திக் கொண்டு பின் சென்று போகக் கட்டளை யிட்டார்.

ஆனா லவர்க ளகப்படாமல் தப்பிச்சுக் கொண்டோடிப் போய் இங்கிலீசுக்காறர்களுடைய கப்பல்களுக் குதவியாய்ச் சேர்ந்துக் கொண்டார்கள்.

புறுவோய்யேசு கப்பல் திரும்பி வந்துவிட்டது. சற்தீன் கப்பலகப்பட்டுப் போனது

முசியே சென்தோறேன் தன்னாலே யானமட்டுந் துரத்திப் பார்த்துக் கூடாமற் போனபடியினாலேயும் சற்தீன்கப்ப லகப் பட்டுப் போனதினாலுந் துயரத்தினாலே தன்னைத் தப்பித்துக் கொள்ள வேண்டி மறுபடி திரும்பி 17–ந் தே. புதுவைநகரில் வந்து துறை பிடித்தான்.

எலிசாபெத்து கப்பல் வந்து சேர்ந்துது

18–ந் தே. எலிசாபேத் தென்கிற கப்பலில் மோறீசிலிருந்து ரெழிமாமுக்குக் கொலோனெலா யிருந்த முசியே தெசாவெறனு[1] என்கிறவர் வந்திறங்கினார். உடனே றாணுவத்தாருடைய மேலான வொப்பிசியேகளுடனே கூட கோட்டையின் பேரில் காவற் கார்க்கத் துவக்கிக் கொண்டார்.

இரண்டாம் தடவை கப்பல்கள் சேர்ந்தது

யிங்கிலீசுக்காறர்களுடைய விரெண்டு கப்பல்களையுந் துரத்திக் கொண்டு பெந்தாதென்கிற கப்பலுஞ் சற்தினென்கிற கப்பலும் வடக்கே நோக்கிப் போயிருந்தபடியினாலே நம்முடைய

1. Mr. Desauvergnes

கப்பல்கள் கலைஞ்சுப் போயிருந்தது மன்றி பிறிசோ மென்கிற கப்பல் 10–ந் தே. சண்டையில் வெகுவாய்ச் சேதப்பட்டு மெலிந்து போயிருந்ததினாலுஞ் சண்டைக் குதவாதென்று முசியே தெ பெலுக்கோம்பவர்கள் யோசித்து லொறிஸ்தோ மென்ற கப்பலிலும் புறுவோய்யே சென்ற கப்பலிலுஞ் செனங்கள் பீரங்கிகள் ரஸ்து முதலானதுகளை யேத்தி முஸ்திது செய்தது மன்றி முசியே குறுவாசே (Mr. Croizet) என்ற கப்பித்தானுடைய எலீசாபேத்து யென்னும் 26 பீரங்கியும் 150 பேர்கள் ராணுவத்தாரு முள்ள பிறகாதையுங் கூடச் சேர்த்து வதி சீக்கிரமத் துக்குள்ளே முசியே துறோன்ழொலி வசத்தி லொப்பித்தார்.

முதல்த் தடவையைவிட இரண்டாவது வெகு பிலயீன மாயிருந்தாலும் ழெனறாலவர்கள் அவர்களுக்கெல்லாம் வெகுமதி தருகிறோ மென்று வெகுவாய் தயிரியஞ் சொல்லி மிகவும் நல்ல வாற்தையினாலே சந்தோஷப்படுத்தி துணிவு வரும்படிச் செய்தார்.

அவு மா. 21-ந் தே. நம்முடைய கப்பல்கள் பயணப்பட்டது

இங்கிலீசுக்காறருடைய கப்பல்கள் 20ஆம் தே. கிழக்கே காணப்பட்டுது. துரையவர்கள் முசியே துறோன்ழொலியைத் தென் பிறத்தில் போயிருந்துக் கொண்டு யிங்கிலீசுக்காறருடன் சண்டை குடுக்கச் சொல்லி கட்டளை குடுத்ததின் பேரில் முசியே துறோன்ழொலி மறுநாள் கப்பலி லேறினான். யிதற்கு முன்னமேதானே இங்கிலீசு கப்பல்களைத் தென்பிறம் பிடித்து வைத்துக் கொண்டிருந்தவர்கள் முசியே லறோஷேத் தென்கிறவருக்கு மோறீசிலிருந்து வந்த Aimable Nanette என்கிற கப்பலைப் பிடித்துக் கொண்டார்கள். அந்தக் கப்பலிலே முசியே கெர் (Mr. Caire) என்று பெயர் கொண்ட யிஞ்சினீரு மிருந்தார்.

நம்முடைய கப்பல்க ளின்ன விடத்த லிருக்கு தென்று தெரியாமலிருந்தது

ஒக்தோபுற மா. 3ஆம் தே. நாகப்பட்டணத்துத் துறையைப் பிடித்திருந்த லா புறுவோய்யேசு, எலிசாபெத்து என்ற விரெண்டு கப்பல்களையும் விட்டுப் போட்டு முசியே துறோன்ழொலி பிறில்லியாங் கப்பலையும் லொறிஸ்தோ மென்கிற கப்பலையுங் கூட்டிக் கொண்டு செப்தேம்பிற மாதம் 2–ந் தே. மோறீசுக்குப் பயணமாய்ப் போய்விட்டாரென்று மந்த மாதம் 14–ந் தே. தானே யிந்த விரண்டு கப்பல்களும் மறுபடி மோறீசுக்குத் திரும்பி விட்டுதுகளென்றும் முத்திக்கைத் தீர விரெண்டு நாளைக்கு முன் னிந்த சமாசாரம் முசியே தெ பெலுக்கோம்பவர்களுக் கறிக்கை யாச்சுது.

முசியே மதேக்கு

எச்சரிக்கையான அவு மா. 9–ந் தே. முதற் கொண்டு ழெனேறா லவர்கள் முசியே மதேக்கு வசத்தில் 15 குதிரை களையும் கொஞ்சஞ் சிப்பாய் ராணுவத்தாரையும் ஒப்பித்து காரியங்களைச் செய்யச் சொல்லி கட்டளையிட்டார்.

எதிரிகள் குண்டுசாலையைப் பிடித்துக் கொண்டது

21–ந் தே. இராத்திரி எதிரிகள் குண்டு சாலையைக் கைப்பத்திக் கொண்டார்கள். யிதற்கு முன்னே தானே சிறிது குதிரைகளையும் ஒரு கும்பணி கிறேனாதியே சிபாய்களையு[1] மிட்டுக் கொண்டு முசியே தெ பெலுக்கோம்பு போய் பார்த்து வந்த தோட்டத்தி லிருந்த மரங்களை வெட்டிப் போடச்சொல்லி கட்டளையிட்டிருந்த விடத்தில் சத்துருக்கள் சமீபத்தில் வந்து நெருங்கினபடியினாலே கூடாத காரியமாயிருந்துது. வண்ணான் துறையின் கட்டு கோப்புகளை யிடிக்கத் துவக்கின விடத்தில் எதிரிகள் வேலைக்காறரின் பேரில் கை பீரங்கி களாலே சுட்டார்கள். இரண்டொருவருக்குங் காயப்பட்டிறந்து போனபடியினாலே பயந்தோடிப் போனார்கள். முன் பக்கத்து சுவரை மாத்திர மிடிக்கப்பட்டுது.

முதல் வட பக்கம் மோற்சா போட்டது

இங்கிலீசுக்காற ரிரெண்டு பீரங்கிகளை யதிச் சீக்கிரமத்துக் குள்ளே வைத்துக் கொண்டு முத்துக் குமரப்பிள்ளையுடைய தோட்டத்தில் நான்கு பீரங்கி வைக்கத் தக்கின மோற்சா வொன்று போட்டார்கள். அதிலிரண்டு பீரங்கி முதல் பிறதான மாகிய வட பக்கத்தில் அடிக்கும்படியாகவும் மறுபடி மேன் பிறத்திலிருந்து திரும்பி ல றேன் *(La Reine)* கொத்தளம் வரைக்கு மிடிக்கும் படியாகவும் மைற்ற விரண்டுஞ் சென்னப் பட்டணத்துக் கொத்தளத்தில் அடிக்கும்படியாகவு மிவ்விதமாய்ப் பிறிச்சு மோற்சா போட்டார்கள். பெரிய பீரங்கிகளினாலே அதே மொற்சாவின் பேரில் சுட்டதைக் கலைக்கச் சொல்லிக் கட்டளை யிட்டார். ஆனால் மோற்சா 700 Toises தூர விஸ்தாரத்திலிருந்த தினாலே குண்டு பெலனாய்ப் போயடிக்க மாட்டாதென்று யோசித்து சிறிது நாளைக்குப்பின் சுடவாண்டாமென்று நிறுத்திப் போட்டார்.

அவு மா. 25–ந் தே. பெந்தாதென்கிற பிறகாது வடக்கே காணப்பட்டுது. மேற்படி கப்பித்தேனாகிய முசியே ழொய்யேசு தான் கீழ்ப்பக்கத்திலே போய் ரஸ்துகள், தண்ணீர் முதலாயி

1. Fr. Cipahis de la Compagnie des Grenadiers

னதுகளேற்ற வேண்டியிருந் தேற்றிக் கொண்டதும் தான் புதுவைநகர் விட்டு கப்பலிலேறி பிறப்பட்டுப் போய் அன்றைய வரைக்கும் கப்பலிலே நடந்த வற்தமானங்களுஞ் சம்புவிக்கத் தப்பிப்போன மோசங்களையு மொருக்காலுங் கப்பலி லேறி வழக்கப்பட்டிராத தன்னுடைய கப்பலி லேற்றியிருந்த தமிழர் களாலே[1] தனக் கொரு வுதவியு மில்லாதிருந்த விதங்களையு மைத்துங் கப்பலிலே நடந்து போன வற்தமானங்களையு மதின் வழிக்குறிப்பா யெழுதி வைத்திருந்த பொஸ்தகத்துடன் கூட தனக்கிங்கிருக்கக் கூடாத விதத்தையு மொரு காகிதத்தி லெழுதி யனுப்பிவிட்டார்.

இராசாவினுடைய பண்டிகை கொண்டாடினது

இராசாவினுடைய பண்டிகை தினத்தின் காலமே காவலிருந்து பிறப்பட்டு வரும்போது பட்டணத்திலிருந்த சகலரு மரண்மனையிலே பழையது சாப்பிட்டு வெகு எக்களிப்புடன் துரைகள், சொல்தாது, ராணுவத்தார்களுக்கெல்லாஞ் சாப்பாடு சாறாய முதலானதுகள் தாராளமாய் கொடுக்கச் சொல்லியும் முத்திகைப் போட்டிருக்கிற பட்டணமானபடியினாலே யொன்றுங் குறையில்லாதிருக்கும் பிறசித்தமாயிருக்க வேணுமென் கிறதினாலேயும் மாடாடுகள், அரிசி, நெல் பின்னும் பல தினுசு தானியங்களும் மிகுதியா யிருந்தபடினிலீலே விசேஷித்துக் கொடுத்தார்கள். ஆனால், முத்திகைப் போட்ட மூலியேத்து மா. 5–ந் தே. முதல் கடசி சண்டை முயிளவு மொரு தாட்சியு மில்லாமல் நடந்து வந்தது.

சண்டை சாமான்களுடன் சேர்ந்த பீரங்கி குண்டு முதலானதுகளிறங்கினது

கடலின் பேரில் பிறாஞ்சுக்காறருடைய கப்பல்களில்லை யென்கிறதினாலே யச்சமில்லாமல் எளிசா இங்கிலீசுக்காறர் தங்களுடைய கப்பலிலிருந்து பீரங்கிக்குண்டு மருந்து முதலானதுகள் வடக்கே சதுரங்கப்பட்டணந் துவக்கிக் கூனிமேடு வரைக்கும் இறக்கினார்கள். யிதுவுங் கூடலூருக்குத் தென் பிறங் குண்டுசாலை யோரத்தில் மேற்சொன்ன சண்டைக்கு வேண்டிய சாமான்க ளிறக்கினார்கள். புதுசாய் மோற்சா போடுகிற நிமித்தய மிதுகளெல்லாஞ் சேகரஞ் செய்தார்கள்.

ஒருவ னோடி வந்து சேர்ந்தது

பீரங்கி சுடுகிற சொல்தாது ஒருவனோடி வந்தவன் மேற்படியார் தேங்காய்த்திட்டுக் கெதிரே தொச்செட் *(Dosset)*

1. வீ–ர் முதல் தடவையாக இங்குத் தமிழர் என்ற வார்த்தையை உபயோகிக்கின்றார்.

டென்குறவனுடைய தோட்டத்திலே மருந்து, குண்டு, தழைக் கட்டு, தொம்பைக் கூடு முதலாயதுகள் சேர்த்துக் கொண்டு கிடங்காக்கிக் கொண்டதைச் சொன்னான்.

ழெனெறாலவர்க ளிரெண்டு தெமிலூன் கொத்தளங்களிலும் வேலைவிட்டது

எதிரிகள் மெதுகாயிருக்கிற சமையத்தில் நாமிந்த வேலைச் செய்துப் பலனடைய வேண்டியதை முகித்துக் கொள்ளுவோ மென்கிறதை யோசித்து அணைகளை யுறுதிப் படுத்தவு மின்னங் கோட்டையி னலங்கத்தை யுசத்தி கனத்தியாக்கத் தக்க தாகவுந் தொறலெயாங் கொத்திளத்[1] திரெண்டு தெமிலூன்[2] கொத்தளங்களையும் வடபக்கத்துக் கொத்தளங்களையும் முகித்துக் கொம்மைகளையுங் கட்டத் தக்கதாக வேலை துவக்கினார்கள். யேனென்றால் ஒரு வேளை வட பக்கத்தில் சத்துருக்கள் வந்து யுயித்தத்துக் காரம்பித்தால் யுத்தஞ் செய்ய முஸ்தீதாயிருக்க வேணுமென்று மதுகட்டாயமாய் முகிந்திருக்க வேண்டிய விடமென்கிறதையும் யோசித்துச் செய்து பீரங்கித் துறைகளையும் பிறிச்சுப் பீரங்கிகளை யேற்றியதற்கு ராணுவத் தாராய் காரைக்காலி லிருந்து பீரங்கி சுட்டுக் கொண்டிருந்த சட்டைகாறரையும் குடித்தனக்காறராய் சில்லறையா யிருந்த வெள்ளைக்காறர் சில பேர்களையுஞ் சில சிப்பாய்களையுஞ் சேர்த்துவிட்டு முசியே மொம்பொக்காழு[3] முசியே Biche என்பவர்க ளிருவர்களையு மந்த ராணுவத்தார்களுக் கிசமனா யிருக்கும்படியாய்க் குறித்து வைக்கப்பட்டுது.

யிராசாவினுடைய பண்டிகையான மறு நாள் காலமே ழெனெறால் மண்டுறோ[4] வுடைய யேதுகாமுமாய் (Fr. Aide de Camp) சென்னப்பட்டணத்துக்குத் துரையுமாகிய தோமே[5] றம்பே லுடைய குமாரெனொரு வெள்ளைக் கொடி பிடித்துக் கொண்டு 30 குதிரைக்காறருடன் முசியே மண்டுறோவுடைய காகித மொன்று கப்பல் சண்டை செய்ததின் பேரில் முறை பாடாகக் கொண்டு வந்தார். அவரையிட்டுக் கொண்டு வருகிற வொழுங்கின்படி பிளாசிலே[6] யிட்டுக் கொண்டு வந்து ழெனேறால் அவர்களிடத்தில் கூட்டிப் போய் விட்டார்கள். உடனே துரையவர்கள் வசத்தி லொரு காகிதங் கொடுத்தான்.

---

1. Bastion of Orleans
2. Fr. demi-lune
3. Mr. Monbocage
4. General Munro
5. Madras Governor Thomas Rumbold's son
6. Fr. Place

மழோற் செனறாலாகிய மண்டுறோ வனுப்பின காகிதத்தின் விபரம்

பிறாஞ்சுக்காறர் கப்பல்ச் சண்டையில் சுட்ட மித்துரால் (mitraille) துண்டுகளில் சிலது தங்களிடத்துக் கனுப்பிவிச்சேன்.

ஒழுங்காசாரமுள்ள சாதியாருக்குள்ளேச் சண்டையில் செய்யப்பட்ட தல்லவே யென்று யிங்கிலீசுக் கப்பல்களுக்குத் தலைவனாகிய ஷெவாலியே எதுவாற் வெற்னோ[1] என்பவருக்குத் தோத்தப்பட்டிருக்குது.

யிதற்கு முசியே தெ பெலுக்கோம்பவர்க ளெழுதின மறு மொழி:

தாமனுப்பின மித்துரால்களைப் போலும் சரியா யிங்கிலீசுக் கப்பலிலேயுஞ் சுட்டார்கள். பின்னும் பல சமயங்களிலும் கொடூரமான காரியங்களாய் நடத்தியிருக்கிறார்கள். அப்படியிருக்க தாமிதுகளை யொருவன் வசத்திற் கொடுத் தென்னிடத்துக் கனுப்பின பிறையாசத்துக்குத் தானுங் காணாது மைற்றப்படி யிந்த காரியங்களை யெல்லாந் தயை செய்து நிறுத்திப்போட வேணுமென்று தம்மைக்கேட்டுக் கொண்டப் பிற்பாடு மித்திராலுடன் சேர்ந்த சங்கதிகளுக்கு இங்கிலீசுக் காறர்களுடைய கப்பல்களில் முசியே வெற்னோ செய்த காரியங்களின் தப்பிதங்களை யோசித்துப் பார்த்து தம்மைப் போலே நானுமனுப்ப வேணுமென்று நினைத்தேனேயாகில் வேற்னோவுடைய கப்பலிலே சுட்ட தகடைக்குண்டுகளு மல்லாமல் கெந்தக வுண்டைகளு மனுப்பிவிப்பேன். எங்களுடைய கப்பல்களில் நெருப்பைப் போட்டுக்கொளுத்த வேணுமென்று யிப்படி யோசித்துச் செய்தீர்கள். நீங்களப்படிக்குச் செய்தாலும் நானதுகளை யெவ்வளவெனும் பொருட்டா யெண்ணாமலுஞ் சில வுவமானமா யோசிக்காமலு மிருக்கிறேன்.

ஆனாலிப்பக் கடலிலுங் கரையிலுஞ் சண்டையில்லாதிருக்கிற சமையத்தில் நிங்கள் சண்டை செய்ய வந்திருக்கிறதை மாத்திரம் பார்க்கும்போ தெனக்கு வெகு வாச்சரியமு மதிசயமுமா யிருக்குது.

யிந்த மறுமொழியை வதி சீக்கிரமத்துக் குள்ளே முசியே மண்டுறோவுடைய ஏத்து தே காம் வசத்திற் கொடுத்து அனுப்பி விட்டார்.

இராணுவத்தார்கள் கொத்தளங்களுக் கருகாமையிலே குடியிருக்க வந்துவிட்டது

யிராணுவத்தார்கள் கசேற்னி (caserne)லிருந்து மூலைக் கொத்தளத் தளத்துக்கும் போகவேணுமானால் சத்தேறக்குறைய

1. Eng. Edward Vernon

550 துவாசு நிகளம் நடக்கவேண்டி யிருந்தப்படியினாலே குறுகின சமை யங்களுக் கத்தனை தூரத்தி லிருக்கக் கூடாதென்று ழெனறால் முசியே தெ பெலுக்கோம் பவர்கள் யோசித்து கொத்தளங்களுக் கருகாமையிலே தானே வீடுகள் குடக்கூலிக்கு வாங்கி சொல் தாதுகளை சமீபத்தில் தானே குடியிருப்பாய் வைத்தார்.

அகிழோரத்தில் எதிரிகள் கொஞ்சம் பேர்கள் நெருங்கி வந்தது

செப்த்தேம்புற மா. முதல் தே. ராத்திரி பதினொரு மணிக்கு வட பக்கத்து கிழ்க்கரைக்குச் சமீபத்தில் முப்பது பேர் நெருங்கி வந்தவர்கள் தெமி லூன் (demi-lune) கொத்தளத்திலிருந்த முசியே மொம்போக்காமூ என்கிறவன் கண்டு மித்துறால் போட்டுக் கெட்டிச்சு வைத்திருந்த பீரங்கிகளினாலேயும் கொத்தளத் துபாக்கி வெடிகளினாலேயு மவர்களைத் துரத்தி விட்டார்கள். எதிரிகள் தந்திரமா யிந்தப் பக்கத்தில் பாச்சல் காட்டி தென் பக்கத்தில் மெதுகாய் வேலை செய்ய வேணுமென்று யோசித்த விடத்தி லதைச் சகலருங் கண்டுபிடித்துக் கொண்டு துரத்தி விட்ட பின் ழெனறா லவர்களுக்குக் காலமே யொரு மணிக்கு ல றேன் கொத்தளத்திலே போய் சமாசாரஞ் சொன்னவிடத்தி லவ்விடத்தி லிருந்து மறுபடியு மதைப் பார்க்க வந்தார்.

தென்பிறத்தில் சுரங்கம் வெட்டினது

இராவிலே தென்பிறம் பிளியஞ்சாலையில்[1] ல றே னென்ற கொத்தளத்துக்கு 270 துவாசில் மொற்சா போட்டதற் கிரண்டு சுறங்க வழிகளும் வெட்டி வைத்தார்கள். ஒரு சுரங்க வழி முசியே தொசே (Mr. Dosset) தோட்டந் துவங்கி மொற்சாவில் வந்துது. பின்னையொரு சுரங்கவழி பெங்கோ (Pingaut) வுடைய தோட்டந் துவங்கி மோற்சாவில் வந்துது. அதின் பேரிலே கோட்டை மேலிருந்த நாலு 24 றாத்தல் பீங்கிகளினாலே ராத்திரி முழுதுஞ் சுட்ட விடத்தில் சத்துருக்கள் மறைந்துப் போனார்கள்.

எதிரிகள் மடிப்பாய் அகப்பட்டுக் கொண்டது

ழெனெறால் முசியே தெ பெலுக்கோம்பவர்கள் முசியே மதேக்குக் கட்டளையிட்டு மேற்படி குதிரை ராவுத்தருடன் கூட முசியே Dusaussois என்பவருடைய வசத்திலிருந்த பள்ளிச் சேவுகரில் 50 பேர்களையும் 50 சிப்பாய்களையும் கூடக் கூட்டி வெளியே பிறப்பட்டுப் போய் மோற்சாவிலே விழுந்து சண்டை செய்கிற பாவினையாய்க் காண்பித்து இங்கிலீசுக்காறரை மயிதான் வெளியிலே யிழுக்க வேணுமென்று யோசித்தனுப்பி

1. Fr. Rue des Tamariniers (Eng. Tamarind Street)

நோவாளி கிடங்கு கொத்தளத்திலிருந்த பீரங்கிகள், ல றேன் கொத்தளத்திலிருந்த பீரங்கிகள் யாவும் மித்துரால் குண்டுகள் போட்டு கெட்டித்து வைத்திருந்துது. இங்கிலீசுக்காறருடைய செனங்கள் 3000 பேர் மட்டுக்கும் தோட்டங்களிலுஞ் சாலைகளிலும் வெளியிலும் பதிவிருந்தவர்களை நம்முடைய நூறு செனங்களும் அணை கட்டியிருந்த விடத்திலிருந்து கண்டார்கள். அவர்களு மிவர்களைக் கண்டு சங்காரஞ் செய்யப் பதிவிருந்தப் பேர்களியாவரும் பிறப்பட் டிவர்களை யோடிப் போக வெட்டாமல் முன்னே குதிரைக்காறரை விட்டு மறிக்கச் சொல்லி வெகு குதிரைக்காறர்களை அனுப்பினார்கள். வுடனே கோட்டை யிலிருந்து மேற்சொன்ன விரெண்டு கொத்தளத்துப் பீரங்கிளி னாலேயும் மூச்சுவிடாமல் விஸ்தாரமாய் சுட்டதினாலே யிங்கி லீசுக்காறர் வெகுவாய்ச் சேதப்பட்டு மறுபடி தலைகாட்டாமல் பறந்தோடினார்கள். இந்த சண்டை யொன்றரை மணி வரைக்கும் நடந்துது. கோட்டைக்கு சமீபத்தில் வருகிறதுக்குள்ளே நம்முடைய ராணுவத்தி லிரண்டு பேர்களுக்கு காயமும் ஒருவனிறந்து போய்விட்டான்.

தென்பக்கத்து மோற்சா முகிந்துது

அந்த மோற்சாவில் செபுத்தேம்புற மா. 3–ந் தே. எட்டு மொற்தியே வைத்து விஸ்தாரமாய்ச் சுட்டார்கள். பிறதானமாய் மருந்துக்கிடங்கின் பேரில் சுட்டபடியினாலே அதில் வேலை செய்த கூலிக்காற லெல்லா மோடிப்போய் வொளிந்துக் கொண்டார்கள். பிறகு Patrouille வெள்ளைக்காறர்களை யனுப்பி கொஞ்சம் பேரைக் கூட்டிக்கொண்டு வந்து சேர்க்கப்பட்டுது.

கடற்கரை பக்கத்தில் வேலை செய்யவிட்டது

நாளது மா. 4–ந் தே. யிங்கிலீசுக்காறருடைய கப்பல்கள் கரைக்குச் சமீபத்தில் நெருங்கி வந்தபடியினாலேயும் கடற்கரை யோரத்தி லெதிரிகள் வந்தால் சண்டை செய்யக் கூடாமல் சுத்தப் பாழா யிருந்தபடியினாலேயு மவிடத்தில் வேலை செய்யத் துவக்கிக் கொஞ்சம் நாளானதினாலேயும் நம்முடைய கப்பல்களு மில்லாதிருக்கிறதினாலும் பலவிதத்திலுங் காரிய தாட்சியா யிருக்குதென்று ழெனெராலவர்களுக்கு வெகு வெதனமாய்க் கீழ்ப்பக்கத்தில் வெகு சீக்கிரத்துடன் விஸ்தாரமாய்க் கூலியாட்களை வேலை செய்ய விட்டார். கடற்கரையில் வெகு பேர் சில்லரையாருடைய கிடங்குகளை யிடித்துப் போட் டதன டியிலோ ரகிழெடுத்து Dauphine என்ற கொத்தளத்தை விசாலமாக்கிப் பத்து பீரங்கியும் வைத்துத் திட்டப் படுத்தப்பட்டுது.

முதல் வட பக்கத்தில் மோற்சாப் போட்டு யுத்தத்துக் காரம்பித்தது

5–ந் தே. இராத்திரி, 9 மணிக்கு இங்கிலீசுக்காறர் வண்ணான் துறையிலிருந்து சாலைக்கு நடுவே வேலை செய்துக் கொண்டு வந்ததைக் கண்டார்கள். உடனே அவர்கள் பேரில் தான்ழு வென்ற கொத்தளஞ்[1] சென்னப்பட்டணத்துக் கொத்தளம். நோற் துயெஸ்துக் கொத்தளம்[2] தொறலெயாங் கொத்தள[3] மிக்கொத்தளங்களி லிருந்தப் பீரங்கிகளினாலே விபரீதமாய்ச் சுட்டார்கள். முன்னமேதானே 100 துவாசு மட்டுஞ் சுரங்க மறுத்துக் கொண்டு சமீபத்தில் நெருங்கி வந்துவிட்டப் படியினாலே யெத்தனைப் பீரங்கிச் சுட்டாலும் சத்துஞ் சளையாமல் வேலையை நடத்திக் கொண்டு வந்து 280 துவாசு விஸ்தார முள்ள மோற்சா வொன் றெழுப்பினார்கள்.

8–ந் தே. தானே அந்த மோற்சாவில் 7 மொற்தியே (mortiers) யேற்றிச் சுடத் துவக்கினார்கள். அன்றையத் தினந்தானே தண்ணீர் கட்டியிருந்ததுக் கப்பிறம் கோட்டைக்கு 600 துவாசுக்கு மேற்கே ஒரு கொத்தளமொன்று கட்டி னாலு பீரங்கிகளும் அதிலேற்றி வைக்கப்பட்டது.

பத்து பீரங்கியுள்ள தென் பக்கத்து மோற்சா

தென்பிறத்து மோற்சாவிலோ யோமல் போம்புகள் சுட்டுக் கொண்டேயிருந்த வாதரவினாலும் கறுதே[4] யென்பவனுடைய தோட்டத்திலிருந்து வெட்டின சுரங்க வழியினாலும் நோவாளி களுட கிடங்கு கொத்தளத்துக்கு நேராக வொரு பெரிய மோற்சாப் போட்டு பத்துப் பீரங்கி வைத்துச் சுட விட முண்டாச்சுது. அதைக் கலைக்க வெகு பிலன் வேண்டியிருந்துது. பின்னும் இங்கிலீசுக்காறருக்கு Côtes de Coromandel et d'Orissa என்னும் பக்கங்களி லவர்களுக்குள்ள தலங்களிலெல்லா மிருந்து ஆறு பட்டாள சிப்பாய்களும் 80 வெள்ளைக்காறரும் 20 கும்பனி கிறனாதியே சிப்பாய்களும் வந்து சேர்ந்து பாளையத்துக் கதிக பிலனுண்டாச்சுது. நமக்கு வேண்டிய ராணுவத்தா ரில்லாதிருந்ததினாலும் பிலனுக்கு குறைச்சலானதினாலும் வெளி பிறப்பட் டடிக்கக் கூடாமல் போய் விட்டுது. எதிரிகளுடைய மோற்சாக்களில் பீரங்கிக ளேத்தி முஸ்தீது செய்து வைத்திரா திருந்தப்படியினாலே கோட்டையிலிருந்து சுட்டக் குண்டு களினாலே யவர்களுடைய செனங்கள் வெகுவாய் மடிந்துப் போனார்கள்.

---

1. Bastion d' Anjou (Eng. Anjou Bastion)
2. Bastion Nord Ouest (Eng. North West Bastion)
3. Bastion d' Orléans (Eng. Orleans Bastion)
4. கறுதே (பிரெஞ்சுப் படியில் Dosset வென்றும் குறிப்பிடப்பட்டிருக்கின்றது)

பீரங்கிகள் சேதப்பட்டு போனது

முசியே தெ பெலுக்கோம்பவர்கள் றாவும் பகலுந் துடர்ந் தேற்றமாய் எப்போதுங் கோட்டையின் பேரிலிருந்துக் கொண்டு வெகு சாக்கிறதையுடனே யுத்தஞ் செய்யும் முறமைக் கடுத்தக் காரியங்களை விசாறணை செய்து வந்ததுமன்றி பின்னும் நூதனமாய்ப் பீரங்கி துறைகள் பிறித் தெதிரிகளைவிட அதிகமாய் சுடவேணுமென்று கற்பித்து பீரங்கிகளை அதிகமாய் வைத்தார். ஆனால் நமக்குப் பீரங்கி சுடுகிற வெள்ளைக்காறர் விசேஷிச் சில்லாததினாலும் கோட்டையின் பேரிலிருந்தப் பீரங்கிகள் வெடித்து றாணுவத்தாருக்குக் காயம்பட்டு வெகுவாய் களைத்துப் போயிருந்ததுமன்றி மோறீசிலிருந்து பெந்தா தென்கிற கப்பலில் வந்து இருபத்தினாலு றாத்தல் பீரங்கிகள் வெடிச்சு வெகு பேருக்குக் காயம் வெகுபேரு மிறந்துப் போனதினாலே பெரிய சேதமாச்சுது. யிப்படிக்கிருந்தும் ழெனெறாலவர்கள் சொல்தாது ராணுவத்தார்களுக் கெல்லாம் தயிரயமும் சத்துஞ் சந்தோஷமும் வரும்படியாய் வெகுமதி தருகிறோ மென்று வெகு சந்தோஷ வாற்தைகளினாலே தயிரியஞ் சொன்னதுமன்றி யவர்களைப் பயப்பட வொட்டாம லவர்களுடன் கூட விருந்துக் கொண்டு காரியங்கள் நிறவேற்றும்படியாய் பிறிய வார்த்தைகள் சொல்லிக் கொண்டேயிருந்தார். இராணுவத்தார்களுக்கு வந்த மகத்தாகிய விபத்தினாலு மிளப்பினாலும் பிறயாசத்தினாலும் உபத்திரியம் பொறுக்க மாட்டாம லவதிப்பட்டு விழுந்துப் போகப் போறார்களென்று சகலரும் வெகு பயந்துக் கொண்டிருந்தார்க ளிப்படியிருக்க 9–ந் தே. துரைக்குச் சரீரம் பக்குவமில்லாமல் மெத்த வருத்த மானதினால் கோட்டைக் காவலை விட்டுப் போட்டு அரண்மனையிலிருந்து சிறுது னாள் வரைக்குஞ் சகல காரியங்களுக்கு முத்தாரங் கொடுத்து நடப்பித்துக் கொண்டு வந்து சில நாளைக்குப் பின் மறுபடி யெப்போதும் போலே வந்து கோட்டைக் காவலை யேற்றுக் கொண்டார்.

பொம்புகள் சுட்டது

அவு மாதம் 27–ந் தே. முதல் செப்த்தேம்புறு மாதம் 17–ந் தேதி வரைக்கும் வண்ணாந்துறை யண்டையில் முத்துக்குமரப் பிள்ளை தோட்டத்தில் முதல் போட்ட விரண்டு மோற்சாக்களிலிருந்தும் வடப்பக்கத்துக் கடசி சுரங்கற்றி லேற்றியிருந்த பீரங்கியினாலும் பிறீசோமென்று கரையிலே தனியாயிருந்த கப்பலையடிக்க கடற்கரைப் பக்கமாய் போட்ட மோற்சாவிலிருந்து மாத்திரம் பீரங்கி சுட்டார்களே யொழிய மற்றொரு விடங்களிலுஞ் சுட்ட தில்லை. கரையிலே தனியாயிருந்த Brisson மென்றக் கப்பலைப் பிடிக்க வேணுமென்று பல விசை இங்கிலீ சுக்காறருடைய

பிறகாது விரெண்டு நெருங்கி வந்தது. ஆனால் சேன் லொறா *(St Laurent)* மென்றக் கொத்தளத்திலும் சென்லுவி *(St Louis)* யென்ற கொத்தளத்திலு மிருந்த முப்பத்தி ஆறு றாத்தல் பீரங்கியினாலே அடித்துத் துரத்திவிடப்பட்டுது. எதிரிகள் சுட்ட குண்டுகளினாலே கோட்டைமேடுகளும் பட்டணமும் வெகு வாயிடிஞ்சு சேதப்பட்டு போய்விட்டுது. வெகு விசாலமுள்ள விடமானபடியினாலும் மண்கோட்டையானதினாலு மவர்கள் சுட்ட குண்டுகளினாலே செனங்களுக்கு மிகுந்த வுயிர் சேதம் வராமலிருந்துது. ஆனால் வீடுகள் வெகுவா யிடிஞ்சு சேதப்பட்டுப் போய்விட்டது மன்றி கொவற்ணமா ஏந்தாந்தான்சு என்னு மிவ்விரண்டு இடங்களையும் போம்புகள் தானே சூழ்ந்துக் கொண்டிருந்துது.

நோவளிகளுடைய கிடங்கை யொழித்து விட்டு விட்டது

எதிரிகள் சுடுகிற குண்டுகளினாலே கொத்தளத்தின் மத்தியிலே நோவாளிகளெல்லாம் அகப்பட்டுக் கொண்டு வெகுவாயு பத்திரியப்படுகிறார்க ளென்று முசியே ஷெறோ *(chevreau)* நன்றா யோசித்துப் பார்த்து வேறொரு விடங்களிலே இவர்களுக்குச் சவிக்கியப்பட மாட்டாதென்று தெரிந்து கொண்டு நோவாளிகளை யெல்லாம் கப்பீசு கோவிலிலே *(capucius church)* கொண்டுபோய் மாசத் துவக்கத்திலே சேர்த்துப் போட்டார்.

18-ந் தே. அபரிதமாய்ப் பீரங்கிகள் சுட்டது

யிங்கிலீசுக்காறர்கள் தங்களுடைய மோற்சாக்களை யெல்லாம் மறைச்சு வைச்சிருந்தார்கள்.

ஒன்றில் விஸ்தாரமாய்ச் சுட்டது

யித்த நாள் காலமே $5^{3/4}$ மணிக்குத் தென் பக்கத்துச் சுரங்கத்திலிருந் தோரடையாளம் வந்த மாத்திரத்தில் வடக்கே தெற்கே மேற்கே யிம்மூன்றுத் திக்கிலுமிருந்து 50 பீரங்கி மூச்சு விடாமல் பகல் யிரெண்டு மணி வரைக்கும் மோயாமல் விஸ்தாரமாய்ச் சுட்டார்கள். கோட்டையிலிருந்தும் அதற் கதிகந் தானே சுட்டப்படியினாலே யெதிரிக ளலுத்துப்போய் மத்தி யானத்தின் பேரில் சுடுகிறதைக் குறைத்து சூரிய னஸ்தமிக்குறதுக்கு முன் சுத்தமாய் சுடுகிறதை விட்டு விட்டார்கள். அன்றையத் தினம் நம்முடைய ராணுவத்தாரில் 20 பேர் சேதம். அனேகம் பீரங்கிகள் மேற்படி வண்டிகள் சேதப்பட்டுது. நோவாளி கிடங்கு கொத்தளமும் நோர்துயேஸ்த் கொத்தளமும் வெகுவாய்ச் சேதப்பட்டிடிந்து விழுந்து போனதுகளை விடியு முன்னே யொரு விதமாய் பழுது பார்த்து முகிக்கப்பட்டுது.

அகத்தியமாய்ச் செய்தாக வேண்டியிருந்த காரியங்கள் பலிக்கிறது பிறையாசமாயிருந்துது

காலமே யுத்தத்தில் சேதப்படுகிறதுகளை யெல்லாம் யிராத்திரி காலங்களிலே பழுது பாற்க வேண்டியிருந்துது.

இங்கிலீசுக்காறருக்கு சகலமு மிகுதியாயிருந்துது. நமக்குத் தழை கட்டுகள் விசேஷித்து வேண்டியிருந்தபடியினாலே பட்டணத்துக்குள்ளே பயிராக்கி வைத்திருந்த தென்னமரங்கள், பூவரச மரங்கள் முதலான மைற்றுஞ் சில்லறை மரங்க ளில்லா திருந்தால் நமக்குச் சகலமுந் தாட்சியாய்த்தா னிருந்திருக்கும்.

ஆனால், தொழிலாளிகள் விசேஷிச்சு வேண்டியிருந்ததுக்கு 12 மணி நேரத்துக்குள் 5000 பீரங்கி குண்டுகளும் 800 பொம்புகளும் சுட்டப்படியினாலே கூலியாள்களெல்லாம் வெகுவாய்ப் பயந்து மூலைக்கு மூலை யோடிப்போய் பதிங்கிப் போனார்கள். அவர்களை மறுபடித் தேடி சேரப்பிடித்துக் கொண்டு வரவேணு மானால் பட்டணத்திலிருந்த றாணுவத்தா ரெல்லாருங் கூடிப் போனாலும் போதாமலிருந்துது. அப்படியிருந்தும் வெகு பிறையாசத்துட னவர்களைப் பிடித்துக்கொண்டு வந்து ராத்திரி காலங்களி லெல்லாம் வேலை செய்விக்கப்பட்டுது. தழைக் கட்டுகளைப் போட்டு பழுதுபார்த்து சத்துருக்கள் பேரிலெதிர்த்து யுத்தஞ் செய்கிறதுக்கு வேண்டியபடி முஸ்தீது செய்தாக 6 னாள் மட்டுஞ் செண்ணுது.

செப்த்தெம்புற மா. 19ந் தே. முசியே தெ பறி யிறந்து போனது

அற்த்திலரி கொம்மாந்தாமா யிருந்த முசியே தெ பறி (de Barry) யென்பவரை யொரு பீரங்கியுண்டை யடித்தவ ரிறந்து போன மாத்திரத்தில் பட்டணத்திலிருந்த யாவற்கும் வெகு விதனமுங் கஸ்தியுமானதுமன்றி ஜெனெறாலவர்க ளவரை நல்ல சேவுக னென்றும் தம்முடைய சகோதரனைப் போலும் எண்ணியிருந்த படியினாலே அவருக்கு மகத்தாகிய விதனமுங் கஸ்தியுமானது மல்லாமல் கண்ணீர்விட் டங்கலாய்க்கும்படி யாச்சுது.

அணையைக் கார்க்கத் துவக்கினது

நமக்குப் பிலக் குறைச்சலா யிருந்தபடியினாலே இங்கி லீசுக்காறர்களுடைய வேலைகள் சுறுக்காய் நடந்து வந்ததினா லேயும் அணையைப் பத்திரமாய்க் காற்க வேண்டியது பிறதான மான காரியமாயிருந்தது.

ஆனது கொண்டு நாள்தோறுஞ் சாயங்கால வேளையில் பத்திரமாய்க் கார்க்கும்படியாய் முசியே Manceau என்பவருடன்

கூட ராணுவத்தாரைக் கூட்டி யணைக்குக் காவலாக அனுப்பி விக்கப்பட்டுது.

எதிரிகளுடைய சுரங்கத்தில் முசியே மதேக்குப் போய்ப் பீரங்கி வைத்துச் சுட்டது

22 ந் தே. யிராத்தரி முசியே மதேக்கு ராணுவத்தார்களுடன் 2 கை பீரங்கிகளு மிழுத்துக் கொண்டு கடற்கரைப் பிறமாய்த் தென் பக்கத்தி லெதிரிகளுடைய சுரங்கத்தி லவர்கள் காவல் மாத்திக் கொண்டிருக்கிற சமையத்தில் போயவர்கள் பேரில் எதிர்த்து மூச்சுவிடாமல் விஸ்தாரமாய் சுட்டு வெகு சேதப்படுத்திப் போட்டார். அன்று ராத்திரி தானே யிவர்களுக் கொரு சேதமு மில்லாமல் தப்பிச்சுக் கொண்டு பட்டணத்துக்குள்ளே வந்து விட்டார். யிவர்க ளிழுத்துக் கொண்டு போன பீரங்கி யி ரெண்டில் ஒரு பீரங்கிக் கொரு குண்டடித்துது.

முசியே மதேக்குக் காவலிருந்த விடத்தில் வந்தெதிர்த்தது

23–ந் தே. இராத்திரி மறுபடியும் முசியே மதேக்கு 40 சிப் பாய்களையுந் தன்னுடைய குதிரை ராவுத்தர்களையுந் கால் நடையாய் இட்டுக் கொண்டு தென் பக்கத்தி லெதிரிகளை வர வொட்டாம லணையைக் காற்க வேணுமென்று போயிருந்த விடத்தில் துபாக்கிகளிலெ பயநேத்துப்[1] போட்டுக் கொண்டு 300 பேர்கள் வந்து வளைத்துக்கொண்டு யுத்தத்துக் காரம்பித்த சமையத்தில் பொழுது விடிய காலமானபடியினாலே மதேக்கின் பேரில் வந்தெதிர்த்த விங்கிலீசுக்காறர் பேரில் கூடலூர் கொத்தளத்தின் பேரிலிருந்து விஸ்தாரமாய்ச் சுட்டபடியினா லேயவர்களிருந்து நிறுவகிக்க மாட்டாமல் தங்களி லிறந்து போன 20 பேர்களையு மெடுக்காமல் போட்டு விட்டோடினார்கள். அவர்களில் காயம்பட் டுயிராயிருந்த வொரு கிறனாதியே வெள்ளைக்காறனை யெடுத்து வந்து நம்முடைய நோவாளி கிடங் கிலே போட்ட விடத்தி லவன் தனக்குந் தன்னுடைய கும்பனி யாருக்கும்[2] வந்த துன்பத்தைத் தானே சொல்லி முறையிட்டுக் கொண்டே செத்தான்.

செப்த்தேம்புற மா. 24-ந் தே. விஸ்தாரமா யெங்கும் பொதுப் பட பீரங்கிகள் சுட்டது

தென் பக்கத்தி லதிகமாய்ச் சுடவேணு மென்று கூடலூர் கொத்தளத்தின் பேரில் 24 றாத்தல் குண்டோடப்பட்ட 4 பீரங்கிக ளேற்றி யகலமாக்க வேண்டியிருந்தக் கோட்டையின் அடித்

1. Fr.baïonnette
2. Fr. Compagnie (Eng. Company)

திட்டை பின்னும் விசாலமாக்கி உசத்தவேண்டி யிருந்ததுகளை யுசத்திப் பீரங்கி துறைகள் பிறித்து விஸ்தாரமா யோயாமல் மத்தியானம் வரைக்குஞ் சுட்டபடியினாலே யெதிரிகளுக்கு மிகவு மவதி யுண்டாய்ச் சுடுகிறதை நிறுத்திப் போட்டார்கள்.

நம்முடைய பீரங்கி வெள்ளைக்காறர் வெகு சுறுசுறுப்புடனு மதிக சாகிறதையுடனும் வெகு விஸ்தாரமாய் சுட்டபடியினாலே ழெனெறா லவர்களுடைய அதிகப் பிறையாசத்தையும் அவதி யையும் பார்த்து அவர்களை சாப்பிட்டு சத்திளப்பாறச் சொல்லி சுடுகிறதை நிறுத்தி தாமும் அந்தப் பிறகாரம் மருந்துக் கிடங்கிலே தானே சாப்பிட்டு சத்திளப்பாற வேணுமென்று போனார். இன்றைய யுத்தத்தில் வெகு விஸ்தாரமாய் முனிசீயோன்[1], ரஸ்துகள் முதலான சகலமும் விசேஷிச்சு சிலவு சென்றதுமன்றி பீரங்கிகள் மேற்படி வண்டிகள் வெகுசா யுடைந்துப் போனதுக்கும் மறுபடி வேறே மாற்றுகிறதுக் கில்லாமலிருந்துது.

ஆனபடியினாலே நோவாளிக்கிடங்கு கொத்தளத்துத் துறைகளையும் நொர்துயேஸ்து கொத்தளத்துத் துறைகளையு மடைத்துப் போட வேண்டியதாயிருந்துது.

செப்த்தேம்புற மா. 25-ந் தே. வெளியே பிறப்பட்டது

புதுச்சேரி ரெழிமாமிலிருந்த கிறனாதியே கும்பனியாரையும்[2] *chasseurs* கும்பனியாரையு[3] மந்த ரெழிமாமிலேதானே பொறுக்கும் வெள்ளைக்காறர் 50 பேர்களையும் பழைய சிப்பாய்களில் 50–ம் முசியே மதேக்குடைய வகுப்பில் 80 செனங்களையும் பீரங்கி வெள்ளக்காறரில் 8 பேர்களையும் இஞ்சனீருங் கூட 100 கூலி யாட்களையுங் கூட்டிக்கொண்டு ஆணிகள் சுத்திக ளெடுத்துக் கொண்டு தென்பிறத்து மோறசாவை கலைக்கச் சொல்லி கட்டளை யிட்டிருந்த பிறகாரம் 24–ந் தே. ராத்திரி கூடலூர் கொத்தளத் தண்டை போய் சேர்ந்தார்கள். யிதற்கு முன்னமே தானே *Mr. Manceau* என்பவரும் எதிரிகளுடைய மோற்சாவில் நின்றவர்களை வெளிப்படுத்துகிற நிமித்தியம் ல ரேன் கொத்தளத்தின் பக்கத்திலிருந்தார். முசியே மதேக்கும் *Mr. Chr. Galaup* என்பவரும் மோற்சாவைப் போய் சோதனைப் பாற்கப் போன விடத்தி லெதிரிகளுடைய காவல்க்காறர் முழுதுந் தூங்கிவிட்டி ருந்ததுக்கு திஷ்ட்டாந்திரமாக அவர்களுடைய துபாக்கிகளை எடுத்துக் கொண்டு வந்து யிந்த வகுப்புத் தலைவனாய்ப் போன முசியே தெசோவெறனு என்பவருக்குக்

---

1. Fr. Munitions
2. Fr. Compagnie des Grenadiers
3. Fr. Compagnie des Chasseurs

காண்பித்தார்கள். ஆனால் முசியே *Manceau* என்பவருக்குக் கட்டளையிட்டிருந்தப் பிறகாரம் தாமிருந்தப் பக்கத்திலிருந்து 4 மணிக்கு யெதிரிகள் பேரில் சுடத் துவக்கினார். இங்கிலீசுக்காறர் முசியே தெசோவெறனு வுடைய கூட்டங்களைக் கண்டவுடனே யிவர்கள் பேரில் சுடத் துவக்கினார்கள். வழி சங்கட்டமா யிருந்தபடியினாலேயும் நம்முடைய ராணுவத்தார்கள் வதி சிக்கிரமத்துக்குள்ளே அவர்களைக் கண்டபடியினாலேயு மவர்கள் பேரி லெதிர்த்து சண்டை செய்யாமல் 25–ந் தே. காலமே பட்டணத்துக்குள்ளே வந்துவிட்டார்கள். யிவர்களி லிரெண் டொப்பிசியேமார்களுக்கு மேழு பேர் ராணுவத்தார்களுக்குங் காயம் பட்டுது.

எதிரிகள் கீழ்க்கரையின் பேரில் வந்து ஸ்தாபித்துக் கொண்டது

யினி பக்கத்துப் பீரங்கிகள் மாத்திரஞ் சுடக்கூடுமே யொழிய வேறில்லை. யிப்படியிருக்க இங்கிலீசுக்காறர் தென் பிறமெல்லாம் நெருங்கி வந்து சமீபத்தில் மோறசாக்கள் போட்டுக் கொண்டார்கள். வட பக்கத்திலு மப்படியே யெத்தனை பீரங்கி சுட்டாலும் சடியாமல் மோறசா போட்டுத் தீர்த்தார்கள். *Batterie de breche* என்று நோவளி கிடங்குக் கொத்தளத்தின் பேரில் அடிக்கும்படியா யொரு மோறசா போட்டார்கள். மற்ற விரெண்டு மோறசாக்களுங் கூடலூர் கொத்தளத்தையும் ல றேன் கொத்தளத்தையு மழிக்கும்படியாய் முஸ்தீதாச்சுது. வடக்கே சென்னப்பட்டணத்துக் கொத்தளத்தின் பேரிலேயும் சேன் ழொசேப்புக்[1] கொத்தளத்தின் பேரிலேயும் பிஸ்தோல் வெடிக் கெட்டுகிறாப்போல் மோறசா போட்டுக் கொண்டார்கள். அதின் பேரில் முசியே தெ பெலுக்கோம்பவர்கள் மூன்று கிழமை வரைக்கும் பீரங்கி சுடுகிறதை நிறுத்திப் போட்டு துபாக்கி வெடிகள் தானே சுடச் சொல்லி கற்பித்தவிடத்தில் வோயாமல் சுட்டுக் கொண்டே வந்தார்கள். 24 மணி நேரத்திலே போம்புகளும் கிறேனாதுகளும் தீய்க்குடுக்கைகளும் துடர்ச்சியாய் விஸ்தாரமாய்ச் சுட்டபடியினாலே 80,000 கற்தூஷ்[2] மருந்து பத்திக் கொண்டுது. அபரிமிதமாய்ச் சுட்டப் பீரங்கிக் குண்டு களினாலே கோட்டைகளெல்லாந் தவடு பொடியாய்ப் போய் விட்டுது. ஒரு வேளை நோவாளி கிடங்கு கொத்தளத்தை யெதிரிகள் பிடித்துக் கொண்டாலும் உள்ளேயிருந்து முகிய ளவுஞ் சண்டை செய்யலா மென்கிறதாய் யோசித்து கொத்தளத் துக்குள் ளொரு கொத்தளங் கட்டப்பட்டுது.

---

1. Bastion St. Joseph
2. Fr. cartouches

தினந்தோறு மிராத்திரி காலங்களில் ராணுவத்தார் வெளியே பிறப்பட்டது

இங்கிலீசுக்காறரை சமீபத்தில் வரவொட்டாமல் தாமதப் படுத்த வேணுமென்ற ழெனெரா லவர்கள் நாடோறு மீராத்திரி காலங்களில் கொஞ்சம் பேரை யெதிரிகளுக் கெதிரே யனுப்பிக் கொண்டிருந்த விடத்தி லடிக்கடி சண்டை கொடுத்துக் கொண்டே வந்தார்கள். முதல் முசியே மன்சோ என்றவர் ஸ்தாபித்திருந்த விடத்தை யெதிரிகளுடைய ராணுவத்தார் வந்து யேத்துக்கொண்டு ல றேன் கொத்தளத்துக் கீழ்க்கரையையும் நோவாளிக் கிடங்கு கொத்தளத்துக் கீழ்க்கரை வழியையும் பிடித்துக்கொண்டு அணைக்கட்டியிருந்த வில்வனல்லூர் வாசற்படி பாலத்தண்டையு மிருந்துக் கொண்டு அணையை வெட்டித் திறக்க வேணுமென்று பலவிசை எதிரிகள் வெகு பிறையாசப்பட்டு மவர்களாலே கூடாமற் போய்விட்டுது.

ஒரு சர்சந்துடைய[1] நல்ல கிறுகை

வில்வனல்லூர் வாசற்படிக் கெதிரேயிருந்த அணைக்குக் காவலாய்ப் போயிருந்த முசியே மான்சோ *Manceau* வியாதியா யிருந்து விட்டப்படியினாலே செப்த்தேம்புற மா. 30–ந் தே. *La Grandeur* என்ற சிபாய்களுடைய சற்சந்து வெள்ளக்காற னவருக்கு வதிலாய் கொஞ்ச பேருடன் போய்க் காவற் காத்திருக்கையில் இங்கிலீசுக்காறர் 500 பேராய் வந்து வணையைத் திறக்க வந்தவிடத்தில் மிகவுங் கொஞ்ச செனத்துடன் காவற் காத்திருந்து சற்சந்து வெள்ளைக்காறன் சத்துமஞ்சாமலவர்கள் பேரிலெதிர்த்து நின்று பயப்படாமற் சண்டை செய்ததை கோட்டையின் பேரிலே யிருந்து ழெனெரா லவர்கள் தானே திஷ்ட்டாந்திரமாய்ப் பார்த்த மாத்திரத்தி லதிசீக்கிரமத்துக்குள்ளே துரையவர்கள் தானே ல றேன் கொத்தளத்திலும் வில்வனல்லூர் கொத்தளத்திலும் நடந்தோடி மித்துரால் குண்டுகள் போட்டுச்சுடச் சொல்லி கட்டளையிட்டவுடனே விஸ்தாரமாய்ச் சுட்டபடியினாலே அந்த விங்கிலீசுக்காறர் மிகவுஞ் சேதப்பட்டு வெட்கி யோடிப் போனார்கள்.

முசியே மதேக்குடைய நல்ல கிறுகை

முசியே மதேக்கு கோட்டைக்கு வெளியிலே சில நாள் வட பக்கத்தைக் காத்துக் கொண்டிருந்தவர் செப்த்தேம்புற மா. 28–ந் தே. பத்து கிறேனாதியே சிப்பாய்களை யிட்டுக் கொண்டு போய் சுரங்கத்தில் விழுந்து சில மனுஷரைச் சேதப்படுத்தி தமக்கு வருத்தம் வந்து பிடிக்கத் துவக்கிற சமையத்தில்

1. Fr. sergent

வெளியே பிறப்பட் டோடிவந்துவிட்டார். சேன் ழொசேப்பு *(St. Joseph)* கொத்தளத்தின் மித்திரால்ப் போட்டப் பீரங்கிகளின் சூட்டினாலே யிவர்களை யிங்கிலீசுக்காறர் துடர்ந்து பிடியாம லோடிப் போனார்கள்.

ஒகுத்தோபுற மா. 4-ந் தே. வெளியே பிறப்பட்டது

ஒக்த்தோபுற மா. 3–ந் தே. இராத்திரி வில்வனல்லூர் வாசற்படி வழியாய் முசியே மதேக்கின் பின்னாலே புதுச்சேரி ரெழிமாம் சொல்தாதுகளில் 50, கிறனாதியே சிப்பாய்களில் 40, பீரங்கி வெள்ளைக்காறரில் 4, காப்பீறிகள் 6, கோடாலி களெடுத்துக் கொண்டு முசியே மதேர் *(Mr. Mader)* மறுணுவில் *(Marneville)* துபுலாக்கு *(Duboulac)* கறதேக்கு *(Karadec)* இன்னான்கு ஒப்பிசீயேமார்களையுங் கூட்டி பிளியஞ் சாலை மோறசாவைப் பிடிக்கச் சொல்லி கற்பித்தனுப்பினார்கள். இவர்கள் விடிய நாலு மணி வேளையி லந்த மோறசாவில் போய் விழுந்து அதில் காவற்காத்துக் கொண்டிருந்தவர்களையுங் கொண்டுப் போட்டு ஆறு பீரங்கிகளுக் காணி யடித்து அவிடத்திலிருந்த மருந்துகளை யெல்லாம் கொட்டி யிறைத்துப் போட்டு ஒரு வெண்கலப் பீரங்கியையு மிழுத்துக் கொண்டு ஒரு வெள்ளைக்காறனையும் பிடித்துக் கொண்டு ஒரு சேதமு மில்லாமல் 4–ந் தே. காலமே யுள்ளே வந்து சேர்ந்தார்கள்.

யிரஸ்துக்களிருந்த விதம்

யெப்போது மிராணுவத்தார்களுக்குச் செயமாய் வந்தது பெரிய சந்தோஷமும் வெகுமதியுமா யிருந்தது. ஆனால் மிகுந்தப் பிறையாசத்தினாலும் ஆயாசத்தினாலும் பிறத்தியஷ்சமாய் சொல்தாது ராணுவத்தார்கள் குண்டுகள் பொம்புகளின் நடுவை தூங்கலாச்சுது. நித்திரையில் வெகு பேர் குண்டுக ளடித்து யிறந்துப் போனார்கள். நமக்கு ரஸ்துகளுங் குறைந்து வந்தது. ஒக்தோபுற மா. முதல் தேதி 18,000 றாத்தல் மருந்துங் கோட்டையின் பேரி லவர்களுக்குப் பிறித்துக் கொடுக்கப்பட்டிருந்த கொஞ்சங் கறுக்கூசு *(Fr. gargousses)* மாத்திரமிருந்துது.

பட்டணத்தைக் குடுத்துவிடச் சொல்லி கேட்டுக் கொண்டது

யிப்படி மருந்து கைத்தட்டாய்ப் போயிருக்கிறபடியினாலும் எதிரிகள் மிகுந்த ராணுவத்துடன் வெகு சமீபத்தில் நெருங்கி வந்திருக்கிறதினாலும் இனி பட்டணத்தை வைத்துக் கொண்டு சண்டை கொடுக்கிறது சரியல்ல வென்று சகல(ரு)ந் துரைக்குச் சொல்லத் துவக்கிக் கொண்டார்கள். அதின் பேரிலே ழெனெறா லவர்கள் பின்னுமதிகத் துணிவுடன் சொன்னதாவது: கடசி

காரியத்தின் முகிவும் நிலையும் மைத்தவர்களை விட தமக்கு மாத்திரந் தெரியுமே யன்றி வேறில்லை யென்றும், ஆதலால் தம்மாலே யாவத்தும் யுத்தஞ் செய்து, நிறுவாகந் தப்பி மேலிட்டு விபத்து வருங்கால் குடிகளுடைய பிராணனையும் பொருட்களையும் பதலமாகக் காப்பாத்தி தருக்கிறோ மென்றுஞ் சொன்னார். அதின் பேரில் சகலரு மவருடைய சொல்லைத் தானே நம்பிக்கையா யெண்ணிக் கொண்டு யிருந்தார்கள்.

ழெனெறாலவர்களுக்குக் காயம் பட்டது

ஒக்தோபுற மா. 4–ந் தே. மத்தியானத்தின் பேரில் பட்டணத்தில் சகலர்களுக்கும் தயிரியமாச்சுது.

அதேனென்றால் நோற்துயேஸ்துக் கொத்தளத்து தெமிலூனை[1] விசாறணை செய்ய வேணுமென்று ழெனெறாலவர்கள் படகிலேறிக் கொண்டு போகையில் எதிரிகள் விஸ்தாரமாய்ச் சுட்டப்படியினாலே யொரு துப்பாக்கிக் குண்டு வந் திடுப்பிலடித்துது. அந்த பெல்லாங்கை வெளிக் கறிவிக்கப் போகா தென்று யோசித்து மறைச்சார். சத்து நேரத்திலெலா மதுப் பிறசித்தமாய்ப் பொதுப்படச் சகலருக்கும் வெகு திகிலாச்சுது. இப்படியிருக்க பெலத்தக் காயமல்ல வென்று தெரிந்துக் கொண்டவுடனே மறுபடியு மவர்கள் தங்களுடைய காரியங்களை சுறுசுறுப்புட னெப்போதும் போலே யேற்றுக் கொண்டார்கள். ழெனெறாலவர்களும் வாடிக்கை பிறகார மவரவர்களுக்கு யிட வேண்டிய கட்டளையிட்டார்.

இங்கிலீசுக்காறருடைய மோற்சாவை யிடித்தழித்துப் போட்டது

சேன் ழோசேப்புக் கொத்தளத்தின் பக்கத்தில் அஞ்சாவது பீரங்கித் துறை பிறித்து வழுதாவூர் கொத்தளத்தின் பக்கத்திலு மிரண்டு பீரங்கித் துறை பிறித்து 11–ந் தே. 7 பீரங்கிச் சுமாறாய் வைத்து வெகு சுறுசுறுப்புடன் சுட்டப்படியினாலே மூன்று மணி நேரத்தில் நொற்த்துயேஸ்த்துக் கொத்தளத்தின் கீழ்ப்பக்கமாய்ப் போட்டிருந்த மேற்சா முழுது மிடிஞ்சுப் போய்விட்டுது.

எதிரிகள் அகிழைத் திறந்து விட்டது

கடசி 13ஆம் தே. எதிரிகள் நோவாளிக் கிடங்கு கொத்தளத்துக் கெதிரே வெட்டியிருந்த சுரங்கத்தின் வழியாய் அகிழையும் அணையையும் வெட்டித் திறந்துவிட்டார்கள். 5 மணி நேரத்தில், 6 அங்குலத் தண்ணீர் வெளிப்பட்டுப்போய் விட்டுது. அதின் பேரில் ழெனெறாலவர்கள் அதை மறுபடியும் பழுது பார்த்து முஸ்தீது செய்ய படகிலே செங்கல்லுகளை யேற்றி யனுப்பி

1. Fr. demi - lune

வெள்ளத்தை நிறுத்தச் சொல்லி முசியே மற்ஷாம் *(Mr. Marchand)* என்கிற சின்ன யிஞ்சனீரை யனுப்பி வேலை செய்து முகிக்க வுத்திரவனுப்பினார். என்ன செய்தாலும் தண்ணீர் விஸ்தாரமாய்க் குறைந்துப் போய்விட்டது.

லக்கை யேற முஸ்தீதாயிருந்தது

யினிமே லிந்த சமையத்தில் லக்கை யேறுவார்க ளென்கிற பயமே யொழிய வேறில்லை யென்றும், ஆகை(யா) லவரவர்கள் தாங்கள் காவலிருக்கு மிடங்களில் வெகு துணிவுடனு மதிக வெச்சரிக்கையுடனும் ஆயித்தமா யிருந்தார்கள்.

தென் பிறத்தில் அணை துவக்கிக் கூடலூர் கொத்தள முதல் நோவாளிகளுடைய கிடங்குக் கொத்தளம் வரைக்கும் முசியே குத்தான்சோவுடைய காவல். ல றேன் கொத்தளம் எதிரிகளுடைய குண்டுகளினாலே வெகு சேதப்பட்டிருந்தாலு மது முதற் கொண்டு நோவாளிக் கிடங்கு கொத்தளத்தின் பக்கத்து வரைக்கும் முசியே மறுக்கனாவுடைய காவல். வடக்கே நொற்து யேஸ்துக் கொத்தள முதற் கொண்டு முசியே லெயோனாருடைய காவல். சேன் ழொசேப்புக் கொத்தள முதற்கொண்டு சென்னப்பட்டணத்துக் கொத்தளம் வரைக்கும் முசியே தலுபிஞாக்குடைய காவல்.

இந்தப் பிறகாரம் படைத்தலவ ரெல்லாம் நான்கு திக்கிலு மவரவர்கள் தனித் தனியாகக் காவல் பிறித்துக் கொண்டு சறுவ சாக்கிறுதையுடனும் தயிரியத்துடனும் காவலேற்றுக் கொண்டு சத்துருக்கள் மீதி லெச்சரிக்கையா யிருந்தார்கள்.

இங்கிலீசுக்காறர் நொற்துயேஸ்துக் கொத்தளத்தின் தெமிலூனைப் பிடித்தது

ஒக்தோபுற மா. 14-ந் தே. யிராத்திரி தெமி லூன் கொத் தளத்திலிருந்த படைத்தலவரும் மேற்படி ராணுவத்தார்களு மதிலிருந்து மிகுதியாய்ப் பீரங்கிகள் சுட்டு சண்டை செய்தபடி யினாலே மகத்தாகியப் பிறையாசத்தினாலு மாயாசத்தினாலும் களைப்பட்டு மிகுதியும் மெலிந்திருக்கிற சமையத்தில் இங்கி லீசுக்காறர் வந்து லக்கை யேறினார்கள். யிந்த சமாசாரம் முசியே லெயோனாரறிந்த மாத்திரத்தில் கோட்டையின் மீதிலிருந்து விஸ்தாரமாய்ப் பீரங்கி சுட்டப்படியினாலே அதின் மீதில் வைத்திருந்த மூன்று பீரங்கிக்கும் வொரு மொற்தியே ருக்கு முதலா யாணி யடிக்கக் கூடாமல் பிறப்பட் டோடிப் போனார்கள். இதல்லாமல் குறுகின சமையங்களுக்கு வேணு மென்று கையிருப்பாய் வைத்திருந்த ரஸ்துகளை விட வேறில்

லாதபடியினாலே அதுகளை யெடுத்துச் சிலவழிக்க வேண்டிய தாச்சுது. ழெனெறாலவர்கள் பீரங்கி மருந்துச் செய்யச் சொல்லி யுத்திரவு கொடுத்தார். செய்கிற சமையத்தில் மருந்து செய்த விடத்தில் வொரு பீரங்கி குண்டு வெடித்து அதில் வேலை செய்த கூலியாள்க்களில் சில பேர் காயம் பட்டிறந்துப் போனார்கள். அதிலிருந்த முஸ்தீதுக ளெல்லாம் கெட்டுப் போய்விட்ட படியினாலே மறுபடி யந்த வெற்றினங்களைக் கடலோரத்தில் கொண்டு போய் சேர்த்துக் கொண்டு மருந்து செய்யுமிடத்தில் வுப்பங் காத்தினாலும் மழை காலத்தினாலும் மருந்து காயுறது பிறையாசமா யிருந்துது. 15 நாளில் 3 *milliers* மருந்து மாத்திரஞ் செய்யப்பட்டுது.

ஆலோசினை செய்யக் கூடினது

ழெனெறாலவர்களுடைய மனதில் சத்து அய்யுறவாய் இனி மேல் பட்டணத்தை இங்கிலீசுக்காறருடைய வசத்தி லொப் பித்துப் போடவேணு மென்று தோத்தப்பட்டுது மன்றி தம்முடைய வசத்தி லொப்பித்திருக்கிற ராசாவினுடைய பிறைசைகள் தம்மை மிகவும் நம்பி யிருக்கிறபடியினாலே யவர்களுக் கொரு பொல்லாங்குகளு மில்லாமல் அகத்தியமாய்க் காப்பாத்தி ரட்சிக்க வேண்டிய கடனொன்று மாத்திரமே யொழிய இனி வேறொன்றுமில்லை யென்றம் யோசித்துக் கொண்டு அல்ல வென் றின்னங் கொஞ்ச நாள் வரைக்கும் கோட்டையை வைத்துக்கொண்டு சண்டை கொடுப்போமென்றால் வேறொரு னிறுவாகமு மில்லாத படியினாலே யிதுகளுக் கொரு மிதப்படுத்தி சமாதானஞ் செய்து அதின் முகாந்திரமாய் சகலருக்கு மொரு பொல்லாங் கில்லாமல் நன்மையை யடையும்படி செய்விக்க வேணுமென்று தம்மிலேதானே யோசித்துத் தீர்மானஞ் செய்துக் கொண்டு ஒக்தோபுற மா. 15–ந் தே. மத்தியானத்தின் பேரில் *Conseil de Guerre*[1] என்னும் ஆலோசினை செய்யவேணு மென்று நேமக்கஞ் செய்துக் கொண்டு மேலான ஒப்பீசியேக ளென்று சொல்லப்படாநின்ற படைத்தலைவரை யெல்லாங் கூட்டி யிவர்களுடன் கூட யேந்தாந்தாமையுஞ் சேர்த்துக் கொண்டு பட்டணத்திலிருக்கிற நிறுவாக மிப்படி யிருக்கிறபடியினாலே மேல்நடக்க வேண்டியதுக்கு அவரவர்களுக்குத் தோத்துகிறதை யெழுதிக் கொடுங்கோ ளென்று கேட்டார்.

அற்திலேரியைச் சேர்ந்த முஸ்தீதுகளெல்லாம் வெகுவா யலண்டு கலகலத்துப் போய்விட்டிருக்கிறது மல்லாமல் இராவும் பகலும் வோயாமல் 77 நாள் வரைக்கும் கோட்டையின் பேரி லிருந்துக் கொண்டு சகல ராணுவத்தார்களும் வெகு சுறுசுறுப்புடன்

1. அவசரக் கூட்டம்

யுத்தஞ் செய்து மிகுந்தப் பிறையாசத்தினால் வெகு அவதிப்பட்டுக் கொண்டு மெலிந்திருக்கிறபடியினாலேயும் கடலிலிருந்தாவது கரையிலிருந்தாவது யாதொரு வுதவி வொத்தாசை வருகு தென்கிற நிற்செயமுமில்லை இதல்லாம நபாபு அயதரல்லி கானவர்கள் 6,000 குதிரை களனுப்பி நமக் கொத்தாசை செய்கிறோ மென்று அவு மாதத்தி லெழுதியனுப்பின பிறகாரம் மெய்யாய்த்தானே மனதிருந் தனுப்பிவிப்பாரேயாகில் செப்தெம்பிற மாத. 15–ந் தே. தானே புதுச்சேரிக் கெதிரே வந்து சேர்ந்திருக்கும்.

அந்த நபாபு நமக்குக் கப்பல்க ளில்லை யென்று சமாசார மறிந்துக் கொண்ட மாத்திரத்தில் தம்முடைய சமாசார முதலா யெழுதி யனுப்பிவிக்காமல் விட்டு விட்டார்.

யிதன்றியும் எதிரிகள் கோட்டைக்கு 15 துவாசுக்குச் சமீபத்தில் வந்து நடமாடுகிறார்கள். இப்படி நமக்கு வெகு நிறுவாகத் தப்பிதங்களா யிருக்கிறபடியினாலே கடசி சீவனையும் பட்டணத்துக் குடிகளுடைய பொருட்களையுங் காப்பாத்திக் கொடுக்க வேண்டியது முதல் கடைமையானபடியினாலேயும் அபித்தாமார்களும்[1] முத்திக்கையிலிருந்துக் கொண்டு சுறுசுறுப் புடன் வெகு பிறையாசப்பட்டதினாலும் சண்டைக்கு வேண்டிய சாமான்கள் நமக்கொன்றும் யில்லாதிருக்கிறதினாலும் கையிருப்பு மருந்து மூணு பீப்பாயுங் கூடி 100 றாத்தல் இதை விட வேறில்லை. இப்படி சகலமுங் கைத்தட்டாய் நிறாதரவா யிருக்கிறபடியினாலே இனிப்பட்டணத்தை வைத்துக் கொண்டு சண்டைக் கொடுக்கிறது சரியல்ல வென்றும் கட்டாயமாய்க் கவில் பேசி விட்டுவிடவேணு மென்றும் சகலரு மொருமித்து எழுதிக் கொடுத்து விட்டார்கள்.

ஆலோசனை தீர்ந்துப் பிறப்படச்சே ழெனெறாலவர்கள் பட்டணத்தில் பிறதானமாயிருந்த habitant(s) மென்னும் வெள்ளைக்காற குடிகளை யழைப்பித்து தாம் பேசப்போற கவி லுடன்படிக்கையில் மேற்படி குடிகளுக் குபகாரமா யெழுதப்பட்டிருந்த காரியங்களைச் சொல்லி அறிவித்தார். தகப்பன் பிள்ளைகளுடன் வீட்டுச் சமுசாரங்களுடன் சேர்ந்த காரியங்களைச் சொல்லி அறிவிக்கிறாப் போலே யிவர்களுக் கறிவித்தார்.

முசியே தெ பெலுக்கோம்பவர்கள் ழெனெறால் மண்டுறோ வுக்கு காகித மெழுதினது

இப்படியிருக்கிறபடியினாலே, 16–ந் தே. காலமே முசியே தெ பெலுக்கோம்பவர்கள் கோட்டையின் பேரிலே சுடுகிறதை நிறுத்திப் போடச் சொல்லி கட்டளை கொடுத்து தென் பக்கத்துச்

1. Fr. Habitants = Eng. Inhabitants

சுரங்கத்தி லிருந்த யிங்கிலீசு ழெனெறாலுக் கொரு காகித மெழுதி தம்முடைய ஏத்து (தெ) காம்[1] வசத்திற் கொடுத்து வாய் விசேஷமாய்ச் சொல்லச் சொன்னதாவது: யுத்தத்தை நடத்த வேணுமென்றாலும் நிறுத்த வேணுமானாலும் வும்முடைய மனது. ஆகையால், தம்முடைய மனதி லிருக்கிற விதத்தை மாத்திர மறிந்துக்கொண்டு வரச் சொன்னார்க ளென்று வாய் விசேஷமுஞ் சொல்லி காகித்தையுங் குடுக்கச் சொல்லி உத்திரவுக் கொடுத்தனுப்பின பிறகாரம் காகித்தையுங் கொண்டு போய்க் கொடுத்து மேற்சொன்ன விசேஷங்களையுஞ் சொல்லியானவதி சீக்கரத்துக்குள்ளே முசியே மண்டுறோ தம்முடையப் பாளையத்தி லிருந்தப் பிறகாரம் எங்குஞ் சுடத் தேவையில்லை யென்று சொல்லி தம்முடைய வொருதினாசுக்களை[2] யனுப்பி நிறுத்திப் போடச் சொல்லிக் கட்டளையிட்டார். சாயுங்காலம் தம்முடைய ஏத்துத் தே காம் வசத்தில் மறு காகித மெழுதிக் கொடுத்து முசியே தெ பெலுக்கோம்பவர்களுடைய யேத்து தே காமையுங் கூடக் கூட்டி அனுப்பிவிச்சார்.

ஸ்தானாபதிகள் போனதும் அடகிருக்க வந்ததும் அடகாக போனதும்

17–ந் தே. முசியே லாசு[3] மொறசேனும்[4] உடன்படிக்கைப் பேசப் போனார்கள். ழெனெறா லிவ்விரண்டு பேர்களையும் பொறுக்கி யனுப்பின தேதெனில் முசியே லாசு வெகுகாலமா யீந்தை[5]யி லிருந்து வெகு வழக்கப்பட்டிருக்கிறதினாலும் இங்கிலீசு பாஷை நேத்தியாய் பேசகிறதினாலும் யிவ்வுடன்படிக்கைகளுக்கு விருத்துவமில்லாம லிருக்குமென்றும் முசியே மொறசேனு மிங்கிலீசுப் பேசுகிறபடியினாலேயு மிருவரையும் நேமித் தனுப்பிவிக்கப்பட்டுது. இப்படியிருக்க, *Mrs. Geils & Baross* என்ற யிங்கிலீசுக் கப்பித்தேன்மார்க ளிரண்டு பேர்களு மிங்கே அடகாக வந்தார்கள். *Mrs. Carrion & du Faure* என்ற கப்பித்தேன் மார்க ளிருவரு மிவடத்திலிருந்து அடகிருக்கப் போனார்கள்.

சண்டையை நிறுத்தப்பட் டிருந்ததுக்கு விரோதமா யிங்கிலீசுக்காறர் கட்டளையை மீறி நடத்தினது

யிந்த சமையத்தி லெதிரிகள் மோற்சாவில் வேலை செய்த படியினாலே அவர்கள் பேரில் முறைப்பாடாய் முசியே தெ பெலுக்கோம்பவர்கள் முசியே மொண்டுறோவுக்கு யொருக்

1. Fr. Aide de camp
2. Fr. ordonance
3. Mr. Law
4. Moracin
5. இந்தியாவை யீந்தை யென்று வீ–ர் குறிப்பிடுகின்றார்

காகிதமெழுதி முசியே தெசொவறநு வசத்தி லனுப்பினார். முசியே லாசும் மொறசேனும் கவிலுடன்படிக்கைக் கொண்டு வருகிறதுக்குச் சத்து முன் மறுபடி வந்து சேர்ந்தார்.

கவிலுடன்படிக்கையில் கையொப்பம் போட்டது

கடசி 18–ந் தே. *Lieutenant Colonel* ஆகிய மக்கிலான்[1] என்றவன் முசியே மொண்டுறோவும் *Chr Edouard* வெறனோவுங் கையொப்பம் போட்டுக் கொடுத்தக் கவிலுடன்படிக்கையை நம்முடைய ஜெனெறாலவர்கள் கையில் கொண்டு வந்து கொடுத்தான். சாயங்காலம் 4½ மணிக்கெல்லாம் இங்கிலீசுக் காறருடைய ராணுவத்தார்கள் வந்து வில்வனல்லூர் வாசற் படியில் காவற்போட்டுக் கொண்டார்கள். புதுச்சேரியி லிருந்த ராணுவத்தார்களாகிய ரெழிமாமுள்பட அற்த்திலேரி வரைக்கும் 493 பேர்களும் உயித்திய மகிமையுடன் கொடியை விரித்துப் பிடித்துக் கொண்டு தம்புறடித்துக் கொண்டு வத்திக்கயறு கொளுத்திக் கொண்டு ஆறு பீரங்கியு மிரெண்டு மொற்தியேரு மிழுத்துக் கொண்டு போய் சாயங்காலந்தானே சென்னப் பட்டணத்துக்குப் பயணம் போறதாய் அரியாங்குப்பத்துச் சாலையிலே யவர்களுடைய ஆயுதங்களைக் கொண்டு போய் வைத்து விட்டார்கள்.

இங்கிலீசுக்காறர் 6,000 பேருடன் கைப்பீரங்கியு மிழுத்துக் கொண்டு பட்டணத்துக்குள்ளே வந்து யிங்கிலீசுக் கொடி போட்டுக் கொண்டார்கள்.

இங்கிலீசுக்காறர் அலங்கோலை செய்தது

இராணுவத்தார்கள் பிளாசிலே வந்து வரிசை நிற்கிறதுக் குள்ளே யஸ்தமானமாய்ப் போனபடியினாலே பட்டணத்துக் கிசமானாய் வந்த கொலோனேல் பெலி[2] வேண்டிய விடங்களில் காவல்ப் போடக் கூடாமற்போனதினாலேயும் சுரங்க மறுக்கிறதுக்காவும் லக்கை யேறுகிறதுக்காவும் கப்பலிலிருந் திறக்கின 500 மத்துலோத்துக ளுள்ளே வந்தபடியினாலேயும் ராத்திரி காலத்தில் வெகு தொந்தறை நடந்துது.

மறுநாள் காலமே ஜெனெறால் மண்டுறோ முசியே தெ பெலுக்கோம்பவர்களைப் பார்க்க வந்தார். அவரையும் அவருடன் கூட வந்த 15 பேர் துரைகளையும் மத்தியான சாப்பாடடுக்கு நிறுத்திக் கொண்டார்.

---

1. Maclane
2. Colonel Baillie

யிப்படியிருக்க, இங்கிலீசுக்காறருடைய ராணுவத்தார்கள் செய்த வலங்கோலையை யவருக்குப் படும்படியாய்ச் சொல்ல வேண்டிய விதப்படி மெத்த முறைப்பாடாய்ச் சொல்லி கவிலுடன் படிக்கையில் கையொப்பம் போட்ட தினத்தில் தானே அதற்கு விரோதமா யிப்படிப்பட்ட வித்தியாசங்கள் செய்தால் அப்பிற மென்ன நடக்கப்போகு தென்று சொன்னார். சீக்கிரமாய் முசியே மண்டுறோ வெழுந்து வெகு பிறிய வசனங்க ளெல்லாஞ் சொல்லி தாங்க ளிந்தக் குத்தத்தாரத் தயை செய்து மனம் பொறுத்துக்கொள்ளவேணு மென்று கேட்டுக் கொண்டு அங்கே யிருந்தப் பிறகாரந்தானே முசியே தெ பெலுக்கோம்பவர்கள் சொன்னதை நிறவேற்ற வேணுமென்று எப்பேர்ப்பட்டவர்களாயி னும் பட்டணத்திலே யியாதொரு தொந்தறை செய்தால் வுயிரை யிழந்துப் போவார்க ளென்று சொல்லிக் கட்டளை கொடுத்து யெங்குந் தம்பூறடித்துப் பிறசித்தஞ் செய்வித்தார். அந்த நாழிகைக்கு சகலமு மடங்கித்துது.

முகிவு (Conclusions)

புதுச்சேரி முத்திகையின் போது இறந்து போனவர்களுங் காயம் பட்டவர்களும்

விபரம்

வெள்ளைக்காறர்

ஒப்பீசியேமார்கள்	காயம்படிறந்துபோனவர்கள்	*7*
	காயம்பட்டவர்கள்	*19*
		26
புதுச்சேரி ரெழிமாமிலும் மேற்படி *Bas* ஒப்பீசியேகளும் சிபாய்ப் பட்டாளத்து வெள்ளைக்காற வொப்பீசியேகளும்	காயம்படிறந்துபோனவர்கள்	*45*
	காயம்பட்டவர்கள்	*143*
		188
பீரங்கி சுடும் வெள்ளக்காறர்	காயம்படிறந்துபோனவர்கள்	*29*
	காயம்பட்டவர்கள்	*69*
		98
குடித்தனக்காறர்	காயம்படிறந்துபோனவர்கள்	*3*
	காயக்காறர்	*7*
		10

தமிழ் ராணுவத்தார்

சிப்பாய்களும்	காயம்படிறந்துபோனவர்கள்	52
தொப்பாசுகளும்	காயக்காறர்	94
		146
ஏவல் செய்கிற	காயம்படிறந்தவர்கள்	64
கூலியாட்கள்	காயக்காறர்	148
		212
	ஆக கூடிய துகை	680

குடித்தனக்காறராகிய தமிழர்க ளிந்தத்
தொகையிலுட்பட்டவர்களல்ல

இறந்தது	200
காயக்காறர்	480
ஆக செனங்கள்	680

முத்திகையின் போது மருந்து குண்டுகள் சிலவானது

மருந்து	றாத்தல்	1,60,000
குண்டுகள்	”	34,000
பொம்புகள்	”	1,950
தழைக்கட்டுகள்	”	20,000
தென்ன மரங்கள்	”	30,000
பீரங்கிக ளுடைந்துபோனது		150

புதுச்சேரி சண்டையில் இங்கிலுசுக்காறருக்குச் சேதமானது

காயம்பட் டிறந்துபோன வொப்பீசீயேகள்	54
மேற்படி *Bas* ஒப்பீசியேகளும் சொல்தாதுகளும்	489
காமாட்டிகள் நீங்கலாய் சிபாய்கள்	4,578
பாளையத்தின் பின்னாலே வந்த பள்ளிகள் கூலி ஆள்கள்	2,000
ஆக கூடிய செனங்கள்	7,121

சிலவு

பீரங்கி குண்டுகள்	80,000
பொம்புகள்	11,000
மருந்து றாத்தல்	6,00,000
துபாக்கி வெடி *ou cartouche*	20,00,000

இங்கிலீசுக்காறர் முத்திகைப் போட்டதுக்கு மேல்படி யாருக்குச் சென்ற ரொக்கச் சிலவு கூடியது:

கை நஷ்டத்திர *11,00,000 ......*

முசியே தெ பெலுக்கோம்பவர்களுக்கொரு பிறிதி கொடுக்க வேண்டியது.[1]

*12–*வது

கோட்டைகள் அரண்மனை கிடங்குகள் மைற்றும் ராசாவுடைய கட்டுக்கோப்புகளா யிருக்கப்பட்டதுகளை யிப்ப விருக்கிற பிறகாரம் வைத்துக் காப்பாத்தி வரவேண்டியது. மைற்றபடி, இங்கிலீசு ராசாவுடையக் காரியக்காறரைக் கூட வைத்துக்கொண் டிருந்தப் பட்டணத்துப் பெரிய இஞ்சினீ ரிப்ப விருக்கிற அளவு பிறமாணமும் அதின் விபரங்களும் கண்டெழுதிவைப்பா ரதுக் கொரு சேதமுங் குறையும் வருத்தி வைக்கப்படாது.

*12–*வது[2]

கோட்டைகளையும் புதுவை நகர்பட்டணத்துக்குள்ளே யிருக்கப்பட்ட கட்டுகோப்புகளையுஞ் சீர்மையிலிருந்து உத்திரவு பெறுகிறவரைக்கு மொரு விதத்திலு மிடிக்கிறதில்லை.

*13–*வது

Catholique apostolique Romaine றோமெ னென்ற வேதத்தை யெப்போதும் நடப்பித்துவந்தப் பிறகாரம் முழுது மச்சமன்றி நடப்பித்து வரவேண்டியது. தேவாலையங்களை பூச்சியத்துடன் நடப்பிக்க வேண்டியது. குருக்கமார்கள் சன்னியாசிக ளிவர்க ளுடைய மடங்களும் மானிய முன்னிடை முதலாகிய பட்டவற் தனைகளு மவரவர்களுக்கு முயற்சியுடன் நடந்து வரும்படி யிதற்குச் சிரேஷ்ட்டரா யிருக்கிறவ ரிது காரியத்தளவி லச்ச மன்றி தமது முறமைகளுக் கடுத்தக் காரியங்களைச் செலுத்தும்படி விசேஷமா யவருக்கு வேண்டிய வொத்தாசைகள் செய்ய வேண்டியது. மிசியோனர் *(Missionnaires)* என்னுங் குருக்கமார்கள் பிறாஞ்சுக் கொடியி னாதராவிலே யூருக்கூர் போய் தங்களுடைய பூச்சியமான முறைமைகளை நடத்திக் கொண்டு வந்தப் பிறகாரம் நடத்தி வரும்படி யவர்களுக்கு இங்கிலீசுக் கொடியி னாதரவிருக்க வேணும். யிதுவுமிப்ப புதுவைநகரிலிருக்கிற சலாக்கியத்தையுடைய எவேக்கு தெ தம்பிறக்கா *(Evéque de*

1. கவிலுடன்படிக்கையின் முதல் பகுதி குறைகின்றது.
2. உடன்படிக்கையின் சில அத்தியாயங்கள், ஆங்கிலேயர் எழுதிய பகுதி இடது புறத்திலும் பிரெஞ்சுக்கரா் எழுதிய பகுதி வலது புறத்திலுமாக, ஓரே வரிசை எண்ணில் கொடுக்கப்பட்டிருக்கின்றன.

Tambroca) வென்பவருடைய புண்ணியக் கிறித்தியத்தினாலேயு மவருடைய பெரிய வந்தஸ்தினாலும் மைற்றவர்களை யெல்லாம் விட அதிக பூச்சியத்துடனேயு மதிக முயற்சியுடனு மவரை விசாரித்துக் கொள்ள வேண்டியது.

13–வது

புறோதெஸ்தான் *(protestants)* வேதத்திலிருக்கிறவர்களை தங்களுக் குள்ளே சேர்த்துக் கொள்ளவேணு மென்று யெத்தினஞ் செய்யா மலும் பிறையாசப்படாமலு மேற்கையானபடி நடந்துக் கொள்ளு கிறவரைக்கும் நடப்பிக்கிறோம்.

14–வது

இராணுவத்துரைகள் மைற்றவர்கள் குடித்தனக்காறர் வற்தகர் பின்னும் வேறே யிருக்கப்பட்ட சறுவத்திர பேர்களும் எறோப் தேசத்தார், சிறிது தேசத்தார் மைற்றும் வேறே யெந்த சாதியாராயினு மிப்பப் புதுவைநகரிலு மதற்குட் பட்டக் கிறாமங்களி லிருக்கிறவர்களு மிவடத்திலில்லாமல் தங்களுடைய காரியங்களை நடப்பிக்கும்படியாய் காரியக்காறர் வசத்தி லொப்பித்து கவை பார்க்கச் சொல்லி பிற ஸ்தலத்திற் போயிருக்கிறவர்களுடையவும் மேற்சொல்லப்பட்டவர்களுடை யவும் வீடுகள் ஆஸ்திக ளசையும் பொரு ளசையாப் பொருள் வற்தகப் பிற வற்தகங்கள் மைற்றும் வேறே தட்டு முட்டுகள் கப்பல்கள் குடுக்கல் வாங்கல் வொப்பந்த முதலானதுகள் புதுவைநகரிலாவது வேறே யிடங்களிலாவது யெவ்விடத்திற் செய்ததாயிருந்தாலு மவரவர்களுடைய பொருட்க ளவரவர் களுக்கு முழுதுஞ் சொந்தந்தான். இவர்க ளிதுகளை வைத்துக் கொள்ள வேணுமானாலும் அல்லது பிறாஞ்சுக்காருக்காவது இங்கிலீசுக்காறருக்காவது விக்கிறையஞ் செய்துப் போடவேணு மானாலுஞ் செய்துக் கொள்ளலாம். அல்லவென்று சரக்குகளை மாத்திக் கொள்ள வேணுமென்று மோரீசுக்காவது மைற்று மன்னியத் துறைமுகங்களுக்காவது அனுப்பி வைக்க வேணு மானா லிந்தப் பதினைந்து மாசத்துக்குள்ளே ஒரு தீர்வையு மில்லாம லனுப்பும்படியாய் விடை குடுக்க வேண்டியது.

பிறிசோ மென்கிற கப்பலையுடைய வற்தக ரதிலேறி மோறீசுக்குப் பயணமாய்ப் போக வேணு மென்றிருக்கிறவர் களையு மவர்களதி லேறிக்கொண்டு போகவேணு மென்கிற சரக்குகளையும் யேற்றியனுப்பிவிக்க வேண்டியது. இதற் கொரு தொந்தரையு மில்லாமல் போய் சேரும்படியா யிது காரியத்துக்கு வேண்டியிருககிற வழிச்சீட்டுங் கொடுக்க வேண்டியது.

14–வது

மேற் சொல்லப்பட்ட வத்தியாயங்களிற் சொல்லப் பட்டிராத குடிகள் புதுவைநகரில் குடி கொண்டிருக்க வேணுமானால் இங்கிலீசு ராசாவுக்குத் துரோகஞ் செய்கிற தில்லை யென்று பிறமாணிக்கஞ் செய்துக் கொடுத்தப்பின் இங்கிலீசுக் கொடியி னாதரவிலே வற்தக வியாபாரஞ் செய்துக் கொண்டிருக்க வுத்தாரங் கிடைக்கும். இப்புதுவைநகரி லிருக்கிறவர்களுடைய ஆஸ்திகள் தட்டு முட்டு முதலாயினதுகளை யவரவர்களுக்கு ஸ்திரப்படுத்திப் போடுகிறோம். ஆயுதங்களோடு கூடிய சண்டை சாமான்கள் நீங்கலாய் மைற்ற வெந்தப் பொருள் களையு மரண்மனைக் கறிவித்தப்பின் வித்துக் கொள்ளலாம். பிறீசோ மென்கிற கப்பலிப்பப் புதுவைநகரி லிருக்கிற சில்லறை வற்தகருடைய பொருளென்று ருசுவாக்கிவிட்டு பயணம் போகவேண்டியது. ஆனால், புதுவைநகர் துறை யிலிருந்த பாய் விரிக்கிறதுக்கு முன்னமேதானே அதிலேத்தி யிருக்கிற சரக்குகளைச் சோதனை கொடுக்க வேண்டியது.

15–வது

பிராஞ்சுக் குடிகள் தங்களுடைய சொந்தக் காரியங்களைப் பத்தியாவது தாங்களிருக்கு மிடத்தைப் பத்தியாவது புதுவைநகரில் நிண்ணிருக்க வேண்டியிருக்கிறவர்களுக்கு யிருக்கும்படியாய்த் தானே விடை கிடைக்க வேண்டியது. அவர்களை யொரு விதத்திலுந் தொந்தரைப் படுத்தப்படாது. இங்கிலீசு ராசாவி னுடைய பிறசைகளைப் போலே யவர்களையும் வைத்து நடப்பிக்க வேண்டியது. அவர்க ளவிடம் விட்டுப் பிறப்பிட்டு தங்களுக் கிச்சையான விடங்களிற் போகவேணு மென்று கேட்டுக் கொள்ளுகிற காலங்களி லெல்லாந் தடையில்லாம லுத்திரவு கொடுக்க வேண்டியது.

15–வது

இராணுவத்தைச் சேர்ந்த வொப்பீசியேகள் நீங்கலாய் மைற்றவர்க ளிருக்கலாம். அவர்கள் தங்களுடைய இராணு வத்தார்களுடன் கூடச் செல்லவேண்டியதாகையால் தங்களுடைய காரியங்களைச் செய்யும்படியாய் காரியக்காறருக்கு வதிகாரங் கொடுத்து தங்களுடைய பேராலே வைத்துக் காரியங்களை நடப்பித்துக் கொள்ள வேண்டியது.

16–வது

இராணுவத்தார்கள் காரியங்களைப்பத்தி புதுவைநகரி லிருக்க வேண்டியிருக்கிறவர்கள் முசியே பெலுக்கோம் பவர்களுடைய

வுத்தாரம் பெத்துக்கொண்டு பின்னிருக்கலாம். இருக்குமிடத்தில் மேற்சொன்ன வத்தியாத்தில் சொல்லப்பட்டிருக்கிற தெல்லா மிவர்களுக்கும் நடக்க வேண்டியது. மேற்சொன்ன வத்தியாயத்தி லிதற்கு மறுமொழி சொல்லியிருக்குது.

17–வது

இந்தப் பட்டணத்து முத்திகையின்போது பிறசைகளை யாயுத மெடுக்கச் சொல்லி வலுமை பண்ணினபடியினாலேயு மிதன்றியு மிப்பேர்ப்பட்டச் சமையங்களில் பிறசைக ளாயுத மெடுத்துச் சேவிக்க வேண்டிய விகிதமானதினாலு மாயுத மெடுத்தார்கள். யிதைப்பத்தி எறோப் தேசத்தார் பேரிலாவது யீந்தை மனிதர் பேரிலாவது மைற்று மிருக்கப்பட்ட சில்லறைக் குடிகள் பேரிலாவது குறோதங் கொண்டு யெந்தச் சாட்டு தலினாரலு மவர்களுக் கொரு துன்பமும் பொல்லாங்கும் வருத்தி வைக்கப்படாது.

18–வது

ஓடிவந்து சேர்ந்திருக்கிறவர்களை யொரு பொல்லாங்குஞ் செய்கிறதில்லை யென்று நம்பிக்கையான பொறுத்தல் கொடுத்து பூச்சியத்துட னவரவர்களுக் கொப்பிவித்துப் போட வேண்டியது.

ஆனால், தங்கள் சாதிக் கொடியின் கீழே மறுபடி வந்து சேர்ந்து குடியிருக்கிற சில்லறையார்களை யோடி வந்து சேர்ந்திருக்கிறவர்களுடன் கூடச் சேர்த்துக் கொள்ள வேணு மென்று கேழ்க்கப்படாது.

ஒரு விதத்திலு மவர்களை யாதொரு சாட்டுதலினாலாவது யொரு முகாந்திரத்தைப் பத்தியாவது எவ்வளவேனு மவர்களுக் கொரு பொல்லாங்கும் வருத்தி வைக்கப்டாது. முத்திகையின் போது யிரு கட்சியார் வசத்திலு மகப்பட்டுக் காவலி லடைத்து வைத்திருக்கிற சொல்தாதுக ளெத்தனை பேர்களா யிருந்தாலும் பூச்சியத்துட னவர்களுக்கு ஒப்பிவித்துப் போட வேண்டியது.

18–வது

அப்படியே சம்மதித்தோம்

19–வது

துரைத்தனத்துக் காறுபாறுடன் சேர்ந்த சங்கதிகளை அடுத்தக் காகிதப் பத்திரங்களெல்லாம் முசியே தெ பெலுக்கோம்பவர்கள் கையிலேதானே யிருக்கும். அவ ரதுகளை சோதனைக்குடாமல் சீர்மைக் கேறிப் போற கப்பலில் ஏற்றிக் கொண்டு போவார். ஏந்தாந்தாம் விசாரணையை யடுத்த காகித பத்திரங்களையும்

கோந்துறோலை சேர்ந்த கணக்கு முதலானதுகளையு மந்தப் பிறகாரஞ் சோதனைக் கொடாமல் முசியே ஷெறோ தம்முடனே கூட கொண்டு போவார்.

19–வது

பிறசைகளுடைய காகித பத்திரங்களை யெல்லாஞ் சோதித்து யேற்றுக் கொள்ளும்படியாய் நேமக்கம்படுகிற காரியக்காறருடைய வசத்தி லொப்பித்துப் போடுகிறோ மதுகளி லரண்மனைக்குத் தேவையில்லா திருக்கிறதுகளை முசியே தெ பெலுக்கோம்பவர்கள் வசத்திலும் முசியே ஷெறோ யவர்கள் வசத்திலு மொப்பித்துப் போடுகிறோம்.

20–வது

பிறசைகளுடைய பொருட்கள், தட்டு முட்டுகள், காகிதப் பத்திரங்கள், மேலான கொமுசேல் சன்னிதானத்தைச் சேர்ந்த வழக்கப் புத்தகங்கள், நொத்தேருடைய சீட்டுகள் மைற்று மித்துடன் கூடிய காரியங்களை யடுத்தச் சகல காகித பத்திரங் களுங் குடிகளுக்குப் பிறையோசனமுள்ளதுமா யவர்களுக் காஸ்தியுமா யிருக்கப்பட்டப் பொருளானதினாலே யந்தந்தக் காரியங்களுக்குக் காலங்கள் வந்து நேரிடுங்கா லந்த சமையத்தி லவரவர்களுக்கு வேண்டிய வழக்க முறமைகளைச் செய்ய வுதவியா யிருக்கும்படியா யிதுவரைக்கு மதுகளை வைத்துக் காப்பத்தி வந்தவர்கள் வசத்திலேதானே யொப்பித்து யினி மேலும் புதுவைநரில் தானே வைத்து அதுகளுக் கியாதொரு சேதங்களும் வரவொட்டாமற்படிக்குப் பூச்சியத்துடன் வைத்துக் காப்பாத்தி யுத்தரிக்கம்படியாய்ச் செய்ய வேண்டியது.

20–வது

இந்தப் பிறகாரம் நடப்பிக்கச் சம்மதித்தோம்.

21–வது

ஈந்தைக் கும்பினியாருடைய குடுக்கல் வாங்கலை யடுத்தக் கணக்குக் காரியங்களைச் சேர்ந்தக் காகிதப் பத்திரங் களை யெல்லாம் மேற்படி கும்பனியாருடைய காரியக்காறர் வசத்திற்றானே யிருக்க வேண்டியது.

யிதுவு மவர்களந்தக் காகிதப் பத்திரங்களுக்குஞ் சேதம் வராமற்படிக்குப் பத்திரமாய் வைத்துக் காப்பாத்தும் பொருட்டா யதுகளுக்குச் செய்துக்கொள்ள வேண்டியிருக்கிற வெற்றினங் களைத் தங்களுக்குத் தோற்றுகிற பிறகாரம் தாராளமாய் மனதின் படியே செய்துக் கொள்ள வேண்டியது.

21–வது

அப்படியே நடப்பிக்கிறோம்

22–வது பிறாஞ்சுக்காறருடைய பிறசைகள் எறொப்பு தேசத்தாராவது யீந்தை தேசத்தாராவது பிறாஞ்சுக்காறரைச் சேர்ந்த விடங்களிலாவது இங்கிலீசுக்காறரைச் சேர்ந்த விடங்களிலாவ திருக்கிறவர்களுக்கும் ஈந்தி தேசத்து நபாப்புகளுக்கு மிவர்களுக்கு மொரு தொந்தமு மில்லாதிருக்க வேண்டியது. அவர்களிவர்களை யியாதொரு வலுமை வியாச்சியஞ் செய்ய வேணுமென்று வெற்றினஞ் செய்யுங்கா லப்படி பொல்லாங்கு வரவொட்டாமல் இங்கிலீசுக்காறர் மேற்படி யிராசாவினுடைய பிறசைகளை தயவாய் வைத்து நடப்பிக்கிறப்போ லிவர்களையு மாதரித்து நடப்பித்துக் கொள்ள வேண்டியது.

22–வது

அப்படியே நடப்பிக்கிறோம்

23–வது பிறான்சுக் கொடியின் கீழே சேவகமா யிருந்த சிபாய்கள் மைற்றும் வேறே யீந்தை மனிதர் எந்த சாதியாராயினும் எந்த வேதத்தாராயினும் பிறாஞ்சு சாதியாரிடத்தி லதிகப் பத்துதலாயிருந்து காரியங்களை நிறுவகித்தார்க ளென்கிறதைப் பத்தி யவர்களுடைய பொருள்களுக்கு மவர்களுக்கும் பொல்லாங்கு வருத்திவைக்கவுங் கஸ்தப்படுத்தவும் வகை தேடப்படாது. ஒரு வேளை ஈந்தை தேசத்தாரில் பெலத்த வதி காரஸ்திரா யிருக்கப்பட்டவர்களாலே யிவர்களுக் கியாதொரு பொல்லாங்கு வருங்கா லப்படி வரவொட்டாம லப்படி யிங்கிலீசுக்காற ராதரித்து நடப்பித்துக் கொள்ள வேண்டியது.

23–வது

அப்படியே நடப்பித்துக் கொள்ள சம்மதித்தோம்

24–வது

இங்கிலீசுக்காறர் பிடித்துக் கொண்ட ஷந்தேர்நகோறும் மைற்றும் பிறாஞ்சுக்காறருக்கு வங்காளத்திலுள்ள ஸ்தலங்கள் யேனம், காரைக்கால், மச்சிலிபந்தறி லிருக்கிற வீடு விம் முதலானதுகளுக் கெல்லா மிந்தக் கவிலுடன்படிக்கைப் பிறகாரம் நடப்பிக்க வேண்டியது. பின்னையும் கஞ்சங் கொத்து தே கொறுமாந்தேல் *(Côte de Coromandel)* பக்கங்களில் போன மூலியேத்து மாதம் முதல் தேதி துவக்கி பிடிபட்டுப் போன பிறாஞ்சுக்காறருடைய கப்பல்களி லகப்பட்டடிருக்கிற மத்து லோத்துகளைப் புதுவைநகரி லிருக்கிறவர்களுடன் கூடக் கூட்டி மோரிசிலே கொண்டு போய்ச் சேர்த்துப் போட வேண்டியது.

அந்தக் கப்பல்களில் முசியே தெ பெலுக்கோம்பவர்கள் பேருக்கு வந்தகப்பட்டிருக்கிற காகித பத்திரங்களை யெல்லாம் மாறுபாடில்லாமல் சுமுத்திரையுட னவருக்குக் கொடுத்துவிட வேண்டியது.

24–வது

இது காரியம் வொத்துக் கொள்ளக்கூடாது

25–வது

யிந்த கவிலுடன்படிக்கையில் கையொப்பம் போட்டான பின் வில்வனல்லூர் வாசற்படியி லிங்கிலீசுக்காறர் தங்களில் அன்பது செனங்களையு மனுப்பி காவல் போட்டுக் கொள்ள வேண்டியது. அந்தப் பிறகாரம் பிறாஞ்சுக்காறரி லவ்வளவு செனங்கள் கூட காவலிருப்பார்கள். இப்படியா யிருக்கிற சமையத்தில் பிறாஞ் சுக்காறருடைய சொல்தாதுகளை வெளியே விடாமலும் இங்கிலீசு சொல்தாதுகளை யுள்ளே வரவொட்டாமலு மிருக்கும்படியா யந்தக் காவற்காறருக்குக் கட்டளை யிட்டிருக்க வேண்டியது.

மறுநாள் காலமே விங்கிலீசுக்காறருடைய விராணுவத்தார் வந்து கோட்டையைக் கைவசமாக்கிக் கொண்டு அலங்கோலை யில்லாமல் காவற் போட வேண்டியிருக்கிற விடங்க ளெல்லாம் ஒழுங்குடன் காவற் போடுவிக்க வேண்டியது.

அந்த சமையத்தில் புதுச்சேரி ராணுவத்தார் தங்களுடைய கசேற்னேக்குள்ளே போய் நேமித்திருக்கப்பட்ட கிடங்குகளிலே மேற்படி யொப்பீசியேகளுடைய கட்டளைப் பிறகாரந் தங்களுடைய வாயுதங்களை வைத்துப் போட்டு தாங்கள் கப்ப லேறிப் பயணம் போறவரைக்கு மதுக்கு வேண்டிய முஸ்தீதுகள் செய்துக்கொண்டிருப்பார்கள். அந்தக் கிடங்குகளின் சாவிகள் ஒப்பீசியே மழோற்கள் வசத்திலிருக்கும். சிபாய்கள் முதலாகிய மைற்றும் ஈந்தையாரி லாயுத மெடுத்தவர்களுக்கு மிந்தப் பிறகாரம் நடப்பிக்க வேண்டியது. யிதுக்கு வேண்டியிருக்கிற வொத்தாசைகளுஞ் செய்ய வேண்டியது.

25–வது

இதற்கு மறுமொழி முதலத்தியாயத்திலே தானே சொல்லப் பட்டிருக்குது

26–வது

இந்தக் கவிலுடன்படிக்கையை மாறுபா டில்லாமல் சுமுத்திரையுடனுங் கிறேஸ்த மாற்க்கத்துடனும் பரவசத்துடனும் முழுதும் பூச்சியத்துடன் நிறவேற்றி வரவேண்டியது. ஆனா

லிதற்குப் பொறுப்பாய் மழோற் ழெனறாலாகிய முசியே மொண்டுறோவுங் காமண்டோற் முசியே வெற்னோவு மிதிற் கையொப்பம் போடுகிறது மன்றி மற்றுஞ் சென்னப்பட்டணத்து குவேற்ணதோறும் மேற்படி மேலான கொமுசேலுடைய கையொப்பமும் போட வேண்டியது. மற்றபடி கல்க்குத்தாவு டையவும். சென்னப்பட்டணத்துத் துரைகள் மேற்படி கொமு சேல்களுடைய வுத்தாரங்களின் பேரில் பிறாஞ்சு சாதியாருக்கும் பிறசைகளுடைய சொந்தத்துக்கும் சிந்து தேசத்தில் போன மூலியேத்து மா. ந்துவக்கி நடந்து வருகிற பொல்லாங்குகள், வுயிற் சேதங்கள், கீற்தி சேதம், பொருள் சேதங்களிம் முத லானதுகளுக்கு சீர்மையில் பிறாஞ்சுக்காறரு மிங்கிலீசுக்காறரு மென்ன சேதார மொத்துக் கொடுக்கிறதென்று மின்ன பரிகாரஞ் செய்கிறதென்றுந் தீர்மானஞ் செய்கிறார்களோ அந்தப் பிறகாரம் வொத்துப் போகச் சம்மதிக்கிறோம்.

இப்படிக்கு

புதுவைநகரில் 1778–ம் ஆண்டு ஒக்தோபுற மா. 17–ந் தே. கையொப்பம்: பெலுக்கோம்பு.

26–வது

இக் கவிலுடன்படிக்கையில் ஷெவாலியே எதுவாறு வெற் னோவும் மழோற் ழெனறாலாகிய மொன்றோவுங் கையொப்பம் போட்டு சென்னப்பட்டணத்து மேலான கொமுசேலில் இதை நாங்கள் தானே ஸ்திரப்படுத்திக் கொடுக்கக் கடவோம்.

இப்படிக்கு

1778ஆம் ஆண்டு ஒகுத்தோபுற மா. 17–ந் தே. புதுவை நகர் பட்டணத்துக் கெதிரா யிறங்கி யிருந்தப் பாளையத்தி லெழுதப் பட்டது.

கையொப்பம்

எக்குத்தோறு மொன்றோ

எதுவாறு வெற்னோ

இரண்டாம் அத்தியாயம்[1]

ஆங்கிலேயரின் ஆட்சி

பாயிரம்

1778–ம் ஆண்டு ஒகுத்தோபுற மா. 17–ந் தேதி இந்த நாள் சாயங்காலம் ஆறு மணிக்கு புதுவைநகரப் பட்டணத்தை யிங்கிலீசுக்காறர் பிடித்துக் கொடி போட்டுக் கொண்டு மேற் படியார் துரைத்தனஞ் செய்த காலங்கள் துவக்கி யிப்பட்டணத் திலும் மைற்றுமிந்த தேசங்க டோறும் நடந்துப்போன காரியங் களுமன்றியே ஐதர் பாதர் சீரங்கப்பட்டணம் விட்டுப் பிறப்பட்டு வந்திந்த தேசத்திற் பிறவேசித்து இங்கிலீசுக்காறர் பேரி லுயித்தியத்துக் காரம்பித்த நாள் துவக்கி நடந்துப் போன காரியங்களு மவருக்குப் பின் நடந்த வற்தமானங்கள் முதலாயின சவிஸ்தாரங்களை யேறக் குறைய கூடியமட்டு மிப்பொஸ்தகத்தி லெழுதியிருக்கு தென்றறிக.

யிதி லடங்கியிருக்கப்படுங் காரியங்களாவன: பிறாஞ்சு தேசத்துச் சமாசாரங்களும் சிந்து தேசத்தில் நடந்த வற்தமானங்களுங் கேழ்வியானதுந் திஷ்ட்டாந்திரமாய்ப் பார்த்ததும் காகித முன்னலையா யறிந்ததும் பின்னு மிராசா காரியங்களோடு கூடிய பல சமாசாரங்க ளெழுதிருக்கப்படுந் தினசரித்திரப் பொஸ்தக மெனக் கொள்க.

1779ம் ஆண்டு மே மா. 10–ந் தே.க்கு– விகாரி வரு. வைகாசி மா. முதல் தேதி

இந்த நாள் காலமே பதினொரு மணிக்கு யிந்தத் துறைக்கு மேலாக வெள்ளைக் கொடி

1. அத்தியாயப் பாகுபாடு செய்ததும், இதற்கும், பின் வரும் அத்தியாயங்களுக்கும் தலைப்புகள் கொடுத்ததும் பதிப்பாசிரியர்.

போட்டுக் கொண்டொரு கப்பல் சமீபத்தில் வந்தவுடனே சிகப்புக் கொடி போட்டு துறை பிடித்துது. வந்த கப்பலுக் கிசமானிந்தத் துறையிலிருந்த பிரஞ்சுக்காறருடைய சற்தீ னென்ற கப்பலுக் கிசமானுக்கு சொல்லியனுப்பி ஒரு சலங்கை யனுப்பச் சொன்னான். சலங்குப் போய் மறுபடி சமாசாரம் வருகிறதுக்குள்ளே யிவடத்தி லிருந்த இங்கிலீசுக்காற ரெல்லா மிகுதியும் பயந்திருந்தார்கள். பிற்பாடு தங்களுடைய கப்பலென்று படகில் காகிதம் வந்தபின் ஸ்திரப்பட்டுது. தங்களுடைய வுத்தார மில்லாமல் சலங்கனுப்பி னார்க ளென்று கடலோரத்தில் காரியக் காறனா யிருந்த சாமி னாயக்கன் யென்றவனைத் தாக்கீது செய்தார்கள்.

இதுவு மந்தக் கப்பலில் கேழ்வியான சமாசாரமாவன: இங்கிலீசு தேசத்திலிருந்து மேல்படியாருடைய கப்பல்கள் பனி ரெண்டு உருப் பிறப்பட்டு வந்ததாகவு மதுகளைக் காணாம லிந்தக் கப்பல்காரன் தேடிக்கொண்டு போறதாகவுஞ் சொல்லிக் கொண்டார்கள்.

மே மா. 11–ந் தே. – வைகாசி 2

இந்த நாள் சுத்துக் கோட்டை யிடிக்கிறவிடத்தில் காரியக் காறனா யிருந்த கணக்கன் கூலிக்காறருக்குக் கொடுக்கப்பட்டக் கூலிகளை குறைத்துக் கொடுத்தா னென்று யிஞ்சனீர் சமா சாரங் கேழ்விப்பட்டு காரியக்காறரையும் ஆளோட்டிகளையுங் கண்டித்து காலமே யெட்டு மணிக்குத் தானே கூலியாள்களை யெல்லாம் வரிசை வைத்து கூலி கொடுப்பித்துப் போனான்.

12–ந் தே. – நாளது மா. 3

இந்த நாள் வட பக்கத்தில் தொறுலெயா *(Fr. bastion d' Orléans)* மென்ற கொத்தள மிடிக்கும் போது, மண் சரிந்து விழுந்து கூலியாள்க்களில் சில பேர்களுக்குக் காயப்பட்டது மன்றி சில பேர்க ளிறந்துப் போனார்கள்.

14–ந் தே. – 5

இந்த நாள் காலமே யிந்தத் துறையி லிருந்த இங்கிலீசுக் காறருடைய கப்பலில் பீரங்கிகள், துப்பாக்கிகள், மோற்தியே என்றுங் குந்தாணிப் பீரங்கிகள் மற்று முதலான சண்டை சாமான்கள் மிகுதியா யேற்றி யிருந்தக் கப்பல் மேற்சொன்ன சாமான்களைக் கொண்டுபோய் சென்னபுரியி லிறங்கும் படியா யிந்தத் துறை விட்டுப் போய்விட்டுது.

மூவேன் மா. 3–ந் தேதிக்கு – நாளது மா. 21

இந்த னாள் மத்தியானம் கடலின் பேரில் பீரங்கி சத்தம் மிகுதியாய் கேட்டபடியினாலே யிவடத்தி லிருந்த யிங்கிலீசு சொல்தாதுகள் *300,* சிப்பாய் பட்டாள மிரண்டு யிவர்களை யெல்லா மாயுதங்களை யெடுக்கச் சொல்லி நிருபித்தப்படி யவர்க ளாயுத மெடுத்து மருந்து குண்டுகள் போட்டு முஸ்தீது செய்துக் கொண்டு கடலோரத்தில் வந்து சேர்ந்தார்கள். பீரங்கிகளுக்கும் மருந்து குண்டுகள் போட்டு தயாறு செய்து பட்டணத்திலிருந்த விங்கிலீசு துரைகளெல்லாம் கடலோரத்தில் வந்து ராத்திரி முப்பது நாழிகையும் நித்திரை யில்லாமல் பிறாஞ்சுகாறருடைய கப்பல்கள் வருகுதென்று மிகுதியும் பயந்து சறுவசாகிறதையுடன் சிபாய்க ளேறிய துறுப்புக் குதிரைகளை பிள்ளைச்சாவடி போம்மையாப்பாளையந் துவக்கி யிந்தப் பட்டணத்து கடற்கரை வாசப்படி வரைக்கும் காவல் போட்டது மன்றி பிரம்பை முதல் காடுமேடு வரைக்கும் காவற் போடுவித் தார்கள். மறுநாள் காலமே யெட்டு மணி வரைக்கும் காவ லிருந்து வொன்றுங் காணாததினாலே ராணுவத்தார்களை யிருக்குந் தாவுக் கனுப்பிவிட்டார்கள்.

நாளது மா. 15–ந் தே. – ஆனி 3

இந்த னாளிந்தப் பட்டணத்துக்கு பிறாஞ்சுக்காறருக்கு முன்னாலே துரையா யிருந்த முசியே லாவு[1] என்றவர் சென்னப் பட்டணத்துக்குப் போனவிடத்தில் அவரக்கு பதிமூன்று வெடி சுட்டு மரியாதை செய்த சமாசாரங் கேட்கப்பட்டுது.

16–ந் தே. – ஆனி 4

இந்த னாள் வழுதாவூர் வாசற்படி யிடிக்கிற நிமித்தியம் மருந்துப் பெட்டி வைத்துக் கொளுத்தும் போது தெருவிலே நின்று வேடிக்கைப் பார்த்துக் கொண்டிருந்த தாண்டவறாய னென்கிற கருமானுக்கு கல் வந்தடித்து யிறந்துப் போனான்.

மூலியேத்து மா. 14–ந் தே. – ஆடி 4

இந்த நாள் காலமே ஆறு மணிக்கு சென்னப்பட்டணத்தைச் சேர்ந்த எழும்பூர் தோட்டத்தி லிருந்த திரு ஜெனெறால் முசியே தெ பெலுக்கோம்ப[2]வர்களு மவர்களுடைய பெண்சாதியும் பிரெஞ்சு தேசத்துக்குப் போறதுக்கு குதிரை வண்டியின் பேரில் யேறிக்கொண்டு போய் வட பாரிசத்துக் கடற்கரை வாசற்படியாய்

1. Law
2. de Bellecombe

போய் சலங் கேறினார்கள். இதுவும்: முசியே குத்தான்சோ, ழெனெறாலவர்களுடைய யேத்து தேக் காமாகிய ல வியோலேத்து (La Violette), மேற்படி சக்கிறேத்தாராகிய லெழே (Léger), பழைய கொமுசேலியராகிய மொறசேன் (Moracin) சொல்தாது ராணுவத்தார்களில் 87 இவர்களெல்லாந் துரையவர்களுடன் கூடக் கப்பலேறினார்கள். மத்தியானம் நாலு மணிக்கு புதுவை மாநகரத்துக்கு முன்னாலே துரையா யிருந்து முசியே லாவு *(Law)* என்ற துரையு மவரைச் சேர்ந்தவர்களும் கப்பலேறினார்கள்.

ழெனெறாலவர்கள் புதுவைநகர் விட்டு சென்னைபட்டணத்துக்கு செல்லும் போது வழிகளிலே யிங்கிலீசுக்காரருடைய காரியக்காறர்களும் நபாபு மமு தல்லி கானுடைய அமுல்தாறர் தாசிகள், மேளவாத்தியங்களோடு கூடிய சகல மேன்பாட்டுகளுடனும் பந்தல்கள் போட்டு வைத்துக்கொண்டு வழிகடோறும் நசர் வைத்துக் கொண்டு சந்தித்தார்கள். துரையவர்க ளதுகளை எவ்வளவேனும் மதியாலு மவர்கள் காத்திருந்த விடங்களிலிறங்காமலும் வொரே பயணமாய் தமக்கு விடுதி விட்டிருந்த மேற்சொன்ன தோட்டத்தில் போயிறங்கினார்.

யிதுவுங் கோட்டைக்குச் சமீபத்தில் வரும் போதாவது மேன்பாட்டுகளுடன் கோட்டைக்குள்ளே யிட்டுக்கொண்டு போக வேணு மென்று விங்கிலீசுக்காறர் மேற்படி ராணுவத்தார்களை யெல்லா மாயுதங்களுடன் முஸ்தீது செய்து வைத்துக் கொண்டு துரைகளெல்லாங் குதிரைவண்டியின் பேரிலே வெகு தூரம் யெதிர்க்கொண்டு வந்திருந்தார்கள்.

தமிழரும் பெகு சனங்கள் முசியே பெலுக்கோம்பவர்களைப் பார்க்கும் பொருட்டாய் வந்திருந்தார்கள். துரையவர்க ளிதுகளை யறிந்து மேற்படியார் காத்திருக்கிற வழியை விட்டு வேறே வழியாய்த் திரும்பி மேற்சொன்ன தோட்டத்திலே போயிறங்கினார்.

ஆகையா லிங்கிலீசுக்காறர் மிகுதியு மவமானத்துடனே யிராணுவத்தார்கள், துறுப்புக் குதிரைகள் மைற்று முதலாயுள்ளவர்க ளெல்லாம் அவரவர்களுடைய விடங்களுக்குப் போனார்கள்.

இதன்றியுஞ் சென்னப்பட்டணத்துக்குப் பெரிய துரை முதலாயினவர்கள் துரையவர்களை வந்து சந்திக்க வேணுமென்று கேட்டனுப்பினதுக்கு சந்திக்கக் கூடாத விதமாய்ச் சொல்லியனுப்பி விட்டார்.

நபாபு மமு தல்லி கான் பெருமதி யனுப்பவும் சந்திக்கவு மெற்றினஞ் செய்ததுக்கு மப்படியே கூடாதென்றார்.

சில நாளைக்குப் பின் கோட்டைக்குள்ளே குவறணதோர வர்கள் விருந்து செய்விக்க வெற்றினஞ் செய்த விடத்தி லதுவுங் கூடாதென்று தப்பித்துக் கொண்டார். கடைசியாய் புதுவைநகர் விட்டு மேற்சொன்ன வெழும்பூர் தோட்டத்திற் போயிறங்கின நாள் துவக்கி சீர்மைக்குப் போறவரையிலே யொரு நாளாவது மேற்படி தோட்டத்தை விட்டு வேறொரு யிடங்களுக்குப் போனதில்லை. பிறாஞ்சு தேசத்துக்குப் போகக் கப்ப லேறும்போது முதலா யொருவரும் பார்க்கும்படியாய்ப் போகவில்லை. ரெழிமாஞ் சொல்தாதுகளுக்கு மழோர் ழெனெறாலா யிருந்த முசியே தெசுப்பினேத்தும் *(Mr. Despinette)* நூற்றன்பது சொல்தாதுகளுஞ் சென்னப்பட்டணத்தி லிருந்தார்கள். மேற்சொன்ன மழோர் ழெனெரால் கப்ப லேறாமல் தாமசப்பட்ட தேனென்றால் சொல்தாது ராணுவத்தார்களுக்கு சொஸ்தமில்லாம லிருந்த தினாலே வியாதி பழுதறக் குணமானபின் தம்முடன் கூட விட்டுக் கொண்டு போக வேணு மென்கிற நிமித்திய மிருக்க வேண்டியிருந்துது.

1780–ம் ஆண்டு (சராவரி வரு) ழூலியேத்து மா. 22–ந் தே.[1]

இற்றை நாள் அயிதர் பாதருடைய இராணுவத் தளத்தி லொரு சறுதாராகிய கரீம் சயேபு என்றவருடைய குதிரைவீ ராவுத்தர் பறங்கிப்பேட்டையைப் போய் கொளுத்திக் கொள்ளை யடித்து நிறுமூலமாக்கிய பின் மேற்படி யிடத்தில் பிறபல வற்த கனா யிருந்த மொகறுமியா வென்றவனையும் பின்னும் பல திரவியஸ்தர்களையும் பிடித்துக் கொண்டு போனார்கள்.

மேற்சொன்ன சமாசாரம் பிறசித்தமானபடியினாலே அவு மா. 11–ந் தே. சென்னப்பட்டணத் துரைகளுடைய வுத்தாரப் படிக்கு இற்றை நாள் புதுவைநகரப்பட்டணத்தில் துரைத் தனஞ் செய்துக் கொண்டிருந்த கற்னல் *Braithwaite* என்றவரி டத்தி லிருந்த சொல்தாது ராணுவத்தார், சிபாய்கள் முதலான வர்களை யெல்லா மிட்டுக்கொண்டு மிகுதியுஞ் சுறுசுறுப்புடன் சென்றார். இந்தப் பட்டணத்துக்குங் குடிகளுக்கும் நடக்க வேண்டிய வொழுங்குக ளொன்றுங் கற்பிக்காமல் நிராதாரவாய் விட்டுப் போறார்க ளென்கிறதை யோசித்து பிராஞ்சு மகாராசா அவர்களுடைய காரியக்காறராகிய முசியே பிவறோம் *Mr. Piveron Procureur Général de Roi* மேற்சொன்ன கற்னேல் பயணப்பட்டு நடக்குமுன் கண்டு பேசினதுக்கு தங்களுடைய குத்தகைக்காறர் கையில் மாசாந்திரஞ் செல்லுமான பணம் வாங்கிக் கொண்டு சேகுவரை வைத்து சம்பளங் கொடுத்து நடக்க வேண்டிய

1. ப–ர் குறிப்பு = ழூலியேத்து 1779 லிருந்து ழூலியேத்து 1780 வரையிலான ஓராண்டு கால நாட்குறிப்பு விட்டுப்போய் விட்டதன் காரணம் தெரியவில்லை.

காரியங்களை செய்ய வேண்டிய வொழுங்குடன் நடத்தச் சொல்லி முசியே பிவறோ மவர்களுக்குத் தானே யெழுதிக் கொடுத்தார்.

மேற்படியாருடைய விராணுவத்தார் வில்லவனல்லூர் வாசற்படி கடந்துப் போறதுக்குள்ளே யிப்பட்டணத்தின் சொல் தாதுக ளிருந்த கற்தியேயி (quartier) லிருந்து கட்டில்கள், கதவுகள், சன்னல், கதவுகள் மைற்றும் மகாசேன் ழெனெறாலி (Magasin Général) லிருந்த சாமான்களை யெல்லாம் தமிழரும் பறையருமாய்க் கூடிக் கொள்ளையிட்டுக் கொண்டு போனார்கள். பிற்பாடிந்த சமாசாரம் மேற்சொன்ன முசியே பிவறோ மறிந்து விந்தப்பட்டணத்து நயினாரை அழைத்து சீக்கிரமாய் வேண்டிய மட்டுஞ் சேகுவரை வைத்துக் காவல் போட வேண்டிய விடங்கடோறும் காவற்போட்டு கொள்ளையாய்ப் போன சாமான்களை யெல்லாம் மறுபடி கொண்டு வந்து சேர்க்கச் சொல்லியும் மைற்ற காரியங்களை தம்முடைய கட்டளைப் பிற காரம் சறுவசாகிறதையுடன் நிறவேற்றச் சொல்லியும் நிருபித்தார்.

அப்படியே யந்த நாழிகைக்கு அவரவர்க ளெடுத்துக் கொண்டு போன மேற்சொன்ன சாமான்களை யெல்லாம் நன் மார்க்கத்தோடு கொண்டு வந்து பிளாசிலே சேர்க்கக் கடவ தென்று மில்லாவிட்டால் கண்டினை தெண்டினைக ளெல்லாம் நடக்கு மென்றும் பறைசாத்தி யறிக்கையிடப்பட்டது.

ஆகையால், மறு நாள் காலமே பல சேகுவரை யனுப்பி வீடுகடோறுந் தப்பாமல் சோதிக்கத் துடங்கினார்கள். மேற்படி சாமான்களும் மேற்சொன்ன விடத்தில் கொஞ்சம் கொஞ் சமாய் கொண்டு போய்ச் சேர்த்தார்கள். நாளது மா. 12–ந் தே. காவற் போட வேண்டிய விடங்களி லெல்லாம் நயினாருடைய சேகுவரைப் போடப்பட்டுது.

செப்தேம்புற மா. 10–ந் தேதி

இந்த நாள் தக்கோலம் பெரும்பாக்கத்துக்கு மத்தியிலே பாதருடைய பாளைய மிங்கிலீசுக்காறருடைய பாளையமுஞ் சந்தித்து யுயித்தம் நடந்த விபரம்: பாதருடைய பாளையத்தின் வகுப்பி லொரு சர்தாராகிய முசியே லலே[1] கூட்டத்தாருக்கும் மேற்படியாருக்குஞ் சண்டை நடக்கும்போது பாதருந் தூர குண்டுக் கெட்டாத விடத்திலே யானையின் பேரிலிருந்து வேடிக்கைப் பார்த்துக் கொண்டிருக்கையில் இரு திறவருக்கு கை கலந்து மகத்தாகிய யுத்தம் நடந்து நெருங்கின சமையத்தில் நவாபு பாதருடைய பாளையமும் வந்து விழுந்து யுத்தஞ் செய்யு

1. Lallée

மிடத்தில் இங்கிலீசுக்காறருடைய பாளையத்திலிருந்த மருந்து பெட்டி பத்திக் கொண்டபடியினாலே மேல்ப்படியாருடைய பாளையம் முழுது மடிபட்டு முழுகிப் போய்விட்டுது. மேற்படி வகுப்புக்குத் தலைவனாகிய கற்னேல் பெலியும் (Colonel Baillie) காயப்பட்டு கைப்படியாக அகப்பட்டான்.

பிற்பாடு இங்கிலீசுக்காறருடைய போறக்களத்தில் இயானை களை விட்டு திருப்பினார்கள். கற்னல் பேலியுடைய துபாசி வீராசாமினாயக்கனை பாதருடைய குதிரைக்காறர் வெட்டிக் கொண்ணுப் போட்டார்கள்.

நொவேம்புறு மா. முதல் தேதி

இற்றை நாள் ஆற்காட்டின் பேரிலே பாதருடைய ராணு வத்தார் மூன்று மாசமாய் சண்டை செய்துக் கொண்டிருந்த படியினாலே ஒருபக்கங் கோட்டை யிடிஞ்சு லக்கை யேறினார்கள்.

ஆகையா லினிமேல் நீடித்துப் போனபடியால் மோசம் வருமென்று மிகுதியும் பயந்து அயதருடைய ராணுவத்தார் வசத்தில் கவில்ப் பேசி விட்டு விட்டார்கள்.

நாளது மா. 2–ந் தே.

மேற்படியாருடைய கொடி போட்டுக் கொண்டார்கள்.

நாளது மா. 18–ந் தே.

இற்றை நாள் புதுவை நகர்த் துறை யிலிருந்த முசியே புறி[1] யென்ற வற்தகனுடையக் கப்பலை இங்கிலீசுக்காறருடைய கப்பல்காறன் வந்து பிடித்துக்கொண்டு போனான்.

அந்த சமையத்தில் பாதருடைய மனிதர் ஒரு பீரங்கியை யிழுத்துக் கொண்டு போய் கடலோரத்தில் வைத்து மேற்படி கப்பலைப் பார்த்தொரு வெடி சுட்டார்கள். குண் டெட்டாமற் போய்விட்டுது.

1781–ம் ஆண்டு ழூாம்வியேர் மா. 18–ந் தேதி

இந்த நாளிந்த துறைக்கு மேலாக விங்கிலீசுக்காறருடைய சம்பானொன்று போனதை யிவடத்திலிருந்த பாதருடைய சறுதாருகள் கண்டு சலங்கிலே துபாக்கி முஸ்துகளுடன் செனங்களை யனுப்பிப் பிடித்து வந்து நார்ச்சோமன், தேங்காய்கள் மற்றுமதிலிருந்த சரக்குகளை யெல்லா மிறக்கி யெடுத்துக் கொண்டார்கள்.

---

1. Bury

21–ந் தேதி

இந்த நாளிந்தப் பட்டணத்தில் தானைய மிறங்கியிருந்த பாதருடைய குதிரைகள் 200–ம் மைற்ற சில்லறை றாணுவத்தாரு மிவடம் விட்டு மேற்படி பாளையத்துக்குச் சென்றார்கள்.

இதுவும்: முசியே கல்லியோ[1] வென்றப் பிறாஞ்சுக்காரன் புதுவைநகரில் முன்னாலே பிறாஞ்சுக்காறரிடத்தில் சேவித்து உத்தியோக மில்லாமலிருந்த பழைய சிப்பாய்கள் பலவிடங்களிலும் இறைஞ்சுப் போனவர்கள் போக சீவனுத்துக்கு வகையில்லாமல் கஷ்டப்பட்டுக் கொண்டிருந்தவர்களையும் மேற்படி யாருக்குத் தலைவரா யிருந்த சுபேதார் சமேதார் சில பேர்களையும் மைற்றும் இவடத்தில் சீவனத்துக்கு மிகுதியுந் தரித்திரப் பட்டுக் கொண்டிருந்த மிஸ்திசு[2] தொப்பாசு[3] முதலானவர்களை 200–300 பெயர்கள் வரைக்குங் கும்பல் கூட்டி யிதற்குத் தான் தலைவனா யேற்பட்டு இதுகாரியத்துக்கு வேண்டிய வேற்றினங்க ளெல்லாம் பாதருடைய காரியக்காறர் முன்னிலையிலே செய்து முகித்துக் கொண்டு இதையொரு détachement என்ற வகுப்பாக்கி கொடி கொடுத்து தம்பூறு புள்ளாங்கொழலோடு சேர்ந்த சின்னைகளோடு திட்டப்படுத்தி வுருவாக்கி நாளது தேதி யிவடம் விட்டு மேற்சொன்ன பாதருடைய பாளையத்துக்குச் சென்றார்கள்.

மூாம்வியேர் மா. 28–ந் தேதி

இற்றை நாள் யிந்தத் துறையில் பிறாஞ்சுக்காறருடைய கப்பல் கூட்டங்கள் முப்ப துரு மட்டுக்கும் காணப்பட்டுது. ஆறு மணிக்கெல்லா மொன்றொன்றாய் வந்து துறை பிடித்தது.

முன்னுதா யொரு சமாசாரங்களுமில்லாம லாசுமீகமாய் வந்து தோன்றியதால் பட்டணத்திலுள்ள தமிழாள், வெள்ளைக் காறர் சமஸ்தமானவர்களு மளவற்ற சந்தோஷத்துடன் கடற் கரையில் போய் நிரம்பியிருந்தார்கள்.

ஆகையால் முசியே பிவேறாம் Mr. Piveron Procueur Général du Roi சீக்கிரதுக்கு சலங்கிலேறி கப்பலுக்குப் போய் மேற்படி ழெனெறாலைக் கண்டு பேசிக் கொண்டு ராத்திரி யெட்டு மணிக்கு மறுபடி வந்து சேர்ந்தார்.

---

1. Galliot
2. Metis
3. Topas

30–ந் தே.

மேற்சொன்ன முசியே பிவறோம் மேல் நடக்க வேண்டிய காரியங்களுக்கு மேற்படி கப்பல்களுக்கு ழெனெறாலாகிய முசியே *Chr. Thomas d'Orves* அவர்களுடன் பேசி திட்டப்படுத்திக் கொண்டு, *Subtile* என்று பிறகாதுக்குக் கப்பித்தேனாகிய முசியே *Salvert* என்றவரை யிட்டுக்கொண்டு புதுவைநகர் விட்டு நாளது தேதி பாதருடைய பாளையத்துக்கு இருவரும் ஸ்தானாபதிக்கஞ் செய்யப் போனார்கள்.

பெவுரியேர் மா. *5*–ந் தேதி

இந்த னாள் இங்கிலீசுக்காறருடைய பாளையங் காட்டு மேட்டில் வந்திறங்கித்துது.

மறுநாள் 6–ந் தேதி கற்னேல் ஓயன்[1] கொஞ்ச ராணுவத்துடன் புதுவைநகரத்துக்குள்ளே வந்து காவற்போட்டுக் கொண்டு 7–ந் தேதி தங்களுடைய கொடியை யேற்றிக் கடற்கரையி லிருந்த சலங்குகளை எல்லாங் கொளுத்தினார்கள். சிப்பாய்கள் வீட்டுகளிலே நுழைந்து மாடாடுகள், தானியங்கள், கோழிகள், வைக்கல் கட்டுகள், மைற்றும் பாளையத்துக்கு வேண்டியதுக ளெல்லாம் வலுமையின் பேரி லெடுத்துக் கொண்டார்கள்.

பிறாஞ்சுக்காறருடைய கப்பல்கள் வந்து துறையி லிருக்கு தென்கிற கோபத்தினாலேயும் பொறாமையினாலேயும் குவற்ணமா முதலான ராசா அவர்களைச் சேர்ந்த விடங்களை யெல்லா மிடிக்கவும் பட்டணத்தி லிருக்கப்பட்ட வெள்ளைக் காறர் தமிழரில் பெரிய மனுஷரா யிருக்கப்பட்டவர்களுக்குப் பொல்லாங்குகள் செய்யவும் யோசித்துக் கொண்டிருக்கையில் தெய்வீகமாய் பாதருடைய பாளையம் வெகு வேகமாய் சமீபத்தில் வந்துவிட்டபடியினாலே பட்டணத்திலிருந்த ராணுவத்தா ரெல்லாம் மிகுதியும் பயந்து போட்டது போட்டபடியே யோடிப் போய் காட்டுமேட்டி லிறங்கியிருக்கிற பாளையத்துடன் கூடிக் கொண்டார்கள். 8–ந் தேதி தானே மேற்படி பெரிய பாளையமும் வெகு வேகமா யிவ்விடம் விட்டு பிறப்பட்டு கூடலூரைப் போய் சேரவேணு மென்று சுறுசுறுப்பாய்ப் போகையில் பாதருடைய பாளையமும் பின் சென்று துடர்ந்து பாணங்களைக் கொளுத்திப் போட்டு இன்னாரினியா ரென்றில்லாம லகப்பட்டவர்களை யெல்லாங் குதிரைக்காறர் வெட்டி மகத்தாகிய சேதப்பட்டுக் கொண்டுப் போகையில் வொருவருக் கொருவர் மிகுதியும் நல்ல யுத்தங்கள் நடந்து விங்கிலீசுக்காறருடைய பாளையத்தில் சாப்பாட்டுக் கில்லாமல் மகத்தாகிய வருத்தத்துடன் சமாளித்துக்

1. Oyen

கொண்டு கூடலூர்ப் போய் சேர்ந்தார்கள். பாதருடைய பாளையமு மவர்களை யசைய வொட்டாமல் சூழ்ந்துக் கொண்டது.

இங்கிலீசுக்காறருடைய பாளையம் சமீபத்தில் வந்தவுடனே இவடத்தி லிருந்த துரைசாணிகள் வெகு பேர்க ளெல்லாம் பயந்து துறையிலிருந்த கப்பலி லேறினார்கள். பாதருடைய காரியக்காறரும் வேறொரு சலங்கிலேறி கப்பலிலே போயிருந்தார்கள்.

நாளது மா. 9–ந் தேதி

இந்த நாள் போன மூாம்வியேர் இவடத்திலிருந்து பாதருடைய பாளையத்துக்குப் போன முசியே பெவறோமும் மேற் சொன்ன சலுவேர் என்ற பிறகாதுடைய கப்பித்தானு மிருவரும் நவாப்பு கையில் வெகுமதி பெற்றுக் கொண்டு புதுவை மானகரம் வந்து சேர்ந்து ஏசுக்காதிருக் கொம்மந்தாமாகிய முசியே தொறுவு[1] அவர்களுக்குக் கொடுத்த வெகுமதியைக் கொண்டுபோய் கொடுத்தார்கள். அவர் கப்பலிலே 21 பீரங்கி வெடிகள் சுட்டு மரியாதையுடனே வாங்கிக் கொண்டார்.

பெவுறியேர் மா. 13–ந் தேதி

இற்றை நாள் ஈந்துத் துறையிலிருந்த மேற்சொன்ன எசுக்காதிறு மோறீசுக்குப் போய் விட்டுது. ஆகையால், பாதர வர்களுடைய காரியங்களை நிலை நிறுத்தி யுறுதிப்படுத்தும் படியாய் கப்பலேறி மேற்படி யெசுக்காதுருடன் கூட மேற் சொன்ன முசியே பிவறோமும் மோறீசுக்குப் போனார்.

அவறீல் மா. 10–ந் தேதி

இந்த நாள் கூடலூரி லிறங்கியிருக்கிற பாளையத்திலிருந்து கற்னல் ஓயன் ஒரு பட்டாளஞ் சிப்பாய்களுடன் புதுவை நகரத்துக் குள்ளே வந்து பிடவைக் கடைகளிலுஞ் சில வெள்ளைக்காறர் மீரா வெளியில் குடியிருக்கிற தமிழ் வீட்டு களிலுங் கொள்ளை யிட்டுக் கொண்டு இன்றைக்குத் தானே கடற்கரை வழியாய் கூடலூருக்குப் போனார்கள்.

ஆகையாலிது காரியத்துக்கு பிடவைக்காற செட்டிகளெல் லாம் கூடி கொள்ளையிட்டுக் கொண்டு போன சரக்குகளை யெல்லாம் மதிச்சு பன்னீராயிரம் வராகனுக்கு கணக்கெழுதி யிவடத்திலிருந்த பிறாஞ்சுக்காற துரைகளுக்கு காண்பித்து விண்ணப்பம் பண்ணிக்கொண்டார்.

இவர்கள் கையொப்பம் போட்டுக் கொடுத்த காகிதத்தையும் மேற்சொன்ன பன்னீராயிரம் விராக னட்டவணையும் கூட

1. d'Orves

வைத்து ழெனறால் *Mr. Coote* கூட்டுக் கொரு காகிதமெழுதி பிறாஞ்சுக்காற துரைகளனுப்பினார்கள்.

இவர்களனுப்பின காகிதத்தைப் பார்த்துக் கொண்டு ழெனெறால் கூட்டு புதுவைநகரி லிருக்கிற அபித்தாமென்ற துரைகளுக்கு மறுமொழி யெழுதி யனுப்பின விபரம்.

அவை வருமாறு

Messieurs,

என்னுடைய உத்தாரப்படி கற்னல் ஓயன் என்றவர் பின்னால் வந்த ராணுவத்தார் புதுவைநகரில் செய்த வலங் கோலையினாலே தங்களுக்கு வந்த நிற்பாக்கியத்தின் பேரில் முறைப்பாடாகப் புதுவைநகரத்துக குடிகள் பல பேர் கையொப்பம் போட்டனுப்பின காகித மெனக்கு வந்து சேர்ந்தது.

கர்னாடக சீர்மையை ஐதரல்லி கான் கட்டிக் கொண்ட நாள் முதற்கொண்டு புதுவைநகரி லிருக்கிற பிறாஞ்சுக்காறருடைய குடிகளனைவரும் நடத்தின காரியம் உலகமெல்லா மறிந்ததாகக் கொள்ள பிரசித்தமா யிருக்கிறதினால் நானதுகளை விபரமா யெழுதி யதின் கிறம பாதக காண்பிக்க வேண்டிய வவசரமில்லை.

இந்த வுண்மையை அவர்கள் தானே யொத்துக் கொள்ள வேண்டி யிருக்கிறதல்லாமல் நாங்க ளித்தைய வரைக்கு மவர்களை நடப்பித்த நன்மைத்தனத்துக் கவர்கள் தாங்க ளபாத்திரவான்க ளென்று மந்த நன்மைத் தனத்துக்கு தாங்கள் காத்துக் கொண்டிருக்க ஞாயமில்லை என்று மெண்ண வேண்டிய திருக்கிறது. பின்னையு மங்கே வந்த ராணுவத்தாருக் கிசமானாக வந்தவர்களையு மவர்களுடைய பண்டம் பாடிகளையுங் காப்பாத்த தமக்குள்ள வாசையைக் கொண்டு பறைசாத்தி வைத்ததை கண்டதினால் மவுனமா யிருக்க வேண்டி யிருந்ததே யில்லாமல் இங்கிலீசுக்காறருடையவு மவர்களைச் சேர்ந்தவர்களுடையவும் அறுக்காறு முதலானவர்கள் புதுச்சேரி வழியாய்ப் போகையி லவர்களைப் பிடித்து அவர்களுக்குச் செய்த நெஷ்ட்டூரங்களையும் பொதுக் காரியத்துக்காக அனுப்பப்பட்டக் காரியக்காறரை பிடித்து சிறசாலையி லடைத்து செய்த கொடூரத்தினால் இங்கிலீசு சாதி[1]யாருக்கு வந்த அவமரியாதையுங் காரியத்தாட்சியையு மதினால் மாத்தானுடைய கருத்துக் கொத்த விதத்தையு மவர்களுக்கு வந்த வாபத்தையும் பார்க்கும் போது அவர்களுடைய ஆபத்தொன்றுமில்லை யென்று சொல்ல வேண்டிய ஞாயமிருக்குது. இந்த முகாந்திரத்தைப் பத்தி புதுச்சேரி குடிகளுக்கு வருத்தி வைத்தப் பொல்லாங்கு மினி வருத்தி

1. சாதி என்னும் சொல் நாடு nation என்ற பொருளில் வருவதைக் கவனிக்க

வைக்கத் தக்கப் பொல்லாங்குகளுக்கு மதிகாரங் கொடுக்கிற தல்லாமல் அதுகளை ஞாயத்தோடு வொப்பிக்கத் தக்கதாக விருக்கிறது.

புதுவைநகரத்து மனித ரிந்தக் காரியங்களை நன்றாய்ச் சாதகத்துட னறியவுந் தங்களுடைய நடத்தையின் தப்பிதத்தைக் கண்டுக்கொண்டு இங்கிலீசுக்காறரால் தங்களுக்குச் சலிகை வருமென்று நம்பவு மெண்ணங் கொண்டிருக்கவும் அற்ப ஞாய மில்லை யென்று நன்றாய் அறிய வேணுமானால் என்னிடத்திலிது காரியத்துக்காக முசியே ழெறார் (Mr. Gérard) என்றவரை யனுப்பினால் ஒரு விசேஷமான காரியத்தைச் சொல்லி முகித்துப் போடுகிறேன். அதாவது இங்கிலீசுக்காறருடைய சிப்பாய்களின் பெண்பிள்ளைகளுடைய மனச் சுதந்தரத்தை மாத்தி யவர்களைச் சிறை யிலடைத்தது மல்லாம லவர்களில் அனேகம் பேர்களைக் கெடுத்துப் போட்டதினாலே சிபாய் களுக்கு வந்த கோப மிகுதியால் அவர்களுக்கு வந்த ஞாயமான கஸ்தியினாலேயுங் கோபத்தினாலு மவர்கள் பட்டணத்திலே ஒருப் படைபோடுவார்களென்று கற்னல் ஓயன் கண்டு மிகுதியும் பிறையாசப்பட்டு அவர்கள் கோபத்தை தணித்து அவிடம் விட்டன்னேர மப்பா லழைத்துக் கொண்டு வராவிட்டால் தங்களுடைய கோபத்தை நிறைவேற்றி யிருப்பார்க ளென்று கற்னேல் ஓயன் நினைக்க விடமுண்டாயிருந்துது.

1781–ம் ஆண்டு அவிறீல் மா. 15–ந் தேதி

புதுப்பாளையத்திலி றங்கியிருக்கிற இங்கிலீசுப் பாளையத்தி லேமுதப்பட்டது கையொப்பம் கூட்டு.

யிதுவும்

நாளது வரு. நாளது மா. 19–ந் தேதி

இற்றை நாள் ழெனெறால் கூட்டவர்களுடைய சக்திறத்தா ராகிய முசியே தியேறனே (Mr. Tierney) யென்றவர் முசியே ழெறா ரவர்களுக் கெழுதின காகிதம்.

அவை வருமாறு:

நாளது மா. 18–ந் தேதி தாமெனக் கெழுதியனுப்பின காகிதம் வந்து சேர்ந்துது. இதுவும் புதுவைப்பட்டணத்துக் குடிகள் ழெனெறாலுக் கெழுதிக் கொண்ட காகித மொன்று மவருக்கு வந்து சேர்ந்துது.

அதற்கவர் புதுவைநகரப்பட்டணத்துக் குடிகள் பேரில் சொல்லப்பட்டக் காரணங்க ளெல்லாம் மெய்தானென்றெண்ணு

கிறதுக்கிட முண்டா யிருக்கிறவடியா லிதற்கு மறுமொழி யெழுத அவசரமில்லை யென்று நினைக்கின்றார்.

யிப்படியிருக்க தமக்கு நானெழுதுகிற தென்ன வென்றால் பகையாளிக ளெங்கே யிருந்தாலும் அங்கே போயவனை யழித்துப் போடும்படியாய்ச் செய்யப்படு முபாயங்களினாலே வரப்போற பொல்லாப்புகளை யெல்லாம் நிச்செயமா யவர்கள் தானே அனுபவிக்க வேண்டியதா யிருக்குமே யல்லாமல் வேறில்லை. யிப்படியிருக்க நானுமக்குச் சொல்ல வேண்டியது அந்தப் பகையாளியை புதுச்சேரிக்கு வெளியே துரத்துப்படியாய் வெறொரு பாளையத்தை அனுப்ப அவசரமிருக்கு மென்று கண்டா லின்னேர மட்டும் நீங்க ளனுபவியாத விசேஷங்களிலும் மிகுதியும் கொடூரமான துன்பங்களை யனுபவிப்பீர்கள்.

யிது தவிர தமக்குப் பொல்லாப்பு செய்யாமலிருக்கும் புதுச்சேரி குடிகளை ஒரு சேதப்படுத்த வேணுமென்று ழெனெறால் கூட்டவர்களுக்குப் பரிச்சேதமாக யந்தக் கருத்தில்லா திருக்கிறதுமன்றி அவர்களுக்குச் சகாய வுதவி செய்ய வேணுமென் றாசைப்படுகிறா ரென்றவர்களுடனே கூட சென்னப்பட்டணத்துக்குப் போனால் அவர்களை விசாரித்துக் கொள்ள மனதாயிருக்கிறா ரென்று எனக்குத் தெரிந்ததை யுமக் க்கறிவியாதிருக்க மனதில்லை.

இப்படிக்குக் கையொப்பம் தியேறுனே

மே மா. 22–ந் தேதி

இற்றை நாள் இராத்திரி பனிரெண்டடித்திரண்டு மணி வேளையில் நபாபு பாதருடைய பாளையத்தி லொரு சற்தாராகிய மீரா சாயேபு மேற்படி பாதருடைய நிருபத்தின்படி யென்று சொல்லி பறைசாத்தி அறிக்கையிட்ட விபரம்: சத்துராதிகள் புதுவைநகரத்துக்குள்ளே வரும்போதெல்லாம் அவிடத்திலிருக்கிற மாடாடுகள், தானியங்கள் யாவு மவர்களுக் குதவியாயிருக் கிறதினாலேயும் அவர்களுடைய பாளையம் பிறப்பட்டு வருகிறதுக் கேதுவையா யிருக்கிறபடியினாலேயும் பட்டணத்தி லிருக்கப்பட்ட மேற்சொன்ன ரஸ்துகளோடு கூடிய தின்பண்டங்கள் மைற்று மவரவர்களுடையப் பொருள்களையும் கொண்டு போய் வழுதாவூரிலே சேர்க்கக் கடவதென்றும் நிருபித்தான பாதி ராவிலே தமுக்குப் போடுவித்ததை பட்டணத்துப் பிறசைகள் கேட்டு ஒரு காலங்களிலு மில்லாத காரியமா யிருக்கு தென்று மிகுதியும் பயந்து வாச்சரியப்பட்டார்கள்.

ஆனால் பட்டணத்தைவிட்டு வொருவரும் வெளிப்பட்டது மில்லை மேற்படி கட்டளை முழுதும் நிறவேத்தவுமில்லை.

நாளது மா. 25–ந் தேதி

Escadre anglaise commandée parl'Amiral Yousse[1]

இந்த நாள் இங்கிலீசுக்காறருடைய கப்பல்கள் பொம்பா யிலிருந்து வந்து கூடலூர் துறையிலே காணப்பட்டுது.

மூவேன் மா. 10–ந் தேதி

இந்த நாள் தியாகதுற்க மென்ற கோட்டையை பாதர் பிடித்துக் கொண்டபடியினாலே கோட்டையை நபாபுடைய ராணுவத்தார் வசத்தில் விட்டு விட்டு முன்னதிலிருந்த ராணுவத்துக்குக் காரியத் தலைவராயிருந்த இங்கிலீசு வொப்பீசியே யிரெண்டு பேர்களும் சாற்சந்து (sergent) இரண்டு பேர்களும் தங்களை ஒரு பொல்லாங்குச் செய்யாமல் மனைச் சுதந்தரத்தோடு விட்டு வைக்கவேணு மென்று கேட்டுக் கொண்டபடி விடை கொடுத்து மைற்ற சிபாய் ராணுவத்தார் 400 பேர்களையும் ஆயுதங்களை வாங்கிக் கொண்டு துரத்தி விட்டார்கள்.

யிதுவும்

திருச்சிராப்பள்ளி கோட்டைக்கருகாமையிலே யிங்கிலீசுக் காறருடைய சிப்பாய் ராணுவத்தார் வரிசைப்பழக்கிக் கொண் டிருக்கையில் சடுதியாய் பாதருடைய குதிரை ராவுத்தர் போய் வளைத்துக் கொண்ட விடத்தி லிரு திறவருக்கும் யுத்தம் நடந்து இங்கிலீசு ராணுவத்தாருக்கு வந்த சேதத்தின் வரலாறு.

கைப்பிடியா யகப்பட்டுப் போன வெள்ளைக்காற வொப் பீசியே 2, சிப்பாய்கள் 34, மைற்று நூறு சிப்பாய்களு மிறந்து போனார்கள். ஆயுதங்களிலகப்பட்டது: ஆறு றாத்தல் குண்டு போடப்பட்ட பீரங்கியொன்றும் துப்பாக்கிகள் 340.

மூவேன் மா. 22–ந் தேதி

யித்த னாள் சாயங்காலம் யிங்கிலீசுக்காறருடைய சண்டைக் கப்பல்கள் அஞ்சுருப்பபடி வந்து புதுவைநகரந் துறை பிடித்துது.

மூலியேத்து மா. 2–ந் தேதி

யிந்த நாள் பறங்கிப்பேட்டை யண்டையில் பாதருடைய பாளையம் இங்கிலீசுக்காறருடையதுஞ் சந்தித்து மிகுதியும் நல்ல யுத்தம் நடந்த விடத்தி லிரு திரவருக்குஞ் சேதப்பட்டுது. நவாப்புடைய மைற்றுனன் மீர் சாயபு யென்ற சறுதாருக்கும் முசியே Fabre என்ற பிரஞ்சுக்காற வயித்தியனுக்கு மொரு பீரங்கி யுண்டை யடித்து மிருவருந் தெய்வீகமாய்ப் போனார்கள்.

---

1. Hughes

நாளது மா. 4–ந் தேதி

இந்த நாள் இங்கிலீசுக்காறருடைய பாளையம் மறுபடி திரும்பி கூடலூரைப் போய் சேர்ந்தது.

7–ந் தேதி

யிந்த நாள் புதுவை நகரிலிருந்த முசியே பெறோ என்ற பிரெஞ்சுக்காரன் துப்பாக்கியினாலே சுட்டுக் கொண்டிறந்துப் போனான்.

9–ந் தேதி

யிங்கிலீசுக்காறருடைய பாளையங் கூடலூரிலிருந்து மறுபடி அரியாங்குப்பத்தில் வந்து சேர்ந்துது.

10–ந் தேதி

யிற்றை நாள் காட்டு மேட்டில் போயிறங்கினார்கள்.

11–ந் தேதி

ழெனெறால் கூட்டும் புதுவைநகரத்துக் குள்ளே வந்தார்.

12–ந் தேதி

கற்னேல் ஸ்துவார் (Colonel Stuart) என்றவர் பட்டணத்துக் குள்ளே வந்தார்.

13–ந் தேதி

மேல்ப்படியாருடைய நோவாளிகளை கப்பலி லேற்றி னார்கள்.

14–ந் தேதி

மேற்படியாருடைய பாளையஞ் சென்னப்பட்டணத்துக்குச் சேர்ந்துது.

நாளது மா. 17–ந் தேதி

இற்றை நாள் பாதருடைய பாளையத்திலிருந்து முசியே லாலே (Mr. Lallée) யென்றவர் புதுவை நகரத்துக்குள்ளே வந்து மறுபடி யுடனே திரும்பி விட்டார்.

18–ந் தேதி

மேற்படி பாளையத்திலிருந்து மேற்சொன்ன முசியே லாலே அவர்களுக் கிரண்டாவதாகிய முசியே பிமோறன் (Mr. Puymorin) பட்டணத்துக்குள்ளே வந்தார்.

22–ந் தேதி

இங்கிலீசுக்காறருடைய சம்பா னொன் றிந்தத் துறை வழியாய் போனதை யிவடத்திலிருந்த பாதருடைய மனிதர் பிடித்துக் கொண்டார்கள்.

அவு மா. *27–*ந் தேதி

யிந்த நாள் ஆர்க்காட்டுக்குச் சமீபத்தில் பாதரும் இங்கிலீசுக் காறரு மெதிர்த்து உயித்தஞ் செய்விடத்தில் இங்கிலீசுக்காறருடைய தளத்துக்குத் தலைவனாயிருந்த ழெனெறால் இஷ்டொட்[1] டென்றவனுக்குப் பீரங்கியுண்டை யடித் தொரு காலொடிந்துப் போய்விட்டுது. கற்னேல் புறோன் (Cl. Brown) காயம்பட்டிறந்து போனான். சொல்தாது வெள்ளைக்காறரில் 280 சிப்பாய்களில் 3000 பேர்களு மிறந்துப் போனார்கள். பாளையம் பின்னிட்டு சென்னப் பட்டணத்தைப் போய் சேர வேண்டியாச்சுது.

செப்தேம்புற மா. *27–*ந் தேதி

இந்த னாள் மேற்சொன்னவிடத்தில் மறுபடி யிரு திரவ ருக்கும் உயித்தம் நடக்குமிடத்தில் பாதருடைய சறுதாருகளில் இங்கிலீசுக்காறருக் குளவாயிருந்து 600–700 பேர்கள் வரைக்கும் பிறப்பட்டுப் போய் சத்துருவுடன் கூடிக் கொண்டப்படியி னாலே யித்த விசை பாதருக்குக் காரியத்தாட்சி யாச்சுது.

ஒக்தோபுற மா. *3–*ந் தேதி

யிந்த நாள் முசியே லாலே அவர்களுக் கிரண்டாவதாகிய முசியே பிமோறேன்[2] யென்றவருக்குக் காலிலே பெலத்தக் காயம்பட்டுது.

நாளது மா. *28–*ந் தேதி

யிந்த நாள் பாதருடைய பாளையத்திலிருந்தும் புதுவை நகரிலிருக்கிற துரைகளுக்கு வந்த காகிதத்தி லெழுதியிருந்த சாமாசாரம் அதாவது: இங்கிலீசுக்காறர் றஸ்து விசேஷிச்சு சேர்மானஞ் செய்து வேலூருக் கனுப்பிவிக்கும் பொருட்டாய் சிப்பாய் பட்டாளங்கள் 7, சொல்தாது ராணுவத்தார்கள் 300, சிப்பாய்களேறிய துறுப்புக் குதிரைகள் 300 யிதுக்குத் தலைவனாய் கற்னல் ஓயன் (Col. Oyen) என்றவனை நேமித்து ஆற்காட்டுக்கு முக்காத வழிக்குச் சமீபத்தில் சித்தூர் யென்ற கோட்டையை யத்துப் பிடித்துக்கொண் டிறங்கியிருக்கிற

1. Stuart
2 Puymorin

பாளையத்திலிருந்து மேற்சொன்ன பாளையம் ரஸ்து எடுத்துக் கொண்டு வேலூருக்குப் போகப் பிறப்பட்டபடியினாலே நாளது பாதருடைய இராணுவத்தார் போய் வளைத்துக் கொண்டு சண்டை செய்யும் போது மேற்படி வகுப்பு முழுதுஞ் சேதப் பட்டுப் போய்விட்டுது.

வரலாறு

காயம் பட்டிறந்து போனவர்கள் 300, ஒப்பீசியேகள் 4, கைப்பிடியாக அகப்பட்டுப் போன யிராணுவத்தார் 100, மைற்று மனேகஞ் சாமான்க ளகப்பட்டுப் போனதுமன்றி யானைகள் 2, ஒட்டகங்கள் 4, ஆயுதங்களோடு கூடிய துப்பாக்கிகள் 154 போக நீக்கு நின்ற விராணுவத்தார்க ளெல்லாங் காட்டுக் குள்ளே யோடிப்போனார்கள்.

நொவேம்புற மா. 10–ந் தேதி

இதுவுமது: இற்றை நாள் பாதருடைய பாளையத்தி லிருந்து வந்தக் காயித முன்னிலையா யறிந்த சமாசாரமாவன.

வேலூருக்கு முன் னனுப்பின ரஸ்து போய் சேருகிறதுக் கில்லாமல் சேதப்பட்டுப் போனபடியினாலே மறுபடி நாளது மாசம் வேறே பாளையங் கூட்டி யனுப்பின விடத்தில் மேற் சொன்ன நபாவுடைய பாளையம் வந்தெதிர்த்து சண்டை செய்யும்போது முன்போல் முறியப்பட்டுப் போய்விட்டுது. சேத மான விபரம்: பீரங்கிகள் 5, துப்பாக்கிகள் 1200, இரஸ்து வண்டிகள் 2, இதன்றியும் ஒப்பீசியேகளில் மிகுதியா யிறந்து போனார்கள். யிரெண்டு ஒப்பீசியேகள் பிடிபட்டுப் போனார்கள். சிபாய் ராணுவத்தார்களிலு மனேகம் பேர்களி றந்து போன வர்கள் போக மைற்றவர்க ளெல்லாம் முன்போல் காட்டிலே போய்ச் சேர்ந்தார்கள்.

நாளது மா. 18–ந் தேதி

இற்றை நாள் கேழ்விப்பட்ட சமாசாரமாவன. தரங்காபாடியி லிருந்து நாளது மா. 13–ந் தே. யெழுதப்பட் டிவடத்துக்கு வந்த காகிதத்தில் நாளது மா 12–ந் தேதி நாகப்பட்டணத்தை யிங்கிலீசுக்காறர் வசத்தில் சண்டை செய் யாமல் மடையத்தனமா யொப்பித்து விட்டார்களென்று கண்டி ருந்துது.

24–ந் தேதி

இந்த நாள் யிதுவும்: மேற்சொன்ன விடத்திலிருந்து வந்தக் காயிதத்தின் முன்னிலையி லறிந்தது முசியே லுவி மொனறோ *(Louis Monneron)* மென்றவர் முசியே மசே யென்றவருடைய கப்பலில் வந்து குழம்பிலே *(Colombo)* சேர்ந்திருக்கிறா னென்றும்

கொஞ்சம் நாள் வரைக்கு மவிடத்திலே தானே வாச மாயிருக்கப் போறாரென் றெழுதியிருந்துது.

தெசாம்பிற மா. முதல் தேதி

இற்றை நாள் இதுவும்: பாதருடைய பாளையத்திலிருந் தெழுதி வந்த சமாசாரம்.

முசியே லலே யென்கிறவருக் கிரண்டாவதாகிய முசியே பிமோறேனுக்கு போன செப்தேம்புற மாதச் சண்டையில் காயம்பட்டப்படியினாலே போன நொவம்புற மா. 30–ந் தே. தெய்வீகமாய்ப் போனா ரென்றிந்தக் காகிதத்தி லெழுதி யிருந்துது.

நாளது மா. 19–ந் தே.

இந்த நாள் போன பெவுறியேர் புதுவைநகரிலிருந்து முசியே தொறுவு *(Mr d'Orves)* என்றவருடைய எசுக்காதுறுடன் கூடப் போன முசியே பிவறோம் மறுபடி மோரீசு[1] விட்டு அவு மா. 23–ந் தேதி பிறப்பட்டு அவரிவடத்திலிருந் தேறிப் போன சுப்த்தீல் என்ற *Subtil* பிறகாது கப்பலிலே தானே வந்து செப்தேம்புறு மா. 17–ந் தே. கோவை[2]யி லிறங்கி அவிடத்தி லிருந்து நாளது தெசேம்புற மா. 14–ந் தே. ஆற்காட்டில் வந்து சேந்தாரென்று மேற்படி பாளையத்தலிருந் தெழுதி வந்துது.

1782–ம் ஆ. ஜூாம்வியேர் மா. 8–ந் தே.

இற்றை நாள் இங்கிலீசுக்காறர் வேலூருக்கு ரஸ்து கொண்டு போறதுக் கேதுவையா யிருக்கிறார்களென்று ஆற்காட்டிலிருக்கிற பாதருடைய காரியக்காறருக் கறிக்கை யிட்டார்கள். அப்படியே நாளது மா. 10–ந் தே. ஆறாயிரம் மாடுகளின் பேரிலே ரஸ்துக்க ளேற்றிக்கொண்டு வேலூருக்குப் போற தறுவாயிலே பாதருடைய பாளையம் வந்தெதிர்த்துக் யுத்தஞ் செய்தவிடத்தில் இங்கிலீசுக்காறருக்கு சிபாய்களில் 450ம் மூன்று வொபீசியேகளும் சேதமானாலுங் கடைசியாய்ச் சமாளித்துக் கொண்டு போய் சேர்ந்தார்கள். பாதருக் கொரு சேதமுமில்லை.

பெவுறியேர் மா. 13–ந் தே.

பெவுறியேர் இந்த நாள் முசியே லலே தம்முடையப் பாளையத்தை விழுப்புறத்தில் நிறுத்தி விட்டு ஏழு துறுப்பு குதிரைகளுடன் புதுவைநகரத்துக்குள்ளே வந்து மறுபடி யுடனே திரும்பி விட்டார்.

1. Maurice
2. Goa

பெவுரியேர் மா. 16–ந் தே.

இற்றை நாள் புதுவைநகரத்து துறையில் பதினாறு கப்பல்கள் காணப்பட்டுது. இன்னாருடைய தென்று தெரியாமல் சந்தேகப்பட்டார்கள்.

17–ந் தே.

இந்த நாள் மேற்சொன்ன கப்பல்கள் பதினாறும் எசுக்காதிறு கப்பல்களைச் சேர்ந்ததென்று வுறிதியா யறியப்பட்டுது.

நாளது மா.

இந்த நாள் மத்தியானம் மூன்றரை மணிக்கு கிழக்கேயிருக் காத வழிக்குச் சமீபத்தில் கடலின் பேரில் பீரங்கி சத்தங்கள் மிகுதியாய்க் கேட்டுது. முசியே சுப்பிறேன் (Mr. Suffren) அவர்களுடைய கப்பல்களும் இங்கிலீசுக்காறருடைதுஞ் சந்தித்து யுத்தம் நடக்கிற தென் றிவடத்திற் சொல்லிக் கொண்டார்கள்.

18–ந் தே.

இந்த நாள் இங்கிலீசுக்காறருடைய கப்பல்க ளிந்தத் துறைக்கு மேலாகக் காணப்பட்டுது.

20–ந் தே.

இந்த நாள் இந்தத் துறையில் *La Fine* என்றப் பிறகாது வந்து துறை பிடித்தவுடனே சொல்தாது ராணுவத்தார்களை பார்க்கும் பொருட்டாய் முசியே தெ சுப்பிறே னவர்களுடைய கப்பல் கூட்டங்கள் பறங்கிப்பேட்டைத் துறையை நோக்கிப் போக பின்னாலே வருகுதென்று சமாசார மறிக்கை யாச்சுது.

மார்சு மா. *22*–ந் தே.

அப்படியே இந்த நாளிந்த துறைக்கு மேலாக முசியே சுப்பிறேனவர்களுடைய கப்பல் கூட்டங்கள் காணப்பட்டு செனங்களை யிறக்கும் பொருட்டாய் மேற்சொன்ன விடத்துக்குச் சென்றது.

இதுவும்: மேற்சொன்ன கப்பல் கூட்டங்கள் முன்னிவடத்துக்கு வந்து போற போது எசுக்காதிறுக்கு கொம்மந்தாமாயிருந்த முசீயே தொறுவு மோரீசிலிருந் திவிடத்துக்கு மறுபடி வருகையில் பவழக்காட்டுத் துறைக்குச் சமீபத்தில் தெய்வீகமாய்ப் போனதினால் அவருக் கிரண்டாவதாயிருந்த முசியே சுப்பிறேன் அந்த வதிகாரத்தை ஏற்றுக் கொள்ளப்பட்டுது.

நாளது மா. 23–ந் தே.

இந்த நாள் புதுவைநகரத்துத் துறையி லிருந்த கப்ப லொன்று சுலுப்பு ரெண்டு மூன்றுருவையும் ஒரு யிங்கிலீசுக் கப்பல்காறன் வந்துக் கொளுத்திப் போட்டான்.

27–ந் தே.

இந்த நாள் ராத்திரி ஒன்பது மணிக்கு இங்கிலீசுக்காறருடைய கப்பலொன்று வந்து துறைபிடித்து முன் முசியே தெ சுப்பிறேனவர்கள் மேற்படியாருடைய கப்பல் 1 சுலுப்பு 1 பிடித்துக் கொண்டு வந்ததினால் அரிசி விசேஷச் சிருக்கு தென்கிறதைப் பத்தி தம்முடன் கூட விட்டுக் கொண்டு போகாம லிந்த துறையில் தானே விட்டுப் போனபடியினாலே அவ் விரண் டுருவையும் மேற்சொன்னக் கப்பல்காரன் கொளுத்தி விட்டு வதிலிருந்து புதுவைநகரத்திற்[1] குடியிருக்கப்பட்ட பிரெஞ்சுக்காறற் வற்தகனாகிய முசியே புஷே என்றவனையும் பிடித்துக் கொண்டு மறுநாள் காலமே சென்னப் பட்டணத்துக்குச் சென்றான்.

நாளது மா. 31–ந் தே.

இற்றை நாள் பிறாஞ்சுக்காறருடைய பாளையம் பறங்கிப் பேட்டையிலிருந்து கூடலூரின் பேரிலே வந்திறங்கினது.

அவ்றீல் மா. 19–ந் தே.

இந்த னாள் இங்கிலீசுக்காறருடைய கப்பல்கள் ஒன்ப துரு விந்த துறைக்கு மேலாகக் காணப்பட்டது. இந்த நாள் முசியே தெ சுப்பிறேன் அவர்களுடைய கப்பல் கூட்டங்கள் புதுவைநகரத் துறையில் வந்து சேர்ந்துது.

20–ந் தே.

இந்த நாள் முன் மேற்படி கப்பல்களிலிருந்து யிராணு வங்களை யிறக்கும்போது எதிரியுடைய கப்பல்கள் காணப்பட்ட படியினாலே முசியே சுப்பிறேனவர்கள் அவர்களைத் துரத்திக் கொண்டு போக வேண்டியிருந்து பின் சென்றதினாலே செனங்கள் கொஞ்ச மிறக்காமல் கப்பலிலே தானே நின்ற மைத்த செனங்களை யிறக்கும் பொருட்டாய் மேற்சொன்ன கப்பல்கள் நாளது மா. பறங்கிப்பேட்டை துறைக்குஞ் சென்றுது.

அவ்றீல் மா. 22–ந் தே.

இற்றை நாள் சிதம்பரத்துக்குச் சமீபத்தி லிருந்த முசியே லலேயுடைய ராணுவத்தார்களுக்கும் இங்கிலீசுக்காறர்களுக்கும்

---

1. Boucher

நாளது மா. 17–ந் தே. யுத்தம் நடந்த விடத்தில் இங்கிலீசுக்காறர் மிகுதியுஞ் சேதப்பட்டு மேற்படி ராணுவத்துக்கு யிச மானாயிருந்த கற்னல் *Braithwaite* பிறத்திப் பட்டும் யிருபது வெள்ளைக்காறரு மகப்பட்டுப் போனது மன்றி 2000 சிப்பாய்க ளாயுதங்களை வைத்து விட்டார்களென்றும் மைற்றவர்க ளெல்லா மோடிப்போனார்க ளென்றும் முசியே லலேயுடைய பாளையத்திலிருந்து சமாசாரம் வந்துது.

23–ந் தே.

இந்த நாள் முசியே பிவறோம் பாதருடையப் பாளையத்தி லிருந்து பிறாஞ்சுக்காறருடையப் பாளையத்துக்கு ஜெனெறாலா கிய முசியே துஷெமெ (Mr. Duchemin) னவர்களைக் காணும் பொருட்டாய் பாத ரவர்களாலே பெற்ற நவபத்தோடு கூடிய முயற்சி பெற்ற சகல விருதுகளும் பிடித்துக் கொண்டு மேற்சொன்ன முசியே பிவறோம் 100–200 குதிரை றாவுத்தரும் காலாள்களும் பின் செல்லத் தக்கதாக நாளது மா. காலமே புதுவைநகரம் வந்து சேர்ந்து மறுபடி சாயங்காலந் திரும்பி விட்டார்.

அவு மா. 12–ந் தே.

யிற்றை நாள் பிறாஞ்சு மகாராசா அவர்களுடைய பாளை யத்துக்கு ஜெனெறாலாகிய முசியே துஷெமென் என்றவர் மஞ்சாங்குப்பத்தில் வியாதியாயிருந்தவர் தெய்வீகமானார். ஆகையால் தொஸ்திராசி (d'Austrasie) ரெழிமாமுக்குக் கொலே னேலா யிருந்த முசியே கோந்து தொப்பிலீசு (Comte d'Hofflize) யென்றவர் மேற் சொன்ன ஜெனெறா லவர்களுடைய அதிகா ரத்தை யேற்றுக் கொண்டு பாளையத்துக் கிசமானானார்.

சுபகிறு வரு. ஆவணி மா. 25–ந் தே. – செப்தேம்புற மா. 6

இற்றை நாள் மத்தியானம் பனிரெண்டு மணிக்கு இங்கிலீசுக் காறருடைய பாளையங் காட்டுமேட்டில் வந்திறங்கி யுடனே சிப்பாய்களேறிய துறுப்புக் குதிரைகள் சிறிது புதுவை நகரத்துக் குள்ளே வந்து பார்த்துப் போனார்கள்.

நாலு மணிக்கு வொரு பட்டாளஞ் சிப்பாய்கள் வந்து காவல் போடவேண்டிய விடங்கடோறும் போட்டுக் கொண்டு யிராத்திரி யெட்டு மணிக்கு பறைசாத்தி யறிவித்த தென்ன வென்றால் மேற்படியாருடைய பாளையம் வருகுதென்று பயந்து கடைகளெல்லாங் சாத்தியிருந்தபடியினாலே வழக்கப்படி கடைகளெல்லாந் திறந்து வேண்டியிருக்கிற தினிசுகளெல்லாம் விற்கச் சொல்லியும் வெள்ளைக்காறர் சிப்பாய்கள் முதலான ராணுவத்தார்களுக்கு சாறாயங்கள் விற்கத் தேவையில்லை

யென்றும் மேற்படி ராணுவத்தார்கள் யியாதொரு பொல்லாங்குகள் செய்தால் அவர்களைத் தூக்கிப் போடுகிற தென்றுங் கட்டளையிட்டார்கள். யிராத்திரி பனிரெண்டடித்து மூன்று மணிக்கு மேற்சொன்ன விராணுவத்தார்களெல்லாம் காவலிருந்த விடங்களை விட்டு பாளையத்திற் போய் சேர்ந்தார்கள்.

மறுநாள் 7–ந் தே.

காலமே யேழு மணிக்கே கற்னல் மோறட்டு என்றவன் கைப்பீரங்க ளிரண்டும் ஒரு பட்டாளஞ் சிபாய்களுடனும் வந்து மேற்சொன்ன முறைப்படி காவற் போட்டுக்கொண்டு மேற்சொல்லி யிருக்கிறப்படி பறைசாத்தி யறிவித்தான். பிற்பாடு சிப்பாய்கள் பிறப்பட்டு வீடு வீடாய் நுழைந்து மாடாடுகள் தானியங்கள் சகலமும் வலுமையாய் யெடுத்துக் கொண்டார்கள். யிதன்றியும் வெள்ளைக்காறராவது தமிழராவது காட்டு மேட்டிலிறங்கியிருக்கிற பாளையத்துக்குப் போகப்படா தென்றும் கட்டளை மீறிப் போனவர்களைத் தூக்கிப் போடுகிற தென்றும் மறுபடி பறைசாத்தி அறிக்கையிட்டான்.

இதுவும்

8–ந் தே.

9–ந் தே.

10–ந் தே. வரைக்கும் மேற் சொன்ன பிறகாரம் வீடுகடோறு மகப்பட்ட வைக்கல் தானியங்க ளெல்லாம் சேர்மானஞ் செய்தார்கள்.

நாளது மா. 11–ந் தே. – ஆவணி மா. 30–ந் தே.

இந்த நாள் மத்தியானம் மேற்படியாருடைய பாளையம் மிகுதியுஞ் சுறுசுறுப்புடன் பயணப்பட்டு சில சாமான்களை முதலா யெடுத்துக் கொண்டு போக சாவகாச மில்லாமல் ஓடிப் போனார்கள்.

செப்தேம்புற மா. 1ற–ந் தே. – பிரட்டாசி மா. முதல் தே.

யித்த னாள் மத்தியானம் இங்கிலீசுக்காறருடைய பாளையத்துக்கு மிகுதியாய் ரஸ்து யேத்திக் கொண்டு வொரு கப்பலுஞ் சுலுப்பு மிந்தத் துறையில் வந்து சேர்ந்து மேற்படி கப்பல் கப்பித்தானும் நாலு சிப்பாய்களு மிறங்கி பிளாசிலே வந்து நின்று மேற்படியாருடைய பாளையம் போய் விட்டுதென்று சமாசாரங் கேட்ட மாத்திரத்திலே மிகுதியும் பயந்து நடுங்கி ஓடிப்போய் கடலிலே விழுந்து நீந்திக் கொண்டு போய் கப்பலேறி வந்த வழியாய்த் திரும்பி விட்டான்.

13–ந் தே. – நாளது 2

இந்த நாளிராத்திரி யேழு மணிக்குப் பிறாஞ்சுக்காறருடைய பிறகாது யொன்று வந்திந்தத் துறை பிடித்து ஒரு பீரங்கி வெடி சுட்டு ராத்திரி முழுதுந் துறையிலிருந்து மறுநாள் காலமே யெட்டு மணிக்கு பயணம் போய் விட்டுது.

ஒக்தோபுற மா. *2*–ந் தே. – பிரட்டாசி மா. *21*–ந் தே.

இந்த நாள் முசியே சுப்பிறேனவர்களுடைய கப்பல் கூட்டங்கள் கூடலூர் துறையில் வந்து சேர்ந்துது.

ஆகையால்

நாளது மா. *7*ந் தே. *26*

இந்தநாள் முசியே சுப்பிறேனவர்கள் மேற்படி துறையிலிருந்து வொரு கனோத்தி[1] லேறி புதுவைநகர் வந்து சேர்ந்தார். மத்தியானஞ் சாப்பிட்டவுடனே மறுபடி கரை வழியாக கூடலூருக்குப் போனார். இவர் வருகிற சமாசார மறிந்து முன்னமே தானே பட்டணத்திலிருந்த அபித்தாமென்ற காரியஸ்தராயிருந்த துரைகள் கடற்கரையில் காத்திருந்தார்கள். தமிழ் வழக்கப்படி மேள வாத்தியங்களோடு கூடிய சவளைக் கழிகள் தாசிகள் முதலான ஆடம்பரத்துடன் தமிழ்க் காரியக்காறரு மெதிரே போய் காத்திருந்து யிட்டு வந்தார்கள்.

தெசேம்புற மா. *6* ஒன்றில் *7* – மார்கழி மா. *26*

இவற்றை நாள் முன்னமே தானே பாதர் அவர்களுக்கு பக்கப்பிளவை கண்டு வருத்தமா யிருந்தப்படியினாலே ஆர்க்காட்டுக்குச் சமீபத்தி லிறங்கியிருந்த பாளையத்தில் தெய்வீகமானாரென்ற சமாசாரம் வந்தபடியினாலே மேற்படி பாளையத்தில் பாதருடைய குமாரன் டீப்பு சாயபு மில்லாதிருக்கிற சமையமானதினாலு மிருக்கிற காரியஸ்தர் இயாதொரு பொல்லாங்ககளுக் கிடமுண்டாக்கி குளறுபடி செய்வார்க ளென்கிறதை யோசித்துப் பாளையத்தை கட்டுப்பாடு செய்து வொழுங்கு படுத்தும் பொருட்டாய் மஞ்சாங்குப்பத்தி லிறங்கியிருந்த பிறாஞ்சுக்காறருடைய பாளையம் நாளது மா. 12–ந் தே. பிறப்பட்டு மேற்சொன்ன பாளைய மிறங்கியிருந்த விடத்துக்குச் சென்றுது.

***1783*–ம் ஆண்டு மூாம்வியே மா. *7*ந் தே.–**
சுபகிறுது வ. மார்கழி மா. *27*–ந் தே.

யிற்றை நாள் காலமே யெட்டு மணிக்கு வொலாந்தக்காறருடைய கப்பலொன் றிந்தத் துறையில் வந்தொரு பீரங்கி வெடி

1. Canot

சுட்டு கடற்கரைக் கப்பித்தானுக் கொரு காகிதங் கொடுத்து மேற்படி கப்பல்க்காறன் வுடனே கூடலூர் துறைக்குப் போனான்.

நாளது மா. 24–ந் தே. – தை மா. 14–ந் தே.

யிந்த நாள் ராத்திரி பத்து மணிக்கு புதுவைநகரத் துறையில் இங்கிலீசுக் கப்பலொன்று வந்து முன்னமே தானே மேற்படி துறையிலிருந்த பிடிதீசுக்காற (Portugais) வற்தகன் கப்பலைச் சோதித்த விடத்தில் வந்த கப்பலி லிருந்தவர்க ளடித்தட்டிலே போய் பதிங்கிக் கொண்டப்படியினாலே அதிலிருந்த ஒரு காப்பிரியையும் பிடித்துக் கொண்டு சரக்குகளை யெல்லாங் கொள்ளையிட்டுக் கொண்டு இராத்திரி நாலு மணிக்குத் தானே கூடலூர்த் துறையைப் போய் மறுநாள் 25–ந் தே. காலமே மேற்படி துறையிலிருந்த வொலாந்தக்காறனுடைய (Hollandais) கப்பலையும் பிடித்துக் கொண்டு போனான்.

பெவுறியேர் மா. 4–ந் தே. – தை மா. 25–ந் தே.

யிந்த நாள் மத்தியானம் 12 மணிக்கு பவழற்காட்டுத் துறையிலிருந்த முசியே தெ சுப்பிறேனவர்களுடைய கப்பல்க் கூட்டங்களிலிருந்துப் பிறப்பட்டு La Fine என்ற பிறகாது புதுவை நகரந் துறையில் வந்து மேற்படி துறைக்குக் கப்பித்தேனுக் கொரு காகிதங் கொடுத்து வுடனே கூடலூர் துறைக்குப் போய் விட்டது.

பெவுறியேர் மா. 5–ந் தேதி – தை மா. 26

இந்த நாள் மத்தியான மிரெண்டு மணிக்கு சென்னப் பட்டணத்திலிருந்து வொரு வொத்தைப் பாய்மரச் சுலுப்பு வந்திந்த துறைப்பிடித்துது. வுடனே மேற்படி பட்டணத்து தமிழ் வற்தகரும் பல சாதியாருமாய் 200 பேர் வந்திறங்கினார்கள். விசாரிக்குமளவில் வலசை வந்தார்களென்று சொன்னார்கள். இதுவும் உடனே நாளது தேதி மூன்று மணிக்கு முசியே சுப்பிறே னவர்களுடைய கப்பல்கள் பதினைந்துரு மட்டு மிந்தத் துறை வழியாய்க் கூடலூருக்குச் சென்றுது.

மறுபடியும் முசியே தெ சுப்பிறேனவர்க ளிந்தத் துறைக்கு வந்த காரியமென்ன வென்று விசாரிக்குமளவில் விசிதமான தென்னவென்றால் பாதருடைய குமாரன் டீப்பு சாயபவர்கள் பிறாஞ்சுக்காறருடைய பாளையத்தை தனியாய் விட்டு தம்முடைய பாளையத்தை யிட்டுக் கொண்டு மேற்படி சீரங்கப் பட்டணத்துக்குப் போய்விட்டாரென்றும் பிறாஞ்சுக்காருடைய பாளையங் கூடலூரில் போய் சேர்ந்திருக்கிறதென்றும் ஆகையால் இங்கிலீசுக்காறர் போய் வளைத்து முத்திக்கைப் போட்டுக் கொண்டிருக்கிறார்களென்றும் நாலு நாளையிலே கூடலூர்

இங்கிலீசுக்காறருடைய வசத்தி லகப்பட்டுப் போகுமென்றும் பல விதமாய் பங்காளத்தி லிருக்கிறவர்களுக்கு சமாசார மறி விக்கிற பாவினையா யெழுதி யந்தக் காகிதத்தை யொரு சுலுப்பிலே போட்டு மேற்படி சுலுப்புக்காறனுக்குக் கட்டளையிட் டிருந்தது. பிறாஞ்சுக்காரருடைய கப்பல்களிருக்குந் தரவு பார்த்து யெதிரே போ யகப்பட்டுக்கொண்டு மேற்சொன்ன காகிதத்தை அவர்கள் வசத்தில் கொடுத்துவிடச் சொல்லியும் நிருபித்திருந்தப்படி போற போது சுப்பிறேனவர்களுடைய கப்பல்காறர் கண்டு மேற்படி சுலுப்பைப் பிடித்துச் சோதிக்கு மளவில் மேற் சொன்ன காகித மகப்பட்டுது. முசியே சுப்பிறேன வர்க ளந்தக் காகிதத்தைப் பார்த்த மாத்திரத்தில் மிகுதியு மாச்சரியப்பட்டு வுண்மையாய் நிலவரச் சமாசாரந் தெரிந்து கொள்ளவேணு மென்று சுறுசுறுப்புடன் வந்து மேலெழுதி யிருக்கப்படுஞ் சமாசாரங்களை விசாரிக்குங்கால் சறுவ பவத் தங்களா யிருந்தப்படியினாலே தம்மை பயமுறுத்தவுங் குளறு படி செய்யும் இங்கிலீசுக்காறர் யோசித்து வுண்டு பண்ணு கிறார்க ளென்று நன்றாய்த் தெரிந்துகொண்ட பின் மறுபடி திரும்பி தாமிருக்கிற திருக்கிணாமலைக்குப் போனார்.

மார்சு மா. 5–ந் தே. – மாசி மா. 23–ந் தே.

இற்றை நாள் முசியே த மறுக்கி தெ புசியவர்கள் (Mr. le marquis de Bussy) வருகிறார்களென்ற சமாசாரம் டீப்பு சாயபவர் களுமுன்னதா யறிவிக்கும் பொருட்டாய் முசியே தெ சுப்பிறேன வர்கள் திருக்கணாமலை (Trincomalé) யிலிருந்து வொரு பிறகாது கப்பலில் காகித மனுப்பினபடியினாலே யந்தக் கப்பல் நாளது மா. கூடலூர் துறையில் வந்து சேர்ந்து மேற்படி கப்பித்தே னந்தக் காகிதத்தை யெடுத்துக்கொண்டு டீப்பு சாயபவர் களுடைய பாளையத்துக்குப் போனவிடத்தி லவர் முன்னமே தானே தம்முடைய பாளையத்தை யிட்டுக்கொண்டு சீரங்கப் பட்டணத்துக்குப் போய் விட்டிருந்தப்படியினாலே மேற் சொன்ன கப்பித்தேன் மறுபடி காகிதத்தை யெடுத்துக் கொண்டு நாளது மா. 10–ந் தே. புதுவைநகரில் வந்து சேர்ந்தார்.

நாளது மா. 12–ந் தே. – பங்குனி மா. 2–ந் தே.

யிற்றை நாள் திருக்கணாமலையி லிருந்து கூடலூருக் கிரண்டு கப்பல்கள் வந்ததில் ழெனெறால் முசியே புசியவர்கள் மேற்படி யிடத்தில் வந்து சேர்ந்திருக்கிறதினால் பிறப்பட்டு வர முஸ்தீதா யிருக்கிறாரென்று முசியே சுப்பிறேனவர்கள் சமாசார முன்னுதா யறிக்கையிட்டார்.

அவ்விரண்டு கப்பல்களிலும் அரிசியும் திரவியமும் யேற்றி வந்துது.

இரண்டாம் வீராநாய்க்கர் நாட்குறிப்பு (1778 – 1792) 75

நாளது மா. 13–ந் தே.

இந்த நாள் திருக்கணாமலையி லிருந்து ஜெனெறால் முசியே தெ புசியவர்க ளனுப்பின பிறகாது கூடலூர் துறை வந்து சேர்ந்துது. ஜெனெறாலவர்கள் மேற்படி யிடத்திலிருந்து பிறப்பட்டு தம்முடைய கப்பல் கூட்டங்களுடன் பறங்கிப்பேட்டைத் துறையில் போயிறங்கிறதாகவும் தாம் வந்து சேருகிறதுக்கு முன்னே மேல்படித் துறையில் சலங்குகள் மைற்றும் வேண்டிய காரியங்க ளெல்லாம் முஸ்தீது செய்து வைக்கச் சொல்லியும் கூடலூரிலிருந்த துரைகளுக்கு நிருபமனுப்பினார்.

15–ந் தே. – நாளது மா. 5 தே.

இந்த நாள் மத்தியானம் 3½ மணிக்கு விங்கிலீசுக்காற னுடைய கப்பலொன்று வடக்கே யிருந்து கூடலூர்த் துறையேப் போய் சமீபத்தவுடனே வெள்ளைக்கொடி போட்டுக் கொண்டு மேல்ப்படி துறையிலிருந்து பிறான்சுக்காறனுடைய சுலுப்பின் பேரி லொரு பீரங்கி வெடி சுட்டான். பறங்கிப்பேட்டைத் துறைக்குப் போக முனனமேதானே பயணப்பட்டு மேலாகப் போயிருந்த பிறான்சுக்காறருடைய பிறகாதி லிருந்தவர்கள் பீரங்கி சத்தங்கேட்ட மாத்திரத்தில் திரும்பி வந்து நாளது மா. 6–ந் தே. காலமே ஒரு பீரங்கி வெடி சுட்டு மேற்படி கப்பல்காறனை நிற்கச் சொல்லி அவர்களுடைய முறமைப்படி மறித்தார்கள். மறியலுக் குட்படாமல் வந்த வழியாய்த் திரும்பி யோடுகையில் பிறாஞ்சுக்காறருடைய பிறகாது பின் துரத்திக் கொண்டு போய் கடைசியாய்ப் பவழக்காட்டுத் துறையில் மேற்படி கப்பலைப் பிடித்துக் கொண்டு வந்து சேர்ந்தான்.

மார்சு மா. 16–ந் தே. – பங்குனி மா. 6–ந் தே.

இற்றை நாள் ஜெனெறால் முசியே மறுக்கி தெ புசி ய வர்கள் தம்முடைய கப்பல் கூட்டங்களுடன் பறங்கிப்பேட்டைத் துறை யில் வந்து சேர்ந்து ராணுவங்களை யிறக்கி விட்டுக் கொண்டு கரைவழியாய் மறுநாள் 17–ந் தேதி ராத்திரி கூடலூர் வந்து சேர்ந்தார்.

ஆகையால்

நாளது மா. 18–ந் தே.

காலமே 21 பீரங்கி வெடி சுட்டு செய்யவேண்டிய மரியாதைக ளெல்லாஞ் செய்தார்கள்.

நாளது மா. 23–ந் தே. – பங்குனி மா. 13–ந் தே.

இற்றை நாள் கூடலூர் துறையிலிருந்து ஜெனெறால் முசியே புசியவர்களுடைய கப்பல் கூட்டங்கள் புதுவைநகர்

துறை வழியாய் திருக்கணாமலையி லிருந்த முசியே சுப்பிறேன வர்களுடைய கப்பல் கூட்டங்களுடன் சேரும் பொருட்டாய் மேற்படி துறைக்குச் சென்றுது.

31–ந் தே. – நாளது மா. 21–ந் தே.

யிந்த நாள் புதுவைநகரப்பட்டணத்தின் *Gouvernement* என்னும் அரண்மனைக்குப் போட்டிருந்த வாசற்படி கதவுகள் சன்னல் கதவுகள் யாவுங் கழட்டி வண்டிகளி ளேற்றி மஞ்சாங் குப்பத்துக் கொண்டு போனார்கள். அதேதெனில் கூடலூரில் குடியிருந்த ஜெனெறால் புசியவர்களுக்கு சவுக்கியமில்லாத தினாலே மேற்சொன்ன மஞ்சாங்குப்பத்துத் தோட்டத்திற் போய் குடியிருக்கும் பொருட்டாய் முஸ்தீது செய்யச் சொல்லி நிருபித்தவிடத்தில் மேற்படி தோட்டத்து வாசற்படிகளுக்கு கதவுகளில்லா திருந்ததினாலே யிந்தக் கதவுகளைக் கொண்டு போகவேண்டியிருந்துது.

அவுறீல் மா. முதல் தே. – பங்குனி மா. 23–ந் தே.

யித்தை நாளிந்த தேதிக்குமுன் கூடலூர் துறையிலிருந் திரண்டு பிறாஞ்சுக்காறருடைய கப்பல்கள் சென்னப் பட்டணத்துக்குப் போய் அந்தத் துறையில் மேற்படியாருடைய கப்பலொன்று வரிசி மிகுதியா யேற்றிக்கொண்டு வந்திருந்ததைப் பிடித்துக்கொண்டு மேற்படி துறையி லிருந்த சுலுப்பின் பேரில் 5 பீரங்கி வெடி சுட்டார்கள். ஆகையா லவர்க ளந்தச் சுலுப்பைக் கரையிலிழுத்துக் கொண்டு கோட்டையி லிருந் திந்தக் கப்பல்களின் பேரில் மிகுதியாய்ச் சுட்டபடியி னாலே மேற்சொன்ன கப்பலை மாத்திர மிட்டுக்கொண்டு நாளது மா. புதுவைநகர் துறை வழியாய் கூடலூருக்குப் போனார்கள்.

நாளது ஆண்டு நாளது மா. 18–ந் தே. – சோபகிறுது வரு. சித்திரை மா. 8–ந் தே.

இற்றை நாள் முன்னாலே டீப்பு சாயபவர்களுடன் கூட சீரங்கப்பட்டணத்துக்குப் போயிருந்த முசியே பிவறோம் நாளது மா. புதுவைநகர் வந்து சேர்ந்தார். ஜெனெறால் முசியே மறிக்கி தெ புசியவர்களுக்கு மேற்சொன்ன பாதருடைய குமாரன் இவர் கையில் வெகுமதி கொடுத்தனுப்பினப்படி அதைச் செலுத்தும் பொருட்டாய் நாளது மா. 19–ந் தே. எடுத்துக்கொண்டு கூடலூருக்குப் போனார்.

நாளது மா. 20–ந் தே. – சி. 10–ந் தே.

இற்றை நாள் பிறாஞ்சுக்காறர் கூடலூரிலிருந்து கொஞ்ச ராணுவத்துடன் பிறப்பட்ட விபரம்.

இங்கிலீசுக்காறர் கொஞ்ச ராணுவத்துடன் பெருமுக்கலில் வந்திறங்கி தங்களுடைய பாளையத்துக்கு வேண்டிய மாடாடுகள் மைற்றும் வேண்டிய ரஸ்துகள் சேகரஞ் செய்கிறார்க ளென்று சமாசாரம் பிறசித்தமா யிருந்தபடியினாலே யவர்கள் செய்யுங் காரியங்களை விலக்கஞ் செய்யும்பொருட்டாய் ழெனெறால் புசியவர்கள் முதற்படைக் கிசமானாகிய முசியே விக்கோந்து துததோ (Vicomte d'Houdetot) யென்றவர் பின்னாலே சொல்தாது ராணுவத்தார்கள் 500, சிப்பாய்கள் 1000, துறுப்புக் குதிரைகள் 700, கைப்பீரங்கிகள் 6 இதுகளைக் கூட்டி யொரு வகுப்பு பாளையமாக்கி சத்துருக்களுக் கெதிரே போய் மேற்படியாருடைய காரியங்களை விக்கினஞ் செய்யச் சொல்லிக் கட்டளையிட் டனுப்பினதால் நாளது மா. இவர்கள் போய் மொறட்டாண்டி தண்ணிப்பந்தலி லிறங்கினார்கள்.

இதுவும் அவுறீல் மா. 20 – சித்திரை மா. 10–ந் தே.

இற்றை நாள் காலமே பத்து மணிக்கு சென்னப் பட்டணத்தி லிருந்து பிறாஞ்சுக்காற மிலித்தேர்[1] துரைகள் நான்கு பெயர்கள் புதுவைநகர் வந்து சேர்ந்தார்கள். சமாசாரம் விசாரிக்குங்கால் யிவர்கள் வொலாந்தக்காறருடைய கப்பலில் வந்த விடத்தி லிங்கிலீசுக்காறர் கையிலகப்பட்டு நாளது வரைக்கும் பிறிசொன்னியேரா (prisonniers) யிருந்தபடியினாலேயுஞ் சரீர சவுக்கிய மில்லாததினாலும் சொஸ்தப்படுத்திக் கொள்ளும் பொருட்டாய் யினிமே லாயுத மெடுக்கிற தில்லை யென் றிங்கிலீசுக்காறர் கையி லுத்தாரம் பெற்றுக் கொண்டு வந்தார்களென்று கேழ்வியாச்சுது.

நாளது மா. 29–ந் தே. – சி 19.

இற்றை நாள் மத்தியானம் பனிரெண்டடித் திரண்டு மணிக்கு கூடலூரி லிருந்து ஒரு ஒப்பீசியே யொரு கும்பினி சிபாய்களுடன் புதுவைநகரத்துக் குள்ளே வந்து ழெனெறால் முசியே மறுக்கி தெ புசியவர்களுடைய நாமத்தாலே புதுவை நகரி லிருக்கப்பட்ட வெள்ளைக்காறர் தமிழர் யாவரு மறியும் படியாய் பறைசாத்தி அறிக்கையிட்டதென்னவென்றால்:

1) அவரவர்களுடைய மாடாளுகளை புதுசேரிக்கு வடக்கே குண்டுக் கப்பிறம் வோட்டிக்கொண்டுபோய் மேய்ச்சால் சத்துருக்கள் கையிலகப்பட்டுப் போறதுமன்றி மேற்படியாருக் குதவுயா யிருக்குமென்றும்

2) ஆகையால் யெதிரியுடைய பாளையம் புதுவைநகரை நோக்கி வரும்போது அவரவரார்கள் மேற் சொல்லப்பட்ட

---
1. Militaire (military)

மாடாடுகளை யோட்டிப் போய் கூடலூரிலே சேர்க்கக் கடவ தென்று மதுகளை மேற்படியாருடைய பாளையம் பிறப்பட்டு போறவரைக்கும் காப்பாத்திக் கொடுக்கப்படு மென்று மல்ல தொரு வேளை யதுகளுக்கு யாதொரு சேதம் வந்தாலும் கட்டா யமாய் வேண்டியிருந்து அவசரத்தினாலே தாங்கள் தானே எடுத்துக்கொள்ளுங்கால் அதுகளுக்குள்ளச் கிறைய மொற்றுக் கொடுக்கிறோமென்று ழெனெறால் முசீயே மறுக்கி தெ புசியவர்கள் வாற்தைப்பாடு கொடுத்திருக்கிறா ரென்றும் நிருபிக்கப்பட்டது.

3) ஆதலால் சத்துருக்கள் பிறப்பட்டு வருகிறதுக் கேதுவையா யிருக்கிறத் தறுவாயில் முன்னுதா யறிக்கையிடும்படி யாய் நயினாருக்கு கட்டளையிட்டிருக்கிற தென்று மந்த சமையத்தி லவரவர்கள் மேற்கட்டளைப் பிறகாரம் நிறவேற்ற வேண்டியது.

4) மேற்சொன்ன மாடாடுகளை கூடலூருக்கு அருகாமையில் வோட்டிப் போய் சேர்க்கவேண்டிய தென்றறிக்கையிட்ட வாறுமணி நேரத்துக்குப்பின் புதுவைநகரத்துக்கு வடக்கே மாடாடுகளை கண்டதே யுண்டானால் யுடையவர்களுக் கொரு சேதமு மொத்துக் கொடாமல் வலுமையா யோட்டிக் கொள்ளப் படும்.

5) இதுவும் தானியங்கள் மிகுதியாய் வைத்திருக்கிறவர்கள் மேற்சொல்லப்பட்டவர்கள் வசத்தில் அகப்படாம லிருக் கும்படியாய் அதுகளையுங் கூடலூரிலே கொண்டு போய் சேர்க்கக்கடவ தென்றும் அதுகளைக் காப்பாத்தித் தருகிறோ மென்றும் அல்லவென்றுடையவர்கள் விற்க மனதுண்டானால் கிறையங் கொடுக்கப்படும்.

6) ஆகையாலிந்தப் பட்டணத்தில் சத்துருக்களுக்கு வொரு வுதவியு மில்லாமல் செய்யவேணு மென்கிறதைப் பத்தி புதுவைநகரக் குடிகளுக்கு அறிக்கையிடுகிறதை யோசித்து இங்கிலீசுக்காறர் வருகிற சமையத்தில் மேற்சொல்லியிருக்கிற பிறகாரம் மிகுதியுஞ் சுறுசுறுப்புடன் நிறைவேற்றும்போது கீழ்ப் படிந்து நடவாதவர்களுக்கும் கட்டாயமாய் தானியங்கள் விற்கிற வற்தகருக்கு மிதனால் வரப்பட்ட லாபலோபங்களுக்கும் பொல்லாங்குகளுக்குந் தாங்கள் தானே காரணமாயிருக்கிறது மன்றி தங்களுக் கியாதொரு வுதவி யொத்தாசை சலிகை கிடைக்கு மென்று நம்பவுங் காத்திருக்கவும் ஞாயமில்லை யென் றெண்ண வேண்டியது. இவ்விதமாய் நிருபித்தபடியினாலே

யிவடத்திலிருந்து மாடாடுகளை யோட்டிக் கொண்டுப் போனார்கள்.

மே மா. *3*–ந் தே. – சித்திரை மா. *23*–ந் தே.

இற்றை நாள் சாயுங்கால மாறு மணிக்கு கூடலூரிலிருந்து ழெனெரா லவர்களுடைய யேத்து தே காமாகிய முசியே மெவில்[1] *(Mainville) 50* சிப்பாய்களுடன் புதுவைநகரில் வந்து சேர்ந்து மேற்படி சிப்பாய்களை முத்திரைச்சாவடியி லனப்பினார். மறுநாள் காலமே யேழு மணிக்கு மேற் சொன்ன மேவில் மேற்படி சிப்பாய்களுக்கு வொப்பீசியேலேயு மிருபத்து நாலு சிபாய்களுமாய் பிறப்பட்டு வெள்ளைக்காறர் தமிழர்களுடைய வீடுகளிலே நுழைந்து நெல் அரிசி வைக்கல் யாவுமெடுக்கத் துவக்கினார்கள்.

ஆகையால் *4, 5, 6, 7,* –ந் தே. வரைக்கும் யெடுத்து சேர் மானஞ் செய்துக் கொண்டு போனார்கள்.

நாளது மா. *6*–ந் தே. – சி. *27*–ந் தே.

இந்தநாள் மொறட்டாண்டி தண்ணிப் பந்தலி லிறங்கி *Avant garde* என்னும் இராணுவத்தார்களுக்கு செல சவுக் கியமில்லாததினாலே யவர்களுக்குத் தலைவனாகிய முசியே விக்கோந்து துததோ வென்றவர் மேற்படி ராணுவத்துடன் நாளது தேதி திருக்காஞ்சியில் வந்திறங்கினார்கள்.

மே *6*–ந் தே. – சித்திரை மா. *27*–ந் தே.

இந்த நாள் திருக்கணாமலையிலிருந்து கூடலூருக் கொரு பிறகாது வந்ததில் முசியே சுப்பிறேனவர்கள் ழெனரால் புசிய வர்களுக்கு யெழுதியனுப்பின சமாசாரமாவன. சீர்மையிலே *Gibraltar* என்று பெயரையுடைய விங்கிலீசுக்காறருடைய வூரை பிராம்சுக்காறர் சண்டை செய்துப் பிடித்து (இங்கிலீசுக்காறர் திருப்பிப்) பிடித்துக் கொண்ட சமாசாரம் பிராம்சு தேசத்திலிருந் தெழுதி வராதபடியினாலே யதை மேற்சொன்ன முசியே சுப்பிறேன் ழெனெராலுக் கறிக்கையிட்டார். காகிதம் பார்த்த மாத்திரத்தில் *21* பீரங்கி வெடி சுட்டு சந்தோஷங் கொண்டாடினார்கள்.

நாளது மா. *9*–ந் தேதி – சி. *30*

இற்றை நாள் பாதருடைய சீர்மை சீரங்கப்பட்டணத்திலிருந்து கூடலூரிலிருக்கிற ழெனெரால் முசியே புசியவர்களுக்கு காகிதம் வந்த மாத்திரத்தில் *21* பீரங்கி வெடி சுட்டு சந்தோஷங் கொண்டாடினார்கள். அதாவது முன்னாலே பாதரவர்கள்

1. Mainville

காலம்பண்ணிப் போனவுடனே யிங்கிலீசுக்காறர் மேற்படி பாதருடைய வைப்பாட்டி மகனாகிய அயா சுபாயி யென்றவனைக் கைவசஞ் செய்து கொண்டு நகர் என்ற கோட்டையைப் பிடித்துக் கொண்டார்களென்ற சமாசாரங் கிடைத்த மாத்திரத்தி லிவடத்திலிருந்து மிகவுஞ் சுறுசுறுப்புடன் டீப்பு சாயேபு முசியே கொசிஞ் என்றவரையும் 400–500 சொல் தாதுகளையும் தம்முடைய பாளையத்தோடு கூட விட்டுக் கொண்டு போனவுடனே யந்த கோட்டையின் பேரில் சண்டை செய்யும்போது மேற்சொன்ன பிறாம்சு சொல்தாதுகள் லக்கை யேறி விழுந்து கோட்டையிலிருந்த யிங்கிலீசுக்காறரை யெல்லாம் வெட்டி சங்காரஞ் செய்து பட்டணத்தை கைவசமாக்கிக் கொண்டார்கள்.

ஆகையாலது சமாசாரங் கூடலூருக் கெழுதி வந்துது.

நாளது மா. 14–ந் தேதி – வைகாசி மா. 4.

இந்த நாள் இங்கிலீசுக்காறர் கூனிமேட்டுத் துறையிலே கப்பலை நிறுத்திக் கொண்டு பீரங்கிகள், மருந்து, குண்டு களிறக்கி பெருமுக்கலிலே கொண்டு போய் சேர்க்கிறார்க ளென்று ழெனெறாலவர்களுக்கு சமாசாரமானபடியினாலே முன்னமேதானே திருக்காஞ்சியி லிருந்த *avant garde* யென்ற வகுப்புக் கிசமானாகிய முசியே விக்கோந்து துததோவுக் கெழுதியனுப்பி ழெனராலவர்கள் நிருபித்த தென்னவென்றால் மேற்சொல்லப்பட்ட விடத்தி லிங்கிலீசுகாறர் செய்யப்படுங் காரியங்களை விலக்கஞ் செய்து மேற்படியாரை யவடம் விட்டப்பாலே துரத்திவிடச் சொல்லி கட்டளை யிட்டிருந்தபடி யிந்த வகுப்பு பாளையத்தை யிட்டுக் கொண்டு போய் நாளது தேதி ராத்திரி வெள்ளாழன்சாவடியி லிறங்கி யவடத்திலிருந்து மேற்சொன்ன கூனிமேட்டுக்கு வேவுக்காறரை யனுப்பி சமா சாரம் விசாரிக்குமளவில் யெதிரிகள் மிகுந்த ராணுவத்துடனும் வேண்டிய பெலத்துடனு மிருக்கிறார்களென்று சமாசார மறுக் காறுகள் வழியாய் கிடைத்தபடியினாலே யவர்களுடன் யெதிர் தா லொரு வேளை சேதங்கள் வருமென்று யோசித்து மறுபடி திரும்பி மறுநாள் காலமேயெதாஸ்தானம் போய் சேர்ந்தார்கள்.

மே மா. 28–ந் தேதி – வைகாசி மா. 18.

இற்றை நாள் காலமே யெட்டு மணிக்கு விங்கிலீசுக்காற ருடைய பாளையங் காட்டுமேட்டில் வந்திறங்கி யொரு பட்டாளஞ் சிபாய்கள் புதுவைநகரத்துக்குள்ளே வந்து காவற் போடவேண்டிய விடங்களில் காவற்போட்டுக் கொண்டு மறு நாள் காலமே வீட்டுகளிலே நுழைந்து மாடாடுகளை தான்னி யங்களெடுக்கத் துவங்கினார்கள்.

29–ந் தே. – வை. 19.

இந்த நாள் திருக்கணாமலையிலிருந்து கூடலூருக்கு கப்பல் வந்து சேர்ந்து வதிலிருந்து மருந்து, குண்டுகள் மைற்றுஞ் சண்டை சாமான்கள் மிகுதியா யிறக்கினார்கள். மேற்படி கப்பல்கள் ஐந்தில் பிராம்சுக்காறருடைய கப்பல்கள் மூன்று மேற்சொன்ன விடத்திலிருந்து மேற்படி சாமான்களை யேற்றிக் கொண்டு வருகையில் வழியிலே யிங்கிலீசுக்காறருடைய கப்பல்க ளிரண்டு வந்தபடியினாலே இந்த மூன்று கப்பல்காறரு மவ்விரண்டு ருவையும் பிடித்துக்கொண்டு வந்தார்களென்று கேழ்வியாச்சுது.

மூவேன் மா. 2–ந் தேதி – நாளது மா. 22–ந் தே.

இந்த நாள் சாயுங்கால மஞ்சு மணிக்குப் புதுவைநகரில் தாணையமிருந்த விங்கிலீசுக்காறருடைய சிபாய் விராணுவத் தார்க ளிவடம் விட்டு காட்டுமேட்டி லிறங்கியிருக்கிற மேற்படி யாருடைய பாளைத்துக்குச் சேர்ந்தார்கள். ஆனால் நாளது தேதி ராத்திரி முசியே லாசு அவர்களுடைய தோட்டத்தி லிறங்கியிருந்து மறுநாள் காலமே மேற்படி பாளையத்துடன் கூடினார்கள்.

மூவேன் மா 5–ந் தேதி – வைகாசி மா. 25–ந் தே.

இற்றை நாள் காலமே பத்து மணிக்கு புதுவைநகரத் துறையில் விங்கிலீசுக்காறருடைய கப்பல்கள் யெட்டு வந்து துறை பிடித்து பனிரெண்டடித் திரண்டு மணிவரைக்கு மொரு கப்பலிலிருந்து காட்டு மேட்டி லிறங்கியிருந்த மேற்படியாரு டைய பாளையத்துக்கு வொவ்வொரு பீரங்கி வெடி சுட்டடை யாளங் காட்டினார்கள்.

வெகு நேரத்துக்குப் பின் மேற்படி பாளையத்திலிருந்து சிபாய்களேறிய துறுப்புக் குதிரைக்காறர் 50 பெயர்கள் விரண்டு கை பீரங்கிக ளெடுத்துக் கொண்டு கடலோரத்தில் வந்து சேர்ந்து மேற்படி கப்பல்காறர்கள் தாங்கள் வந்திருக்கிறதை யறியும்படியாய்க் கரையிலிருந்து பீரங்கி வெடி சுட்டடையாளங் காட்டினார்கள். ஆகையால் கப்பலிலிருந்து கரையிலிருந்த துறுப்பு குதிரைகளுக் கிசமானாய் வந்த வெள்ளைக்காறனுக் கொரு காகிதம் வந்துது. காகிதம் பார்த்துக்கொண்ட மாத்திரத்தில் சாயங்கால மாறு மணிக்கு மேற்சொன்ன பாளையத்துக்குச் சென்றார்கள்.

யிராத்திரி யெட்டு மணிக்கெல்லாம் மேற்படியாருடைய கப்பல்கள் 22–25 மட்டும் வந்து துறையிலிருந்ததுகளுடன் சேர்ந் திருந்து மறுநாள் 6–ந் தே. காலமே 30 கப்பலுங் கூடிக் கொண்டு மேலாக போய்விட்டுதுகள். மேற்படி கப்பல் கூட்டங்களை

கண்ணாடி வைத்துப் பார்க்கும்போது சண்டைக்கான கப்பல்கள் பனிரெண்டு முதலாயில்லை யென்றும் பார்வைக்கு மாத்திரங் கப்பல் கூட்டங்களா யிருக்குதே யொழிய வேறில்லை என்றும் பிறசித்தமாச்சுது.

முவேன் மா. 13–ந் தேதி – ஆனி மா. 3–ந் தே.

இற்றை நாள் கூடலூருக் கருகாமையில் பிராம்சுக்காறருக்கு மிங்கிலீசுக் காறருக்கும் யுத்தம் நடந்த விபரம்.

அவை வருமாறு

L'Armée française commandée en chef par Mr. le Marquis de Bussy et en second par Mr. le Cte d'Hofflize Maréchal des Camps...

ஆகையால்

இரு தரவருடைய பாளையங்களுங் கூடலூருக்குத் தெற்கே சமுத்திரக்கரைக்குங் காட்டுமேட்டுக்கும் நடுவே யொன்றுக் கொன்று யொன்றேகால் நாழிகை வழி தூரத்தில் மேற் சொல் லப்பட்ட காட்டு மேட்டின்சார்பில் வடபிற மிடபிறமா யிறங்கியி ருந்துதுகள். யிதின் மத்தியில் தென்னந்தோப்புகள் மிகுதியா யிருந்துது.

பிராம்சுக்காறருடைய பாளையமாவன: எறோப்பு[1] தேசத்து ராணுவத்தார் 2200, சிபாய்கள் 2300. இதை யிரெண்டு வகுப் பாக்கப்பட்டது.

இதுவும் டீப்பு சுலுத்தானுடைய சிபாய்கள் 3000 காலால்கள் 2000.

ஒஸ்துராசியென்ற ரெழிமாமுடைய பத்தாலியோம் இரெண்டையும் றொய்யால் றுசில்லியோமென்ற பத்தால் லியோ மையும் முதல் வகுப்பாக்கி முசே பறோம் தலுபிஞ் ஞாக்கு வென்றவரை யிதற்குத் தலைவராய் நேமிக்கப்பட்டுது.

இரெண்டாம் வகுப்பாவது அக்கித்தேன் என்னும் பத்தா லியோமையும் ல மாற்குடை ரெழிமாம் பத்தாலியே மிரெண் டையுங் கூட்டி யதற்குத் தலைவராய் முசியே கோந்து தெ லமாற்கு (Mr. comte de Lamarck) என்றவரை நேமிக்கப்பட்டுது.

யிதுவும் பாளையத்துக்கு முன்னிற்கிற முதற்படி வகுப்பாவது 500–600 சிபாய்களையுங் கொஞ்சம் சொல்தாது ராணுவத்தார்களையுங் கூட்டி முசே விக்கோந்து துதொத்தோ[2] வென்றவரை யதற்குத் தலைவராய் நேமித்திருந்துது.

1. Europe (Europa)
2. d'Houdetot

இங்கிலீசுக்காறருடைய பாளையத்தின் விபரம்.

மேற்படி சொல்தாது ராணுவத்தார்கள் 3000 ஒன்றில் 4000 சிபாய்கள் 12000, சிபாய்களேறிய துறுப்பு குதிரைகள் 1800.

பிராம்சு மகாராசாவர்களுடைய பாளையங் கூடலூருக்கெ திராக 500 துவாசு தூரத்தி லிரண்டு மண் மேடுகளுக்கு நடுவே யிறங்கியிருந்துது. வடபிறமா யிருந்த மேட்டில் 150 சொல்தாது ராணுவத்தார்களையும் 700–800 சிபாய்களையும் வைத்துக் கொண்டு முசியே பெந்து Lieutenant Colonel என்றவர் காவலிருந்தார். பக்கரிகளுடைய தக்காவாகிய விடது பக்கத்து மேட்டில் 150 சொல்தாதுகளையுங் கொஞ்சஞ் சிபாய்களையுங் காவல் வைக்கப்பட்டுது. வலது பக்கத்தில் பாளையத்தைச் சுத்திப் போட்டிருந்த மோற்சாக்கள் வேலை முகித்த தல்ல. முசியே பேந்து என்றவர் காவலிருந்த போஸ்துக்கும் மேற்படி மோற்சாக்களுக்குஞ் சத்தேறத்தாழ 400 துவாசு தூர மிருந்துது. அதுக்கும் பாளையத்தின் வலது பக்கத்துக்கும் பாதருடைய 3000 சிபாய்களிருந்த காட்டுமேட்டுக்கும் 250–300 துவாசு விசாலமிருந்துது. யிதற்கு நேராய் வொரு மேட்டின் பேரில் நாலு ராத்தல் குண்டோடப்பட்ட விரெண்டு பீரங்கிக ளேற்றி வைக்கப்பட்டுது. அதினாதரவி லந்த சிபாய்களி ருந்தார்கள்.

மைற்ற பீரங்கிக ளேழும் நம்முடைய பாளையத்துக்கு முன் பாக விரெண்டு மண்மேடுகளின் பேரிலேற்றி வைக்கப்பட்டுது. மூவேன் மா. 12–ந் தே. சாயுங்காலம் சத்துருக்கள் காட்டுக் குள்ளே பீரங்கி வண்டிக ளிழுத்துக்கொண்டுப் போறதும் மைற்றும் மிகுந்த வேலைகள் செய்கிறார்க ளென்று முசியே மறுக்கி தெ புசியவர்கள் கேழ்விக்கப்பட்டு தொஸ்தராசி பிறிகாது ராணுவத்தாரில் 500 சொல்தாதுகளை யனுப்பி நபாப்புடைய சிபாய்கள் காவலிருக்குமிடத்தில் போய் பத்திரமா யுறுதிப்படுத்தச் சொல்லிக் கட்டளையிட் டனுப்பிவிக்கப்பட்டுது. எதிரிகள் நாளது மா 13–ந் தே. விடிய காலத்தில் மேற் சொன்ன காட்டுமேட்டின் பேரில் ராத்திரியத் தினம் 18 ராத்தல் குண்டோடப்பட்ட பீரங்கிகள் 8–ம் வேறொரு மேட்டின் பேரில் – ரா. குண்டோடப்பட்ட பீரங்கிகள் 6–ம் யேற்றி பாதருடைய சிபாய்களின் பேரிலும் முசியே பேந்து காவலிருந்த போஸ்தின் பேரிலும் மிகுதியாய் சுட்டபடியினாலே நபாபுடைய சிபாய்கள் 3000 பெயர்களும் முதற் பீரங்கி வெடி பிறப்பட்ட மாத்திரத்தில் பயந்து கண்ணுக்குக் காணாம லோடிப் போனார்கள். ஆகையா லவடத்திலிருந்த வொஸ்துராசி பிறிகாது சொல்தாதுகள் 500 பெயர்களுஞ் சீக்கிரத்துக்குப் பெந்துடைய போஸ்தில் போய் சேர்ந்து மேற்படி போஸ்தி லிருந்த மேற்படி பிறிகாது ராணுவத்தார்களுடன் கூடிக்

கொண்டு யிருக்கையில் *L'avantgarde* யென்னு முதல்ப்படை வகுப்பும் போய்க்கூடி யந்த போஸ்துக் கிடப்பிறமாய் காட்டு மேட்டுக் கெதிராய் வரிசை நின்றார்கள். யிதுவும் பாளையத் துக்குங் கூடலூருக்கும் போக்குவரத்துச் சம்பந்த மிருக்கவேணு மென்கிறதைப் பத்தி லமாற்குடைய பத்தால்லியோ மிரண்டும் மேற்படி பட்டணத்துக்குச் சமீபத்திற் போய் சேர்ந்துது. ஒஸ்திராசி பிறிகாது ராணுவத்தார்களும் லமாற்குடைய ரெழிமான் சொல்தாதுகளும் மோறசாக்களைவிட்டு பெந்துடைய போஸ்தில் போயிருக்கவேண்டி யிருந்தபடியினாலே யிடப்பறத்தி லிறங்கியிருந்த அக்கித்தேன் பத்தாலியோஞ் சொல்தாதுகள் போய் மேற்படி மோறசாக்களிலிருக்க வேண்டியிருந்துது.

இரெண்டாவது காலமே யேழு மணிக்கு மேர்ச் சொல் லப்பட்ட காடுகளிலிருந்து சத்துருக்கள் பல வகுப்பாய்ப் பிறப் பட்டு பெந்துடைய போஸ்தின் பேரிலும் ஒஸ்திராசி பிறிகாது ராணுவத்தார்களின் பேரிலும் நோக்கி வருவதைக் கண்டு மேற்படி பிறிகாது ரெழிமாமுடைய பீரங்கிள் 8–ம் பெந்துடைய போஸ்தில் வைத்திருந்த 18–ராத்தல் குண்டோடப்பட்ட பீரங்கிகள் 2–ம் மிகுதியுஞ் சுறுசுறுப்புட னபரிமிதமாய் வோயாமற் சுட்டபடியால் சத்துருக்களுக்கு நெருங்கி வருகிறது மகா பிறையாசமா யிருந்ததினாலே தூரத்தானே யிருந்தார்கள்.

ஆகையால் நாலுமணி நேரத்துக்குள்ளே சத்துருக்கள் சுடு கிறதை முழுதும் நிறுத்திவிட்டு மறுபடி திரும்பி காட்டுக்குள்ளே நுழைந்து கொண்டார்கள். பிற்பாடு விரு கட்சியிலும் சுடுகிறதை நிறுத்தினார்கள். ஒன்பதரை மணிக்கி ஒஸ்திராசி பிறிகாது ராணுவத்தார்களை மறுபடி மோர்ச்சாக்களில் போ யிருக்கச் சொல்லி நிருபிக்கப்பட்டுது.

முசியே விக்கோந்து துதெத்தோ வென்றவர் தம்முடைய *avant-garde* என்னும் இராணுவத்தை பெந்துடைய போஸ்தில் தானே வைத்துக் கொண்டு பத்திரமா யிருந்தார். அக்கித்தேன் என்னும் ராணுவத்தார் மறுபடி திரும்பி யிடப்பிறத்திலிருந்து தங்களுடைய பாளையத்திற் போய் சேர்ந்தார்கள். இராணுவத்தார் சாப்பிடுகிறதுக்கு முதலாய் நேரமில்லாமல் பிறையாசமா யிருக்கிற சமையத்தில சத்துருக்கள் தென்னந்தோப்பிலிருந்து விரெண்டு வகுப்பாய்ப் பிறப்பட்டு பெந்துடைய போஸ்துக்கெதிராய் மிகுதியுஞ் சுறுசுறுப்புட னுயுத்தமாய்த் திரும்பியிருந்ததை மோறசாக்களி லிருந்த வொஸ்துராசி பிறிகாது ராணுவத்தார் கண்டு மறுபடியுஞ் சத்துருக்கள் வருகிறார்களென்று மிகுதியு மதிக வேகத்துடன் மோறசாக்களை விட்டு பிறப்பட்டு வொரு ஷெணத்துக்குள்ளே யாயுதங்களெடுத்துக் கொண்டு வந்து வரிசை நின்றார்கள்.

பறோந் தலுபிஞ்ஞாக்கு (Baron d’ Albignac) என்றவரிவர் களையிட்டுக் கொண்டு சத்துருக்களுக் கெதிரை யக்கினி சுவாலையாய்ப் போயெதிர்த்து பையோனேத்துகளாலே குத்தி துரத்திக் கொண்டு போய் மேற்படியா ரிருந்து பிறப்பட்டு வந்த காட்டுக்குள்ளே மறுபடியுங் கொண்டு போய் விட்டு விட்டார். பக்கிரிகளுடைய தக்காவின் பக்கத்தில் சத்துருக்கள் போய் மோசஞ் செய்ய வேணுமென்று யோசித் திருந்தபடியினாலே யது சமாசார மறிந்து வவர்களை யவடத்தில் வரவொட்டாமல் பத்திரமாய்க் காப்பாத்த வேணுமென்று யோசித்து அக்கித் தேன் பத்தால்லியோமை அவடத்தில்தானே ஸ்தாபித்து வைக்கப் பட்டுது. ஒஸ்துராசி பிறிகாது ராணுவத்தார்க ளெதிரி களைத் துரத்திக்கொண்டு காட்டுக்குள்ளே போயிருந்த சமையத்தில் லாட்டு கத்துக்காறு (Lord Cathcart) என்றவரும் கற்னேல் கெல்லி (Col. Kelly) யென்றவரும் வலது பக்கத்துக் காட்டி லிருந்து விரெண்டு வகுப்பு சொல்தாது ராணுவத்தார்களை யிட்டுக் கொண்டு பெந்துடைய போஸ்தின் பேரில் வரும்போது மேற்படி போஸ்தில் காவலிருந்து கொஞ்ச ராணுவத்தார்களை விட வேறை பெலனில்லா திருந்ததினாலே யதைப்பிடித்துக் கொண்டு மோற்சாக்களிலும் ராணுவத்தார்க ளில்லை யென்ற றிந்து கொண்டு மறுபடி யதுகளையு மாக்கிரமித்துக் கொண்டார்கள்.

அந்த சமையத்தில் லமாற்குடைய முதல் பத்தாலியோம் ராணுவத்தார்கள் பிறப்பட்டு மிகுதியுஞ் சுறுசுறுப்புடனும் வல்லமையுடனும் யுத்தஞ் செய்தபடியினாலே யிவர்களுடன் சமாளிக்கக் கூடாம லெதிரிகள் பிடித்த மோற்சாக்களை விட்டோடிப் போனார்கள். இந்த யுத்ததில் முசியே கோந்து தெ லமாற்கு என்றவருக்குக் காயம் பட்டபடியினாலே யவடைய வதிகாரத்தை யவருக் கிரண்டாவதா யிருந்த முசியே பிறேதாக்கு (Freitag) என்றவருக்குக் கொடுக்கப்பட்டுது. யிதுவும் நமக்குப் பின்பிறமாய் சத்துருக்கள் வருகிறதுக் கேதுவையா யிருக்கிறார் களென்று கேழ்வி யானதினாலே முன்னாடி லமாற்கு ரெழிமா முடைய விரெண்டாவது பத்தாலியோமை வண்டிப்பாளையத்துக் கனுப்பியிருந்துது. நம்முடைய மோற்சாக்க ளெதிரிகளுடைய வசமாய்ப் போய்விட்டு தென்று பறோந் தலுபிஞ்ஞாக்கு யென்றவர் கேழ்விப்பட்டு ஒஸ்துராசி பிறிகாது ராணுவத்தார் களையும் மறுபடி மேற்சொன்ன பத்தால்லியோமையுங் கூட்டிக் கொண்டு சிதம்பரத்து வழியா யிட்டுப் போய் சத்துருக்களை யெதிர்த்து மகத்தாகிய யுத்தஞ் செய்யுமிடத்தி லவர்கள் பின் னுக்கிடையாமல் லெதிர்த்து நின்றபடினியாலே நம்முடைய ராணுவத்தார்களுக் கதிக கோபம் பிறந்து முதல் விசையை விட மிகுதியு மதிக கொடூரமாய் நீடித்து யுத்தஞ் செய்தபடியினாலே

எதிரிக ளிவர்கள் முன்னின்று சமாளிக்கிறது மகாப் பிறையாசமாய் யிருந்துதுமன்றி மகத்தாகிய சேதம் வந்தபடியினாலே பிடித்த மோற்சாக்களை யெல்லாம் விட்டுவிட்டு மறுபடி மேற் சொன்ன பெந்துடைய போஸ்தில் போய் ஸ்தாபித்துக் கொண்டார்கள்.

ஆகையால் பனிரெண்டடித் தொரு மணிக்கு சண்டையை முழுதும் நிறுத்தப்பட்டுது.

இந்தக் கடசி சண்டையில் முசியே வில்நோவ்வு (Mr. Villeneuve) என்றவருக்கு பெலத்த காயம்பட்டுது. 13–ந் தே. நாளது மூவேன் மா. நடந்த யுத்தத்தில் ஒஸ்திராசி பிறிகாது விராணுவத்தார்களுடைய திராணியும் தயிரியமும் சுறுசுறுப்பும் முசியே பறோந் தலுபிஞ்ஞாக் கவர்களுடைய வல்லமையும் பர்ராக்கிறமமும் நிறுவாகமும் மேற்படி யிராணுவத்தார்களுக்கு காரியதலவராகிய மேசியே, பொசியே, கானாப்புலு, தெவோ, தெரிவே என்றவருடைய சுறுசுறுப்புஞ் சவரியமு மிவ்வளவென்று வளவிட்டு சொல்லுதற் கரியதாயிருந்த காரியமல்ல.

ஆகிலும் றொய்யால் றுசில்லியோமுடைய விராணுவத் துக்கு லியேத்தனாங் கொலோனேலா யிருந்த முசியே ஒழிறார்[1] என்றவருடைய வல்லமையு மவ ரந்த சமையத்திற் செய்த காரியமு மிகுதியுங் கீற்திப் பிறதிஷ்டையா யிருக்கிறது. அதெப்படி என்றா லவர் வயது சென்றவரா யிருந்தது மன்றி பெலத்த வியாதியுட னெழுந்திருக்கச் சத்துவ மில்லாமல் மெலிந்திருக்கிறவர் 13–ந் தே. காலமே பீரங்கி சத்தங் கேட்ட மாத்திரத்தில் தம்முடைய விராணுவத்தார்களிடத்திற் கொண்டு போய் விடச் சொல்லி போயிருந்துக் கொண்டு மிகுதியும் பிறை யாசத்தோடு சண்டை முகியளமிருந்து நிறுவாகித்தார். கடசி யாய்த் தீராத வியாதியா யிருக்கிறதென்று யோசித்து 17–ந் தே. முசியே தெ சுப்பிறேனவர்களுடைய கப்பலி லேறிப்போனார். இதுவும் நாளது மா. 13–ந் தே. யுத்தத்தில் வற்த்திலெரி யென்னும் பீரங்கி சுடும் வெள்ளைக்காறருக் கிசமானாயிருந்த முசியே தெ செனறுமோ[2] வென்றவர் மேர்ப்படி ராணுவத்தார்களை ஒழுங்குடனும் வல்லமையுடனும் கொண்டு தருப்பின வித முமவர்களுடைய திராணியும் பார்க்கும்போது சொல்லுதற்கு யோக்கியமாய் மேலாயிரா நின்று சகல முயற்சிகளும் மிறின காரியமாயிருக்குது.

La perte des français a été, vu le petit nombre de combattans, trés considérable: on en jugera par l'état suivant des tués ou morts de leurs blessures ou blessés

---

1. Vaugirard
2. Senarmont

Brigade d'Austrasie et mille hommes effectifs

இராணுவத்தார்களுக்கு காரியத் தலைவரா யிருந்தவர்களில் காயம்பட்டிறந்துப் போனவர்களுங் காயம்பட்டவர்களு மின்னா ரென்றவர்களுடைய பேயர்களும் உத்தியோக முறைமை களு மொழுங்குட னறியும் பொருட்டாய் பக்கத்தில் பிறாஞ்சுப் பாஷையில் யெழுதப்பட்டிருக்கிறது. அதேதெனில் சுயப்பேர் களாகையால் தமிழ்ப் பாஷையில் யெழுதும்போது மேற் சொன்ன பாஷையினுட உச்சரிப்புக்குக் கெடுதி வருகிறதுமன்றி கண்டுபிடிக்கிறது பிறையாசமா யிருக்கிறதினாலே மாறுபாடு வராமலிருக்க வேணுமென்று யோசித்து பிறாம்சு பாஷையில் தானே விரிவாய் யெழுத வேண்டியதிருந்து தெனக் கொள்க.

அவை வருமாறு:

பிறாஞ்சுக்காறரில் காயம்பட்டவர்களுடையவும் இறந்துப் போனவர்களுடைய விபரமு மிதனடியில் துகையாய்ச் சொல் லுதலும் அதாவது.

ஒஸ்துறாசி பிறிகாது ராணுவத்தார்களுக்கு

காரியத்தலவர்களில் காயம்ப ட்டிறந்து போனவர்கள் *10* காயக்காறர் *11*

மேற்படி சொல்தாது ராணுவத்தார்களி லிறந்துப் போனவர்கள் *59*

மேற்படி காயம்பட்டவர்கள் *151.*

றொய்யால் றுசில்லியோமென்ற ராணுவத்தளத்தி லிரெண்டாம் வகுப்புக்கு

காரியத்தலைவர்க ளிறந்துப்போனவர்கள் *3*

காயம்பட்டவர்கள் *2*

மேற்படி சொல்தாது ராணுவத்தார்களி லிறந்து போனவர்கள் *18*

காயக்காறர் *61.*

பீரங்கி சுடும் வெள்ளக்காறர்

மேற்படி யிராணுவத்தார்களுக்கு

காரியக்கறரி லிறந்து போனவர் *1,* காயம்பட்டவர்கள் *3* மேற்படி சொல்தாது ராணுவத்தார்களி லிறந்து போனவர்கள் *9,* மேற்படி காயம்பட்டவர்கள் *40.*

லமார்க்குடைய றெழிமாம்

மேற்படி றெழிமாமுக்குத் தலைவரான முசியே கோந்து தெ லமாற்கு வுள்பட காயம்பட்ட காரியக்காறர் *5*

இறந்து போன மேற்படி றெழிமாம் சொல்தாதுகள் *10*

மேற்படி யிராணுவத்தார்களில் காயக்காறர் *18.*

Volontaires Etrangers de la Marine de Bourbon et autres auposte de Bint ou de la Brigade d'Austrasie என்னும் இந்த வகுப்பு விராணுத்தார்களுக்கு காரியத்தலைவரி லிறந்துப் போனவர்கள் *3*

காயக்காறர் *6*

மேற்படி சொல்தாதுகளி லிறந்து போனவர்கள் *17*

காயம்பட்டவர்கள் *26*

இங்கிலீசுக்காறருக்கு வந்த சேதம்

வரலாறு

மேற்படி யிராணுவத்தார்களுக்கு

ஒப்பீசியே கப்பித்தேன் என்று சொல்லப்பட்ட பின்னும் பல வுத்தியோகங்களையுடைய காரியத்தலைவரி லிறந்து போனவர்கள் *68.*

சொல்தாதுகளி லிறந்து போனவர்கள் *80*

மைற்றுப்படி சிபாய் ராணுவத்தார்களில் மிகுதியா யிறந்து போனவர்கள்.

இதுவுமது

Récapitulation

மூவேன் மா. *17*–ந் தே. – ஆனி *7*–ந் தே.

இற்றை நாள் முசியே தெ சுப்பிறேனவர்களுடைய கப்பல் கூட்டங்கள் திருக்கணாமலையிலிருந்து கூடலூர் துறையில் வந்து சேர்ந்துது.

மறுபடி யிங்கிலீசு கப்பல்காறரை தேடிபிடித்து யுத்தங் செய்யவேணு மென்று யோசித்து கரையிலிருந்து சொல்தாது ராணுவத்தார்களில் கொஞ்சமும் சிபாய்களில் கொஞ்சமு மேற்றிக் கொண்டு சத்துருக்களைத் தேடிக் கொண்டு நாளது *21*–ந் தே. இந்த புதுவைநகர் துறை வழியாய் வருகையில் தெய்வத்தினமாய்

யெதிரிகளுடைய கப்பல்கள் சமீபத்தில் கண்டது. ஆகையா லிவருடைய கப்பல்களு மெதிர்த்து நின்று யுத்தத்துக் காரம்பித்து மகத்தாகிய யுத்தம் நடந்த விடத்தில் சத்துருக்களுடைய கப்பல்கள் மறுபடி கலைக்குதவாமல் கலகலத்துப்போய் மகத்தாகிய சேதம் வந்தபடியினாலே தப்பித்துக்கொண் டோடிப் போனார்கள். இந்தச் சண்டையில் Flamant என்ற பெயருடைய கப்பலுக்குக் கப்பித்தேனா யிருந்து Mr. Salvert என்றவருக்கு பீரங்கியுண்டை யடித்திறந்து போனார்.

நாளது மா. 28–ந் தே.

இற்றை நாள் சாயங்காலம் சென்னப்பட்டணத்திலிருந்து யிங்கிலீசுக்காறருடைய பிறகா தொன்று வெள்ளைக்கொடி மேலும் யிங்கிலீசுக் கொடி கீழுமாய் போட்டுக் கொண்டு கூடலூர் துறைக்குப் போறதை யிந்த துறைக்கு மேலாக காணப்பட்டுது. சமாசாரம் விசாரிக்குமளவில் யேறோப்பு தேசத்தில் பிறாம்சுக் காறருக்கு மிங்கிலீசுக்காறருக்குஞ் சமாதானமாச்சு தென்று மந்த சமாசார மிங்கிலீசுக்காறருக்கு கறவான்[1] வழியாய் வந்ததென்று மதை முசியே சுப்பிறேனவர்களுக்கும் ழெனரால் முசியே மறுக்கி தெ புசியவர்களுக்கு மறுக்கை யிட்டார் களென்றும் விகிதமாச்சுது. அப்படியே மறுநாள் சமாதானம் பிறசித்தமாய் விரு திறவரிலுஞ் சத்துராதிக் கிறிகைகளை நிறுத்தினார்கள்.

இதுவுமது

முசியே தெ சுப்பிறேனவர்களுக்கு யிங்கிலீசு ராசாவுடைய கப்பல்களுக்குக் கொம்மந்தமாகிய அமீரால் யூசு[2] வெழுதி யனுப்பின காகிதப்படி தமிழில் திருப்பினது:

அவை வருமாறு

இங்கிலீசு ராசாவுடைய லெசுக்காதிறுக் கிசமானாயிந்தத் துறையில் நான் வந்து சேர்ந்த போது கிறாந்து பிறதான்னு[3] என்ற இங்கிலீசு தேசத்துக்கும் எசுப்பானு Espagne தேசத்திலும் அமரீக்கு தேசத்தாருக்குஞ் சமாதானப் பாயிரவத்தியாயங்கள் வெற்சாலி லிருக்கும் பூறனவதிகாரம் பெற்ற மந்திரிகளால் மூாம்வியேர் மா. 20–ந் தே. தீர்ப்பு செய்யப்பட்டதுக்கு மறுக்கக் கூடாத சாதகங்களுக்குள்ள காகிதங்க ளெனக்கு வந்து சேர்ந்துது. அதுகளைப் பார்க்குமிடத்திற் சமாதானம் நிர்ச்சயமாயிருக்கிறது. அந்தச் சமாதானம் பெவ்றியேர் மா. 9–ந் தே. பிராம்சு தேசத்தில் ஸ்திரப்படுத்தப்பட்டது.

---

1. Caravane
2. Hughes
3. Grande Bretagne (Great Britain)

ஆதலால் கிறாந்து பிறத்தாஞ்னு[1] செனங்களுக்கும் பிறாம்சுக்காறருக்கும் ழூலியேத்து மா. 9—ந் தே. சத்துராதிக் கிறிகைகளை நிறுத்தப்படவேணு மென்று வெனக்குத் தோத்தப் படுகிறதினா லந்தக் காகிதங்களின் சவ்வாதுகளை தங்களுக் கனுப்பிவித்தேன். இந்த காகிதங்களை வாசித் தாலோசனை செய்த பின்னு மந்தக் கடலிலே சண்டைக் கொடுத்து பறித்து கொண்டிருக்கத் தங்களுக்குச் சித்தமா யிருக்கிறதாவென்று கிறுபை செய்து சத்துச் சீக்கிரத்துக்குத் தெளிவாய் மறுமொழி சொல்லத்தக்கதாக தங்களைப் பிரார்த்திக்கின்றேன்.

இங்கிலீசு ராசாவுடைய மெதே யென்று பெயர் கொண்ட பிறகாதுக்கு கப்பித்தேனாகிய கொவேறு[2] என்றவர் மெய்யான சமாதானக் கொடியி னாதரவி லிந்தக் காகிதங்களைக் கொண்டு வருகிறார். தங்களைக் காணாவிட்டால் தங்களுக்கு கொடுக்கும் பொருட்டாய் முசியே மறுக்கி தே புசியவர்கள் கையி லளிக்கும்படியாய் நிருபித்திருக்கிறது.

ஆகையா லொழுங்காசாராமுள்ள நம்முடைய விராசாக் களுடைய காரியத் தலைவர்களாகிய நாம் சறுவ சத்துராதிக் கிறுகைகளை நிறுத்த வேண்டியது நம்முடைய கடனுள்ள கிறுத் திய மாதலால் தாங்களு மிதை யொற்றுக் கொள்ளுவீர்களென்றுந் தங்களுடைய நேசமெனக்குக் கிடைக்க வேணுமென்றும் மிகவும் நம்பியிருக்கிறேன் சென்னப்பட்டணத்தில் 1783—மாண்டு ழூவேன் மா. 25—ந் தே. தங்களுக் கீட்படிந்த வூழியக் காரனாகிய

கையொப்பம் யூஸ்

Signé Yousse Hughes

இதுவும்

மேற்சொல்லப்பட்ட சமாதானத்தின் விபரம் விரிவாய் மேற்சொல்லுதலும்

1783—மாண்டு செப்த்தம்பிற மா. 3—ந் தே. இராசாவர் களுக்குங் கிறாந்து பிறத்தாஞ்னு விராசாவுக்கும் வெறுசாலிலே[3] தீர்ந்த சமாதான வுடன்படிக்கைகளு மிவர்கள் சமாதானமாகும் பொருட்டாய் பல வல்லமையுள்ள ராசாக்களா லெழூதப் படுங் காகிதங்களு மிதிலடங்கியிருக்கிறது.

பறி[4] பட்டணத்தில்

1. Grande Bretagne (Great Britain)
2. Hoover
3. Versailles
4. Paris

இராசாவவர்களுடைய வச்சுக்கூடத்திற் போடப்பட்டுது.

முதலத்தியாயம்

கடலிலுங் கரையிலுங் கிறீஸ்த்தனத்துக்குரிய நித்தியப் பொதுச் சமாதான முண்டாகி பிராம்சு மகாராசாவவர்களிடத்திலு மிங்கிலீசு ராசாவுடத்திலு மவர்களுடைய சுதந்திரவாதி களிடத்திலு மவர்களுக்குப் பின்னரசாட்சி செலுத்தப் போறவர் களிடத்திலு மவர்களுடைய சீர்மை பட்டணந் தேச மவூர் பிறசைகள் மைற்று மிவர்களுக்குள் ளடங்கி யிதை செலுத்துகிற வெவ்வித வரசர்களிடத்திலு மொருவ னோரிடந்த தவிர வென்ற சொல்லில்லாம வெவ்விடத்திலு மனவரிடத்திலு மெய்யான நிலையுள்ள சினேகம் நடந்து வழங்கி வருகிறது. ஆகையா லிரு திறவரு மிந்தச் சினேகத்தை தங்களிடத்திலுந் தங்களுட சீர்மைகளிலும் பிறசைகளிடத்திலுந் தவறிப்போகாமல் மகா வெச்சரிக்கையுடனுஞ் சாக்கிறதையுடனுங் காப்பாத்தி வருவதுமன்றி – யினிக் கடலி லாவது கரையிலாவது யெந்தக் காரணத்தினாலாவது எவ்விதச் சாக்கினாலாவது விரு திறத்தாருக்குள் சத்துராதிக்கிறுகை நடக்க விடை கொடுக்க வொண்ணாது தெய்வெற்றினமாய் ஸ்தாபிக்கப்பட்ட விவ்வொருமைக் கினிப் பழுதுவராமல்ப்படிக்கு வெச்சரிக்கையுடன் நடந்து வருகிறது. இவ்விரு திறவர்களுடைய கீற்தி, மகிமை, நன்மை பிறையோசனங்களுக் கிடைகூறு செய்யத் தேடுகிறவர்களுக்கு மைற்றவர்கள் தாங்கள் தானேயாவது பிறத்தியாரைக் கொண்டாவது வுதவிச் சகாயஞ் செய்யாம லிருக்க வேண்டியது. தங்களுடைய மகிமை பிறையோசனங்களுக் கானதை யிருவரு மொருவருக்கொருவர் தங்களுக்குள்ளே செய்து கொண்டு வருகிறது.

இப்ப முந்தின சண்டைக்கு மூன்றாவது சண்டை துவக்கின னாள் துவக்கியாவது பின்னாவது தங்களுக்குள்ளே நடந்து போன தப்பிதங்களை யெல்லா மறந்து போறது. அதுகளுக் கெல்லாம் பொறுத்தல் கொடுக்கப்படும்.

இரண்டாமத்தியாயம்

1648 – மாண்டில் வெஸ்துப்பாலி[1] யென்ற வூரில் தீர்ந்த வுடன்படிக்கைகளும் *1679*–மாண்டில் நிமெக்கு[2] என்ற சீர்மையில் நடந்த உடன்படிக்கைகளும் *1697*–ம் மாண்டில் ரிசுவிக்[3] கென்ற பட்டணத்தில் செய்த வுடன்படிக்கைகளும்

1. Westphalie
2. Nimegue
3. Rijswick

1713–மாண்டில் வுத்திறெஷ்[1] என்ற வூரில் நடந்த சமாதான உடன்படிக்கைகளும் *1714*–மாண்டில் பதேன்[2] என்ற வூரில் முகிந்த வுடன் படிக்கையும் *1717*–மாண்டில் லகே[3] யென்ற சீர்மையில்த் தீர்ந்த மூன்றாஞ் சம்மந்த வுடன்படிக்கையும் *1718*–மாண்டில் லோந்துறுலே[4] தீர்ந்த நாலாஞ் சம்பந்த வுடன்படிக்கையும் *1738*–மாண்டில் வியேன்[5] என்ற சீர்மையில் ஸ்தாபித்த சமாதான உடன்படிக்கையும் *1748*–மாண்டில் எக்குசு லாஷப்பேல்[6] என்ற சீர்மைக்கு முகிந்த வுடன்படிக்கையும் *1763*–மாண்டில் பறீஸ்[7] என்னும் பட்டணத்துக்கு நடந்த வுடன்படிக்கையு மிவைக ளிப்பச் செய்யுஞ் சமாதான வுடன்படிக்கைகளுக் கஸ்திவாரமா யிருக்கிறது. மேற்சொல்லப்பட்ட சறுவ வுடன்படிக்கைகளுஞ் சண்டைக்குமுன் னிரு திறவருக்குள்ளே பொதுப்பட நடந்து வந்த சமாதானங்களு மிவ்வுடன்படிக்கையில் நவமாய்ச் செய்யப்பட்டதாக வெண்ணி யுறுதிப்படுத்தப்படுகிறபடியினாலே யிந்தப் புதுச் சமாதானத்தினா லதுகளிற் தள்ளுபடாத வத்தி யாயங்களை மகா நுணுக்கத்துடனும் பிறமாணிக்கத்துடனு மிரு திறவரு மனுசரித்து வரவேண்டியது.

மூன்றாமத்தியாயம்

கடலிலுங் கரையிலு மிரு திறவரிடத்திலும் பிடிப்பட்டி ருக்கிற பிறிசோனியேர்க்களையுங்[8] *(Prisonniers)* சண்டை யாரம் பித்த நாட் துவக்கி யின்றையவரைக்கும் கொடுக்கப்பட்ட வடகு களையும் வலுமையினா லெடுத்துக் கொள்ளப்பட்ட யீடுகளையும் குறைந்த திந்தச் சமாதானத்திற் கையொப்பமிட்ட வாறாங் கிழமைக்குள்ளே யிரு திறத்தாரு மொப்பித்துப் போடுகிறது.

பிறிசோனியேர்களை வைத்திருந்த ஸ்தலங்களுக் கிச மான்கள் மேற்படியார்களுக் கன்னவஸ்திரங் கொடுப்பித்து வந்ததினாலே யவர்களுக்குச் சென்ற சிலவுகளுக் கிரு திறவ ராலுங் காண்பிக்கப்படுகிற கணக்கு ரசீது பிறகார மொத்துக் கொடுக்கிறது. இதுவு மந்த பிறிசோனியர்கள் விடுபட்டு போறவரைக்கு மவர்க ளிருந்த வூரி லவர்கள்ப்பட்ட கடன்களை தீர்க்கும்படியா யிரு திறவரும் ஸ்திரமான வகை செய்கிறது.

---

1. Utrecht
2. Baden
3. La Haye (The Hague)
4. Londres (London)
5. Vienne (Vienna)
6. Aix-la-chapelle
7. Paris
8. Prisonniers (prisoners)

கடலிற் சத்துராதி கிறுகைகளை நிறுத்தும் பொருட்டாய்க் குறித்த நாளைக்குப்பின் பிடிபட்ட சண்டைக் கப்பல்களையும் வற்தகருடைய கப்பல்களையு மதிலேத்தி யிருந்த சாமான்களையும் சரக்குகளையும் கிறேஸ்தமாற்கத்துட னுடையவர்கள் கையிற் கொடுத்துவிடுகிறது.

இந்தச் சமாதான வுடன்படிக்கையி லிரு திறவருங் கையொப்பம் போட்டு அவர்க ளெழுதின திவர்கள் கையிலு மிவர்களெழுதி கையொப்பம் போட் டவர்கள் கையிலுமா யேறிப் போனவுடனே யிந்த வத்தியாயத்திற் சொன்ன காரியங்களை நிறைவேற்றத் துவக்கிறது.

4–வது

இந்தச் சமாதான வுடன்படிக்கையின் பிறகாரம் பிராம்சு மகாராச வவர்களைச் சேர்ந்துப் போன சேன் பியேர் மிக்கெலோம்[1] என்ற தீவுகள் நீங்கலாய் தேர் நேவு[2] யென்ற பதியும் மைற்ற தீவுகளும் யுத்திரெஷ்சு[3] என்ற வூரிற் தீர்ந்த சமாதான வுடன்படிக்கையின் 13–ம் அத்தியாயத்தின்படி யிங்கிலீசு ராசாவைச் சேர்ந்திருந்தாப்போ லிப்பவுஞ் சேர்ந்து அவரதுகளை யாண் டனுபவிக்கிறது.

5–வது

மச்சங்கள் பிடித்துக் கொண்டு வருகிற சுதந்திரக்கங்களில் பிறாம்சுக்காறருக்கு மிங்கிலீசுக்காறருக்கு மிதுவரைக்கும் நடந்து வந்த சச்சரவுக ளினிமேல் நடவாம லிருக்கும்படியாய் வுத்திரெஷ்சு என்றவூரில் தீர்ந்த சமாதான வுடன்படிக்கையின் 13 – மத்தியாயத்தின்படி பிறாம்சு மகாராசா வவர்களுக்குச் செல்லும்படியா யிருந்த தேர் நொவ்வு என்றதுக் கருகா மையி லிருக்கிற காப்பு பொன்விஸ்தா[4] வென்ற சீர்மை துவக்கி காப்பு சென் ழூாம்[5] வரைக்கும் மச்சங்கள் பிடித்துக் கொள்ள தமக்கிருந்த சுதந்தரத்தைத் தேவையில்லை யென்று விட்டுவிடச் சம்மதிக்கிறார்.

மேற் சொன்ன சேன் ழூாமென்ற காப்பு துவக்கி தேர் நெவ் என்ற தீவுக்கு மேன் பிறமாய்ப் போய் வட பிறமாய் வருகையில் காணப்படாநின்ற காப்பறே[6] யென்ற சொல்லப்படு

1. Saint Pierre Miquelon
2. Terre Neuve
3. Utrecht
4. Cape Bon Vista
5. Cape Saint Jean
6. Cape Raye

மிடமட்டும் பிறாம்சு மகாராசா வவர்களுடைய பிறசைகள் மச்சங்கள் பிடித்துக் கொள்ள விங்கிலீசு ராசாவுஞ் சம்மதிக் கிறார். உத்தரெஷ் என்ற வூரில் தீர்ந்த உடன்படிக்கையின் பிறகாரம் பிறாம்சுக்காறருக்குச் செல்லுபடியா யிருந்த மச்சம் பிடித்துக் கொள்ளுஞ் சுதந்திரத்தை யித்தநா ளெவ்விதமா யனுபவித்து வந்தார்களோ வவ்விதமா யிவ் வத்தியாயத்தி லவர்களுக்குக் குறித்திருக்கிறப் பிறகார மந்தச் சுதந்திரத்தை யனுபவித்துக் கொண்டுவரக் கடவார்கள்.

6–வது

கோல்ப் சேன் லொறாம் (Golfe St. Laurent) என்னுமிடத்தில் பிறாம்சுக்காறர்களுக்கு மச்சம் பிடித்துக்கொள்ள விருந்த சுதந்தரத்தை பறியிலே திரப்பட்ட வுடன்படிக்கையின் 5–ம் அத்தியாயத்தின்படி யவர்களே தானே யனுபவித்துக் கொள்ளுகிறது.

7–வது

இங்கிலீசு ராசாவுடைய ராணுவத்தார் சேந்து லூசியென்ற[1] தீவைப் பிடிக்கப் போறபோ தெந்த வந்தஸ்தி லிருந்ததோ வவ்விதமாய் பிறாம்சு மகாராசா வவர்களுக் கொப்பித்துப் போடுகிறது. தபாகோ[2] வென்ற தீவையும் யிங்கிலீசு ராசா பிறாம்சு ராசாவர்களுக்கு விட்டு விடுகிறது. அந்தத் தீவிலிருக்கிற புறோத்தெஸ்தான் மதத்தாரு மிங்கிலீசுக்காறர் மேற்படி சேந்து லூசியைப் பிடித்து வதை யாண்டு கொண்டு வந்த நாளையி லந்த தீவில் குடியேறின மேற்படி வேதத்தாரு மச்ச மின்றி யவர்களுடைய வேதத்தை யனுசரித்து வரவேண்டியது. மேற்படி தீவுகளிலே இங்கிலீசு ராசாவைச் சேர்ந்தவர்களாவது யிங்கிலீசுக்காறராய்த் தானேயாவ திருக்கிறவர்க ளவரவர்கள் தங்களுடைய பொருட்களின் பேரில் முன்னே வெவிதத்தி லெந்த வுடன்படிக்கையின் பேரில் சுதந்தரங் கொண்டாடியி ருந்தார்களோ யந்தச் சுதந்தர மவர்களுக் கெப்போதுந் தள்ளு படாமல் நிலையாயிருக்கிறது. அல்ல தவர்க ளவ்விடம் விட்டு பிறஸ்தலப் பட்டுப்போகச் சித்தமா யிருக்குங்கால் மனச் சுதந்த ரத்தோடு தடையண்டிப் போகலாம். தங்க ளாஸ்திகளை பிறாம்சுக்காறருக்கு மாத்திரம் விர்க்கச் சுதந்தர மிருக்க வேண்டியது. அவர்கள் குடி வாங்கிப் போகையில் சிட்சைக்குரிய குற்றவாளிகள் கடன்பட்டவர்கள் இவ்விரண்டு வியாச்சியங்கள் நீங்கலாய் மைற்ற வெப்பேர்ப்பட்டச் சாட்டுதலைக் கொண்டாவ தவர்களை

1. Sainte Lucie
2. Tobago

வருத்தப்படுத்தவு மவர்களுடைய தட்டு முட்டுகளை யெடுக்க வொட்டாமல் ஒரு விதத்திலும் விக்கனஞ் செய்யவும் படாது. இப்படி குடிவாங்கிப் போக மனதுள்ளவர்களிச் சமாதானத்தில் கையொப்பம் போட்ட பதிநெட்டா மாதத்துக்குள்ளே போக வேண்டியது.

மேற்சொல்லப்பட்ட தபாகோ வென்ற தீவில் பிராம்சு மகாராசா வவர்களுடைய வுத்தார மில்லாமல் குடிகொண் டிருக்கிற பிறசைகளுடைய வாஸ்திகளை யெடுத்துக் கொள்ளு கிறதில்லை யென்று மேற்படியாருடைய சுதந்திரங்களை மிகுதியு முறுதிப்படுத்தும் பொருட்டாய் மகாராசா ரவர்களாலே யந்தக் குடிகளுக்கு நிருபங் கொடுக்கப்படும்.

8–வது

கிறேனாது[1]– கிறேனாதேன்[2], சென் வேன்சாம்[3], ல தோமினிக்கு[4], சேன் கிறிஸ்தோப்பு[5], நெவி[6], மோன் சேறா[7] வென்ற தீவுகளை பிராம்சு மகாராசா வவர்க ளிங்கிலீசு ராசாவுக்கு விட்டுவிடுகிறது. இந்தத் தீவுகளை பிறாம்சுக்காறர் பிடிக்கப் போறபோ ததுக ளெவ்விதமா யிருந்துதோ அவ்விதமா யொப்பித்து விடுகிறது. மேற்சொன்ன யேழா மத்தியாயத்தில் இங்கிலீசுக் குடிகளுக்குச் சொல்லப்பட்டிருக்கிற சுதந்திரங்க ளெல்லா மிவ்வத்தியாயத்திற் சொல்லப்பட்டிருக்கும் தீவி லிருக்கிற பிராம்சுக்குடிகளுக்குச் செல்லுபடியா யிருக்கிறது.

9–வது

செனேகால்[8] என்ற வாற்தையு மதற்குட்பட்ட வூர்களையும் சேன் லுவி[9], பொதோறு[10], கலாம்[11] அறுக்கேன்[12], பொறுத்தாந்திக்கு[13]

1. Grenade
2. Grenadine
3. Saint Vincent
4. La Dominique
5. Saint Christophe
6. Nevis
7. Montserrat
8. Senegal
9. Saint Louis
10. Podor
11. Galam
12. Arguin
13. Portendick

வென்னுங் கோட்டைகளையும் பிராம்சு ராசா வவர்களுக்கு இங்கிலீசு ராசா வொப்பித்துப் போடுகிறது. இதுவும் கோறே[1] யென்ற தீவை யிங்கிலீசுக்காறர் பிடிக்கிறபோ தெவ்விதமா யிருந்துதோ வந்தப் பிறகாரம் பிராம்சு ராசா வவர்களுக்கு விங்கிலீசு ராசா விட்டு விடுகிறது.

10–வது

பிராம்சு ராசா வவர்கள் லிங்கிலீச ராசாவுக்கு ழாம்[2] என்ற கோட்டையும் கம்பி[3] என்ற வாற்றையு மொப்பிக்கிறது.

11–வது

மேற்சொன்ன திசையி லினிமேல்ச் சச்சரவுகள் நடவாம லிருக்கும் பொருட்டா யிரு தரவரு மிந்தச் சமாதானம் முகிந்த மூன்று மாசத்துக்குப்பின் கொமிசேர்களை நேமித்து தங்களுடைய விராட்சியங்களின் கக்ஷி யெல்லைகளை யவர்களைக் கொண்டு தீர்த்து நிற்ணயப்படுத்திக் கொள்ளுகிறது. பிசினெடுத்துக் கொள்ளுகிற சங்கதிக்கு சென் ழாம் என்ற வாற்றங்கரையின் முகத்துவாரந் துவக்கி பொறத்தாந்திக்கு யென்ற கோட்டைக்குள்ளாக யிங்கிலீசுக்காறர் பிசி னெடுத்துக் கொள்ளலாம். ஆனா லவர்கள் மேற்சொல்லப்பட்ட சேன் ழாமென்ற வாற்றிலும் பொறுத்தாந்திக்கு என்ற துறையிலு மதற்குட்பட்ட விடத்திலும் ஸ்திரமான வேலைகளை செய்து நெடுநாள் நிலையாய்க் குடி கொண்டிருக்கப்படாது.

12–வது

அப்புறிக்கைச்[4] சேர்ந்த மைற்ற விடங்களிலேயோ வென்றால் பிறாம்சுக்காறரு மிங்கிலீசுக்காறரு மிற்றைய வரைக்கு மவடங்களில் யெவ்விதமாய் நடந்துகொண்டு வந்தார்களோ அந்த வழக்குப்படி யினிமேலும் நடந்து கொள்ளுகிறது.

13–வது

இந்த சண்டை துவக்கத்தில் வொரிச்சா[5] பக்கத்திலும் வங்காளத்திலும்[6] பிறாம்சு மகாறாசா வவர்களுக்குச் செல்லு படியா யிருந்த வூர்களை யெல்லா மிங்கிலீசு ராசா விட்டுவிடுகிறது மன்றி

1. Gorée
2. Jean
3. Gambie
4. Afrique (Africa)
5. Orissa
6. Bengal

1783

ஷந்தெற்னகோ றென்ற[1] வூரைச் சுத்தித் தண்ணீ ரோடும்படியா யகிழ் வெட்டிக்கொள்ளச் சுதந்தரமுங் கொடுக்கவேண்டியது.

யிதுவுஞ் சிந்து[2] தேசத்தில் கன்னியா குமரி[3]ப் பக்கங்களில் பிராம்சுக் குடிகள் களங்க மற்றுச் சுதந்திரத்துட னொருவருக்கு மடங்காமல் முன்னாலே யீந்தி[4]யிலிருந்த பிராம்சுக் கும்பினி யார்கள் வற்தகப் பிறவந்தங்கள் செய்தாப் போலே யிப்பவுந் தனிப்படவாவது கும்பினிக் கூட்டமாயாவது வற்தக வியாபாரஞ் செய்துக்கொண்டு வரும்படியாய் தம்மாலே யின்ற காரியங்க ளெல்லாஞ் செய்துக் கொடுக்கிறோ மென்று யிங்கிலீசு ராசா வுடன்பட்டிருக்கிறார்.

14–வது

புதுவைநகரையுங் காரைக்காலையும் பிராம்சுக்காறருக் கொப்பித்துப் போடுகிறது. புதுவைநகரப்பட்டணத்துக்குச் சுத்துக் கிறாம மிருக்கும்படியாய் இங்கிலீசு ராசா வில்வன நல்லூர் வாவூர் வில்விரெண்டு தாலுக்கையுங் காரைக்காலுக் கதை யடுத்த நான்கு மாகாணங்களையுங் கொடுப்பிக்கிறது.

15–வது

பிறாம்சுக்காறர் மையையுஞ்[5] சூரத்துக்[6] கோந்துவாறையுஞ் சேர்த்துக் கொண்டு வதை யாண்டனுபவித்துக் கொள்ளுகிறது. இந்த சமாதானத்தின் 13–ந் மத்தியாயத்திற் சொல்லப் பட்டிருக்கிற பிறகாரம் பிராம்சுக்காற ரீந்தை பக்கத்தில் வற்தக வியாபாரஞ் செய்துகொள்ளலாம்.

16–வது

பாயிரச் சமாதானத்தின் 16–மத்தியாயத்தின்படி யிரு திற வராலும் ஈந்தைக்குக் கட்டளை யனுப்பி யிருக்கிறதினா லவ் வுடன்படிக்கையில் நவமாய்ச் செய்யப்பட்டிருக்கிறாப் போலே பிராம்சுக்காறருடைய படைத் துணைவரும் இங்கிலீசுக்காற ருடைய படைத் துணைவரு மிந்தச் சமாதானத்தை நாலு மாசத் துக்குள்ளே யேற்றுக் கொள்ளாவிட்டாலு மல்லது தங்களுக் குள்ளே யொருத் தனி யுடன்படிக்கையாவது செய்துக்

1. Chandernagor
2. Sindu
3. Kanniyakumari
4. Inde (India)
5. Mahe
6. Surat

கொள்ளாவிட்டாலு மிங்கிலீசுக்காறர் பிராம்சுக்காறருக்கு விரோதமாய்த் தங்க ளொத்தாசைக்காறருக் குதவி செய்யவுஞ் பிராம்சுக்காற ரிங்கிலீசுக்காறருக்கு விரோதமாய்த் தங்க ளொத்தாசைக்காறருக் குதவி செய்யவுஞ் செய்விக்கவும் படாது. மேற் சொன்ன தங்களுடைய வொத்தாசைக்காறர் 1776–மாண்டி லனுபவித்து வந்த வூர்களுக்கு விரோதமா யிரு திறவராலு முதவி யொத்தாசைகள் செய்யவும்படாது.

17–வது

இங்கிலீசு ராசா தாமொத்து சினேகமாய்ப் போனதுக்கு மெய்யான வடையாளம் பிரான்சு ராசா வவர்களுக்குக் காண்பிக்கும் படியாகவுந் தங்களுக்குட் செய்யப்பட்டச் சமா தானத்தை மிகுதியு முறுதிப்படுத்தவும் விரும்பி யிருக்கிறவரான தினாலே 1713–மாண்டில் யுத்திரெஷ்சு என்ற சீர்மையில் தீர்ந்த சமாதானந் துவக்கி யித்தைய வரைக்கும் துங்கெற்கு (Dunkerque) என்ற வூரைச் சேர்ந்த காரியத்தில் தமக் கனுகூல மாய்ப் பிறந்த வத்தியாயங்க ளெல்லாந் தள்ளுண் டழிப்பட்டுப் போக விங்கிலீசு ராசா சம்மத்திக்கிறார்.

18–வது

இந்த சமாதான முறுதிப்பட்டபின் யிரு திறவரு மொத்து வன்னியோன்னியமாய்த் தங்களுக்குள்ளே வற்தக வியாபாரஞ் செய்யும்படியாய் புது வொழுங்கு நிருதப்படுத்த விரு திறவருங் கொமீசேர்களைக் குறிக்கிறது. அவ்வொழுங்கின் நிருதி 1784–மாண்டு ழாம்வியேர் மா. முதல் துவக்கி இரெண்டு வருஷத்துக்குள்ளே தீரவேணும்.

19–வது

பிறாம்சுக்காறராவது இங்கிலீசுக்காறராவது எந்தத் திசையிலாவது பிடித்த வூர்கள் தேசங்களை யெல்லாம் வொப்பித்துப் போடுகிறது விட்டு விடுகிறது வென்றிவ்வுடன் படிக்கையில் கண்டிராவிட்டாலு மந்த சீர்மைகளை யெல்லாம் ஒரு விக்கினமு மில்லாம லுடையவர்கள் வசத்தில் சேர்த்துப் போடுகிறது.

20–வது

இரு திறத்தாருந் தாங்கள் மேற்சொன்ன தேசங்கள், தீவுகள், பட்டணங்கள் இவைகளை யொழித்து வுடையவர்கள் வசத்தி லொப்பிவித்துப் போடுகிறதுக்குக் காலங்கள் குறிக்க வேண்டியிருக்கிறதினாலே யிங்கிலீசு ராசா சேன் பியேர்

மிக்கேலோம் என்ற தீவுகளை யிச்சமாதான முறுதிப்பட்ட மூன்று மாசத்துக்குள்ளே பிராஞ்சு ராசாவுக் கொப்பித்துவிடு கிறது. கூடுமானால் அதற்கு முன்னமேதானே விட்டுவிடலாம். அந்தீல்[1] (Antilles) என்ற தேசத்தி லிருக்குஞ் சேந்து லூசி யென்ற சீர்மையும் அப்புறுக்கி லிருக்கும் கொறே யென்ற சீர்மையையு மிச்சமாதானம் ஸ்திரமான மூன்று மாசத்துக்குப் பின் வொப் பிக்கிறது. கூடுமானா லதற்கு முன்னமேதானே விட்டுவிடலாம். இச் சமாதானம் ஸ்திரப்பட்ட மூன்று மாசத்துக்குப் பின்னாவது கூடுமானால தற்கு முன்னமேயாவது கிறேனாது, கிறானாதேன், சென் வென்சாம், ல தோமினீக்கு, சேன் கிறீஸ்த்தோப்பு, நெவி, மோன் செறோ என்ற தீவுகளை இங்கிலீசு ராசாவுக்கு விட்டுவிடுகிறது. கீழ்த்திசையாகிய சிறிது தேசத்தில் பிறாஞ் சுக்காறருக்குச் சேரவேண்டிய புதுவைநகர், காரைக்கால் அதுகளுக்குண்டான கிறாமங்களையும் மற்றுமுண்டாகிய பட்டணங்கள் கோந்துவாறுகளை யெல்லாம் மேற்சொன்னபடி யிந்த சமாதான முறுதிப்பட்டவாறு மாஸத்தைக்குள்ளாவது கூடுமானா லதற்கு முன்னமே வொப்பித்துப் போடுகிறது. யீந்தியிலே யிங்கிலீசுக்காற ரிடத்திலாவது வவர்களைச் சேர்ந்தவர்க ளிடத்திலாவது பிடித்தப் பட்டணங்கள், வூர்களை யெல்லா மிந்தச் சமாதானமான வாறு மாஸத்தைக்குள்ளே பிராஞ்சுக்காறர் விட்டுவிடுகிறது.

ஆகையா லிந்தச் சமாதான முறுதிப்பட்டபின் மேற் சொன்னபடி யிரு திறவரும் அன்னிய வொன்னியமா யீந்தைக்கு சுப்போறு என்னும் நிருபங் கொடுத்து கப்பல்கள னுப்பப்படும்.

21–வது

சத்துராதிக் கிறிகைகள் நடக்கத் துவக்கு முன்னமே பிடிபட்டதுகளுக்கு மெடுத்துக் கொள்ளப்பட்டதுகளுக்கு மொரு வகை யேர்ப்படுமப்டியாய் நீதியிற் சொல்லிக் கொள்ளப்படும்.

வலுமையா லெடுத்துக் கொண்டவர்களாவது அல்லது வெடுத்துக்கொள்ளக் கட்டளை கொடுத்தச் சாதியாருடைய நீதி முறமைப்படியு மவரவர்களுக் குள்ளச் சுதந்தரப்படியேயும் மேற் சொன்ன வியாச்சியந் தீர்ந்துபோறது.

22–வது

இரு திறவராலும் பிடித்த தீவுகளிலே தீர்ந்துபோன வியாச்சியங்கள் மறுபடி கிளையாமலிருக்கும் பொருட்டா யவர வர்களுடைய நீதியில் தீர்ந்த தீர்ப்புப் பிறகாரம் நிறைவேற்றுகிற தென்று மதை யனுசரித்து வருகிறதென்றுந் தீர்மான மாச்சுது.

1. Caribbean islands

23–வது

யிச்சமாதானத்தி லடங்கி யிருக்கிற வத்தியாயங்களை யெல்லாங் கபடமின்றி கிறேஸ்த மாற்கத்துட னனுசரித்து வருவோ மென்று பிராஞ்சு மகாராசா வவர்களு மிங்கிலீசு ராசாவும் வாற்தைப்பாடு கொடுத்துக் கொள்ளுகிறார்கள். ஆதலால் தங்களுடைய பிறசைகளாலே யிதுகளுக்கொரு விதத் திலும் விரோதம் நடக்க வவர்கள் சம்மதிக்கப்போறதில்லை. யிதுவும்: மேற்சொன்ன சமாதான உடன்படிக்கைகளை யெல்லா மனுசரிக்கவும் நிறைவேற்றவு மிரு திறவருந் தாங்கள் தானே உத்திரவாதிகளாகிறார்கள்.

24–வது

இந்த சமாதான வுடன்படிக்கைகளை யுறுதிப்படுத்துங் காகித பத்திரங்களை யெழுத வேண்டிய முறமை யொழுங்கின்படி யெழுதி யிச்சமாதானங் கையொப்பமிட்ட வொரு மாசத்திலாவது கூடுமானா லதற்கு முன்னமே யாவ திந்த வெற்சா லென்ற[1] பட்டணத்தில்தானே யிரு திறவரு மிவர்கள் கையொப்பம் போட்ட காகித மவர்கள் கையிலு மவர்களுடைய கையொப்பமிட்ட திவர்கள் கையிலுமாய் மாற்றிக் கொள்ளுகிறது.

இந்தப்படிச் சம்மதித்து வவர்களுடைய மேலான முயற்சி பெற்ற ஸ்தானாபதிகளுமாய் பூறன வதிகாரம் பெற்ற மந்திரி களுமாகிய நாங்கள் வெங்களுக்குக் கொடுக்கப்பட்ட பூறன வதிகாரத்தைக் கொண்டு வவர்களுடைய பெயராலே யெங்கள் கையா லிச்சமாதான வுடன்படிக்கையிற் கையொப்பம் போட்டு யெங்களுடைய வாயுத விருதுகள் பதிந்திருக்கிற முத்திரைக் கோலால் முத்திரையும் பதித்தோம்.

இப்படிக்கு ஆயிரத் தெழுநூற் றெண்பத்து மூன்றா மாண்டு செப்த்தாம்பிற மாதம் மூன்றாந் தேதி வெற்சாலிலே செய்யப்பட்டுது.

கையொப்பம்: கிறாவியே தே வெறுழேன் மான்ஷெஸ்த்தேர்

Gravier de Vergennes Manchester

1783: மூலியேத்து மா. 3–ந் தே. க்கு – ஆனி மா. 23–ந் தே.

இற்றை நாள் கூடலூரிலிருந்து முசே லொனேயும் மேவி லென்றவருங் கப்ப லேறி சென்னப்பட்டணத்துக்குப் போனார்கள். மறுநாள் மேல்ப்படியார்களுடைய பல்லக்குகளைப் புதுவைநகரி லிருந்து கரை வழியா யனுப்பப்பட்டுது.

1. Versailles

நாளது மா. 9 தே.க்கு – ஆனி மா. 29 தே.

இற்றை நாள் சாயுங்காலம் மேற்சொன்னவர்கள் மேற்படி யிடத்திலிருந்து புதுவைநகர் வந்து சேர்ந்தார்கள். முசே லொனேக்கு சரீரம் பக்குவ மில்லாததினாலே மேற் சொன்ன மெவில் மாத்திரம் சென்னப்பட்டணத்திலிருந்து கொண்டு வந்த காகித பக்கையை (paquet) யெடுத்துக் கொண்டு கூடலூரிலிருந்த ழெனெரால் முசீயே தெ புசியேவர்களிடத்துக்குச் சென்றார்.

நாளது மா. 12.க்கு ஆடி மா. 2 தே.

இந்த நாள் கூடலூருக்குக் கருகாமையி லிறங்கி யிருந்த யிங்கிலீசு பாளையத்துக்கு ழெனராலாகிய இஷ்ட்டோட் டென்ற வர் கூடலூருக்கு வந்து ழெனெரால் முசியே புசியவர்களை சந்திச்சு மத்தியான மவருடன்கூட சாப்பிட்டு சாயங்காலந் தானே மேற்படி துறையி லிருந்த இங்கிலீசுக் கப்பலேறி சென்னப் பட்டணத்துக்குச் சென்றார்.

மூலியேத்து 15 தே. க்கு நாளது ஆடி 5–ந் தே.

இந்தநாள் புதுவைநகரி லிருக்கிற விராசாவவர்களைச் சேர்ந்த கட்டுக்கோப்புகளாகிய குவேற்னமாவென்னு மரண்மனை மைற்று முதலாகிய விடங்களெல்லாஞ் சுத்தப்படுத்தச் சொல்லி ழெனெராலவர்கள் நிரூபித் தனுப்பினபடியினாலே யதுகளை முஸ்தீப்பு செய்யத் துவக்கினார்கள்.

நாளது தேதி கூடலூருக்குக் கருகாமையி லிறங்கியிருந்த யிங்கிலீசுக்காறருடைய பாளையத்திலிருந்து வொரு வகுப்பு விரெண்டு பட்டாளஞ் சிப்பாய்களும் சிப்பாய்களேறிய துறுப்பு குதிரைகள் 170–ம் பெரிய பீரங்கிகள் 2–ம் கைப்பீரங்கிகள் 4–ம் யிழுத்துக்கொண்டு வில்வநல்லூரில் வந்திறங்கி மறுபடி பிறப்பட்டு திருச்சிற்றம்பலத்தின் வழியாய்ப் போனார்கள். சமாசாரம் விசாரிக்குமளவில் மேற்படியாருடைய பாளையத்துக்கு றஸ்தட்டா யிருக்கிறதாகவு மாகையால் வேண்டியிருக்கிற தின்பண்டங்கள் சேகரஞ் செய்யப் போறார்களென்றுங் கேழ்வி யாச்சுது. இதுவுமிந்த நாள்:

பெருமுக்கலி லிருந்து நபாபுடைய வமுல்தாற றொரு வன் முப்பது சிப்பாய்களுடன் வந்து பொம்மையாபாளையங் கோட்டைகுப்ப முதலான விடங்களில் தோரணம் வைத்தான்.

மூலியேத்து மா. 18 – ஆடி 8–ந் தே.

இந்த நாள் சாயுங்கால மாறு மணிக்கு வமீரால் முசியே தெ சுப்பிறேனவர்கள் கூடலூரிருந் தொருக் கப்பலில் வந்து

புதுவைநகரத்துத் துறையி லிறங்கினார். விசாரிக்குமளவில் சரீரஞ் சொஸ்தமிராததினாலே புதுவைநகரில் கொஞ்ச நாளிருக்கும் பொருட்டாய் வந்தாரென்றுப் பிறசித்தமாச்சுது.

அவு மா. 4 நாளது மா. 24–ந் தே.

இறை நாள் கூடலூருக் கருகாமையி லிறங்கி யிருந்த யிங்கிலீசுக்காறருடைய பாளையங் காட்டு மேட்டில் வந்திறங் கித்துது. உடனே சிபாய்க ளேறிய துறுப்பு குதிரைகள் 500–ம் 20 பேர் துரைகளும் பட்டணத்துக்குள்ளே வந்து பிராம்சுக்காறருடைய பாளையத்துக்கு யேந்தாந்தாமாகிய முசியே லொனே யென்றவ ரிறங்கி யிருந்தவிடத்தில் மேற்சொன்ன விங்கிலீசு துரைகள் மத்தியானஞ் சாப்பிட்டு சாயுங்கால மாறு மணிக்கு மறுபடி மேற்படியாருடைய பாளையத்துக்கு சென்றார்கள்.

நாளது மா. 8 – ஆடி 28–ந் தே.

இந்த நாள் சாயுங்காலம் மஞ்சங்குப்பத்துத் தோட்டத்தி லிருந்த ழெனெறால் புசியவர்களுக்கு சரீர சவுக்கிய மில்லாத தினாலே முன்னாலே பிறாஞ்சுக்காறருக்குத் துரையா யிருந்த முசியே லாவு என்றவருடைய வொழுகரை தோட்டத்தில் வந்தி றங்கினார்.

நாளது மா. 20 – ஆவணி 8

இந்த னாள் லறேன் கொத்தளத்துப் பழையக் கோட்டைக் கடைகாலைச் சோதித்து அளவு பிறமாண மறியும் படியாய் புது விஞ்சினீர்கள் 300 கிளாசுக்காறரையும் 200 கூலி யாள்க்களையும் வெட்டி சோதித்தார்கள்.

22 நாளது ஆவணி 10

இந்த நாள் நவாபு மமு தல்லீ கானுடைய வாயக்காறர் புதுவைநகரத்துக்குள்ளே வரப்பட்ட ரஸ்துக்களை மறியல் பண்ணினபடியினாலே ழெனேரால் புசியவர்கள் மேற்படி யாரைப் பிடித்துக்கொண்டு வரச் சொல்லி சிறைசாலையிலே போடுவித்தார்.

அவு மா. 25 ஆவணி 12

யிந்த னாள் பிராம்சுக்காற ராசாயவர்களுடைய பேர் கொண்ட தினமானபடியினாலே இந்தத் துறையிலிருந்த பிறில்லியா[1] மென்னு கப்பலிலும் La Fine என்ற பிறகாதிலும் விஸ்தாரமாய்ப் பீரங்கி வெடிகள் சுட்டு பண்டிகைகள் கொண்டாடி னார்கள். நாளது தேதி கூடலூரிலிருந்த வற்தில்லேரியுடைய

1. *Brillant*

இரண்டாம் வீராநாய்க்கர் நாட்குறிப்பு (1778–1792) 103

சாமான்களாகிய பீரங்கி வண்டிகள், குண்டுகள், மருந்து மைற்று முதலாகிய சாமான்களை கப்பலிலேற்றிக் கொண்டு வந்திந்தத் துறையி லிறங்கினார்கள். மருந்து பிப்பாய்கள் மிகுதியானதிலே மருந்துக் கிடங்குகளிலெல்லாம் போட்டும் பின்னையும் மருந்துகள் விஸ்தாரமா யிருந்தபடியினாலே திரு திரு பிள்ளையவர்கள் வீட்டுக் கெதிரே யிருக்கிற மிசியோனேர்[1] என்னுங் கோவிலிலிருந்த பாதிரிகளை யெல்லா மப்பிறப் படுத்தி யதிலும் மிகுதியாய்ப் போடப்பட்டுது.

நாளது மா. 29 ஆவணி 16

இற்றை நாள் ழெனெராலவர்களுடைய நாமத்தாலே பறைசாத்தி யறிக்கையிட்டுப் பட்டையமுஞ் சாத்தின தென்ன வென்றால் புதுவைநகர் பட்டணத்தில் வெகுகாலமாய்ச் சண்டை யாரம்பித்த காலந் துவக்கி நீதி ஞாய விவசாரணை யில்லாமல் பட்டணத்துப் பிறசைகளுடைய காரியங்களுக்கு நவமாய் யொழுங்குகள் கற்பித்து வருமளவு மிவடத்தில் நடக்க வேண்டிய காரியங்களை யொழுங்குப்படுத்தவும் விசாரணை செய்யவும் முசியே மொனறோ *(Mr. Monneron)* மென்றவ ரை நேமக்கப்படுத்தி யதிகாரங் கொடுக்கப்பட்டுது.

அவை வருமாறு

கிறாங் குறுவா (Grand'Croix) வென்ற முத்திரை பெற்ற வருமாய் சென்லுவி யென்ற மேற்படி சங்கத்தின் க்ஷேத்தரக் கூட்டத்தி லொருவருமாய் காப்பு தே பொ னெசுபரான்சு[2] கிழத் திசையாகியச் சிந்து நாட்டில் பிராம்சுக்காறர் ஸ்தாபித்தி ருக்கிற சறுவ ஸ்தலங்களுக்குங் கொம்மந்தாம் ழெனெராலுமா யிராச தனத்துக்கு லியேத்தனாந் ழெனெராலுமாகிய ஷாற்லு ழொசேப்பு மறுக்கி தெ புசி யே தெ கஸ்தேல்னோ (Charles Joseph Marquis de Bussy et de Castelnau) வென்ற நாம் நிருபிக்குங் கட்டளையாவது

சண்டைக்குமுன் னவரவருக்குச் செல்லுபடியா யிருந்த சீர்மை முதலானது களவரவர்களுக்கே திரப்பட்டு பிராம்சு மகாராசா யிங்கிலீசு ராசாவவர்களுடைய தீர்மானக் கட்டளை நமக்கு வந்து சேருகிறவரைக்கும் புதுவைநகரத்தி லுள்ளக் குடிகளுடைய நன்மையை யுறுதிப்படுத்தவும் மேற்படியாருக்குச் சுபேக்ஷை யுண்டு செய்துக் கொடுக்கவும் யோசித்தவிடத்தில் மேற்படி பட்டணத்துப் பொலீசு ஞாயம் விசாரணை செய்யும் பொருட்டா யொருவரை நேமக்கஞ் செய்ய வேண்டியிருக்கிற

1. Missionnaires
2. Cap de Bonne Espérance (Cape of Good Hape)

வவசற கெதியைக் கொண்டு கீழ்த்திசையாகிய சிந்து தேசத்துக்கு பிராம்சு மகாராசா வவர்களாலே கொமிசேற் ழெனெரால் ஒறுதனாத்தேர் தெ லா மறீன் (Commissaire Général Ordonnateur de la Marine) என்ற வுத்தியோகத்தில் நேமிக்கப்பட்டு வந்த ஷாற்லு குலோது ஆன்ழு மொனறோ (Charles Claude Ange Monneron) மென்றவரை நாம் நேமித்து வைத்தோம். ஆகையா லவரந்தப் பொலீசு ஞாயம் விசாரிக்குமிடத்தி லந்தந்தக் காரியந் தரத்துக்குத் தக்கதா யவருக்கு வேண்டியிருக்கு மதிகாரத்தைப் பொது நன்மையைக் கோரிக் கொடுத்தோம். அப்படியே மேற்படி புதுவை மாநகரத்திலுள்ள ராசா வவர்களுடைய பிறசைகளாகிய பிறாம்சுக்காறர் முதலாயுள்ள மைற்று மிருக்கப்பட்டக் குடிக ளனைவரும் மேற் சொல்லப்பட்ட துரையவர்களைப் போலீசு ஞாயக்காறராக வேற்றுக் கொள்ள வேண்டியதாமே. ஆதலா லவரண்மையாருடைய வடைக்கலத்தை நாடி யவரவர் தங்களுடைய விபகாரங்களைச் சொல்லிக்கொள்ள வேணு மென்றவர்களும் மேற்படி முசியே மொனறோமவர்க ளவிடத்திற் போய்த் தங்களுடைய முறைப் பாட்டைச் சொல்லிக் கொள்ள வேண்டியது. நமக்கவர் வந்து காரியத்தளவி லறிக்கையிட வேண்டியிருக்கத் தக்க காரியங்களுக்கு முன்னுதாய்ந் நேரத்துக்குத் தக்கதா யந்தந்தக் காரியத்தை யெவ்விதமாய்த் திட்டப்படுத்துகிறாரோ வந்தப் பிறகாரஞ் சரியாய் நிறைவேற வேண்டியது.

இப்படிக்கு ஒழுகறையில் 1783–ம் ஆண்டு அவு மா. 24 நிருப்பிக்கப்பட்டது.

கையொப்பம்: புசி

மேற்படியாருடை சக்கிறத்தேராகிய லுக்கா.

செப்த்தம்பிற மா. 10 ஆவணி 27

இற்றை நாள் கொறுதொம் றூழு (Cordon Rouge) பெற்ற கொந்து தெ லமாற்கு[1] யென்றவரும் முசியே லொனே[2] ஷெவாலியே திறிஸ்தால் என்ற காரியஸ்தாளும் மைற்றுஞ் சில பேர்களுங் கப்பலேறி பிராம்சு தேசத்துக்குச் சென்றார்கள்.

13–ந் தே. ஆவணி 30

இந்த நாள் பிராம்சு தேசத்திலிருந்து யிங்கிலீசுக்காறருடைய கப்பலொன்று சென்னப்பட்டணத்துக்கு வந்து மறுபடி யவடத்திலிருந்து நாளது தேதி மத்தியானம் மூன்று மணிக்கி

1. de Lamarck
2. Launay

புதுவைநகரத் துறையில் வந்து சேர்ந்துது. ஆகையால், சீர்மை யிலே பிறாம்சுக்காறருக்கு மிங்கிலீசுக்காறருக்குஞ் சமாதானமான வுடன்படிக்கைகளின் விபரம் வந்தபடியினாலே யந்தப் பக்கேயை முசியே மொனறோ மவர்களும் மேற்படி கப்பல்க் கப்பித்தேனு மெடுத்துக் கொண்டு போய் வொழுகறை தோட்டத்திலிருந்த ழெனரால் புசியவர்களுக்குக் கொடுத்தார்கள்.

செப்த்தாம்பிற மா. 19 புரட்டாசி 4

இந்த நாள் மத்தியானம் பிராம்சு தேசத்திலிருந் தொரு பிறகாது வந்துது. இதிலும் மேல் சொன்ன சமாதான காகிதங்கள் வந்ததினாலே யதை முசியே தெ சுப்பிறே னவர்களும் மொனறொ மவர்களும் மேற்படி கப்பலில் வந்த பாதிரியு மிம் மூன்று பெயர்களு மந்தக் காகிதத் கத்தையை யெடுத்துக் கொண்டு முசியே லாவு யென்பவருடைய தோட்டத்திற் குடியிருக்கிற ழெனெறால் முசியே மற்கி தே புசியவர் களிடத்துக்குக் கொண்டு போனார்கள்.

நாளது மா. 12 (?)

இற்றை நாள் ழெனெரா லவர்களுடைய வுத்தாரப்படிக்கு முன்னாலே புதுவை நகரில் கொமுசல்லியேரா யிருந்த முசியே மற்தே[1] னென்றவர் ராசக்கரியங்களின் நிமித்தியஞ் சென்னப் பட்டணத்துக்குச் சென்றார்.

ஒக்த்தோபிற மா. 20–ந் தே – அற்பீசி மா. 7

இற்றை நாள் கூடலூரிருந்த றொய்யால் றுசில்லியோ மென்ற ரெழிமாஞ் சொல்தாதுகளும் மேற்படி ரெழிமாமைச் சேர்ந்த சிபாய்களும் புதுவைநகர் வந்து சேர்ந்தார்கள். ஆனால் சிபாய்கள் மாத்திரம் கோட்டைக்கு வெளியே வண்ணான் துறையிலே போயிறங்கினார்கள். பிற்பாடு பட்டணத்தில் காவற் போட வேண்டிய விடங்காடோறும் காவற் போடப்பட்டுது.

இதன்றியும் நாளது தேதி சீரங்கப்பட்டணத்திலிருந்து டீப்பு சுலுத்தான் ழெனெரால் புசியவர்களுக்கு வெகுமதி யனுப் பினபடியினாலே இவடத்திலிருந்து மகாநாடு கூடிப் போய் கும்பினி தோட்டத்திலிருந்து மேளவாத்தியங்கள் தாசிகள் முத லான சம்பிறமங்களோடு மேற்சொன்ன வெகுமதியை முசியே லாவு தோட்டத்திலிருந்த ழெனரா லவர்களுக்குக் கொண்டுப் போய் செலுத்தினார்கள்.

---

1. Martin

நொவாம்பிற மா. முதல் தே. – அற்ப்பசி 18

இற்றை நாள் வொழுகரை தோட்டத்திற் குடியிருந்த முசியே மறுக்கி தே புசியவர்கள் புதுவைநகரில் வந்து சேர்ந்தார்.

2–ந் தே. – அற்பசி 19

இந்த நாள் காலமே பெருங்காற்று மழையும் துவக்கி மறு நாள் காலமே வரைக்கும் மகத்தாகிய காற்றுமழையு மடித்தபடி யினாலே பட்டணத்திலுள்ள வீடுகள் மிகுதியா யிடிஞ்சி சேதப் பட்டுப் போனது மன்றி யனேகந் தமிழாள் வீடுகளுக்குச் சேதம் வந்துது. செனங்கள் வெளியில் புறப்பட்டு வேண்டிய காரியங்கள் செய்கிறதுக்கு யிடமில்லாமற் போனதினாலே வெகு பேர் களெல்லா மன்றைய தினம் முழுதுஞ் சாப்பிடாம லுபவாசமா யிருந்தார்கள். யேழை செனங்கள் மிகுதியு மழையி லடிபட்டு மெலிந்து போனபடியினாலே மறுநாள் காலமே யேந்தாந்தா மாகிய முசியே மொனறோ மவர்கள் நூறு விராகன் கொடுத்து அரிசி வாங்கி யவர்களுக்குப் பகுத்துக் கொடுக்கச் சொல்லிக் கட்டளையிட்டார்.

நாளது மா 13–ந் தே. – காற்திகை 3

இந்த நாள் சென்னப்பட்டணத்திலிருந்து யிங்கிலீசு துரையும் முப்பது சிபாய்களும் வந்து சேர்ந்தார்கள். சமாசாரம் விசாரிக்குமளவில் க்ஷெனெரால் புசியவர்களுக்கு மிங்கிலீசுக் காறருக்கும் ஸ்தானாபதியா யிருந்து காரியங்களை நடத்தும் படியாய் மேற்படி யிடத்திலிருந் தனுப்பித்ததாகச் சொன் னார்கள்.

தெசாம்பிற மா. 13 – மார்களி 1

இற்றை நாள் சாயுங்கால மாறு மணிக்கி பிராம்சுக்காறருடைய கப்ப லொன்று மிங்கிலீசுக்காறருடைய தொன்றும் வந்திந்தத் துறை பிடித்துது. ஆகையால் சண்டையின்போது பிராம்சுக்காறர் கையில் பிடிபட்டு மோரீசிலே வைத்திருந்த விங்கிலீசுக்காறரை யெல்லா மேற்றிக் கொண்டு போய் சென்னப்பட்டணத்தி லிறக்கி விட்டு யிங்கிலீசுக்காறராலே பிடிபட்ட பிராம்சுக்காறரை யெல்லாஞ் சென்னப்பட்டணத்தி லிருந்து யேற்றிக் கொண்டு வந்து புதுவை நகரி லிறங்கினார்கள்.

1784–மாண்டு சூாம்வியேர் 21 – சோபகிருது தை 11

இற்றை நாள் கூடலூரிருந்த வொஸ்திராசி ரெழிமாஞ் சொல்தாதுகள் வந்தப்படியினாலே பிளாசுக்கெதிரே யிருக்கிற கசேற்னிலே யிருந்த றொய்யால் ருசில்லியோ மென்று பெயரை

வுடைய ரெழிமாஞ் சொல்தாதுகளை யிவர்கள் வரு முன்னமே முசியே செக்காத்தி[1] வீட்டில் ஸ்தாபித்து யிவர்களுக் கிந்த விடத்தை யொழித்து விடப்பட்டுது.

நாளது மா. 28–ந் தே. – தை 18

இந்த நாள் காலமே பத்து மணிக்கு மேற்சொன்ன விடத்திலிருந்து அக்கித்தேன் ரெழிமாஞ் சொல்தாதுகள் வந்ததினாலே கடற்கரை வாசற்படிக்குச் சமீபத்திலிருக்குங் கசேற்னிலே விடுதி விடப்பட்டுது.

பெவுறியே 16 மாசி மா. 8

இந்த நாள் காலமே யெட்டு மணிக்கு மேற்படியிடத்திலிருந்து முசியே கோந்து தெ லமாற்கு யென்றவருடைய நீல சட்டைக்காற ரெழிமாஞ் சொல்தாதுகள் வந்தப்படியினாலே யவர்கள் குடியிருக்கும் பொருட்டாய் வண்ணான் துறையிலே விடுதி விட்டார்கள்.

நாளது மா. 17–ந் தே. – மாசி 9

இதுவும் யிற்றை நாள் காலமே யேழு மணிக்கு மேற்சொன்ன ரெழிமாமைச் சேர்ந்த நீலச்சட்டைக்காற சிப்பாய்கள் வந்து சேர்ந்தப்படியினாலே மேற்படி ரெழிமாஞ் சொல்தாதுகள் குடியிருக்கும் மேற்சொன்ன விடத்துக் கிவர்களையு மனுப்பிவிக்கப்பட்டுது.

மாற்சு மா. 24–ந் தே. – பங்குனி 14

இந்த நாள் உசார் (hussards) யென்றும் பச்சை சட்டைக்காறருமாய் குதிரை ராவுத்தராகிய சொல்தாதுகள் மேற்சொலலப்பட்ட ஸ்தலத்திலிருந்து வந்தவர்களுக்கு முசியே லா சோவாழேர்[2] வென்றவனுடைய வீட்டுக் கெதிரே யிருக்கிற பூந்தோட்டத்திலே விடுதிவிட்டார்கள். ஆகையா லிருபது நாளைக்கு முன்னமே தான் மேற்படி தோட்டத்தில் விஸ்தாரமாய் விடமடைச லில்லாமல் பெரிய கொட்டாய் போட்டு முஸ்தீது செய்து வைத்திருந்துது.

அவிறீல் மா 12 – தே. – குராதி சித்திரை 4

இந்த நாள் சென்னப்பட்டணத்திலிருந்து இங்கிலீசு துரைகள் எட்டுப் பேர் வந்தார்கள். வந்த காரிய மென்னவென்றால் திருக்கணாமலையைத் தங்கள் வசத்தில் விட்டு விடவும் புதுவைநகரப்பட்டணத்தில் பிறாஞ்சுக் கொடி போட்டுக்

1. Ceccaty
2. La Sauvagère

கொள்ளச் சொல்லியும் சீர்மையிலிருந்து வந்திருக்கிற ராசக் கட்டளை நிறைவேற்ற வேணுமென்று மித்தோடு கூடிய விராச காரியங்களைப் பேச வந்தாரென்று கேழ்விக்கப்பட்டுது.

ஆகையால், ழெனெரால் புசி யவர்களுக்கும் யிங்கிலீசுக் காறருக்கும் நடக்கிற விபகாரமும் புதுவை நகரில் கொடி போடாமலிருக்கிறதும் என்னவென்றால்

முதலாவது ஒலாந்தக்காறருடைய தீவாகிய திருக்கணா மலையை இங்கிலீசுக்காறர் பிடித்து வைத்துக்கொண்டிருந்ததை முசியே சுப்பிறேனவர்கள் பிடித்துக் கொண்டபடியினாலே தங்கள் வசத்தி லிருந்ததை மறுபடி தங்கள் கையிலே விட்டுவிடச் சொல்லி இங்கிலீசுக்காறர் கேட்டுக் கொள்ளுமிடத்தில் முசியே மறுக்கி தெ புசியவர்கள் மறுமொழி சொன்னது.

சீர்மையிலிருந்து அவரவர்களுடைய சீர்மைக ளவரவர்கள் வசத்தில் விட்டு விடச் சொல்லி நிரூபித்து வந்திருக்கிற வொழுங்கின்படி அந்த தீவு வொலாந்தக்காறரைச் சேர வேணுமே யல்லாமல் வொரு விதத்திலு மிங்கிலீசுக்காறரைச் சேர ஞாயமில்லை யென்று இங்கிலீசுக்காறர் வசத்தில் விடுகிறதில்லை யென்று மாகையால் சீர்மையிலிருந்து சமாசாரம் வருமளவும் பிராம்சுக்காறர் வசத்தில் தானே யிருக்கிறதே யொழிய வேறொருவர் கையில் விடத் தக்கதில்லை யென்று மஸ்திரமாய்ச் சொல்லி முகித்தது மன்றி புதுவைநகரில் கொடி போடுகிற சங்கதியோடு சேர்ந்த காரியமோ வென்றால், சீர்மையிலே யிருத் திறவருக்குள்ளே தீர்ந்த சமாதான வுடன்படிக்கைளில் புதுவை நகரப்பட்டணத்துக் கனுகூலமாய் சீர்மை – பூமிகள் முன்னாலே முசியே மறுக்கி துப்பிலெக்கி சவர்கள் துரைத்தனத்தின் போது நடந்து வந்ததுகளில் யொன்றும் நடவாமல் வில்லியநல்லூர் வாவூர் மாத்திரம் புதுவைபட்டணத்துக்குச் சுத்துக் கிறாம மிருக்கும்படியாய் விடச் சொல்லி தீர்மானக் கட்டளை வந்ததே யொழிய வேறில்லை யென்கிறதினாலும் பழையபடி சீர்மைகள் நடக்கவேணு மென்றும் பிராம்சு தேசத்திலே யிந்தச் சமாதானம் பேசி முகித்த மத்திரிக்கு ஈந்தைப் பூறு வொத்திரமு மிதுகளுக்கு நடக்கவேண்டி யிருக்கிற வொழுங்குகளும் தெரியாததினாலே இந்தப் பட்டணத்துக் கனுகுலமாய் செய்யவேண்டி யிருந்தக் காரியங்களு மொழுங்குப்படிச் செய்யாமல் இவ்விடமாய் முகித்துப் போட்டதினாலே யிந்த சிந்து தேசத்தில் பிறாம்சுக் காறருக்கு நடக்கவேண்டி யிருக்கிற யொழுங்குகளுக்கு யெழுதி யனுப்பியி ருக்கிறோமென்று மாகையால் சீர்மையிலிருந்து நவமா யின்னபடி நடந்துக்கொள்ளுகிற தென்று நிருபம் வருமளவும் புதுவையிற் கொடி போடக் கூடாதென்று மாகையா லதுவரைக்கு

மிப்ப விருக்கிறபடி யிருக்கிறதே யொழிய வேறே யொரு விதமுஞ் செய்யக் கூடாதென்று ழெனெறால் மறுமொழி சொல்லி முகித்துப் போட்டார்.

மே மா. 6–ந் தே – சித்திரை 28

இற்றை நாள் இங்கிலீசு சொல்தாதுகள் முப்பது பேர் கப்பலிலிருந் திறங்கி மறீன் கிடங்கில் ஸ்தாபிதமானார்கள். முன்னமே தானே சென்னப்பட்டணத்திலிருந்து நேரஸ்தனாய் பெருமுக்கூலுக்கு அனுப்பியிருந்து வவிடத்தில் சவுக்கிய மில்லை யென்று புதுவைநகரில் வந்து குடியிருந்த பெனுபல் என்ற விங்கிலீசுக்காறன் குடியிருந்த வீட்டில் மேற்சொன்ன சொல்தாதுகளி லிரண்டு பேர் காவலாய் போனார்கள்.

மூவேன் மா. 6–ந் தே. – வீகாசி 28

இந்த நாள் கேழ்வியான சமாசாரம் Bons amis என்று பெயர் கொண்ட பிறகாதுக் கப்பலுக்குக் கப்பித்தேனா யிருந்தவன் திருக்கணாமலையிருந்த *Munitions de guerre* என்று சொல்லப்பட்ட சண்டை சாமான்களாகிய மருந்து கொண்டு கள், துபாக்கி முதலாயினதுகளை புதுவைநகரத்துக்குக் கொண்டு போய் பொம்பா[1]யிலே யிறக்கி யிங்கிலீசுக்காறருக்கு விக்கிறையஞ் செய்த சமாசார மவடத்திலிருந்த டீப்பு சாயேபு டைய வக்கீல்களறிந்து தங்களுடைய வெசமானுக்கெழுதினபடி யினாலே யவர் ழெனெரால் புசியவர்களுக் கந்த சமாசாரத்தை யெழுதி யறிவித்தார். இப்படியிருக்க பொம்பாயிலிருந்த யிங்கிலீசுக் காறர் மேற்சொன்ன கப்பல் கப்பித்தேன் தங்களுக்கு வித்த சாமான்களுக்குள்ள கிறையஞ் சென்னப்பட்டணத்திலே பெற்றுக் கொள்ளும்படியாய் மேற்படியானுக் குண்டிச்சீட்டு கொடுத்தபடியினாலே யவனந்தப் பணம் பெற்றுக் கொள்ளும் பொருட்டாய் புதுவைநகர் துறை வந்து சேர்ந்தான். மேல்ப்படி யானுங் கரையி லிறங்கினவுடனே ழெனெரால் புசியவர்கள் முப்பது சொல்தாதுகளை யனுப்பி யந்தக் கப்பலில் காவற் போடுவித்தார். மறுநா ளவனை விளங்கி விசாரணை செய்ய வேணுமென்று யோசனையா யிருக்கையி லவன் மெலுக்கு வைக்கப்பட்டு கரை வழியாய் ராவிலே பிறப்பட்டு சென்னப் பட்டணத்துக் கோடிப் போனான்.

நாளது மா. 16–ந் தே. – ஆனி 6–ந் தே.

இற்றை நாள் காலமே பத்து மணிக்கி சீர்மையி லிருந் தொரு பிறகாது சமாதானக் காகிதங் கொண்டு வந்துது. மேல்ப்படி

---

1. Bombay

கப்பித்தேனு[1] மொரு கொலோநேலும்[2] அந்தக் காகித கட்டை யெடுத்துக் கொண்டு வொழுகரை தோட்டத்தில் குடியிருக்கிற முசியே மறுக்கி தெ புசியவர்களிடத்திற்குப் போனார்கள். நாளது மா. 15–ந் தே. இந்தப்பட்டணத்துக்கு யெந்தாந்தாமாகிய முசியே மொனறோ மவர்கள் திரு திரு பிள்ளையவர்களுடைய சாவடிக்கிப் போயிருந்தவர் கப்பல் வந்த சமாசாரங் கேட்டு சீக்கிறதுக்கு வந்து சேர்ந்தார்.

பூவேன் மா. 21–ந் தே. – ஆனி 11–ந் தே.

இற்றை நாள் வெகு காலமாய் பெரிய கடையில் சாராயம் வித்துக் கொண்டிருந்த வொரு யிங்கிலீசுக்காறனையும் பிராம்சுக்காறருடைய சொல்தாதாகிய அக்கித்தேன்[3] ரெழிமா முடைய சொல்தா தொருவனையும் கயற்றினாலே கட்டி யிரு வருடைய கழுத்துகளிலுங் காகித மெழுதிக் கட்டி மேற்படி யாரைச் சுத்தி சிபாய்களை காவல் போ(ட்டு) கொம்பு தமுக்கு முலான வாடம்பரத்துடன் நடுப் பிளாசிலே கொண்டு வந்து மேற்படியாருடைய நெத்திகளிலும் முதுகிலும் முத்திரைப் போட்டு வூரைச் சுத்தி திருப்பி பிறசித்தமானபின் மறுபடியுஞ் சிற சாலையில் வைத்தார்கள். அதேனெனில் மேற்சொன்ன விங்கிலீசுக்காறன் மேற்படி சொல்தாதை நாளதியிலே சாராயம் வார்த்து பிறிய வாற்தைகளை சொல்லி பிராம்சுக்காறருடைய சேவகத்தை விட்டு இங்கிலீசுக்காறரிடத்தில் சேவகமெழுதிக் கொண்டால் நல்ல வெகுமதி வாங்கித் தருகிறோ மென்றுஞ் சென்னப்பட்டணத்துக்கு வந்தால் சம்பள மதிகமாய் கிடைக்குமென்று மிதை விட்டு தன் பின்னாலே வந்து விடச் சொல்லியும் பலவிதமா யந்தச் சொல்தாதைக் கலைச்சு பின்னையு மிவனுக்குச் சினேகிதரா யிருக்கிறவர்களையுங் கூட விட்டுக் கொண்டு வரச் சொல்லியும் போதித்த விடத்தில் அவனிவனுடைய போதனைக் குள்ப்பட்டு தன்னுடைய சினேகித னாகிய மேற்படி ரெழிமாஞ் சொல்தா தொருவனைத் தன்னுடன் கூட சென்னப்பட்டணத்துக்கு வர சொல்லியும் மேற் சொன்னக் காரியங்களை யெல்லா மிவனுக் காசை வரும்படி போதித் தழைத்த விடத்தில் நல்லதென்று சம்மதித்துக் கொண்டு மேற்சொல்லி வரப்பட்டப் பிறகார மிங்கிலீசுக்காற ரிடத்தில் முன்னின்று நடப்பித்துக் கொடுக்க நா னுத்தரவாதியா யிருக்கிறே னென் றெழுதிக் கொடுக்கச் சொல்லக் கேட்ட விடத்தி லிவன் நல்லதென்று சம்மதித்து மேற்சொன்ன சாறாயக்காற வெள்ளைக்காறனிடத்தி லிவனை

1. Capitaine
2. Colonel
3. Aquitaine

யிட்டுப் போய் மூதலிச்சு விட்டு சென்னபட்டணத்துக்குப் போனவுடனே மேற்சொல்லி வரப்பட்ட பிறகாரம் முன்னின்று நடப்பித்துக் கொடுக்க கடவே னென்று வுடன்படிக்கையு மெழுதிக் கொடுத்தான். ஆகையா லிவனந்தக் காகிதத்தைக் கொண்டு போய் மழோற் ழெனெராலாகிய முசியே பிறதாக்கு[1] யென்றவர் கையில்க் கொடுத்து நடந்த விபரங்களை யெல் லாஞ் சொன்னான். அவரந்த காகிதத்தைக் கொண்டு போய் ழெனெரால் முசியே புசி யவர்கள் கையில்க் கொடுத்து மேற் சொன்ன விபரங்களை யெல்லா மறிக்கையிட்டார். ழெனெரா லவர்க ளிந்தக் காகித்தையும் பார்த்து மேலெழுதப்பட்டி ருக்கிற விபரங்களையும் கேட்டு மிகுதியு மாச்சரியப்பட்டு சாராயக்காற விங்கிலீசுக்காரனையும் மேற்படியானுடைய போதனைக்குட்பட்ட பிராம்சு சொல்தாதையு மிருவரையும் பிடித்துச் சிறசாலையில் வைக்கக் கட்டளையிட்டு யிது சங்கதியை வெளியாக்கின சொல்தாதுக்கு வெகுமதி கொடுப்பித்தார்.

அவு மா. 2–ந் தே. – ஆடி 22–ந் தே.

இற்றை நாள் வண்ணான் துறைலிருந்த கோந்து தெ ல மாற்கு வென்றவருடைய ரெழிமாஞ் சொல்தாதுகள் கப்பலேறி பிராம்சு தேசத்துக்குச் சென்றார்கள்.

நாளது மா. 6–ந் தே. – ஆடி 26–ந் தே.

இற்றை நாள் மெலெழுதப்பட்டிருக்கிற சாறாயம் விற்கிற விங்கிலீசுக்காறனையும் மேற்சொன்ன பிராம்சு சொல்தாதையுஞ் சொல்தாதுகளடைய காவல்ப் போட்டு கப்பலி லேற்றி மோறீசுக் கனுப்பினார்கள்.

7–ந் தே. – ஆடி 27–ந் தே.

இந்த நாள் கொடி மரத்தைச் சுத்தி போட்டிருந்த அற்றில்லேரியைச் சேர்ந்த மருந்து குண்டுகள், பீரங்கிகள், மொற்தியே, போம்புகள் முதலான சாமான்கள் மிகுதியாயிருக் கிறதுகளை கப்பலேற்றி மோறீசுக் கனுப்பினார்கள். நாளது 8, 9, 10, 11, 12, 13, 14, 15–ந் தேதி வரைக்கு மேற்றினார்கள்.

செத்தாம்பிற மா. 10–ந் தே. – ஆவணி 29–ந் தே.

இற்றை நாள் *Fondant* என்ற பெயரையுடைய பெரிய சண்டை கப்பல் கூடலூர் துறைப்பிடித்து வருகையில் கரைத் தட்டிப் போய் விட்டுது. இராத்திரி காலத்திலே வந்தபடியினா லேயுந் துறை யெக்கச்சக்க மானதினாலு மிப்பேர்ப்பட்ட சேதம் வந்துது. ஆகையால் கூடிய மட்டும் பிறையாசப்பட்டு யெப்படி

1. Freytag

யாவது கப்பலை யிழுத்துக் கொள்ள வேணுமென்று பத்து நாள் மட்டும் வெகு பிறையாசப்பட்டும் மிகுதியும் பெலத்த வுரு வானதினாலே கூடாமல் போய்விட்டுது. ஆனபடியினாலே யதிலிருந்த சாமான்களை யெல்லா மிறக்கினார்கள். மேற்படி கப்பலுக்குக் கொம்மந்தாமாகிய *Chevalier Peynier* என்றவர் நாளது மா. 21–ந் தே. மேற்படி யிடத்திலிருந்து புதுவைநகரம் வந்து சேர்ந்தார்.

நாளது மா. 15–ந் தே. – பிரட்டாசி 5–ந் தே.

இந்த நாள் கேழ்விப்பட்டது சென்னப்பட்டணத்துச் சமா சாரம்: சென்னப்பட்டணத்துக்குப் பெரிய துரையாகிய லாட்டு மக்காலட்டுக்கும்[1] சட்டுலேர்[2] யென்றவனுக்குஞ் சண்டையான விபரம்.

அதாவது:

பாதருடைய குமாரன் டீப்பு சுல்த்தா னவர்களிடத்தில் சமாதானஞ் செய்துக் கொள்ளும் பொருட்டாய் இங்கிலீசுக் காறர் சட்டுலேர் யென்றவரை நேமித்தவிடத்தி லவருடன் கூடப் போறதுக்காக ஆயுத்தப்படுத்தின சிபாய்கள் தங்களுக்குப் பதினைந்து மாசத்து நிலுவை சம்பளத்தை தீர்த்துக் கொடுத்தாலே யன்றி மேற்சொன்னவருடன் பின் செல்லுகிறதில்லை யென்று தகராரு செய்த விடத்தில் மேற் சொல்லப்பட்ட பாத ருடைய சீர்மைக்குப் போய் மறுபடி வந்தவுடனே மேற்படி சிப்பாய்களுடைய நிலுவைச் சம்பளத்தைக் கொடுப்பிக்கிறோ மென்று அவர்களைச் சமாதானஞ் செய்து மேற் சொல்லிவரப் பட்ட சட்டுலேர் யென்றவ ரிட்டுக் கொண்டு போனபடியி னாலே மேற்படி யிடத்திலிருந்து மறுபடி வந்தவுடனே தங்களுக்கு வாற்தைப்பாடு கொடுத்தப்படி நிறவேற்றச் சொல்லி போயவர்கள் கேட்டுக் கொண்ட விடத்தில் சட்டுலேர் யென்றவர் பட்டணத்துக்குப் பெரிய துரையாகிய லாட்டு மைக்காலட்டு அவர்களுடன் மே லெழுதப்பட்டிருக்கிற விபரங்களைச் சொல்லி தாமவர்களுக்கு வாற்தைப்பாடு கொடுத்திருக்கிறபடி நிலுவை சம்பளத்தைக் கொடுக்க வேணுமென்று கேட்டுக் கொண்டவிடத்தி லின்னேரம் பணமில்லாததினாலே பிற்பாடு கொடுப்போமென்று ஜெனெரால் மறுமொழி சொன்னார். அதற்கிவர் தம்முடைய வாற்தை வியந்தமாய்ப் போறதினாலே கட்டாயமாய் நடத்த வேண்டியிருக்கிற தென்று மறுத்துச் சொல்லியு மவர்க் கூடாதென்றதின் பேரில் சட்டுலேர் மறுமொழி சொன்னது:

1. Macleod?
2. Sadleir

முன்னிருந்தப்படி சீர்மைகளை யெல்லாம் நபாபு மமுதல்லி கான் வசத்தில் விட்டு விடச் சொல்லி எறோப்பு தேசத்திலிருந்து விங்கிலீசு ராசாவவர்கள் நிருப்பித் தனுப்பினடி மேற்படியார் வசத்தில் விட்டுவிட்டால் நமக்கு திரவியத்துக்குத் தவக்கம் வரமாட்டா தென்று மந்த நிருபத்தின்படி நிறைவேற்றாமல் போனதினாலே திரவியங்க ளில்லாமல் காரியத்தாக்ஷியாயி யிருக்குதென்று மிப்படி பல ஞாயங்களைச் சொல்லிக் காண்பித்த விடத்தில் லாட்டவர்களுக்கு கோபம் வந்து வொருவருக்கொருவர் மிகுதியுந் தற்கிச்சுப் பேசும்போது மீறிப் போனதினாலே சட்டுலேர் லாட்டை சண்டைக் கழைத்தவிடத்தில் ஆகையா லிருவரும் பிஸ்தோல் சண்டைக் காரம்பித்து முதல் சட்டுலேர் பேரில் லாட்டு விரெண்டு வெடி சுட்டதின் பேரி லவனுக்குப் படாமல்த் தப்பித்துது. மறுபடி சட்லேர் தன் வீதத்துக்கு ஜெனெரால் பேரில் சுடும்போது அவருக்கு குண்டு பட்டு பூமியில் விழுந்தார். மெத்த காயமல்லாததினாலே சீவனுக் குலயமில்லாமல்த் தப்பினார்.

ஒக்த்தோபிற மா. *23*–ந் தே. அற்பசி *11*

இற்றை நாள் யிங்கிலீசுக்காறருடைய காரியக்காறனாய் புதுவைநகரி லிருந்த வுசா யென்றவருக்கு சென்னப் பட்டணத்தி லிருந்து நிருபித்து வந்த தென்ன வென்றால் கலாபங்களினாலே குடிகள் மெலிந்து போனார்க ளென்கிறதைப் பத்தி நாளது வரைக்கும் தீர்வையைத் தள்ளிப் போட் டிருந்ததினால் மறுபடி யதை வாங்கவேணு மென்கிறதை யிங்கிலீசுக்காரர் யோசித்து முன்பின் யிந்த பட்டணத்தில் பிராம்சுக்காறருடைய துரைத்தனத்தின் போது இங்கிலீசுக்காற ரிந்தப் பட்டணத்தைப் பிடித்துக் கொண்ட காலந் துவக்கி தீர்வைகளோடு சேர்ந்த சங்கதிகளாகிய கடல்வழி கரைவழித் தீர்வை நஞ்சை புஞ்சையோடு கூடியதுக ளெவ்விதமாய் நடந்துதோ வவ்விதமா யிப்பவும் அமுல்தாறர் காரியக்காறர்களை வைத்து காரியம் பார்க்கும்படி கட்டளை யனுப்பினபடியி னாலே தனக்கு நிருபித்து வந்ததை ஜெனெரால் புசி யவர் களுக் கறுக்கையிட்டுக் கொண்டு நாளது மா. 25–ந் தே. மேற் சொல்லி வரப்பட்ட காரியங்களைச் சொல்லி யின்று முதல் தீர்வை யவரவர்கள் கொடுக்கக் கடவதென்று பறைசாத்தி யறிக்கையிட்டார்கள். இப்படியிருக்க, சோபகிறது[1] வருஷம் அற்பசி மாச முதல் குரோதி[2] வருஷம் அற்பசி மாசம் வரைக்கும் தீர்வை யில்லாம லவரவர்க ளனுபவித்தப் பலன்களுக்குத் தீர்வை கொடுக்கச் சொல்லி மேற்சொன்ன வுசார் கேட்ட விடத்தில் கலாபத்தினாலும் மழையில்லாததினாலும்

1. 1782
2. 1784

பலன்க ளெல்லா மழிந்து போய் குடிகளும் மெலிந்து நிறுவாக மில்லாதிருக்கிறதினாலே கடந்து போன காரியத்துக்கு தீர்வை கொடுக்கக் கூடாதென்று மிகுதியுந் தகராறு செய்தும் மேற்படி யான் கட்டாயமாய்த் தீர்வை கொடுக்க வேணுமென்று மிகுதியுங் கண்டினை செய்தபடியினாலே ழெனெரால் புசியவர்களுடன் விண்ணப்பஞ் செய்துக்கொண்டதின் பேரி லவரவனை யழைத்து யிது சங்கதிகளுக்கு சென்னப்பட்டணத்துக் கெழுதி யனுப்பி நவமாய் சமாசாரம் வருமளவுங் குடிகளை தொந்தரை செய்யத் தேவையில்லை யென்று தாமுங் காகித மெழுதினார். யிது காரியத்தளவில் மேற் சொல்லப்பட்ட குடிகளுக்காக முசியே மொனறோ மவர்கள் ழெனெரால் முசியே மறுக்கி தே புசி யவர்களுடன் மிகுதியுந் தகராறு செய்து தற்கித்துப் பேசி தம்மாலே யாவத்தும் குடிகளுக்குப் பிறையாசப்பட்டு மேற் சொன்ன வுசார் வெற்றினிச்சக் காரியங்களுக் கெல்லாம் சறுவ விரோதமாய் சென்னப்பட்டணத்துக்குக் காகித மெழுதி அனுப்பும்படி செய்தார்.

இதுவும்

அப்பக்கத்தில் 67–ம் ஏட்டில்[1] பெவுறியேர் மா. 23–ந் தே. சொல்லியிருக்கிற சங்கதிக்கு யிதில் சொல்லும் வகை என்ன வென்றால் முசியே குத்தான்சோ[2] கப்பீசு கோவிலுக்குப் போயிருந்தப் போது குவேற்ணமாவின் பட்டடத்துப் பல்லக்கு வெளியிலே கோவில் வாசற்படிக் கெதிரே வைத்திருக்குமிடத்தில் சேவுகர் 50, சோபுதாரர்கள் 12 மற்றுங் கொடிகள் பிடிக்கி றவர்கள் சமஸ்தமானவர்களும் பல்லக்கை சுத்தி யிருக்கச்சே மேற்படி பல்லக்குக் கணைக்குப் போட்டிருந்த சிம்ம லாடத்தைத் திருடிக் கொண்டு போனார்கள்.

மறுபடி கோவில் விட்டு குவற்ணமாவுக்கு வந்தவுடனே களவு போன சமாசாரத்தை குத்தான்சோவுடன் சொன்னார்கள். மேல்ப்படி நகையை அழைப்பித்துக் கொடுக்கிறவரைக்கும் திரு நயினாரவர்களை சிறைசாலையில் வைக்கிறதென்று கட்டளையிட்டான். குவேற்ணமாவுடைய சேவுக ரிரெண்டு பேர் சிறைசாலைக்குக் கிட்டுப் போறதுக்கு நயினா ரவர்கள் வீட்டில் வந்தார்கள்.

ஆகையால் ராசகோபால னாய்க்க ரிந்தச் சமாசாரங் கேழ்விப்பட்ட மாத்திரத்தில் எந்தாந்தாம் ழெனறாலாகிய முசியே மொனறோ மவர்களிடத்துக்குப் போய் முறமைக்கு

1. இது வீ–ர் நாட்குறிப்பு – மூலப் பிரதியின் வரிசை எண்.

2. Coutenceau

விரோதமாய் நயினா ரவர்களை காவலில் வைக்கச் சொல்லி முசியே குத்தான்சோ யென்ன விதமாய்ச் செய்யலா மென்றும் மேற்சொன்ன களவு நயினார் வுத்தரிக்க வேண்டிய நிமித்திய மில்லை யென்றும் யேனென்றால் ராக்காலங்களில் தமிழர் வீட்டுகளில் போற களவுகள் மாத்திரம் பிடிக்க வழக்க மென்றும் வெள்ளைக்காறர் வீட்டுகளில் போற களவு நாங்க ளுத்தரிக்க நிமித்தியமில்லை யென்றும் அல்லாமலும் பட்டம் பகலில் மேற்படி பல்லக்கை சுத்தி சோபுதாரர்கள் சேவுகர் நூறு செனங்களிருக்க களவு போக வேண்டிய ஞாயமென்ன வென்றும் மேற்படி சேவுகர், சோபுதாரர்கள் மற்று முதலா யிருந்த சிப்பந்தி சமஸ்தமானவர்களுடைய சம்பளங்களில் பிடித்து மேற்படி நகைக்கு வகை செய்கிறது முறமையே அன்றி நயினாருக்கு நிமித்தியமில்லை யென்றும் மிகவும் யூடாடிப் பேசி ஞாயங்களைச் சொன்னதின் பேரில் முசியே மொனறோ மவர்கள் குவேற்ணமாவுக்குப் போய் மேற்படி குத்தான்சோ வுக்கு மேற் சொல்லியிருக்கிற ஞாயங்களை யெல்லாம் தெரியும் படி செய்து நயினாரை காவலிலே வைக்கக் கூடாதென்று நிஷ்க்கரிஷை யாச்சுது. மேற்படி குத்தான்சோ தானிட்ட கட்டளை நிறைவேறாமல் போய்விட்ட தென்கிற துக்கத்தி னாலே மேற்சொன்ன சேவுகர் இரண்டு பேர்களும் மூன்று நாள் வரைக்கும் நயினார் வீட்டுத் தெரு வாசற்படியில் காவலி ருக்கிற தென்றும் மூன்று நாள் வரைக்கும் நயினார் வெளியே வரப்படாதென்றும் நவமாய் நிருபித்தான்.

1785–ம் ஆண்டு டிசம்பர் 7–ந் தே. – குரோதி மார்கழி 27

இற்றை நாளிராத்திரி பத்து மணிக்கு ஜெனெரால் முசியே மறுக்கி தெ புசி யவர்களும் Fondant என்று பெயருடைய[1] கப்பலுக்கு கொமாந்தாமாகிய முசியே பென்னியே யென்றவரும் மைற்றுஞ் சில துரைகளுமாய்க் கடதாசி யாடிக் கொண்டிருக்கையில் ஜெனெராலவர்களுக்கு மாரடைப்புக் கண்டுப் படுத்துக் கொண்டார். வுடனே வயித்திய துரைகளும் மேற்சொன்ன துரைகளுமாய் பார்க்குமிடத்தில் மரணமடைந்தார். பட்டணத்திலுள்ள சறுவத்திர செனங்களும் மகத்தாகிய கஸ்தியுந் துன்பத்தையு மடைந்ததுமன்றி மிகுதியு மாச்சரியப் பட்டார்கள். பட்டணத்துப் பிறசைகளுடைய நிற்பாக்கியத்தி னாலே யிப்பேர்ப்பட்ட வதிசெய மிந்த சமைய பேதகமான காலத்தில் நடந்துதென்று யோசிக்கப்பட்டுது. ஆகையாலவ ருடைய மேலான வதிகார முயர்ச்சிகளுக் கடுத்த காரியங்களைச்

1. Peynier

செய்தாக வேண்டி யிருக்கிறதினாலே யன்றைய தினமடக்கஞ் செய்கிறது கூடாது காரியமாயிருந்துது.

மறுநாள் காலமே துவக்கி ராத்திரியும் பகலும் மேல்ப் படியாருடைய வாயுத விருதுகளோடு சேர்ந்த சின்னைகளெல் லாங் காகிதங்களிலே படங்கள் செய்து வற்ணம் வைத்து முகித்து நாளது மாசம் 9–ந் தே. யாகிற யாதி வார நாள் காலமே மேற்சொன்ன படங்களை குவேற்ணமாவில் கறுப்பு கட்டி வேண்டிய விடங்கடோறும் கட்டி மேற்படி படங்களை யதின் மீதி லொட்டி யிந்தப் பிறகாரங் கப்புசு கோவிலுக்குள்ளேயும் வெளியிலு மலங்கரித்து கடலோரத்திலே மரம் நட்டு கறுப்புக் கொடிப் போட்டு துறையிலிருந்த பிராம்சுக்காறருடைய கப்பல்களிலு மிங்கிலீசுக் கப்பல்களிலு மன்று முதல் கறுப்புக் கொடி போட்டு மினூத்துக் (minute) கொரு பீரங்கி சுட்டுக் கொண்டிருந்தார்கள்.

ஆதலால், பத்து மணிக்கு சொல்தாது ராணுவத்தார் முதலான சிபாய்கள் வரைக்கு மங்கே காவலிருந்தவர்கள் நீங்கலாய் சமஸ்தமானவர்களையுஞ் குவேற்ணமாவின் வாசப்படி முதல் கப்புசுக்கோவில் வரைக்கு மிரு பக்கங்களிலும் இரண்டு வரிசையாய் வைத்துப் பீரங்கி சுடும் வெள்ளக்காறர் 18 ராத்தல் குண்டோடப்பட்ட பீரங்கிக ளிழுத்துக் கொண்டு முன் செல்லத் தக்கதாக பிறிவினை செய்திருக்கையில் பத்தரை மணிக்கு படைத்தலவர் முதலான சமஸ்தமான துரைகளும் கறுப்புக் கட்டிக் கொண்டு அவரவர்கள் மெழுகுதிரிகள் பிடித்துக் கொண்டு சபத்தின் பின்னாலே பிறப்படுகையில் ழெனெரால் ஏறப்பட்ட பட்டத்துப் பல்லக்கையும் மேற்படி கொடிக ளிரெண்டும் குமாரவாணக் கொடிகள் 24–ம் சோபுதார்கள் சேவுகர் முதலானவர்களெல்லாம் மேல்ப்படி பல்லக்கின் முன் மேற்சொன்ன கொடிகளை விரித்துப் பிடித்துக் கொண்டு முன்செல்லத் தக்கதாக குவர்னமா விட்டு பிறப்படுகையில் ரெழிமா முடைய தம்புறுகளெல்லாம் வொரே சத்தமாய் முழக்கி துபாக்கி வெடிகள் பீரங்கி வெடிகளோடு கூடிய சகல மேன்பாட்டுகளுடனுங் கொண்டு போய் கோவிலுக்குள்ளே யடக்கஞ் செய்தார்கள்.

ழெனெராலவர்களை நான்கு பக்கங்களிலு மெடுத்த துரைகளின் விவரம்:

Mr. Chevalier Pennier Commandant de Ft... Mrs. Deboistel, Brigadier Baylié ancien Commandant d'Artillerie et de Coutenceau Brigadier.

இன்னான்கு பெயர்களோடு கூட விவடத்திலிருந்து விங்கிலீசுக் காறனேல் துரைகளுங் கைகளில் கறுப்புக் கட்டிக் கொண்டு யெடுத்தார்கள். ஆனலிந்தப் பட்டணத்துக்கு நன்மை கிடைக்கிற சமையத்தி லிப்பேர்ப்பட்ட காரியம் நடந்து தென்று பிறசைகள் மிகுதியிங் கஸ்திப்பட்டார்கள். பட்டணத்துக்குள் ளிருக்கப்பட்ட கொடி மரத்திற் கொடி போடாமல் கட லோரத்தில் கறுப்புக்கொடி போட்டதென்னயோ வெனின்:

கொடி போடுகிற விபகாரத்துக்கு விங்கிலீசுக்காறருக்கும் முசியே மறுக்கி தெ புசியவர்களுக்கும் தகறாறு நடந்து ழெனெரா லவர்கள் நடக்க வேண்டிய காரியங்களுக்கு பிராம்சு தேசத்துக் கெழுதியனுப்பி யவடத்திய சமாசாரம் வருமளவுங் காத்திருந்தபடியினாலேயும் புதுவைப்பட்டணத்தை பிராம்சுக் காறருடையதாக வேற்றுக் கொள்ளாம லிங்கலீசுக்காறருடைய பட்டணத்தில் தாம் வந்து குடியிருக்கிற பாவினையாய் மேற்படி யார் கையில் சில வுடன்படிக்கைகள் பெற்றுக்கொண்டு சீர்மை யிலிருந்து சமாசாரம் வருமளவுங் காத்திருந்தபடியினாலே மேற்சொன்ன விதமாய் செய்ய வேண்டியிருந்துது.

பூராம்வியோர் மா. 16–ந் தே.க்கு – தை மா 7–ந் தே.

இத்தை நாள் முசியே குத்தான்சோ வென்றவர் குவேற்ண மா வென்னு மரண்மனையில் குடியிருக்க வந்தார். ழெனரால் புசியவர்களுக்குப் பிற்கால மவருடைய விடத்துக்கு வேறே வொருவரு மில்லாததினாலே யிதுகளுக்கு வகை யேர்ப்படுகிற வரைக்கும் ராசகாரியங்களைக் கொண்டு திருப்ப வொருவனி ருக்க வேண்டி யிருந்ததினாலே புது வொழுங்கேர்ப்படுகிற வரைக்கும் தற்காலத்துக்கு மேற்சொன்ன குத்தான்சோ வென்ற வனை நேமகக்ஞ் செய்ய வேண்டியிருந்துது.

நாளது மா. 17–ந் தே.க்கு தை மா 8–ந் தே

இற்றை நாள் கொடி கம்பங்களையும் மேற்படி தட்டுகள் கயிறுகள் முதலாயினதுகளை யிறக்கிப் பழுது பாற்க வாரம்பித் தார்கள். ஆகையால் கொடி போடப் போகிறார்களென்றுப் பிறசித்தமாச்சுது.

19–ந் தே.

இற்றை நாள் முன் கொடி போடுகிற சங்கதி பேசி முகித்துக் கொண்டு வரும் பொருட்டாய் சென்னப்பட்டணத்துக்கு ஸ்தானாபதிக்கம் போன முசியே மொறசேன் வந்து சேர்ந்தார்.

நாளது *25*–ந் தே க்கு – தை மா *16*–ந் தே.

இற்றை நாள் கொவெற்ணமா வென்னும் அரண்மனையில் காலம் பண்ணிப் போன ழெனெரால் முசியே மறுக்கி தெ புசியவர்களுடைய வுடுப்புகள் யேலம் போட்டு விற்குமிடத்தில் கமீசுகள் 24–க்கு விற்கிறையமான ரூபாய் 120, 180, 200, 210 வரைக்கு மொசத்தி வாங்கினார்கள். மறுநாள் பவழக்காட்டு லேஞ்சுகள் விற்குமிடத்தில் கோடிக்கு ரூபாய் 60, 70 மட்டும் விற்கிறைய மாச்சுது. வஸ்திரங்களெல்லாம் மிகுதியு மதிக விலையேறப் பெற்ற தாகையாலே யின்னம் அதிகம் பெறு மேன்று சொல்லிக் கொண்டார்கள். மைற்றுமிகுந்த சாமான் களெல்லாம் நாலஞ்சு நாள் வரைக்கும் ஏலம் போட்டு விற்கிறையப்படுத்தினார்கள்.

***29*–ந் தே. க்கு – தை *20*–ந் தே.**

இந்த நாளிராத்திரி எட்டு மணிக்கு சென்னபட்டணத் திலிருந்து புதுவைநகரில் கொடி போடுகிற சங்கதி பேசி முகிக்கிற நிமித்தியம் இங்கிலீசு துரைகள் ஸ்தானாபதிக்கம் வந்தார்கள்

3

பிரெஞ்சு முடியாட்சியின் கடைசி ஆண்டுகள்

(1785 – 1790)

பெவுறியேர் மா. முதல் தே. க்கு – தை மா. *23*–ந் தே.

மங்களவாரம் சுவாதி நஷ்சேத்திரம் இரிஷப லக்கினம் மணி பனிரெண்டு இச் சுபதினத்தில் புதுவை நகர பட்டணத்தில் வெள்ளைக் கொடி யேற்றினார்கள்.

ஆகையால், கொடி போடுமுன் 11 மணிக்குத் தானே ஒஸ்த்துராசி (Austrasie) யென்னும் ரெழிமாஞ் சொல்தாதுகளை பிலாசிலே பூவரசமரச் சாலையிலே வரிசை வைத்திருந்துது. ஆதலாலந்த சமையத்தில் துறையிலிருந்த பிராஞ்சுக்காற ருடைய கப்பல்களிலும் இங்கிலீசுக்காறருடைய கப்பல்களிலும் கடலிலுங்கரையிலும் 21–பீரங்கி வெடிகள் சுட்டு சந்தோஷங் கொண்டாடினார்கள். அரை மணிக்கு முசியே குத்தான்சோவும் படைத் தலவர்களும் பட்டணத்தி லிருக்கப்பட்ட துரைகளுங் குவற்ணமா விட்டுப் பிறப்பட்டு கோவிலுக்குப் போய் செய தோஸ்திரம் பாடி மறுபடி 21–பீரங்கி வெடி சுட்டு Vive le Roi என்று கூவினார்கள்.

இன்றையத் தினம் குவற்ணமாவில் 39–40 துரைகள் விருந்து சாப்பிட்டார்கள். யிதுவு மிவடத்தில் கொடியேற்றிய வேளையில் சரியாய் கூடலூரிலு மிங்கிலீசு கொடி ஏற்றினார்கள். கொடி போடுகிறதுக்குச் சற்று முன்னமே அந்த வூர்த் தமிழ ரெல்லாங் கூடிக்கொண்டு முசியே கோதாறு

யென்று போலீசு ஞாயம் விசாரித்துக் கொண்டிருந்த பிறாஞ் சுக்காறன் குடியிருந்த வீட்டை சுத்திக் கொண்டு கல்லுகளாலே யெறிந்து அவனையும் பிடித்து மிகுதியு மவமானஞ் செய்ததுமன்றி மேற்படியானுடைய துபாசியையும் பிடித்து வஸ்திரங்களைப் பிடிங்கிக்கொண்டு மகத்தாகிய துன்பப்படுத்தினார்கள்.

பிற்பா டிந்த சமாசார மிங்கிலீசுக்காறர்க ளறிந்து மேற் படியாரை விலக்கி சமாதானஞ் செய்து கோதாறையுங் குதிரை வண்டியின் பேரில் யேற்றிக்கொண்டு கோட்டைக்கு வெளியே விட்டுவிட்டார்கள். மேற்சொன்ன கோதா (Godard) றென்றவன் போலீசு ஞாயம் விசாரிக்கும்போது மேற்படி குடிகளையெல்லாம் மிகுதியுந் துன்பப்படுத்தினபடியினாலே அவர்களிவ்வித மாய் நடத்தினார்கள். மேற்சொன்ன கூடலூரிலிருந்த பிராஞ் சுக்காறருடைய விராணுவத்தார்களெல்லாம் முன்னுதாய் புதுவை நகரில் வந்துவிட்டபடியினாலே மேற்சொன்ன குடிகள் தாங்கள் நினைத்திருந்தப்படி முகித்தார்கள்.

நாளது தேதி

சாயுங்கால மாறு மணிக்கு மோறிசிலிருந்த சேன் மிஷேல்[1] என்று பேருடைய ராசா அவர்களுடைய கப்பலொன்று வந்துது. கடலிலுங் கரையிலும் பீரங்கி வெடிகள் சுட் டாசாரஞ் செய்தார்கள். மேற்படி கப்பலில் 20,000 பத்தாக்கு[2] வந்துது.

பெவிறியேர் மா. 2 தே. க்கு – தை மா. 24–ந் தே.

இந்த நாள் கூடலூரை யிங்கிலீசுக்காறர் வசத்தி லொப் பித்துப் போடுமுன்னே மேற்படி யிடத்திலிருந்த வொலாந்தக் காறருடைய சிபாய்கள் புதுவைநகரில் வந்து முசியே செக் காத்தி (Mr. Ceccati) வீட்டில் குடியிருந்தபடியினாலே யவர்கள் நாளது மா. கப்பலிலேற்றி திருக்கணாமலைக் கனுப்பிவிக்கப் பட்டுது.

பெவுரியர் மா. 12–ந் தே. க்கு – மாசி மா. 4–ந் தே.

இற்றை நாள் முசியே தெ பொஸ்த்தேலும் பாளையத்துக்குக் கொமீசேராயிருந்த முசியே வினேயென்றவருங் கப்பலேறி காரைக்காலுக்குச் சென்றார்கள். மேற்படி யிடத்தில் துரைத்தனஞ் செய்யும் பொருட்டாய் மேற்சொன்ன தெ பொஸ் த்தேலை (de Boistel) பெரிய துரையாகவும் வினே (Vinay) யென்றவரை யவருக்கிரண்டாவது எந்தாந்தாமாகவும் (intendant) நேமித் தனுப்பப்பட்டுது. மேற்படி பட்டணத்துக்கு கொடி மரமும் முஸ்த்தீது செய்துக் கொண்டு போனார்கள்.

1. St. Michel
2. piastres

நாளது தேதி வில்வநல்லூர்வாவூர் இவ்விரண்டு தாலுக்கையும் தோரணம் வைத்து வொழுங்குப் படுத்தும்படியாய் முசியே குத்தான்சோ (Mr. Coutenceau) நயினாத்தை முதலியார வர்கள் பின்னாலே யொரு கும்பனி சிபாய்களைக் கூட்டியனுப்பினார்.

18 தே. க்கு நாளது மா. 10–ந் தே.

இந்த நாள் போலீசு நீதி ஞாயம் விசாரிக்கும் பொருட்டாய் முசியே உவேத்து (Mr. White) என்றவரை நேமிக்கப்பட்ட தினாலே யவர் மதியானம் நாலு மணிக்கி சாவடிக்கிப் போய் சத்து நேரமிருந்து கடை விசாரணை செய்து வந்துவிட்டார்.

19 தே.க்கு 11 – ந் தே.

இற்றை நாள் முன்னாலே புதுவைப்பட்டணத்துக் கொமு சேலில் கொமுசேலியோரா யிருந்த முசியே மற்தேன் (Mr. Martin) ஏனத்துக்குத் (Yanaon) துரையாகவும் பொறேஸ்தியே (Forestier) என்றவ ரவருக்கு யிரெண்டாவதாகவும் கரை வழியாய் மேற்சொன்ன விடத்துக்குச் சென்றார்கள்.

23 தே. க்கு 15–ந் தே.

இற்றை நாள் முன்னாலே புதுவைப்பட்டணத்துக்கு முசியே குத்தான்சோ (Mr. Coutenceau) நயினாரை வீட்டுக்காவலி லிருக்கச் சொல்லிக் கட்டளையிட்டு வெளியில் வராமலிருக்கும் படியாய் குவேற்ணமாவின் சேகுவரி லிரண்டு பேர்களை தெரு வாசற்படியில் காவல் வைக்கப்பட்டுது. அதேனெனில் குவேற்ணமாவின் பல்லக்குடைய வெள்ளிக் கலசங் காணாமற் போனதினாலே யதைக் கொண்டு வந்து ஒப்பிக்கும்படியா யிவ் வகை செய்யப்பட்டுது. யிதற்கு வகை விரிவாய் 62–ம் யேட்டில்[1] சொல்லியிருக்கிறது.

24–ந் தே. க்கு 16–ந் தே.

இந்த நாள் திருக்கணாமலையிலிருந்து *L'Isle de France* என்னும் ரெழிமாஞ் சொல்தாதுகள் 300 பேர் கப்பலிலிருந் திறங்கினார்கள். மருந்தும் பீரங்கிகள் 30 மேற்படி கப்பலிலிருந் திறக்கினார்கள்.

பெவிறியேர் மா. 25–ந் தே.க்கு – மாசி மா. 17–ந் தே.

இற்றை நாள் வில்வநல்லூர் வாவூர் விவ்விரண்டு தாலுக்கு குடிகளும் நாட்டாரும் 350 விராகன் நசர் வைத்து முசியே

1. இந்த எண் மூலப் பிரதியைச் சுட்டுவது (இரண்டாம் வீ–ர் தன் நாட் குறிப்பை வரலாற்று நூலாக அமைத்தார் என்பதற்கு இது தக்க சான்றாகும்).

குத்தான்சோவை சந்தித்த விடத்தி லவர் நாட்டாருக்கு வஸ்திரமும் வெற்றிலை பாக்குங் கொடுப்பித்தார்.

26–ந் தே.க்கு – நாளது மா. 18–ந் தே.

Samedy[1]– இற்றை நாள் காரைக்காலிலே வெள்ளைக் கொடி போட்டு நான்கு மாகாணங்களிலும் தோரணம் வைத்தார்கள்.

27–ந் தே. க்கு – 19–ந் தே.

இந்த நாளு 85 நாளது மா. 23–ந் தே. வீட்டுக் காவலில் வைத்திருந்த நயினாருக்கு வெளியே புறப்பட வுத்தாரமாச்சுது.

28–ந் தே.க்கு 20–ந் தே.

இற்றை நாள் யிஞ்சினீயர்கள் கடலோரத்திர் போய் மேற்படி வாசப்படிக் கெதிரே வட பிறத்தில் துவாசு[2] 300 தென் பிறத்தில் 300 துவாசு சங்கிலி போட்டளந்து முளை யடிப்பித்து நிருபித்தாவது: இன்று முதல் ராசாவவர்களுக்கு வரப்பட்ட சரக்குகள் சாமான்கள் மாத்திர மிப்ப நிகுதி செய்திருக்கப் பட்ட முன்னூறு துவாசுக் குள்ளேறக்கி யொரு வேளை யப்பறப் படுத்தக் கூடாமல் யவடத்திற்றானே சாவுகாசமாய் சரக்குகளை வைக்கவேண்டியிருந்ததாலும் வைக்கவு மிறக்கவு மேற்றவுந் தகுமே யன்றி மைற்ற சில்லறை வற்தகராவது வேறே யெப் பேர்ப்பட்டவர்களாவது தங்களுக்கு கப்பலில் வரப்பட்ட சரக்குகளை மேலே கண்டிருக்கப்பட்ட வளவு பிறமாணத்துக் கப்பிற மிறக்கி வேண்டிய காரியங்கள் செய்துகொள்ளுகிறதே யொழிய வதற்குள்ளே யேற்றுமதி யிறக்குமதிகளொன்று மிருக்கக் கூடாதென்றுக் கட்டளையிட்டு வாசற்படியில் பட்டையமுஞ் சாத்தி சொல்தாதுகளை காவலும் போட்டார்கள்.

மார்சு மா. முதல் தே.க்கு – மாசி மா. 21–ந் தே.

இற்றை நாள் புதுவை பட்டணத்துக்கு எந்தாந்தாமாகிய முசியே மொனறோ மவர்கள் 150 விராகனுக் கரிசி வாங்கி கடலோரத்தில் போட்டு யேழை செனங்களுக்குக் கொடுக்கச் சொல்லி நிரூபித்தப்படி நிறைவேற்றத் துவக்கினார்கள். மேற் சொன்ன விராகன் வந்த விபரம்.

அதாவது: வில்லவனநல்லூர் வாவூர் விவ்விரெண்டு தாலுக்குக் குடிகளும் நாட்டாரும் போன பெவுறியே மா. 26 தே. முசியே மொனறோ (Mr. Monneron) மவர்களை சந்தித்த போது மேற்சொன்ன தொகையாகிய 150 விராகன் நசர்

1. Eng. Saturday
2. toise (about 2 m)

வைத்துக் கண்டவிடத்தி லதை வாங்கிறதில்லை யென்று துரை யவர்கள் மிகுதியுந் தகறாறு செய்து மவர்கள் கட்டாயமாய் வாங்கிக்கொள்ள வேணு மென்று மீந்தையில் நடக்கிற வழக்க மாதலா லதைத் தள்ளுபடி செய்தால் தங்களுக் கவமான மென்று மிகுதியும் வருந்திக் கேட்டுக் கொண்ட படியினாலே துரையவர்களுங் கட்டாயத்தின் பேரில் நல்லதென் றேத்துக் கொண்டு பிட்சைக்காறருக்குப் பகுந்துக் கொடுப்பித்தார்.

மார்சு மா. 2 தே. க்கு – மாசி 22 – தே.

இற்றை நாள் புதுவைநகரத்துக் குடிகள் மகாநாடு கூடிக் கொண்டு மேள வாத்தியங்களோடு வழங்கும் முறமைப்படிக்கு சாதி நாட்டாமைக்காறர் வொவ்வொரு வஸ்திரங்களைக் கொடுத்து முசியே குத்தான்சோவை சந்திச்சார்கள். வெற்றிலை பாக்கு கொடுத்தவுடனே மகாநாட்டாரைப் பார்த்து முசியே குத்தான்சோ சொன்னதாவது: பாதரிடத்தில் பிராம்சுக் காறருடைய வக்கீலா யிருக்கிற கிஷ்ணாராயரை வலங்கை யிடங் கையாருக்குத் தலைவராய் நேமித்தோமென்று மாதலா லவரை யுங்களுக் கெசமானாக வேற்றுக்கொள்ள கடவ தென்றுஞ் சொன்னார்.

இதன்றியும், வலங்கை யிடங்கையாருக்குள் எப்போதும் யாதொரு சச்சரவுகள் விவகாரங்கள் வந்ததேயுண்டானால் சிரீ. சிரீ. திருவேங்கிடப்பிள்ளை யிடத்தில் சொல்லிக் கொண்டு அவருடைய முன்னிலையில் தேறுகிடை செய்துகொள்ளும் வழக்கமா யிருந்ததுக்கு விரோதமாய் நூதன வொழுங்கு கற்பித்த காரண மென்னையோவெனில் வலங்கைப் பிறபுக்களிடத்தி லிடங்கையார் தங்கள் விபகாரங்களைச் சொல்லிக்கொள்ளுகிறது மவர்களுக்கு கீழ்ப்படிகிறதும் வெசமான தத்துவம் வலங்கை யாரிடத்தி லிருக்கிறதுந் தங்களுக்கு முயற்சி யில்லாதிருக்கிற தென்று பொன்னப்ப செட்டி யோசித்து தங்களுக்குள்ளே பெருமையுஞ் சலாக்கியமு முண்டு செய்துக்கொள்ள வேணுமென்று மேற் சொன்ன கிஷ்ணாறாயனுடைய வனுமதிப் பெற்றுக்கொண்டு குத்தான்சோவுக்கும் பின்னும் பக்கங்களி லிருக்கிறவர்களுக்கும் திரவ்வியங்களை செலவு செய்து மேற் சொன்ன வப்பிறையோசனமான காரியத்தை யுண்டுசெய்துக் கொண்டார்கள்.

செட்டிகள் மே லிப்படியான முன்னிலையிலே தங்களுடைய காரியங்களைச் செய்து கொள்ளலா மென்று சந்தோஷத்தை யடைந்திருந்தார்கள். ஆனால் யிந்த காரியத்தை பட்டணத்திலே கடசியாய்ச் சொல்லிக் கொண்டார்களே யொழிய முயற்சியாய் யேற்றுக் கொள்ளவில்லை.

குவற்ணமா விட்டு பிறப்பட்டவுடனே யெந்தாந்தாமாகிய முசியே மொனறோ (Mr. Monneron) மவர்களைச் சந்தித்தார்கள். தாசிகள் முதலானவர்களுக்குப் பத்து விராகன் கொடுத்தனுப்பினார்.

மார்சு மா. 4 தே.க்கு – மாசி மா. 24–ந் தே.

இற்றை நாள் வொஸ்திராசி யென்னும் ரெழிமாஞ்சொல் தாதுகளில் 200 பேர்களை பெத்தி யனிபால் (Petit Annibal) என்ற வீரரவர்களுடைய கப்பலிலேத்தி பிராம்சு தேசத்துக் கனுப்பினார்கள்.

8 தே. க்கு நாளது மா. 28–ந் தே.

இற்றை நாள் மகானாடு கூடி மேளவாத்தியங்களோடு வழக்கப்படி போலீசு நீதி ஞாயம் விசாரிக்கும் பொருட்டாய் நவமாய் நேமித்து வைத்திருக்கிற முசியே உவேத்தைச் சந்தித்தார்கள். சாதி நாட்டாண்மைக்காற ரவர்களுக்கு வஸ்திரங்களையுங் கொடுத்தார்கள்.

நாளது மா. 21 தே.க்கு – பங்குனி மா. 11–ந் தே. தே.

இற்றை நாள் முசியே குத்தான்சோவுடைய வுத்தாரப் படிக்கு முசியே வுவேத்து முசியே லலேயுடைய (Mr. Lallée) காரியக்காறனாய் புதுவை நகரில் வாசமாயிருக்கிற தெவனோ (Mr. Thévenot) வென்றவனுடைய வீட்டைச் சுத்தி நயினாருடைய சேவுகரை உரு தெரியாமல் வேஷமாத்தி யவர்களுடன்கூட சிப்பாய்களையு மவர்களைப் போலே தானே தெரியால் ரகசிய மாய் காவல் வைக்கப்பட்டுது. இந்தப் பிறாகரங் குண்டு சாலையை சுத்திலுங் காவல் வைத்து ரகசியமாய் மேல்ப் படியாருக்கு நிருபித்திருந்த தென்னவென்றால். பல்லக்குகள் குதிரைகள் போனால் விடாமல் மறியல் செய்யச்சொல்லி கட்டளையிட்டிருந்துது. இதெதுநாலே வென்றால் டீப்பு சாய புடைய சீர்மையிலிருந்து ரெண்டு பிராம்சுக்காற துரைகள் வந்து மேல்ச்சொன்ன தெவனோ வீட்டி லிறங்கி யிருந்தவர்கள் மேல்ப்படியானைக் கைவசஞ் செய்துக்கொண்டு வவனுமிவர்களுமா யோசித்துக்கொண்டு ஒஸ்திராசி ரெழிமாஞ் சொல் தாதுகளை கலைத்து சில சிப்பாய்களை பாதருடைய சீர்மைக் கிட்டுக்கொண்டு போறதுக் கேதுவை செய்துக் கொண்டிருந்த ரகசியம் வெளியாய் முசியே குத்தான்சோ வறிந்தபடியினாலே யிதைக் கண்டுபிடிக்க வேணுமென்றிந்த வெத்தினஞ் செய்த தின்பேரி லவர்களறிந்து மேலுக்கு வைப்பட்டார்கள். நாலஞ்சு நாள் வரைக்கும் காவல் வைத்து பார்த்தும் ஒன்றும் நடவாமல் போய்விட்டுது.

இரண்டாம் வீரநாய்க்கர் நாட்குறிப்பு (1778–1792) 125

அவ்றீல் மா. 8 தே. பங்குனி மா. 29–ந் தே.

இற்றை நாளிதர்க்குமுன் இராமராயர் வசமாய் தஞ்சை நகரத்து விராசாவுக்கு முசியே குத்தான்சோ வெகுமதி யனுப்பின *Pendule* என்னும் மணியடிக்கிற நாழிகை வட்டம் மறுபடி வந்து சேர்ந்துது.

அதாவது:

காரைக்காலைச் சேர்ந்த கிறாமங்கள் தஞ்சை நகரத்துச் சீர்மையோடு சம்பந்தமா யிருக்கிறபடியினாலேயு மிப்ப பிறாம்சுக்காறர் நான்கு மாகாணங்களையுந் தோறணம் வைத்து பஸ்திப்படுத்தப் போறதினாலேயும் மேற்படி கிறாமங்களுக் கொரு சமையங்களில் ராசாவினாலே யாதொரு காரியங்கள் நடக்கவேண்டி யிருக்குமென்கிறதைக் குறித்து சினேகத்தை யுறுதிப்படுத்த வேணுமென்று யோசித்து மேற் சொன்ன வினோதமானதுமாய் பதிநாயிரம் ரூபாய் பெற்ற மணி யடிக்கிற நாழிகை வட்டத்தை வெகுமதி யனுப்பினவிடத்தில் இங்கிலீசுக்காறர் கேழ்விப்பட்டு பிராம்சுக்காறருக்கும் மேற்படி விராசாவுக்கும் நேசமா யுறுதிப்பட்டுப் போகுதென்கிற பொறாமையினாலே யதை யங்கீகரிக்க வொட்டாமல் வேண்டிய தந்திரஞ் செய்ததினாலே யதை மேற்படி ராசாவு மவர்களுடைய போதனையைக் கேட்டு மேற்படி வெகுமதியை மறுபடி திருப்பி விட்டார்.

நாளது மா. 20–ந் தே. க்கு *(1785 Avril)* **விசுவாவிசு சித்திரை மா. 11–ந் தே.**

இற்றை நாள் மிசியோனேர் (Missionnaires) கோவிலில் போட்டு வைத்திருந்த மருந்துப் பீப்பாய்களை யெல்லா மரியாங் குப்பத்தில் கொண்டுபோய் சேர்க்கத் துவக்கினார்கள். ஆகை யால் நாளது தேதி முதல் 30–ந் தே. வரைக்கு மெடுத்தார்கள்.

26–ந் தே. க்கு நாளது மா. 16–ந் தே.

இந்த நாள் ஒலாந்துக்காறருடைய வசத்தில் திருக்கணா மலையை விட்டு விட்டபடியினாலே யவடத்திலிருந்த சொல் தாது விராணுவத்தார், பீரங்கிகள், மருந்து குண்டுகள் முதலாயுள்ள சண்டைச் சாமான்களை யெல்லாம் அற்தில்லேரிக்குக் கொம்மந்தாமாகிய முசியே தெ சென்றுமோவென்றவர் கப்பலி லேற்றிக்கொண்டு நாளது தே. புதுவைநகர் வந்துசேர்ந்தார்.

மே மா. 14 தே.க்கு – வைகாசி மா. 3–ந் தே.

இற்றை நாள் கவறைகளுக்கு நாட்டாண்மைக்காறனுமாய் தேசாயியுமாகிய தேவரா செட்டியார் வீட்டில் விவாகம் நடந்த

படியினாலே மறுநாள் வூருகோலம் வரும்போது ஆப்பித் தாகிரி பிடித்துக் கொண்டுபோனவிடத்தி லிடங்கையாராகிய செட்டிகள் முசியே குத்தான்சோவுடன் மேற்சொன்ன விருது களோடு சேர்ந்த காரியங்க ளொருவரும் பிடிக்கத் தேவை யில்லை யென்று விலக்கஞ் செய்திருக்கத் தக்கதாக மீறின காரியம் நடத்துகிறார்களென்று கும்பல் கூடிப்போய் முறை யிட்டுக் கொண்டதின்பேரில் மேற்சொன குத்தான்சோ வலங் கையாரை யழைப்பிவைத்து கேழ்வி கேட்டு விரு திறவருடைய விபகாரங்களும் தேறுகிடை யாகிறவரைக்கும் இருவரு மின்று முதல் கலியாணங்களோடு சேர்ந்த காரியங்கள் யாவு மவர வருடைய வீட்டுகளில் செய்து கொள்ளலாமே யொழிய வெளி யிலே யொரு காரியமும் செய்யத் தேவையில்லையென வெலக் கஞ் செய்தார்.

நாளது மா. 17–ந் தே. க்கு – 6–ந் தே.

இற்றை நாள் ஈந்தையில் பிராம்சுக்காறர் ஸ்தாபித் திருக்கப்பட்ட சறுவ ஸ்தலங்களுக்கும் ழெனெராலாய் மோறீசி லிருந்து முசியே விக்கோந்து சுல்லியாக்கு (Vicomte Souillac) நாளது தே. காரைக்கால் துறையில் வந்து சேர்ந்தார். மேற்படி யூர்ச் சமாசாரம் விசாரிக்குமளவில் குடிகளெல்லாம் வலசை வாங்கிப் போயிருக்கிறார்களென்ற சமாசாரங் கேட்டு அவர் களை மறுபடி வந்து சேரச் சொல்லி நிருபித்து மேற்படியார் பிற ஸ்தலப்பட்டுப் போன காரணமென்ன வென்று விசாரிக்குங்கால் வெற்றிலை புகையிலை குற்றகை யேர்ப்படுத்தின படியினாலேயும் கலாபங்களினாலே குடிகள் மிகுதியு மெலிந்து போயிருக்கிறதினாலே தீர்வை கொடுக்க நிறுவாக மில்லாமல் பிறையாசமாயிருக்கிற தென்றும் ஆகையால் இந்த வேளை யிதை ஸ்தாபிக்கப்படா தென்று துரைகளை கேட்டுக் கொண்ட விடத்தில் அவர்களந்தக் கேழ்விப்படி யேற்றுக் கொண்டு நடப் பியாதபடியினாலே யிவ்விதமாயாச்சு தென்று சொன்னார்கள். ஆகையா லவர்கள் வந்து மவரவர்களுக்கு நீதி செலுத்துகிறோ மென்று சொன்னார்கள்.

மே மா. 20–ந் தே.க்கு – வைகாசி மா. 10–ந் தே. காலமே

இற்றை நாள் மேற்சொன்ன ழெனெரா லவர்களுடைய கப்பல் காரைக்கால் துறைவிட்டு புதுவைநகரத் துறையில் வந்து சேர்ந்துது. முன்னமேதானே யிவடத்தில் குவற்ணமா வாசற்படி துவக்கி கடற்கறை கப்பூசு (Capucins) கோவில் வாசப் படி வரைக்கும் பனைமரங்கள் நட்டு முஸ்தீப்பு செய்துவைத் திருந்ததில் வாழை மரங்கள் தென்னமட்டைகளைக் கட்டி அலங்கிறதஞ் செய்தார்கள். ஆகையால், ழெனெறாலவர்களை

யிறக்கி யிட்டுவரும் பொருட்டாய் கடற்கரைக்கு கப்பித்தேனா கிய முசியே சுலோமியாக்கு (Mr. Solmihac)[1], பிவறோ *(Mr. Piveron)*, மைற்றுஞ் சில துரைகள் சலங்கிலேரி கப்பலுக்குப் போனார்கள். முசியே பிவறோமை (Mr. Piveron) மாத்திரம் நிறுத்திக்கொண்டு மற்றவர்களை யனுப்ப முசியே குத்தான்சோவை வரச்சொல்லி நிருபித் தனுப்பினார். ழெனெரா லவர்களுடன் கூட வந்திருக் கிற முசியே கொசிஞி யென்றவருடைய பெண்சாதியு மிவடத்தி லிருந்துப் போனதுரைகளும் வந்திறங்கினார்கள். பிற்பாடு சகல ராணுவத்தார்களையும் பிளாசிலே வந்து கூடச் சொல்லி முசியே கொத்தான்சோ கட்டளையிட்டப்படியினாலே ழெனெ றால் தம்பூறடித்தார்கள். பத்து மணிக்கு முசியே கொத்தான்சோ யிவடத்திலிருந்து கப்பலுக்குப் போய் தீக்ஷனெரா லவர்களைக் கண்டவிடத்தி லவர் மேற்சொன்ன முசியே கொசிஞி வசத்தில் பட்டணத் ததிகாரத்தை வொப்பிததுவிடச் சொல்லிக் கட்டளையிட்டார். ஆதலாலிருவரும் வந்திறங்னிலீர்கள். மேல்சொல்லப்பட்ட கோசிஞ்ஞீக்கு ஒன்பது பீரங்கி வெடி சுட்டு மரியாதை செய்தார்கள். கோவிலுக்குப் போய் மறுபடி பிளாசுக்கு வரும்போது மேற்சொன்னபடி இரெண்டாவது விசை பீரங்கி வெடி சுட்டார்கள். சகல சம்பிறங்களோடு பிளாசிலே வந்து நிற்கும்போது விராணுவத்தார்களெல்லாம் வரிசை நின்று *Roulement* என்ற தம்பூர டித்தபின் ராணுவத் தார்களுக்குக் கேழ்க்கும்படியாய் முசியே கொசிஞி (Mr. Cossigny) யென்றவ ரிரெண்டாவது கொம்மாந்தாமா யேந்துக் கொள்ளக் கடவதென்றும் கொத்தான்சோ வுரத்துச் சொல்லி காகிதம் வாசித்தான். வுடனே சமஸ்தமானவர்களுங் குவற்ணமாவுக்குப் போய் சந்தித்தார்கள்.

நாளது மா. 21–ந் தே.க்கு – வைகாசி மா. 11–ந் தே.

மறு நாள் இற்றை நாள் காலமே யாறு மணிக்குச் சகல றாணுவத்தார்களையும் பிளாசிலே கூட்டி கடற்கரை வாசப்படி முதல் கப்புசு கோவில் வரைக்கும் வரிசை வைக்கப்பட்டுது. ழெனெரால் முசியே சுல்லியாக் (Mr. Souillac) கவர்களை இட்டுக் கொண்டு வரும் பொருட்டாய் முசியே கொசிஞி கப்பலுக்குப் போனார். ஆகையா லிவடத்திலிருந்த முசியே குத்தான்சோ முதலான சமஸ்தான துரைகளும் மேள வாத்தியங்களோடு கூடிய தமிழாளுடைய சினங்களும் கப்பூசுகோவில் பாதிரிகள் தங்களுடைய மேன்பாட்டுகளோடு அசுமானிகிரி யெடுத் துக்கொண்டு வந்து கடற்கரையில் காத்திருந்தார்கள். யிப்படி யிருக்க ழெனெராலவர்கள் கப்பலிலிருந்து சலங்கில் யிறங்கும்

1. Solminihac– ஆக இருக்கலாம்.

போது துறையிலிருந்த கப்பல்களி லெல்லாம் 21 பீரங்கி வெடி சுட்டார்கள். சலங்கிலிருந்து துறையி லிறங்கிற சமையத்தில் பட்டணத்திலு மந்தப்பிறகாரம் 21 பீரங்கி வெடி சுட்டு மரியாதைச் செய்தார்கள். வெகு சனங்கள் வேடிக்கைப் பார்க்கும்படி யாய் சகல சம்பிறங்களுடனே பாறுக்கு நடுவே கோவிலுக்குப் போறபோது Rappel தம்பு[1]டித்தார்கள். மறுபடி ராணுவத்தார் களையெல்லாந் திருப்பி கோவில் வாசற்படி முதல் கொவற்ண மாவின் வாசற்படிக்கும் வரிசை வைக்கப்பட்டுது. கோவில் விட்டுப் பிறப்பட்டு குவற்ணமாவுக்குப் போறபோது மேற் சொன்னபடி பீரங்கி வெடி சுட்டார்கள். பிற்பாடு பட்டணத்தி லுள்ள துரைகள் சமஸ்தமானவர்களு மந்தந்த வகுப்புடன் போய்ச் சந்தித்தார்கள்.

சாயுங்காலம் நாலு மணிக்குப் பிறாஞ்சு தேசத்திலிருந் தொரு கப்பல் வந்துது. கடலிலுங் கரையிலு மாசாரஞ் செய் தானவுடனே யந்தக் கப்பலி லிருந்து இரெண்டு லக்ஷக்ஷத் தன் பதினாயிரம் பத்தாக் கிறக்கினார்க ளிப்படியிருக்க நாலரை மணிக்கெல்லாம் மாசுமீகமாய் மகத்தாகிய வருஷம் வருஷித்து விட்டுது. மேற்சொன்ன குத்தான்சோ நீடித்து வதிகாரஞ் செய்யவுஞ் சம்பாத்தியஞ் செய்துக்கொள்ளவும் பின்னும் பல பேயர்களையும் பத்திரப்படுத்தவும் பட்டணத்துக்குத் துன்பம் வருத்திவித்து தான் பலனடையவு மிப்போர்ப் பட்ட பொல்லாதக் கருத்துக் கொண்டிருந்தது நிறைவேற்றாமல்ப்படிக்கு செனங்களுக் குபகாராறத்தமாய் மேற்சொன்ன ழெனெறாலவர்கள் வாசுமீகமாய் வந்து சேர்ந்தது மவர் நல்ல காலத்துக் கேது வையா யிருக்கிறதென்று செனங்களுடைய கருத்திலே தோத்தப்பட்டுது.

ழுவேன் மா. 11–ந் தே. க்கு – ஆனி மா. முதல் தே.

இற்றை நாள் பிராஞ்சு தேசத்திலிருந்து Nécessaire என்று பெயரை உடைய பிறகாது கப்பலொன்று வந்து சேர்ந்துது. அதிலிருந்து நானூறு சொல்தாது ராணுவத்தார்க ளிறங்கினார்கள்.

நாளது தே. பறைசாத்தி யறிவித்துப் பட்டையமுஞ் சாத்தி னதாவது: இங்கிலீசுக்காறராலே புதுவைநகரத்து கோட்டை யிடிப்பட்டுப்போன நாள் துவக்கி யவரவர்கள் மனதின்படி குறுக்கு வழியாய் நடக்கிறதினாலே யின்று முதல் முன் கோட் டையிலிருக்கும் ஸாது? நடந்த நான்கு வாசற்படிகளாலும் நடக்கிறதே யொழிய வேறல்ல வென்றுக் கட்டளையிட்டு சுத்திலுஞ் சிபாய்களைக் காவல் போட்டார்கள்.

1. Eng. drum

ஶூவேன் மா. 14–ந் தே.க்கு – ஆனி மா. 4–ந் தே.

இற்றை நாள் மோரீசி லிருந்து கஸ்திரி <u>*Castries*</u> என்று பெயரையுடைய பிறகாது வந்து துறை பிடித்தது. மறுநாள் காலமே யதிலிருந்து 200 சொல்தாது யிராணுவத்தார் ஆயுதங்களுடன் கரையி லிறங்கினார்கள்.

ஆகையா லவர்களைப் பிளாசிலே வரிசை வைத்து அவரவர்களுக் கிடவேண்டிய கட்டளையை நிருபித்து கர்த்தியேக்[1] கனுப்பிவிக்கப்பட்டுது.

நாளது மா. 21–ந் தே. க்கு – 11–ந் தே.

இந்த நாள் காரைக்காலுக்குத் துரையாகிய முசியே தெ பொஸ்த்தேல் குவேற்ணமாவிலே ஶெனெறால் முசியே விக்கோந்து தெ சுல்லியாக் (Mr. Vicomte de Souillac) கவர்களுடன் மத்தியானஞ் சாப்பிட்டு காரைக்காலுக்குப் போகப் பயண மனுப்பிவிச்சுக்கொண்டு தாமிருக்குந் தரவுக்கு வந்து பயண மனுப்பிவிச்சுக்கொள்ள வேண்டியவர்களுக்குஞ் சொல்லிக் கொண்டு வேண்டிய வெற்றினமெலாஞ் செய்து முகித்துக் கொண்டிருக்கையில் வாசுமீகமா யிறந்துப் போனார். இதைப் பட்டணத்தில் வெகு அதிசெயமாய்ச் சொல்லிக் கொள்ளப் பட்டுது.

ஆகையால் மறு நாள் காலமே வொன்பது மணிக்கு அவருடைய வுத்தியோகத்துக் கடுத்த மேன்பாடுகளோடு மேற் சொன்ன ஶெனெரா லவர்கள் முதலாயுள்ள துரைகளெல்லாஞ் சமத்துடன் பின் செல்லத் தக்கதாக சொல்தாது ராணுவத் தார்கள், துபாக்கி வெடிகள் முதலான விமரிசையோடு கோவிலுக்குக் கொண்டுபோயி சடங்குகள் முகிந்த பின் வெளியிலே கொண்டுபோ யடக்கஞ் செய்தார்கள். யிதை விசாரிக்குங்கால் இராச காரியங்களோடு சேர்ந்த சங்கதியில் ஶெனெரா லவர்களுக்கு மிவருக்கும் விஷையம் நடந்ததிலவர் பேரில் குற்றஞ் சுமந்ததாகவு மதனாலே அவமானம் வருகிறதா யிருந்ததினாலே விஷத்தைச் சாப்பிட்டு சீவனை விட்டுவிட்டாரென்று பிறசித்தமாச்சுது.

நாளது மா.

இந்த நாள் மத்தியானம் நாலு மணிக்கு மோறீசிலிருந்து <u>*Brillant*</u> மென்று பேருடைய கப்பல் வந்து துறை பிடித்துக் கடலிலுங் கரையிலுஞ் சரிக்குச் சரியாய் ஒன்பது பீரங்கி வெடி சுட்டார்கள்.

---

1. Quartiers (Eng. Quarters)

ஆகையால் மறு நாளாகிய நாளது மா. 22 – ந் தே. காலமே யாறு மணிக்கு கடற்கரையில் கிறேனாதியே[1] சொல்தாதுகளை பாறு நிறுத்தி வைக்கப்பட்டுது. யேழு மணிக்கு மேற்சொன்ன கப்பலி லிருந்து 500 சொல்தாதுகளை யிறக்கி ஆயுதங்களுடன் வரிசை வைத்து தம்பூர் முதலான வாத்தியங்களோடு பிளாசிலே வரிசை வைத்து பட்டணத்துக்குப் பெரிய துரையாகிய முசியே தெ கொசிஞ்ஞி (Mr. de Cossigny) என்றவர் வந்து பார்த்து காயுதம் படித்து மேற்படி ராணுவத்தார்களுக்கு இடவேண்டிய கட்டளை யிட்டு கற்தியேக் கனுப்பிவிட்டார்கள். *Régiment de Bourbon* என்று சொன்னார்கள்.

மூவேன் மா. 29–ந் தே. – ஆனி மா. 19–ந் தே.

இற்றை நாள் மோறீசி லிருந்து ஒரு சுலுப்பு வந்துது. அதிலிருந்து அன்பது சொல்தாதுக ளிறங்கினார்கள்.

நாளது மா. 30–ந் தே. க்கு – ஆனி மா. 20–ந் தே.

இற்றை நாள் காலமே யாறு மணிக்கு ழெனெறால் முசியே விக்கோந்து தே *Souillac* அவர்கள், கொசிஞி கோட்டை யிஞ் சினீர்கள் முதலான துரைகள் கூடிக் கொண்டு கோட்டையை சுத்திப் பார்த்தார்கள்.

மூலியேத்து மா. 7–ந் தே. – ஆனி மா. 27–ந் தே.

இந்த நாள் காலமே சுத்துக்கோட்டை வேலை செய்ய வாரம்பித்து 800–900 கூலியாள்க்களை விட்டு முதல் *Bastion de Roi* என்று பேருடைய மேற்கு மூலைக் கொத்தளத்தில் அஸ்திவாரம் போட்டு வேலை செய்யத் துவங்கினார்கள். ஆகையா லிரெண்டு வேளையும் பெரிய யிஞ்சினீராகிய *Monsieur de la Lustière* அவருக் கிரண்டாவதாகிய சக்குசியும் வேலை விசாரித்து வந்தார்கள். ஆகையால் பத்தாந் தேதி முதல் காமாட்டிகள் வசத்தில் வேலைகளைக் குத்தகையாய் விட்டு விடப்பட்டுது. ஆனால் முன் முசியே புறுசேத்து (Mr. Bourcet) செய்வித்த வேலையைவிட அதிக குணமாய் மால் பிறித்து செங்கல் வேலை செய்யத் துவக்கினா லிக்காலத்தில் லேசாய் முகிய மாட்டா தென்கிறதையும் சுண்ணாம்பு யகப்படு கிறது மிகுதியும் பிறயாசமா யிருக்கிறது மன்றி சத்துராதி களாலே மிகுதியு முபத்திரவங்களா யிருக்கிறதையு மோசித்து கழுப்பத்தைகளாலே வேலை செய்விக்கப்பட்டுது.

நாளது மா 11–ந் தே. க்கு – 31–ந் தே.

இந்த நாள் சென்னப்பட்டணத்திலிருந்து யிங்கிலீசு சொல்தாதுகள் ஏழு பேர் யோடி வந்தார்கள். விசாரிக்கு மளவில்

1. Grenadiers

பிறாஞ்சுக்காறருக்கும் இங்கிலீசுக்காறருக்கும் சமாதானமான காலந்துவக்கி சொல்தாது ராணுவத்தார்களுக்கு செவ்வையாய் அன்ன வஸ்த்திரங்கள் கொடுத்து நடப்பிக்க வில்லை யென்றும் மிகுதியுந் துன்பப்படுகிறார்களென்றும் ஆதலால் தங்களுக் கவர்களிடத்தில் சேவிக்க மனதில்லாமல் யோடிவந்து விட்டோ மென்றுஞ் சொன்னார்கள்.

இதுவும் 12–ந் தே.

மேற்சொன்ன விடத்திலிருந்து மறுபடியும் ஆறு சொல் தாதுகள் வந்து சேர்ந்தார்கள். ஆக 13 பேர்களையுங் கப்ப லேற்றி மொறீசுக் கனுப்பிவிட்டார்கள்.

மூலியேத்து மா. 13–ந் தே. க்கு – ஆடி மா. முதல் தே.

இந்த நாள் இந்தப் பட்டணத்துக்கு ஏந்தாந்தாம் ழெனொராலா யிருந்த முசியே மனறோ (Mr. Monneron) மவர்கள் கப்பலேறி மோறீசுக்கு சென்றார். பயணம் போறதுக்கு முன்னுதாய் தம்முடைய வீட்டு வேலைக்காறர் முதற்கொண்டு யேழை செனங்களா யிருந்தவர்கள் வரைக்கும் 1000 ரூபாய் வரைக்குஞ் சிலவு செய்தார். தமிழர்க ளெல்லா மவரை வெகு புண்ணிய புருஷனென்றும் தற்மிஷ்ட்ட ரென்றும் மிகுதியுங் கொண்டாடினார்கள்.

18–ந் தே க்கு. நாளது மா. 6–ந் தே.

இற்றை நாள் புதுவை நகரத்துக்கு வரப்பட்ட சுண்ணாம்பு, கட்டைக்குச்சி, கரி யிம்முதலானதுகளை நவாபு மமு தல்லி கானுடைய ஆயக்காறர் மறித்தார்கள். ஏனெனில் சுத்துக்கோட்டை வேலை துவக்கி நடக்கிறதினாலே அதற்கு விக்கினமாய்ப் போ மென்கிறதைக் கொண்டு பொறாமை யினாலே செய்யப்பட்டுது. ஆகையா லிது காரியத்துக்கு மறியல் செய்தக் காரணமென்ன வென்று ழெனெறால் முசியே விக் கோந்து தே *Souillac* அவர்கள் நவாபுக் காயித மெழுதினார்.

19–ந் தே. க்கு – 7–ந் தே.

இற்றை நாள் ழெனெறா லவர்கள் நிருபித்த தென்ன வென்றால் பல திசைகளிலிருந்து இவடத்துக்கு வரப்பட்ட கப்பல்கள் வந்து கரை சேர்ந்த வொரு மணி நேரத்துக்குப் பின் யின்ன திசையிலிருந்து வந்துதென்று சமாசார மறிகிறதே யொழிய தூர வரும்போது தானே கண்ட மாத்திரத்தில் யின்ன திக்கிலிருந்து வருகுதென்று முன்னுதா யறிகிறது பிறயாசமா யிருக்கிற தென்கிறதை யோசித்து துறையில் வந்து சேருகிற துக்குள்ளே யறியவேண்டி யிருக்கிறதினாலே கொடி

மரக்காரனுக்குக் கற்பித்த அடையாள மென்னவென்றால் வட திசையில் காணப்படுகிற கப்பல்கள் தூரத்தில் வரும்போது தானே சிகப்பு பிளாம் *flamme* போட் டடையாளங் காட்டச் சொல்லியுந் தென் றிசையில் காணப்பட்ட கப்பல்களுக்கு நீல *flamme* போடச் சொல்லியு மவ்வடையாளங்கள் கொடி மரத்திலே தானே அரை மணி நேரவரைக்கு மிருக்கிறதென்றும் கப்பல் சமீபத்தில் வந்தவுடனே வழக்கப்படி கொடி போடக் கடவதென்றும் நிருபிக்கப்பட்டுது. ஆகையா லிந்த நவமான வொழுங்கு நாளது தேதி நிறைவேற்றத் துடங்கினார்கள்.

மூலியேத்து மா. 28–ந் தே. – ஆடி மா. 16–ந் தே.

இற்றை நாள் சாயுங்காலம் பிளாசுக் கற்தியேயி லிருந்த சொல்தாது ராணுவத்தார்களை வண்ணாந்துறையில் குடியிருக்கும் பொருட்டா யனுப்பிவிக்கப்பட்டுது.

இதுவும்: சாயுங்காலம் அஞ்சு மணிக்கு புறுபோமி[1] லிருந்து லெஸ்ததெறுவென் என்று பெயரையுடைய கப்பல் வந்து சேர்ந்துது.

மறு நாள் நாளது மா. 29–ந் தே. காலமே யெட்டு மணிக்கு மேற்சொன்ன கப்பலி லிருந்து நானூறு சொல்தாதுக ளிறங்கினார்கள். ஆகையா லவர்களை யிட்டு வந்து பிளாசிலே வரிசை வைத்து மேற்படியார் நடந்துகொள்ள வேண்டிய காரி யங்களுக்கு நிருபிக்கவேண்டிய வொழுங்குகளைப் படிப்பித்துப் பிறசித்தஞ் செய்து பிளாசிலிருக்குங் கற்தியேவுக் கனுப்பி விட்டார்கள். *Régiment de Bourbon, commandé par M. Defresne, Colonel du dit Régiment.*

இதுவும்: நாளது தேதி ராத்திரி செட்டிகளுடைய கோவிலில் நகறா வாத்தியஞ் செய்தபடியினாலே கவறைகள் கும்பல் கூடிக்கொண்டு போய் நகாறாவைக் கிழித் தலங் கோலை செய்யவேணுமென்று மேற்படியாருடைய கோவி லண்டை போனவிடத்தில் மறுபடி யோசித்து வொரு வேளை தப்பிதங்கள் வந்து சம்புவிக்கு மென்று போலீசுக்குத் தலைவ ரான முசியே உவேத்து அவர்களிடத்தில் போய் முறையிட்டுக் கொண்டபடியினாலே யவர் மேற்படி கோவிலுக்குப் போய் வலங்கையாரில் சில பேயர்களை யழைப்பித்து ராத்திரி யொன் பது மணி வேளையாய்ப் போனபடியினாலே நாளை காலமே விசாரணை செய்வோமென்று சொல்லி கும்பலைக் கலைத் தனுப்பிவிட்டார்.

---

1. Bourbon (now Reunion)

29–ந் தே.க்கு – நாளது மா. 17–ந் தே.

இற்றை நாள் குவெற்னமாவில் வலங்கையாரு மிடங்கை யாருங் கூடி மேற்சொன்ன நகாறு சங்கதியைப் பேசுமிடத்தில் வொருவருக் கொருவர் சமாதானமாகாமலும் வொழுங்குப் படாமலும் போனதினாலே ழெனெரால் முசியே சுல்லியாக் கவர்களுடன் சொல்லிக் கொண்டதின் பேரி லவ ரிருவருடைய விபகாரங்களையுங் கேட்குமிடத்தில் விது சங்கதி சுறுவாய் முகிந்து விரு திரத்தாரும் ராசிப்படுகிறதில்லையென்று தெரிந்துகொண்டு வீணாய்க் காலம் போக்கவேண்டியிருக்கிறதே யொழிய வேறொன்றுமில்லை யென்கிறதைவீப் பத்தி கடசியா யிருவருடைய கோவில்களிலும் மேளவாத்தியங்கள் செய்யத் தேவையில்லை யென்று விலக்கஞ் செய்தார். அப்படியே நிறுத் தப்பட்டுது.

அவு மா. 4–ந் தே. க்கு – ஆடி மா. 23–ந் தே.

இற்றை நாள் காலமே ழெனெரால் முசியே விக்கோந்து தெ சுல்லியாக் கவர்களும் பின்னு மவருடன் பல துரைகளும் வில்லவன்நல்லூர் பார்க்கும்படியாய் சென்றார்கள். நேத்து காலமே தானே யிவடத்திலிருந்து தாசிகள், மேளவாத்தியங் களோடு கூடிய சம்பிறமங்களெல்லா மனுப்பிவிக்கப்பட்டுது. ஆகையால் மத்தியான மவடத்திற் சாப்பிட்டு சாயுங்காலம் முசியே மொறசே (Mr. Moracin) னவர்களுடைய தோட்டத்தில் வந்திருந்து மறு நாள் காலமே புதுவைநகரப்பட்டணத்துக் குள்ளே வந்து சேர்ந்தார்கள்.

நாளது மா. 8–ந் தே. க்கு – 27 – ந் தே.

இந்த நாள் ராத்திரி ரெண்டு சொல்தாதுக ளோடிப் போனபடியினாலே சிப்பாய்கள் பின் சென்று போய் மறுபடி அவர்கள் அகப்படாமல் முந்திப் போனதினால் திரும்பி வந்து விட்டார்கள். ஆதலால் நயினாருடைய தலையாரிகளும் சேகு வரும் துடர்ந்து பின்சென்று மேற்படியாரை கூனிமேட் டண்டை யில் பிடித்துக்கொண்டு வந்து மறுநாள் 9–ந் தே. மழோர் ழெனெரால் வீட்டில் கொண்டுபோய் விட்டபடியினாலே யிருவது ரூபாய் கொடுத்தார்.

நாளது மா. 16–ந் தே. க்கு – ஆவணி மா. 5–ந் தே.

இந்த நாள் சாயங்காலம் சொல்தாது ராணுவத்தார்களை யெல்லாம் பிளாசிலே வரிசை வைத்து மேற்சொல்லப்பட்ட விரண்டு சொல்தாதுகளையும் சிறசாலையி லிருந் திட்டு வந்து மேற்சொல்லப்பட்ட விரெண்டு வரிசைக்கு நடுவே விட்டு

தலையின் மயிரை மொட்டையடித்து செய்யவேண்டிய வவமான மெல்லாஞ் செய்தானபின் பீரங்கி குண்டு மாட்டி வைத்திருந்த சங்கிலியைக் கழுத்திலே மாட்டி வரிசைக்கு மத்தியிலே திருப்பி பங்கப்படுத்தியபின் கால்விலங்கு போட்டு *Galère* என்னும் ஆக்கினைக் குள்ளாக்கினார்கள்.

21–ந் தே. க்கு – நாளது மா. 10–ந் தே.

இந்த நாள் ராத்திரி யொன்பது மணிக்கி மறுபடி 13 சொல்தாதுக ளோடிப் போனப்படியினாலே சுத்திலிருக்கிற ராணுவத்தார்களறியும் பொருட்டாகவும் சிப்பாய்கள் பின் சென்று பிடித்துவரும்படியாகவுங் கற்பித்திருக்கிற வடை யாளப்படி யொரு பீரங்கி வெடி சுட்டு யறிக்கை யிட்டார்கள்.

யிதுவும் அவு மா. 27–ந் தே.க்கு – ஆவணி மா. 16–ந் தே.

இத்த நாள் ராத்திரி எட்டு சொல்தாதுக ளோடிப்போய் விட்டபடியினாலே ஒரு பீரங்கி வெடி சுட்டு அறிக்கையிட்டு கொடி மரத்தில் லாந்திற்கூண்டு கட்டப்பட்டுது.

நாளது மா. 28–ந் தே.

யாகிய மறு நாள் மேற்சொன்ன சொல்தாதுகளில் ஆறு பேர்கள் மாத்திரம் அகப்பட்டதினாலே அவர்களைக் கொண்டு போய் சிறசாலையிலே போட்டார்கள்.

இதுவு மிந்த நாள் நவமாய் கட்டளைப் பிறந்ததாவது: சொல்தாது ராணுவத்தார்கள் கொஞ்சங் கொஞ்சமா யோடிப் போறபடியினாலே இன்றையத் தினஞ் சாயங்காலம் ஆறு மணிக்குத் தானே ஒரு பீரங்கி வெடி சுட்டு அரை மணிக் கெல்லாம் ராணுவத்தார்களை யெல்லாம் வரிசை வைத்து யெண்ணிக்கைபிடித்து கற்தியேயிலே யடைத்துப் போட்டார்கள். ஆகையால் மேற்சொன்ன முகாந்திரத்தைப் பத்தி யிராத்திரி யேழு மணிக்கு சுடுகிற பீரங்கி வெடியை யாறு மணிக்குத் தானே சுட்டு மேற்படி ராணுவத்தார்களையும் ஆறரை மணிக் குத்தானே பத்திரஞ் செய்ய வின்று முதலிந்தப் புதிய கட்ட ளையை நிறவேத்தத் துவக்கினார்கள்.

செப்தேம்புற மா. 3–ந் தே. க்கு – நாளது மா. 22–ந் தே.

இந்த நாள் சாயங்காலம் பிளாசிலே சொல்தாது ராணு வத்தார் சிப்பாய் ராணுவத்தார்களையும் வரிசை வைத்துப் போன அவு மா. 9–ந் தே. வோடிப்போய் மறுபடி பிடித்து வந்து சிறசாலையி லடைத்து இருந்த விரெண்டு சொல்தாது களையு மிட்டு வந்து மேற்படி ராணுவத்தார்களை சுத்தியிட்டு

வந்து நடுப் பிளாசிலே முழங்காலிலே வைத்து மேற்படி யானுடைய வாயுதங்களை யெல்லாம் தலையிலிருந்து காலி னாலே கழட்டி ராணுவத்தார்களுக்குக் கேழ்க்கும் பொருட்டாய் விராசக் கட்டளையை யுரத்தி வாசித்துத் தூக்கு மரத்தண்டை கொண்டுவந்து போறபோது தோட்டிகள் அவனுடைய வஸ்திரங் களை யெல்லாம் பறித்துக் கொண்டார்கள். பிற்பாடு ஏணியின் பேரி லேற்றி கழுத்திலே கயற்றை மாட்டித் தூக்கி விட்டார்கள். பின்னு மரை மணிக்கெல்லாம் மற்றொருவனையு மந்தப் பிற காரந் தூக்கிவிட்டார்கள். யிவ்விருவரும் 300 சொல்தாது களைக் கலைத்து யிட்டுக் கொண்டு போறத்துக்கு யோசனை சொல்லி முஸ்தீப்பு செய்து வெற்றினஞ் செய்திருந்ததுக்கு ருசு வகப்பட்டபடியினாலே யிவ்வாக்கினை யிடலாச்சுது.

செப்தேம்புற மா. 12–ந் தே. க்கு – ஆவணி மா. 31–ந் தே.

இற்றை நாள் புதுவைநகரப்பட்டணத்தின் நீதி காறு பாறுடன் சேர்ந்த சங்கதிகளுக்கு மே லாலோசினை சங்க மில்லாம லிருக்கிறபடியினாலே பழையபடி ஸ்தாபிக்க வேண்டியிருக்கிற வவசரத்தைப் பத்தியுங் கலாபங்களினாலே வொரு வொழுங்குகளு மேற்படுத்தக்கூடாம லிருந்தது மன்றி கொடிப் போடாம லிருந்ததினாலு மொ ரொழுங்கு மேற்படாம லிருந்துவிட்டுது. ஆகையினாலே பழைய வொழுங்குகளெல் லாம் ஸ்திரப்படுத்தவேண்டி யிருக்கிறதை யோசித்து ழெனெ ரால் முசியே சுயில்லியாக் கவர்கள் யின்றையத் தினம் மணக் குளத்துப் பிள்ளையார் கோவிலண்டையி லிருக்கிற பிறாஞ் சுக்காற ராசா அவர்களுடைய பொக்கிஷத்துக் கிசமானா யிருந்த முசியே மான்ழேன் (Mr. Mangin) வீட்டிற் போய் ஆலோ சினைக் கூடி ஸ்தாபித்த விபரம் – அவை வருமாறு.

Etablissement du Conseil Supérieur

Membres du Conseil = Messieurs de Cossigny, Moracin, Président, Gérard Lieutenant Civil, ler Assesseur du dit Conseil, White Chef de Police, Mottet ... Procureur du Roi, Du Laurent, Greffier. இவர்க ளாலோசினைக்காறராக நேமிக்கப்பட்டுது.

நாளது மா. 18–ந் தே. க்கு – பிரட்டாசி மா. 6–ந் தே.

இற்றை நாள் காலமே பத்து மணிக்கு சீர்மையி லிருந் தொரு பிறகாது வந்துசேர்ந்து கடலிலுங் கரையிலும் பீரங்கி வெடி சுட்டு ஆசாரஞ் செய்துக்கொண்டார்கள். ஆகையால் சாயுங்காலம் ஆறு மணிக்குப் பிளாசிலே ரெழிமாஞ் சொல் தாதுகளை யெல்லாம் வரிசை நிறுத்தி முசியே சுல்லியாக் (Mr. Souillac) கவர்கள் கொசிஞி (Cossigny) முதலான துரைகள் பிளாசிலே வந்து

நின்று மேற்சொன்ன கப்பலில் வந்தக் கட்டளையைப் படித்துப் பிறசித்தஞ் செய்தார்கள். அதாவது: பிறாஞ்சுக்காறரிடத்திலிருந்து இங்கிலீசுக்காறரிடத்தில் வோடிப்போய் சேர்ந்திருக்கிற பிறாஞ்சு சொல்தாதுக ளிரெண்டு வருஷத்துக்குள்ளே மறுபடி வந்துச் சேர்ந்தால் அவர்களுக் கொரு பொல்லாங்கும் வருத்திவையாமல் பொறுத்தல் கொடுத்து மைத்தவர்களுடன் சேர்த்துப் போடப்படு மென்று மேற்சொன்ன கெடுவுக்கு மீறி நாள்ச் சென்று வந்து சேர்ந்ததே யுண்டானால் அவர்களுக் காக்கினை யிடுகிற தென்றும் நிருபித்தார்கள்.

19–ந் தே. யாகிற மறு நாள்

காலமே மேற்சொன்ன பிறகாதிலிருந்து 300 சொல் தாதுக ளிறங்கினார்கள். முசியே கொசிஞி (Mr. Cossigny) பிளாசில் வந்து மேற்படியார் நடந்துக் கொள்ள வேண்டியத்துக்கு வொழுங்குகள் கற்பித்து கற்தியேக் (quartier)[1] கனுப்பி விட்டார்.

செப்தேம்புற மா. 21–ந் தே.க்கு பிரட்டாசி மா. 9–ந் தே.

இந்த நாள் டீப்பு சுல்தா னவர்களிடத்தி லிருந்து (Tippu Sultan) ழெனெறால் முசியே விக்கோந்து தே சுல்லியாக் கவர்களுக்கு (Vicomte de Souillac) வைக்கீல் கிருஷ்ணராவுடைய குமாரன் ராமாராயர் வெகுமதி கொண்டுவந்தபடியினாலே யிருபத்தொரு பீரங்கி வெடி சுட்டார்கள்.

ஒக்தோபுற மா. 4–ந் தே. க்கு – நாளது மா. 22–ந் தே.

இற்றை நாள் முன்னாலே பிராம்சு மகாராசாவவர் களுடைய காரியத் தலைவரா யிருந்த முசியே பிவறோம் (Mr. Piveron) கப்பலேறி பிராம்சு தேசத்துக்குப் போனார்.

நாளது மா. 10–ந் தே. க்கு – 28–ந் தே.

இந்த நாள் காலமே அஞ்சு மணிக்கு ழெனெறால் முசியே விக்கோந்து தெ சுல்லியாக்கு அவர்கள் கப்பலேறி மோறீசுக்குச் சென்றார். ஆகையால் நேத்து சாயுங்காலந்தானே குவற்ணமாவின் வாசற்படி முதல் கடற்கரை வரைக்கும் வாழை மரங்கள் நட்டு வலங்கிறுதஞ் செய்விக்கப்பட்டுது.

நாளது தேதி றாத்திரி நாலு மணிக்கி சகல விராணுவத் தார்களையும் குவற்ணமா முதல்க்கொண்டு கடலோரத்து வாசற்படி வரைக்கும் வரிசை வைத்திருந்துது. தமிழ் வழக்கப்படி தாசிகள், மேளவாத்தியங்களோடு கூடிய சகல சம்பிற மங்களுடன் குவேற்ணமா விட்டு வரிசைக்கு நடுவே போற

1. Eng. quarters

போது ரெழிமாமுடைய தமுறுகளெல்லாம் *Rappel* முழங்கத் தக்கதாக போய் கப்பலேறும்போது கரையிலுங் கடலிலு மிருபத் தொரு பீரங்கி வெடி சுட்டார்கள். ஆகையா லின்று முதல் பட்டணத்தோடு சேர்ந்த வதிகாரம் முசியே கொசிஞி யவர்கள் வச மாச்சுது. கடற்கரை வாசப்படியிற் தாசிகளோடு கூடப் போன நட்டுவன் முதற் பீரங்கிவெடி சுட்ட மாத்திரத்தில் பயந்து செத்துப் போனான்.

நாளது மா. 14–ந் தே. க்கு – 31–ந் தே.

யிந்த நாள் ராத்திரி வண்ணான்துறையி லிருந்த சொல் தாதுகளில் நாலு பே ரோடிப்போனபடியினாலே வில்லவன நல்லூர் வாசற்படியில் வைத்திருந்த பீரங்கியி லொரு வெடிச் சுட் டறுக்கை யிட்டார்கள். வுடனே சிபாய்கள் நகர் சோதினை செய்யப் பிறப்பட்டார்கள். இந்த நாள் விசெயதெசமி யானபடி யினாலேயும் சுவாமி பாரி வேட்டைக்கு வெளியைப் பிறப் பட்டதினாலு மிகுந்த சந்தடியாகையால் தப்பித்துக்கொண் டோடிப் போனார்கள்.

ஒக்தோபிற மா. 23–ந் தே.க்கு அற்பிசி மா. 9–ந் தே.

இற்றை நாள் ராத்திரி வண்ணான்துறையி லிருந்த சொல்தாதுகளில் நாலு பேரோடிப்போனதினாலே பீரங்கி வெடி சுட்டறுக்கை யிட்டார்கள். யுடனே சிபாய்கள் நகர சோதனை செய்யப் பிறப்பட்டுத் தேடுகையில் மேற்சொன்ன சொல்தாதுகள் மேற்படி யிடத்திலிருந்து பிறப்பட்டு வழி தெரியாமல் ராத்திரி பனிரெண்டடித் திரெண்டு மணி வரைக்கும் தடுமாறி சுத்திவழியாய் நடந்தபடியினாலே கூடலூருக்குச் சமீபத்தில் வந்துச் சேர்ந்தோ மென் றெண்ணிக் கொண்டு போகையில் புளியஞ்சாலையில் சிபாய்கள் கையி லகப்பட்டுக் கொண்டபடியினாலே பிடித்து வந்து சிறைசாலையில் அடைத்து வைத்து மறுநாள் ஒருவரொருவருக்கு 200 அடி அடித்தவிடத்தி லடிப் பொறுக்கமாட்டாமல் ஒருவ னிறந்து போனான். மைற்றவர்களை நோவாளிக் கிடங்குக் கனுப்பிவிக் கப்பட்டுது.

தெசெம்பிற மா. 12ந் தே. க்கு – மார்கழி மா. 1–ந் தே.

இற்றை நாள் வைகுண்ட யேகாதெசி யானபடியினாலே வரதராசப் பெருமாளுக்கு றத உச்சவஞ் செய்விக்கவேணு மென்று யோசித்து பத்து நாளைக்கு முன்னமேதானே மகா நாடு கூடி விபகாரம் பேசியு மொன்று மொவ்வாமற் போனபடியினாலே வலங்கையாரு மிடங்கையாருங் கூடிக்கொண்டு முசியே தெ கொசிஞி யவர்களிடத்தில் முறையிட்டுக் கொண்டவிடத்தில் யிருவருடைய ஞாயத்தையுங் கேட்டு இடங்கையாருக்குத்

தேரோட வெதினாலே உத்தாரங் கொடுக்கக் கூடா தென்று விலக்கஞ் செய்கிறீர்க ளென்று வலங்கையாரை கேட்டதுக் கிவர்கள் சொன்னது: விடங்கையா ரெப்போதும் நடவாத காரியத்தை நவமா யுண்டு செய்துக்கொள்ள பிரேத்தினஞ் செய்கிறபடியினாலே யது கூடாத காரியமா யிருக்கிற தென்று சொன்னதின்பேரில் ஒருவருக்கொருவர் தீராத சங்கதிகளாய் பேசி வளத்திக் கொண்டிருந்தபடியினாலே துரைக்கு மனத்திலே யாயாசம் வந்து வகை பிறியாத காரியமா யிருக்கிற தென்று யோசித்து கடசியா யிரு திறவரும் மொருமித்து வந்தால் திருவிழா நடக்க விடை கொடுக்கப்படுமே யொழிய மைற்றபடி ஒரு விதமுஞ் செய்யக் கூடா தென்று நிருபித் தனுப்பிவிட்டார். கட்டைக் குச்சு குமாரசாமி முதலி யிது காரியத்தில் பிடிப்பாய்ப் பேசினபடியினாலே யிதுகளில் விரோதஞ் செய்துக் காரியங்களைக் கெடுக்கிறா னென்கிறாதாய் முசியே கொசிஞி மிகுதியுங் கோபித்துக்கொண்டு யினிமேற்பட இயாதொரு வித்தியாசமும் வந்ததே யுண்டானால் பெலத்த யாக்கினை யிடுவோமென்று சொன்னார். யிதுவுங் கிறேப்பு முத்தப் பிள்ளை (Mouttappillai) யிது காரியங்களில் தப்பு துபாசித்தனஞ் செய்தபடியினாலே அவனை மிகுதியுங் கோபித்துக் கொண்டு யின்று முதலிந்தக் குவற்ணமாவில் நுழையத் தேவை யில்லை யென்று கட்டளையிட்டு அவமானப்படுத்தி துரத்திவிடப்பட்டுது. இது சங்கதிகள் நடக்கிறபோது முசியே கொசிஞி யவர்கள் முசியே புறுழீ (Mr. Bourgine?) னென்றவருக்குத் தமிழ் பாஷைத் தெரியு மென்கிறதை யோசித்துக் குவற்ணமாவில் கூடவைத்துக் கொண்டிருந்தப்படியினாலே மேற்சொன்ன முத்தப்பிள்ளை செய்த துபாசித்தன வித்தியாசத்தைக் கண்டுபிடித்துச் சொன்னார்.

1786-ம் ஆண்டு மூாம்வியேர் மா. *12*-ந் தே.க்கு விசுவாவசுக்கு தை மா. *3*-ந் தே.

இத்த நாள் பிறாஞ்சு தேசத்திலிருந்து கும்பனியாருடைய கப்பலொன்று வந்ததில் புதுவைநகரத்துக்குத் துரையுமாய் *L'Ile(de) France* ரெழிமாமுக்குக் கொலோனேலுமாகிய முசியே கொசிஞியவர்களுக்கு பிறிகாதியே யென்ற வுத்தியோகம் வந்துது. முன்னமே தானே யவர் முசியே லா (Mr. Law) சவர் களுடைய தோட்டத்திற் குடியிருந்தப்படியினாலே மேற் சொன்ன கப்பல் கபித்தேனவருக்கு வந்த வுத்தியோகக் காயிதத்தை மேற்படி தோட்டத்திற் கொண்டுபோய்க் குடுத்தான். ஆகையால் மறு நாள் சாயங்காலம் கோட்டைக்குள்ளே வந்து புறுபோமுடைய ரெழிமாமுக்கு (Régiment de Bourbon) கொலே னேலாகிய முசியே தெப் பிறேன் (Mr. de Fresne) வீட்டுக்குப் போய் சந்திச்சார்.

அஞ்சரை மணிக்கு ரெழிமாமைச் சேர்ந்தப் படைத் தலவர் முதலான துரைக ளெல்லாமந்தந்த வகுப்புடன் கூடி போய் முசியே தெ கொசிஞி அவர்களைச் சந்தித்தார்கள். இதுவு மிந்தக் கப்பலில் பிறாஞ்சு மகாராசா அவர்களுக் காண் பிள்ளை பிறந்து தென்று சமாசாரம் வந்துது. புறுபோம் ரெழிமாமுக்கு ரெண்டு கொடிகளும் வந்துது.

ஆகையால் நாளது மா. 22–ந் தே. – தை மா. 13–ந் தே.

யிற்றை நாள் மேற்சொன்ன கப்பலில் வந்தப் புதுக் கொடிக ளிரெண்டையும் மேற்படி ரெழிமாமில் பிடிக்கிறதுக்கு முன் விராசா கட்டளை யொழுங்குக் கடுத்த மரியாதைகள் செய் தாக வேண்டி யிருந்ததினால் காலமே யெட்டு மணிக்கு மேற் படி சொல்தாது விராணுவத்தார்கள் குடியிருக்கிற வில்வ வனல்லூர் வாசற்படிக்குச் சமீபத்திலிருந்த கசேறுனிலே தானே அவர்களை வரிசை வைத்து மேற்படியாருக்கு கொலோனெ லென்ற தலைவரான முசியே தெப் பிறேன் (Mr. de Fresne) குதிரையின்பேரில் கத்தியை யுருவிக்கொண்டு *musique* வாத்தியங்களோடு பழையக் கொடிகளைப் பிடித்துக் கொண்டு மேற்படியாரைக் கொவற்ணமாவுக்கு யெதிரே யிருக்கிற பிளாசு வழியே யிட்டு வருகையில் முசியே தெ கொசிஞி அவர்கள் தம்முடைய ரெழிமாமாகிய *L'Ile de France* ரெழிமாமைச் சேர்ந்த படைத் தலவர்களையுஞ் சிப்பாய் ராணுவத்தார்களுடைய காரியத் தலவர்களையும் அற்திலேரியைச் சேர்ந்தவர்கள், மெனியை யுடையவர்கள் அதுமினிஸ்த்திராசியோமையுடைய (administration) முசியே மொறசேன் (Mr. Moracin) முதலான சமஸ்தமான துரைகளையு மந்தந்த வகுப்புடன் கூட்டிக்கொண்டு குவற்ணமா விட்டுப் பிறப்பட்டு முன்னதாய்க் கோவிலுக்குச் செல்லத் தக்கதாக மேற்சொன்ன ரெழிமாஞ் சொல்தாதுகளை முசியே தெப் பிறேன் மெதுகா யிட்டுக் கொண்டு பின் செல்ல முன்னும் பின்னுமாய்க் கோவிலுக்குப் போனார்கள்.

மேற்படி கொடிகளோடு கூட 50 கிறனாதியே சொல் தாதுகள் கோவிலுக்குள்ளே நுழைந்தார்கள். மேற்படி கொடி களுக்கு *Bénédiction* என்று சொல்லப்பட்ட வாசீர்வதிக்கும் போது 42 பீரங்கி வெடி சுட்டார்கள். சகல சடங்குகளு முகிந்து வெளியே பிறப்படுகிற சமையத்தில் கோவிலுக் கெதிரே பூவரச மரச் சாலையில் வரிசை வைத்திருந்த இராணுவத்தார்களெல் லாம் பெரிய பிளாசிலே போய் நின்றார்கள். பழங்கொடிக ளிரண்டையும் கோவிலிலேதானே விட்டுப் புதுக்கொடிகளை யெடுத்துக் கொண்டு மேற்சொல்லப்பட்ட துரைகளும் 100 சொல்தாதுகளும் கோவிலிலிருந்து *Musique* என்னுஞ் சங்கீத வாத்தியங்களோடு பிளாசிலே வந்து மேற்படி ரெழிமாமி

லிந்தக் கொடிகளைப் பிடித்துச் செய்ய வேண்டிய விமரிசை களெல்லாஞ் செய்தானபின் மேற்சொன்ன முசியே கொசிஞி முதலான துரைகளுங் கிறேனாதியே சொல்தாதுகளுந் தம்பூறு *(tambour)*[1] முதலான வாத்தியங்களோடு மேற்சொன்ன புறுபோ றெழிமாமுக்குக் கொலோநேலாகிய தெப்பிறேனவர்கள் குடியிருந்த வீட்டில் மேற்படி கொடிகளைக் கொண்டுபோய் ஸ்தா பித்தார்கள். இதுவும்: மேற்சொன்ன கப்பலில் பிறாஞ்சுக்காற ராசா வவர்களுக்கு புத்திர வுச்சவ மான சமாசாரம் வந்தபடி யினாலே யிதை பிறசித்தஞ் செய்து பண்டிகைக் கொண்டாடும் பொருட்டாய் யின்றையத் தினம் பட்டணத்திலுள்ள வெள்ளைக் காறர் தமிழர் சமஸ்தமானவர்களு மவரவர்களுடைய தெருக் களில் விளக்குக ளேற்றக் கடவதென்று பறைச்சாத்தி அறிவித் தார்கள். ஆகையால் குவற்ணமாவென்னு மரண்மனையைச் சிங்காரித்து யிருபதுநாயிரம் விளக்குக ளேற்றி 200–300 பேர் துரைகள் விருந்து சாப்பிட்டு பொழுது விடியளவுங் கூத்தாடி னது மன்றி பிளாசைச் சுத்தியிருக்கிற பூவரச மரங்களுக் கெல் லாம் வாழை மரங்களுந் தழைகளுங் கட்டி யலங்கிறதஞ் செய்து சாலையைச் சுத்திலும் பனை மரங்களை நட்டு விஸ்தாரமாய் விளக்குகள் வைக்கப்பட்டுது.

சாயுங்காலம் அஞ்சு மணிக்கு லீல் தெ பிறான்சு[2], பிறுபோம் ரெழிமான்களையும், சிபாய் ராணுவத்தார், அர்த்தில்லெரி முதலான சகல ராணுவத்தார்களையும் பிளாசை சுத்தி வரிசை வைத்து யிராத்திரி யேழரை மணி வரைக்குந் துபாக்கி வெடிகளும் பீரங்கி வெடிகளும் விஸ்தாரமாய்ச் சுட்டார்கள். இன்றையத் தின மத்தியானம் முசியே தெப் பிறேன் *(Mr. de Fresne)* 250–300 பேர் துரைகளுக்கு விருந்து செய்தது மன்றி மேற்சொன்ன விரெண்டு ரெழிமாஞ் சொல்தாதுகளுக்கும் தம்முடைய சொந்தப் பணத்தில் விருந்து செய்வித்தார். மைற்றபடி சகல விராணுவத்தார்களுக்கும் மகாராசா அவர்களுடைய ரொக்கச் சிலவில் ஒவ்வொருவருக்கு நவ்வாலு பண மினாங் கொடுப்பித்து கோழிகளாடுகள் சாறாயங்கள் ரசியோங் (ration) கொடுத்து ராத்திரி பதினொரு மணி வரைக்கும் காவற்கட் டில்லாமல் மேற்படியார் மனதுக் கிச்சையானபடி யிருக்கும்படியாய் நிருபிக்கப்பட்டுது. இன்றைய தினம் பட்டண மிகுதியும் யேக்களிப்பா யிருந்துது.

பெவுறியேர் மா. *5*–ந் தே.க்கு – தை மா. *27*–ந் தே.

இற்றை நாள் புதுவை நகரிலிருந்து முசியே பியேர் மொனறாங் (Mr. Pierre Monneron) கப்பலேறி மோக்கா (Moka) வுக்குப் போனார்.

---

1. Eng. drum
2. L'Ile de France (now Mauritius)

நாளது மா. 10–ந் தே.க்கு – மாசி மா. 2–ந் தே.

இந்த நாள் மோறீசிலிருந்து வொரு பிறகாது வந்துது. அதிலிருந்து மறு நாள் பீரங்கி சுடும் வெள்ளைக்காறர் 90 பேர்களிறங்கினார்கள். யிருபது பெட்டி பத்தாக்கு மிறக்கினார்கள்.

24–ந் தே. க்கு – 16–ந் தே.

இற்றை நாள் நவாபு மமு தல்லி கானுடைய வாயக்காறர் புதுவைநகரத்துக் குள்ளே வரப்பட்ட சுண்ணாம்புக் கட்டைக் குச்சுகள் கரிமுதலானதுகளை வரவொட்டாமல் மறியல் செய் தார்கள். ஆகையால் மறியல் செய்த காரண மறியும்படியாய் முசியே தெ கொசிஞி யவர்கள் திவான் நயினாத்தை முதலி யாரவர்களை (Divan Nayinattai Mudaliar) மேல்ப்படி யமுல்தாற ருக்கு காகிதமெழுதி சமாசார மறியச் சொல்லி நிருபித்தபடி 26–ந் தே. காகித மெழுதினார். ஆகையா லிற்றைக்குத் தானே மறியலும் விடுதலையாச்சுது.

நாளது ஆண்டு 1786 மே மா. 4–ந் தே. க்கு – பராபவ ஆ. சித்திரை மா. 25–ந் தே.

இற்றை நாள் சாயங்காலம் நாலு மணிக்கி *Résolution* என்ற பெயருடைய கப்பல் சீர்மையிலிருந்து வந்துது. கடலிலுங் கரையிலு மொன்பது பீரங்கி வெடி சுட்டு வாசாரஞ் செய்துக் கொண்டார்கள். வுடனே க(ட)ற்கரை கப்பித்தான் முசியே சொலுமியாக் (Mr. Solmi[ni]hac) கென்றவர் கப்பலுக்குப் போய் மேற் சொன்ன கப்பலுக்குக் கொம்மந்தாமாகிய முசியே தாந்துறு கஸ்தோ (Mr. d'Entrecasteaux) வென்றவரை யிட்டு வந்தார். அவர் குடியிருக்க குவற்ணமாவில் விடுதிவிட்டார்கள்.

மூவேன் மா. 10–ந் தே. – ஆனி மா. முதல் தே.

இற்றை நாள் ராத்திரி பனிரெண் டடித் திரண்டு மணி வேளையில் பதினோரு சொல்தாதுக ளோடிபோனதினாலே குண்டுசாலையைச் சுத்திக் காவலிருந்த சிபாய்கள் கண்டு மறித்தவிடத்தில் வொருவருக்கொருவர் கையிணக்கங்கள் நடந்து சிபாய்களுடைய வாயுதங்களைத்தானே மேற் சொன்ன சொல்தாதுகள் பிடிங்கிக்கொண்டு விரு திறவருக்கும் நல்ல யுத்தம் நடந்தவிடத்தில் மிகுந்த கூக்குர லானதினாலே யண்டை யிலிருந்த சிப்பாய்கள் கேழ்விப்பட்டு பின்னையு மதிகமாய் வந்துக் கூடி கடசியா யவர்களைக் பிடித்துவந்து சிறசாலை யிலே போட்டார்கள். ஆனால் மேற்சொன்ன சொல்தாதுகள் சண்டை செய்யும்போது வொருவனுக்கு காயம்பட்டிறந்து போனான். வேறொருவன் குத்துக்காயத்துட னோடிப் போனான். சிபாய்களுக்குங் காயம் பட்டுது. ஆகையால்.

மூவேன் மா. *16*–ந் தே. க்கு நாளது மா. *6*–ந் தே.

இற்றை நாள் குவேற்ணமாவில் மிலித்தேர்க ளெல்லாங்கூடி மேற்சொன்னச் சொல்தாதுகளுக் காக்கினையிடும் பொருட்டாய் யோசித்தவிடத்தில் தூக்கிப்போடுகிற தென்று தீர்மானமாச்சுது. யிப்படிக் கிருந்தும் மறுபடி யாலோசினை கூடி யோசித்த விடத்தில் தூக்காமல் வேறே *galère* என்ற வாக்கினை யிடுகிற தென்று தீர்மானமாச்சுது.

ஆதலால், நாளது மா. *17*–ந் தே.

யாகிற மறுநாள் சாயங்காலம் அஞ்சு மணிக்கு *Régiment de I'lle de France* சொல்தாதுகளை பிளாசில் வரிசை நிறுத்தி மேற்படி யொன்பது சொல்தாதுகளையு மிட்டு வந்து பாறுக்கு நடுவே விட்டுத் திருப்பி சகலரும் பாற்கும்படியாய் தலையின் மயிர்களை மொட்டையடித்து பங்கப்படுத்தினபின் கால்களுக்கு விலங்கு மாட்டி சிறசாலைக் கனுப்பிவிட்டார்கள். கலேர் (galére) என்னு மாக்கினையாவ தென்னவென்றால் விப்பேர்ப் பட்ட குற்றஞ் செய்த பேர்கள் *30* வருஷ கால வரைக்கும் விலங்கு மாட்டிக் கொண்டு மகாராசா வவர்களுடைய வூழியஞ் செய்யுகிறது. ஆனா லந்தக் குற்றத்துக்குத் தக்கதாய் விதிச்சிருக் கிறது. அதாவது *30, 25, 20,15* வருஷ கால வரைக்கு மிருக்கிற தென்று முயிருள்ளவரைக்கு மிருக்கிறதென்று ராச கட்டளையில் நிருபித்திருக்கிறது.

அவு மா. *15*–ந் தே. க்கு ஆவணி மா. *3*–ந் தே.

இற்றை நாளிந்தத் தேதிக்கு முன் சென்னப்பட்டணத் துக்குப் போயிருந்த முசியே தெப் பிறேன் புதுவைநகரில் வந்து சேர்ந்தார். அதாவது நாளதியிலே சொல்தாதுகள் கொஞ்சஞ் கொஞ்சமாய் வோடிப்போறபடியினாலே மிகுதியுங் காரிய தாட்சியா யிருக்கு தென்கிறதை பெரிய துரையாகிய முசியே கொசிஞி முதலான துரைகள் யோசித்து விராணுவத்தாரைச் சேர்ந்த சங்கதிக்கு பிராம்சுக்காற ரிங்கிலீசுக்காறருக்குள்ளே நடக்கவேண்டி யிருக்கிற காரியத்துக் கோ ரொழுங்கு செய்துக்கொண்டா லொழிய மேல்ப்படியார் கட்டுப்படமாட்டார்க ளென்கிறதைக் குறித்து புறுபோம் றெழிமாமுக்குக் கொலோ னேலாகிய மேற்சொன்ன முசியே தெப் பிறே னவர்களை யிவடத்திலிருந்து சென்னப்பட்டணத்துக்கு ஸ்தானாபதிக்க மனுப்பினபடியினாலே யவர் மேற்சொன்ன காரியத்துக்கு சென்னப்பட்டணத்து ழெனெரா லிடத்தி லுறுதியாய்ப் பெற்று வந்த *Cartel* என்ற வுடன்படிக்கையின் விபரம் வருமாறு.

நாளது மா. 16–ந் தே.

இற்றை நாள் காலமே யாறு மணிக்கு *L'lsle de France et Bourbon* என்று பெயருடைய விரெண்டு ரெழிமாஞ் சொல் தாதுகளையும் பிளாசிலே வரிசை வைத்து முசியே கொசிஞி, தெப் பிறேன் முதலான துரைகள் வந்து நின்றுமேற் சொன்ன காரியத்துக்கு நாளது மா. 10–ந் தே. சென்னப்பட்டணத்தில் பிராம்சுக்காற ரிங்கிலீசுக்காறருடைய சொல்தாது விராணுவத் தார்கள் நிமித்திய மிரு திறவருக்குள்ளேயும் செய்து முகித்துக் கொண்டு, வந்த கார்த்தேல் (Cartel) என்று சொல்லப்பட்ட வுடன்படிக்கையை சகல சொல்தாதுகளுக்குங் கேட்கும்படியாய் படித்துப் பிறசித்தஞ் செய்தார்கள்.

அவையாவன

இன்று முதல் புதுவைநகரிலிருந்து சென்னப்பட்டணத்துக் கிங்கிலீசுக்காறரிடத்தில் லோடிப்போகப்பட்ட பிராம்சு சொல்தாதுகளை யிங்கிலீசுக்காரர் மறுபடி யவடத்திலிருந்து பிடித்தனுப்பிவிக்கிற தென்று மவடத்திலிருந்து புதுவைநகரில் பிராம்சுக்காரரிடத்தில் வந்து சேருகிற விங்கிலீசு சொல்தாதுகளை மேற்சொன்ன பிறகாரம் இவடத்திலிருந்து பிடித் தனுப்பிவிக்கப்படு மென்றும் பிறசித்தஞ் செய்யப்பட்டுது. இந்தப் பிறகாரம் யிரு திறவருக்குள்ளேயுஞ் செய்துக்கொண்ட பொது வுடன்படிக்கைக்கு ஸ்திரமாக விவர்கள் கையொப்ப மவர்கள் கையிலு மவர்கள் கையொப்ப மிவர்கள் கையிலுமாய் மாத்திக்கொண்டு சென்னப் பட்டணத்திலு மிங்கிலீசு சொல்தாதுகளை வரிசை வைத்துப் பிறசித்தஞ்செய் தறிவிக்கப்பட்டுது.

செப்தோம்பிற மா. 11–ந் தே.க்கு – ஆவணி மா. 30–ந் தே.

இற்றை நாள் பிராம்சு தேசத்தி லிருந் தொரு கப்பல் வந்ததில் மகாராசா அவர்க ளுத்தாரப்படி மந்திரி யவர் களாலே நிருபித்து வந்த தென்னவென்றால் ஈந்தையிலே பிராம்சுக்காறர் ஸ்தாபித் திருக்கப்பட்ட ஸ்தலங்களுக்கெல் லாம் ஜெனராலாய் மோரீசிலிருந்து துரைத்தினஞ் செய்து கொண்டிருக்கிற *Mr. Vicomte de Souillac* என்றவரை பிராம்சு தேசத்துக்கு வந்து விடச் சொல்லியு மவருக்கு பதிலா யிருந்து துரைத்தனஞ் செய்யும்பொருட்டாய் கப்பலுக்கு கொம்மாந் தாமா யிருக்கிற முசியே தாந்திறுகஸ்தோ (Mr. d'Entrecasteaux) வென்றவரை மோரீசுக்குப் போகச் சொல்லியும் நிருபித்து வந்தபடியினாலே புதுவைநகரிலிருந்து மேற்சொன்ன முசியே தாந்துறுகஸ்த்தோ நாளது மா. 9–ந் தே யிவடம் விட்டு திருக் கணாமலைக்குப் போயிவிட்டதினாலே யிது சமாசார மறி

விக்கும் படியா யவரைத் தேடிக்கொண்டு மேற்சொன்ன கப்பல் மறுபடி திருக்கணாமலைக்குச் சென்றுது.

இதுவு மந்தக் கப்பலி லிவடத்தி லிருக்கப்பட்ட மிலித் தேர்களுக் குத்தியோகம் வந்த விபரம் சிபாய் ராணுவத்தார் களுக்குக் கொம்மாந்தாமாகிய முசியே கெறுழா (Mr. Kerjean) மென்றவருக்கு குறுவா தெ சேன் லுவி (Croix de St Louis) யென்ற முத்திரை கிடைத்தது. புறுபோமுடைய ரெழிமாமுக்கு முதுற் கப்பித்தேனா யிருந்த முசியே தறுழாங்கூறு (Mr. d'Argencourt) என்றவருக்கு *Lieutenant Colonel* என்ற உத்தியோகம் வந்தபடியால் நாளது மா. 14–ந் தே. மேற்சொன்ன ரெழிமாஞ் சொல் தாதுகளை பிளாசிலே வரிசை வைத்து வுரத்துப் படித்துப் பிற சித்தஞ் செய்து மேற்சொல்லப்பட்டவரை மேற் சொன்ன வுத்தி யோகத்தி லேத்துக் கொண்டார்கள்.

செப்தோம்பிற மா. 14–ந் தே.

இற்றை நாள் பிராம்சு தேசத்திலிருந் தொரு கப்பல் வந்துது. மறுநாள் காலமே யதிலிருந்து 300 சொல்தாதுகளிறங்கினார்கள். அவர்களை பிளாசிலே வரிசை வைத்து முசியே கொசிஞ் யவர்கள் வந்து பார்த்து மேற்படி சொல்தாதுகளை யிரெண்டு பிரிவினையாக்கி லீல் தெ பிரான்சு ரெழி மாமில் பாதியும் புறுபோம் ரெழிமாமில் பாதியுமாய் பகுத்து விடப்பட்டுது.

L'an *1787*: *1787*–ம் ஆடு ழூாம்வியேர் மா. *25*–ந் தே. பராபவ ஆ. தை மா. *15*–ந் தே.

இற்றை நாள் மத்தியானம் பனிரெண்டு மணிக்கு நபாப்பு மமு தலி கானுடைய உத்தாரப்படிக்கு புதுவைநகரத்துக்கு வரப்பட்ட வெரிகரும்பு, பால் மைற்று முதலானதுகளை மேற்படி யாயக்காறர் மறித்தார்கள்.

நாளது மா. 31–ந் தே. க்கு 21–ந் தே.

இற்றை நாள் டீப்பு சுலுத்தா னவர்களிடத்தி லிருந்து மூன்று துலுக்கர் டீப்பு சுலுத்தா னவர்களுக்கு பாந்தவ்வியமா யிருக்கப்பட்டவர்கள் வசத்தில் பிராம்சு மகாராசாவர்களுக்கு வெகுமதி யனுப்பினபடியினாலே யந்த ஸ்தானாபதிகளுஞ் சில பாறுக்காறுகளும் வில்லவனல்லூரில் வந்து சேர்ந்தார்கள்.

ஆகையால், மேற்படி ஸ்தானாபதிகள் கொண்டு வந்திருக்கிற வெகுமதியையும் அவர்களையும் பயணப்படுத்தி பிராம்சு தேசத்துக் கனுப்பிவிக்கிறதுக்கு புதுவைநகரில் கப்பல் சேகர மாகிறவரைக்கு மவர்கள் குடியிருக்கும் பொருட்டாய் வில்வனநல்லூர் வாசப்படி

ராச வீதியி லிருக்கிற முசியே செக்காத்தி (Mr. Ceccati) வீட்டை யொழித்து விடுதி விடப்பட்டுது ஆதலால்.

பெவுறியேர் மா. *3*–ந் தே. க்கு நாளது மா. *24*–ந் தே.

இற்றை நாள் வில்வனநல்லூரில் வந்திருந்த மேற் சொன்ன ஸ்தானாபதிகள் புதுவைநகரத்துக் குள்ளே வந்து மேற்சொல்லப் பட்ட விடுதியில் சேர்ந்தார்கள்.

***4*–ந் தே. க்கு *25*–ந் தே.**

இற்றை நாள் சுத்துப்பட்டு கிறாமங்களி லிருந்த ஆயக் காறரெல்லாம் நபாப்பு மம்மு தலி கானழைப்பித்து மேற் சொன்ன வெகுமதிகள் சீரங்கப்பட்டணத்திலிருந்து வந்ததை மறித்து மேற்படி ஸ்தானாபதிகளையும் தம்மிடத்தி லிட்டு வராமலும் முன்னுதாய் சமாசாரம் முதலாய் தமக் கெழுதாமல் விட்டுவிட்டார்க ளென்கிற பொறாமையினாலே யவர்களை யெல்லாம் கட்டியடித்து உத்தியோகங்களைத் தள்ளிவிடப் பட்டுது.

வெவுறியேர் மா. *5*–ந் தே. க்கு தை மா. *26*–ந் தே.

இதுவுமது இற்றை நாள் சாயங்காலம் மேற்சொன்ன ஸ்தானாபதிகளையு மிட்டுக்கொண்டு வெகுமதியையு மெடுத்து வரும் பொருட்டாய் கொடிபோட்டு *300* கிறேநாதியே சொல் தாதுகளை குவர்ணமாவின் தென் பிறத்து வாசப்படி முதல் மேற்படி மேன்மெத்தை முதற்படி வரைக்கு மிரு பக்கங்களிலும் வரிசை வைக்கப்பட்டுது.

ஆகையால், குவர்ணமாவின் பட்டத்துப் பல்லக்கு மேற்படி கொடிக ளிரெண்டும் மேற்படி அரண்மனையி லிருக்கப் பட்ட கொமாரவர்ணக் கொடிகள், சவளக்கழிகள், மேளவாத்தி யங்கள், தாசிகள் முதலாயுள்ள மைற்றுமிருக்கப்பட்ட உத்தி யோகஸ்தாளும் மேற்சொன்ன சகல சம்பிறங்கோளடு வரண் மனை விட்டுப் பிறப்பட்டு மேற்சொல்லப்பட்ட செக்காத்தி வீட்டி லிறங்கியிருந்த ஸ்த்தானாபதிகள் மூன்று பேர்களையும் மூன்று பல்லக்குகளி லேற்றிக் கொண்டு மகாராசா வவர்களுக்கு வந்த வெகுமதியை ழெனெரா லவர்களுடைய பல்லக்கில் வைத்துக் கொண்டு மேற்சொன்ன சம்பிறங்களுடன் வந்து குவற்ணமாவில் நுழையும்போது பத்தொன்பது பீரங்கி வெடி சுட்டு மரியாதை செய்தார்கள். மெத்தையின் பேரிலேறி சாலையைப் போனவுடனே மறுபடி பத்தொன்பது வெடி சுட்டார்கள். பெரிய சாலையி லுட்காந்து ரெழிமாமுடைய *Musique* என்னும் சங்கீத வாத்தியங்கள் முழக்கிக் கொண்டு

வேடிக்கையாய் ஆறேமுககால் மணி வரைக்கு மிருந்து வெத்திலை பாக்கு பன்னீர் கொடுப்பித்து மறுபடி மேற் சொன்ன சம்பிறங் களுடன் விடுதிவிட்டிருக்கிற விடத்துக்குப் போனார்கள்.

நாளது மா. *26*–ந் தே. க்கு – மாசி மா. *18*–ந் தே.

இற்றை நாள் லீல் தே பிரான்சு புறுபோ மிவ்விரண்டு ரெழிமாஞ் சொல்தாதுகளையும் பிளாசிலே வரிசை வைத்து முசியே கொசிஞி (Mr. Cossigny), தெப் பிறேன் (de Fresne) முதலான துரைகள் வந்திருந்துக்கொண்டு, யிவடத்திலிருந் தோடிப்போய் மறுபடி யிங்கிலீசுக்காறராலே பிடித்தனுப்பப்பட்டு சிறசாலையில் வைத்திருந்த சொல்தாதுகள் மூன்று பேர்களையு மிட்டுவந்து வரிசைக்கு நடுவே விட்டு *Degradé des armes* என்ற மிலித்தேர்களுடைய வொழுங்குக் கடுத் தவமானஞ் செய்தான பின் தலையின் மயிர்களை கத்திரிச்சு யிடுப்பிலே சங்கிலி மாட்டி யதில் பீரங்கிக் குண்டு மாட்டி பாறுக்கு நடுவே விட்டு திருப்பியான பின் முப்பது வருஷ காலம் கலேர் யென்ற வடுமைத்தனத்தி லிருக்கிறதென்றும் பிறசித்தஞ் செய்து சிறசாலைக் கனுப்பினார்கள்.

மே மா. *30*–ந் தே. க்கு பிலவங்க ஆ. வையாசி மா. *16*–ந் தே.

இற்றை நாள் யேனத்திலிருந்து வந்த காகித முன்னி லையா யறிந்த சமாசார மென்னவென்றால் நாளது மே மா. *28*–ந் தே. ஏனத்திலே (Yanaon) வந்து கடல் பொங்கி பட்டண முழுகிப்போய் செனங்களெல்லாம் மிகுதியு மிறந்துப் போனார் களென்று வீடுகளெல்லாம் தெரியாமல் மண்மேடு யிட்டு போய்விட்டு தென்றுந் துறையிலிருந்த கப்பல்களெல்லாம் நாற்காத வழிக்கப்பரம் கொண்டுபோய் யொதிக்கிப் போட்டு தென்றும் கும்பனியாருடைய பிடவைகளுக்கு மிகுந்த சேதம் வந்துதென்று கோரங்கி (Coringuy) முழுதும் முழிகிப்போய் செனங்களெல்லாம் யிறந்துபோனார்க ளென்று ஊரெல்லாம் மண் மேடிட்டுப்போய் பதிங்காத வழிமட்டும் சுத்தி பாழாய் யோய்விட்டுதென்று தவாலிலே வந்துது.

யூவேன் மா. *26*–ந் தே.க்கு – ஆனி மா. *15*–ந் தே.

இற்றை நாள் கேழ்வியான சமாசார மென்னவென்றால் புதுவைநகரிலிருந்து பிராம்சுக்காறர் அவ்றீல் மா. *31*–ந் தே. வங்காளத்துக் கேத்தி யனுப்பப்பட்ட உப்புகளுக் கொரு விக்கன மில்லையென்று மே மா. முதல் தே. யேற்றியனுப்பிக்கிற உப்பு களை பறிமுதலா யெடுத்துக் கொள்ளப்படுமென்று மேற் சொன்ன பங்காளத்து கொமுசேலில் தீர்மான மாச்சுதென்றும் பிறசித்தமாச்சுது.

மூலியேத்து மா. 13 தே. க்கு – ஆடி மா. 2–ந் தே.

இற்றை நாள் முசியே யுகோமும்[1] லேக்கூறு[2] யென்றவனும் மதாம் மலே[3] வீட்டுக்குப்போயிருந்தவிடத்தி லிருவருக்கும் விசேஷம் நடந்து திரேஷப்பட்டு மறுநாள் காலமே யிருவரும் உப்பளத்தண்டையில் குத்துச்சண்டை செய்யுமிடத்தில் யுகோ முக்கு மூன்று விடத்தில் குத்துக்காயம் பட்டபடியினாலே விழுந்துவிட்டா னுடனே யெடுத்துவந்து காயங்கட்டி மறுபடி புழைத்தான்.

16–ந் தே. க்கு – நாளது மா. 4–ந் தே.

இற்றை நாள் முன்னிடத்திலிருந்து சென்னப்பட்டணத்துக் கோடிபோய் மறுபடி யிங்கிலீசுக்காறராலே பிடித்தனுப் பப்பட்டு சிறசாலையி லடைத்திருந்த புறுபோம் றெழிமாம் சொல்தாது ரெண்டு பேர்களுக்கு மாக்கினை யிடும்பொருட் டாய் கொமுசேல் தெ கேர் (Conseil de Guerre) யென்று சொல்லப்பட்ட வாலோசனை யோசித்தவிடத்தி லவர்களை கலேர் யென்று சொல்லப்பட்ட வாக்கினை யிடுகின்றதென்று தீர்மான மாச்சுது. ஆகையால் நாளது தேதி சாயங்காலம் அஞ்சு மணிக்கி மேல்சொன்ன புறுபோம் ரெழிமாம் சொல்தாதுகளையும் லீல் தே பிரான்சுயுடைய சொல்தாதுகளிற் கொஞ்சமும் பிளாசிலே வரிசை வைக்கிற சமையத்தில் மகத்தாகிய காத்து மழையு மாசுமிகமாய் வந்து தோன்றியதால் மேற்படி ரெழிமா முக்கு கொலோனேலாகிய முசியே தெ புறேன் (de Fresne) வதைப் பாராட்டாமல் மழையில் நனைந்துக்கொண்டு மேற்சொன்ன சொல்தாதுகளை யிட்டுவந்து தலையின் மயிர்களை மொட் டையடிப்பித்து யிடுப்பிலே சங்கிலிப் போட்டு குண்டு மாட்டி வரிசைக்கி நடுவே திருப்பியானபின் மறுபடி சிறசாலைக் கனுப்பிவிட்டார்.

மூலியேத்து மா. 21–ந் தே. க்கு – ஆடி மா. 9–ந்தே.

இற்றை நாள்போன மூான்வியோர் மா. த்தில் டீப்பு சுலுத்தா னவர்களிடத்திலிருந்து பிராம்சு மகாராசா வவர்களுக்கு வெகுமதி கொண்டு வந்து சீர்மைக்குப் போறத்துக்கு காத்துக் கொண்டிருந்த ஸ்தானாபதிகள் மூன்று பேரும் சாயங்கால மஞ்சரை மணிக்கு லோறாற் *(L'Aurore)* என்று பெயரையுடைய கப்பலுமாய் மேற்படி கப்பலுக்கு கப்பித்தேனுமாய் மேற் சொன்ன ஸ்தானாபதிகளை பிராம்சு தேசத்துக் கிட்டுக் கொண்டுபோக ஸ்தானாபதியாய்

1. Hugon
2. Lecour
3. Malet

னேமிக்கப்பட் டிருக்கிற முசியே பியேர் மொனறோ மவர்களுடன் கூட கப்பலி லேறி னார்கள்.

ஆதலா லவர்கள் படகேறுகிற சமையத்திற் கடலிலுங் கரையிலும் பத்தொன்பது பீரங்கி சுட்டு மரியாதைச் செய்தார்கள். மறு நாள் காலமே மேற்சொன்ன கப்பல் பிறாஞ்சு தேசத்துக்குச் சென்றுது.

நாளது மா. *27*–ந் தே. க்கு – *15*–ந் தே.

இற்றை நாள் போன *1782*–ம் ஆண்டு பிராஞ்சு மகாராசா அவர்களுடைய பாளையங் கூடலூரி லிறங்கி யிருந்தபோது அந்தப் பாளையத்துக்கு ஜெனெறாலா யிருந்த முசியே துய் ஷேமேன் (Mr. Duchemin) என்றவர் சொஸ்தமில்லாம லிருந்து யிறந்து போனவரை மஞ்சாங்குப்பத்தி லடக்கஞ்செய்தப்படியி னாலே யவருடைய வஸ்திகளை மறுபடி யெடுத்துவந்து புதுவை நகரின் கப்பீசு கோவிலில் கட்டி வைத்திருக்கிற கோரிக்குள்ளே ஸ்தாபிக்கும் பொருட்டாக வின்றையத் தின மிவடத்திலிருந்து *100* சிப்பாய் ராணுவத்தார்களும் தம்பூர் வொப்பீசியேகளும் மேற்சொன்ன மஞ்சாங்குப்பத்துக்குச் சென்றார்கள். இதுவும். மறுநாள் மேற்சொன்ன விடத்துக் கிவடததிலிருந்து போன துரைகளின் விபரம்: *Messieurs Rabillard, Major des cipahis., Letang, capitaine, Joyeuse, Capitaine d'artillerie. Filleuil garde magasin*[1], *Général Cossigny, Dessonville, Officer du Régiment de l'Ile de France, et Godard, aide de camp de Mr. de Cossigny, Gouverneur de Pondichéry.*

மேற்சொல்லிவரப்பட்ட ராணுவத்தார்களுந் துரைகளுங் கூடலூர் போய்ச் சேர்ந்த மாத்திரத்தி லவடத்திலிருந்த இங்கிலீசுக்காறர் விருந்து செய்வித்து இங்கிலீசு துரைகளும் மேற்படி யிராணுவத்தார் தம்பூர்கள் புதுவைநகரத்திலிருந்துப் போன மேற்சொன்ன பிறஞ்சுக்காறர் சமஸ்தானவர்களுங் கூடிக்கொண்டு தம்பூறடித்துப் பிள்ளாங்குழல் முதலான சம்பிறங்களோடு மேற்சொன்ன ஜெனெறாலை யடக்கஞ் செய் திருந்த விடத்துக்குப் போய் மேற்படி அஸ்திகளை யெடுக்குந் தறுவாயில் பீரங்கி வெடிகளுந் துபாக்கி வெடிகளுஞ் சுட்டு சகல மேன்பாடுகளுடன் யெடுத்துக் கொண்டு வருமிடத்தில் மேற் சொல்லப்பட்ட இங்கிலீசு துரைகளும் மேற்படி ராணுவத் தார்களும் பெண்ணையாத்தங்கரை மட்டும் கூடவந்து திரும்பிப் போய்விட்டார்கள்.

ஆகையால் *29*–ந் தே. இராத்திரி புதுவைநகரம் வந்து சேர்ந்தார்கள்.

---

1. Eng. store keeper

மூலியேத்து மா. 31–ந் தே. க்கு – ஆடி மா. 16–ந் தே.

இற்றை நாள் முன் 1785–ம் ஆண்டு மூாம்வியேர் மா. 7–ந் தே. புதுவைநகரி லிறந்துபோன ஜெனெறால் முசியே மற்கி தே புசியவர்களை கப்பூசு கோவில் தோட்டத்தி லடக்கஞ் செய் திருந்ததினாலே யிவருக்கு மேற்சொன்ன முசியே துஷெமென் அவர்களுக்கும் கோரிகள் கட்டி யிவருடைய வஸ்திகளையு மந்தக் கோரிகளில் ஸ்தாபிக்கச் சொல்லி சீர்மையிலிருந்து மகாராசா அவர்களுடைய *Ministre* மந்திரியவர்கள் நிருபித் தனுப்பினபடியினாலே 1000 விராகன் சிலவு செய்து கப்பூசு கோயிலுக்குள்ளே வலப்பிற மிடப்பிறமா யிரெண்டு கோரிகள் மகா நுன்னிமையான வேலைகளாய்ச் சுண்ணாம்பினாலே செய்வித்து அதில் மேற்படியார்களுடைய வாயுத விருதுகளும் ஸ்தாபிக்கப்பட்டுது.

ஆகையால், நாளது சாயங்காலம் அஞ்சு மணிக்கு அரைக்கொடி போட்டு கப்பூசு கோவிலுக்குள்ளேயும் வெளி வாசப்படியிலேயும் கறுப்புக் கட்டி மேற்படியாருடைய வாயுத விருதுகள் தித்த படங்களொட்டி துக்கத்துக் கடுத்த காரியங் களெல்லாஞ் செய்து கரையிலுங் கடலிலும் வினாடிக் கொரு பீரங்கி சுட்டுக் கொண்டே யிருந்தார்கள். பிற்பாடு லீல் தெ பிராஞ்சு, புறுபோம் அர்த்தில்லேரி சிப்பாய்கள் முதலான சகல விராணுவத்தார்களையும் பிளாசுமுதல் கப்பூசு கோவில் வாசற்படி வரைக்கும் வரிசை வைத்து முசியே தெ கொசிஞ்ஞி முதலான சமஸ்தமான துரைகளுங் கைகளில் கறுப்புக் கட்டிக் கொண்டு கோவிலுக்குப் போனார்கள். மேற்படியார்களுடைய வெலும்புகளை யெடுத்துக் கொண்டுபோய் மேற்சொன்ன கோரிகளில் ஸ்தாபிக்கும்போது இராணுவத்தார்கள் துப்பாக்கி வெடி சுட்டு மரியாதைச் செய்தார்கள். கடைசியாய் கோவிற் சடங்குகளெல்லாந் தீர்ந்து துறைகள் வெளியே பிறப்பட இராத்திரி 7–மணி வரைக்குஞ் சென்றது.

அவு மா. 27–ந் தே.க்கு – ஆவணி மா. 14–ந் தே.

இந்த நாள் முசியே தெ கொசிஞ்ஞி யவர்களுடைய சாமான்க ளெல்லாங் கப்பலேற்றி மோறீசுக் கனுப்பினார்கள். யிவருக்குப் பதிலாய் சீர்மையிலிருந்து இவடத்திற் துரைத்தனஞ் செய்யும் பொருட்டாய் முசியே கோந்து தே கனுவே யென்ற ஜெனெறால் வருகிறபடியினாலே.

செப்த்தேம்பிற மா. 8–ந் தே. க்கு – ஆவணி மா. 26–ந் தே.

இற்றை நாள் முசியே தெ கொசிஞ்ஞி, மேற்படி பெண் சாதி, மேற்படியாருடைய தமையன், மேற்படி பெண்சாதி யிவர்க

ளெல்லாம் வொழுகரையி லிருக்கறி முசியே லா சவர் களுடைய தோட்டத்திற் குடிபோனார்கள்.

நாளது மா. *10*–ந் தே.க்கு ஆவணி மா. *28*–ந் தே.

இற்றை நாள் சாயங்காலம் 4 மணிக்கு மேற்சொல்லப்பட்ட ழெனெறால் கோந்து தே கனுவே யென்றவர் ஒரு கப்பலில் புதுவை நகர துறையில் வந்து சேர்ந்தார். உடனே சகல விராணுவத்தார் களையும் முஸ்த்தீதா யிருக்கச் சொல்லி நிருபிக்கப்பட்டுது.

ஆகையால், புறுபோமுடைய ரெழிமாமுக்குக் கொலோ னேலாகிய முசியே தெப் பிறேன் ஏந்தந்தாமாகிய முசியே மொறசேன் கடற்கரைக்குக் கப்பித்தேனாகிய சுலுமியாக்கு லீல் தெ பிராஞ்சு ரெழிமாமுக்கு முதற் கப்பித்தெனோகிய *Buthler* இவர்களெல்லாஞ் சலங்கிலேறிக் கப்பலுக்குப் போனார்கள். மறுபடி கப்பலிலிருந்து அவர்கள் வந்துசேர 7–மணி வரைக் குஞ் சென்றுது. மேற்சொல்லப்பட்ட ழெனெரால் அவர்களுடன் கூட வந்த முசி யேதெ போஸ்த்தேலுடைய குமாரன் சாயங்காலம் 6½ மணிக்கு கப்பலி லிருந்திறங்கி குவற்ணமாவுக்கு வந்துக் காகிதங்கள் குடுத்தான். ழெனெறா லவர்கள் காலமே யாறரை மணிக்கு கப்பல் விட்டிறங்கி வரப்போறா ரென்று சமாசார மறிக்கையானதினாலே கொவற்ணமாவின் தென் புறத்தின் வாசப்படி முதல் கடற்கரை வாசப்படி கப்பீசு கோவில் வாசப்படி மட்டும் மிகவுஞ் சுறுசுறுப்புடன் தென்ன மட்டைகள், வாழைமரங்கள் ராத்திரி எட்டு மணிக்குள்ளே நட்டார்கள்.

ஆதலால்

***11*–ந் தே.**

யாகிற மறுநாள் காலமே 6½ மணிக்கு ழெனெறாலை யிறக்கி விட்டு வரும்பொருட்டாய் முசியே சுலுமியாக்கு வாங்குஞ் சலங்கிலேறி கப்பலுக்குப் போனார். அந்த சமயத்தி லிவடத்திலிருக்கிற *Bourbon, L'Ile de France artillerie et cipayes* என்னுஞ் சகல விராணுவத்தார்களையும் பிளாசைச் சுத்தி வரிசை நிறுத்தினார்கள். பிற்பாடு முசியே கொசிஞி, மொறசேன் முதலான துரைகளும் கப்புசு கோவில் பாதிரிகள் தங்களுடைய வொழுங்கோடு கூடிய வசுமானகிரி, சதிரகொடி முதலான வொழுங்குகளுடன் கடற்கரையில் வந்து காத்திருந் தார்கள். யிதுவுந் தமிழருடைய வழக்கப்படி மேள வாத்தியங்கள், தாசிகள், சவளைக்கழிகளோடு கூடிய சம்பிறமங்களுடன் தமிழருங் கூடியிருந்தார்கள். மறுபடி மேற்சொன்ன விராணு வத்தார்களை மறின் (Marine) வாசப்படி முதல் கப்புசு கோவில் வரைக்கு மிரு பக்கங்களிலும் வரிசை வைக்கப்பட்டது.

ழெனெறால் படகிலிறங்கிற தறுவாயில் கப்பலில் 15 பீரங்கி வெடி சுட்டு மரியாதை செய்தார்கள். சலங்கிலிருந் திறங்கிற சமையத்தில் கோட்டையில் 11 பீரங்கி வெடி சுட்டு மரியாதை செய்தார்கள். வெகு செனங்கள் சூழ்ந்து வரத்தக்க தாக சகல சம்பிறமங்களுடன் கோவிலுக்குப் போய் திரும்பி பிளாசுக்கு நடுவே வந்து நின்ற மாத்திரத்தில் இராணுவத்தார்க ளெல்லாம் துபாக்கிகளைத் தாழப்பிடித்து *Rappel* தம்பூறுக ளடித்து மரியாதை செய்தார்கள்.

முசியே தெ கொசிஞ்ஞி கத்தியை யுருகிக் கொண்டு சகல விராணுவத்தார்களுக்குங் கேட்கும்படி யுரத்திச் சொன்னதாவது: சந்தையிலே பிராம்சுக்காறர் ஸ்தாபித்திருக்கிறபட்ட காப்பு தே போ னெஸ்ப்பரான்சு (Cap de Bonne Espérance) வரைக்கும் கோந்து தெ கனுவே யவர்களை கொம்மந்தாம் ழெனெராலா யேத்துக் கொண்டு விராச காரியங்களி லவர் நிருபிக்கப்பட்டக் கட்டளைக்குக் கீழ்ப்படிந்து சகலரும் நடந்து கொள்ளக் கடவீர்களென்று நிருபித்தார்.

பிற்பாடு முசியே கனுவே யவர்கள் சொன்னதாவது: புறுபோம் ரெழிமாமுக்குக் கொலோனேலாகிய முசியே தெ ப்பிறேன் என்றவரை தமக் கிரெண்டவதா யேற்றுக்கொண்டு விராச காரியங்களி லவரிடப்பட்ட கட்டளைக்குக் கீழ்ப்படிந்து நடந்து கொள்ளக் கடவதென்று நிருபித்தார்.

மைற்றப்படி படைத் தலவரெல்லா மந்தந்த வகுப்பு களுடனே ழெனெரா லவர்களை குவேற்ணமாவில் போய் சந் திச்சார்கள். மறுபடி பழைய துரையாகிய முசியே தெ கொசிஞ்ஞி யவர்களையும் போய் கண்டு வுபசாரஞ் சொன்னார்கள்.

இதன்றியே லீல் தே பிரான்சு ரெழிமாமுடைய கொடிக ளிரண்டும் மேற்படி ரெழிமாமுக்கு கொலொனேலாகிய முசியே தெ கொசிஞ்ஞி யவர்களிடத்தி லிருக்கவேண்டிய யொழுங்கின்படி குவர்ணமாவி லிருந்ததை இன்றையத் தினம் எடுத்துப்போய் ரெழிமாமுக்கு *Lieutenant* கொலேனேலாகிய முசியே தெஸ்தாக்கு (Mr.d'Estaque) வீட்டில் வைத்தார்கள்.

மேர்ச்சொன்ன கொசிஞ்ஞிக் குத்தியோக மில்லாததினால்.

செப்த்தேம்பிற மா. 12–ந் தே.க்கு – ஆவணி மா. 30–ந் தே.

இற்றை நாள் காலமே ழெனெரால் கோந்து தெ கொன்வே யவர்கள் நோவாளிகளுடைய கிடங்குக்குப் போய் மேற்படியாருக்குக் கொடுக்கப்பட்ட சூப்பு முதலான சாப்பாட்டு சங்கதிகளை சாப்பிட்டு பார்த்து அவடத்திலிருக்கப்பட்ட காரியக்

காறருக்கு தாக்கீது செய்து நோவாளிகளை நன்றாய் விசாரிக்கச் சொல்லி கட்டளையிட்டார்.

மறுபடி பதினொரு மணிக்கி கொமுசேலென்னு மாலோசனைக் கூடு மிடத்திற்குப் போய் விசாரணை செய்து தஸ்திரங்களில் கையொப்பம் போட்டுப் போனார்.

நாளது மா. 16–ந் தே.க்கு – புரட்டாசி மா. 3–ந் தே.

இற்றை நாள் ழெனெராலவர்கள் மிலித்தேர்களுக்கு நவமாய் நிருபித்த கட்டளை வருமாறு:

முதலாவது: கப்பித்தேன், வொப்பீசியே, சொல்தாதுகள் யாவரு மின்று முதல் *Frisure* என்று காதண்டையில் மயிர்களை சுருட்டி வைப்பதை கத்தரிச்சிப் போட வேண்டியதென்றும்.

2–வது: கமிசுகளில் வைத்திருக்கிற கற்னித்தூர்களையும் மேற்படி மான்ஷேத்துக்களையும் தள்ளிப் போட வேண்டிய தென்றும்.

மூணாவது: அரையிலே வைத்திருக்கிற *Montre* என்னும் மணித்திட்டம் பார்க்கிற நாழிகை வட்டங்களுக்கு கட்டியிருக்கிற சங்கலிகளாவது பட்டுக்கயற்களாவது வெளியே தெரியப் படாதென்று பல விதமாய நூதன வொழுங்குகள் கற்பித்தார்.

17–ந் தே.க்கு – நாளது மா. 4–ந் தே.

இற்றை நாள் காலமே யாறு மணிக்கு புறுபோம் ரெழிமாஞ் *Régiment de Bourbon* சொல்தாதுகளை பிளாசிலே வரிசை வைக்கச் சொல்லி ழெனெரா லவர்கள் வந்து வெண்ணிப் பார்த்து பிற்பாடு கும்பினி கும்பினியாய் வரிசைப் பழக்கச் சொல்லிப் பார்த்து 9½ மணிக்கு அனுப்பிவிட்டார்.

18–ந் தே. க்கு 5–ந் தே.

இற்றை நாள் சீர்மையி லிருந் தொரு கப்பல் வந்தது. அதிலிருந்து நூறு சொல்தாதுக ளெறக்கினார்கள். அவர்கள் வியாதியஸ்தரா யிருந்தார்கள்.

செப்தேம்பிற மா 26–ந் தே. க்கு பிரட்டாசி மா. 13–ந் தே.

இற்றை நாள் காலமே ஆறு மணிக்கு முன்னிந்தப் பட்டணத்துக்குத் துரையா யிருந்த முசியே தெ கொசிஞ்ஞி, மேற் படியாருடைய பெண்சாதி, மேற்படித் தமையன், மேற்படி பெண்சாதி இவர்களெல்லாம் முசியே தாந்துறுகஸ்த்தோ (Mr. d'Entrecasteaux) வென்பவருடைய ரெசோலீசியோ[1] மென்றக்

1. Resolution

கப்ப லேறி மோறீசுக்குப் போனார்கள். மேற் சொன்ன முசியே கொசிஞி சலங்கிலேறும் போது பதிநோரு பீரங்கி வெடி சுட்டு மரியாதைச் செய்தார்கள்.

ஒக்தோபிற மா. 3–ந் தே. க்கு – நாளது மா. 20–ந் தே.

இந்த நாள் புதுவைநகரத்துக் குள்ளே வெளியிலிருந்து வரப் பட்ட பால், யெரிகரும்பு மைற்றுந் தின்பண்டங்கள் யெல்லாம் நபாபு மமு தாலி கானுடைய வாயக்காறர் மறியல் செய்தார்கள்.

ஒக்தோபுறு மா.4–ந் தே. க்கு – 21–ந் தே:

இற்றை நாள் முசியே கோந்து தே கொனுவே யவர்கள் பொதுப்பட சகல விராணுவத்தார்களுக்கு நிருபித்த தென்ன வென்றால் ழெனெறால் தாம்பூர் எந்த வேளையி லடிப்படுதே வநத் ஷணம் சத்தங் கேட்ட மாத்திரத்தில் சகல ராணுவத் தார்களு மவரவர்களுடைய வாயுத முஸ்தீதுகளுடன் வந்து பிளாசிலே சேரக் கடவ தென்று கட்டளையாச்சுது. ஆகையா லவர்கள் ராத்திரி காலங்களில் மிகுதியு மெச்சரிக்கையா யிருக்கத் துவக்கினார்கள்.

அப்படியே நாளது மா. 15–ந் தே. க்கு – அற்பசி மா. 2–ந் தே:

இற்றை நாள் ராத்திரி பனிரெண் டடித்து மூன்று மணிக்கு முசியே கோனுவே யவர்களுடைய நிருபத்தின்படி ழெனரால் தம்பூர் அடிபட்டது. ஆகையால் ராணுவத் தலைவரும் மேற்படி இராணுவத்தாருகளு மாயுதங்களுடன் பீரிங்கிகளு மிழுத்துக் கொண்டு ஸமஸ்தானவர்களு மிகுதியும் சுறுசுறுப்புடன் பிளாசிலே வந்து முஸ்த்தீதா யிருந்தார்கள்.

ஆகையால், ழெனெரா லவர்களும் முசியே தெப் பிறேனும் குதிரை யேறிக் கெண்டு பிளாசிலே வந்து நின்றார்கள். பிற்பாடு கொஞ்சம் ராணுவத்தார்களையு மிரண்டு பீரங்கிகளையும் மழோர் ழெனராலையும் பிளாசிலே வைத்து மேற்படி யிடத்தை மேற்சொன்ன மழோர் தெ பபிலாஸ் *Major de Babilas* வசமாக்கி மைற்ற ராணுவத்தார்களை யெல்லாம் நான்கு வகுப்பாய் வகுத்து நாலு திக்கும் வாசற்படிக்கு பிறித்தனுப்பி வைக்கப்பட்டுது. கோட்டைக்கு வெளியிலும் கொஞ்ச ராணுவத்தாரை யனுப்பி வெளியே சார்ப்பணாவைச் சுத்தி காவல் போட்டு வைத்தார்கள். ழெனெரா லவர்களும் முசியே தெப் பிறேனும் பொழுது விடியளவும் குதிரையின் பேரில் யேறினப்படி கோட்டையைச் சுத்தி நகர சோதனை செய்தார்கள். சத்துருக்கள் வந்தெதிர்த்திருக்கிற சமையத்தி லிருக்கிற சுறு சுறுப்புடன் சாக்கிரதையுடனு மிருந்தார்கள். வெடிந்து ஆறரை மணிக்கு

மறு சகல விராணுவத்தார்களையு மவரவர்க ளிருக்கும் தாவுக் கனுப்பி விடப்பட்டது. ராணுவத்தார்களுடைய சுறு சுறுப்பு சாக்கிரதையு மறியும் பொருட்டா யிவ்விதமாய் சோதனை செய்யப்பட்டது.

ஒக்தோபிற மா.20–ந் தே. க்கு – அற்பிசி மா. 7–ந் தே.

இற்றை நாள் கேழ்விப்பட்ட சமாசாரமாவது. முன்னாலே ஐதர் பாத ரவர்களிடத்தில் பிராம்சுக்காறருடைய வைக்கீலா யிருந்து யிறந்துபோன கிஷ்ணாராயருடைய குமாரன் ராமாராயரென்றவர் (Ramarayer) சீரங்கப்பட்டணத்தி லிருந்து டீப்பு சுலுத்தா னவர்களுடைய காகிதம் ழெனெரால் கொனுவே யவர்களுக்குக் கொண்டு வருகையில் வுளுந்தூர்பேட்டை யிலிருந்த நபாபு மமு தலியுடைய மனுஷர் மேற்சொன்ன ராமாராயரைப் பிடித்துப் போய் செஞ்சியிலே (Cenji) காவல் செய்தார்களென்று சமாசாரம் வந்துது.

நாளது மா. 25–ந் தே.

மேற்சொன்ன விடத்திலிருந்தவரை யவ்விடம் விட்டு சென்னப்பட்டணத்துக்குக் கனுப்பி விட்டார்க ளென்றுஞ் சமாசாரம் வந்துது. ஆகையால்,

நொவாம்பிற மா. 11–ந் தே. க்கு நாளது மா. 29–ந் தே.

இந்த நாள் மேற்சொல்லப்பட்ட ராமாராயரை நவாபு மமுதல்லி வவர்க ளிடத்திற் கொண்டுபோய் விட்ட விடத்தி லவ ரிவருக்கு சோடு சாலுவைகள் வெகுமதி செய்து ழெனெரா லவர்களுக்கு விரெண்டு குதிரைகளுஞ் சீரோப்பா முதலான பெகுமதிகளு மிவர் வசத்திற் கொடுத்து முயற்சி செய்தனுப்பின படியினாலே மேற்படி ராமாராயர் நாளது தே. புதுவை நகர் வந்து சேர்ந்தார்.

தெசாம்பிற மா.11–ந் தே. க்கு – மார்கழி மா. முதல் தே.

இற்றை நாள் மத்தியானம் 1½ மணிக்கி டீப்பு சுலுத்தா னவர்களிடத்தி லிருந்து ழெனெரால் கோந்து கொனுவே யவர்களுக்கும வெகுமதி வந்தபடியினாலே மேளதாளங்களோடு கூடிய சம்பிறமங்களுடன் யிட்டுவந்து குவேற்ணமாவுக்குள்ளே போகையில் 21 பீரங்கி வெடி சுட்டு கொடி போட்டு மரியாதை செய்தார்கள்.

தெசெம்பிற மா.14–ந் தே. க்கு – மார்கழி மா.2–ந் தே.

இந்த நாள் சிவில் நீதிக் காறுபாறுடன் சேர்ந்த சங்கதிகளுக்க மேற்படி நீதித் தலைவராலே அனுப்பி விக்கப்பட்ட தமிழருடைய

வியாச்சியங்களைக் கண்டுபிடித்துத் தீர்மானஞ் செய்யும்படியாய் தமுழரிலுங் கிறீஸ்துவர்களிலுமாய் எட்டுபேர் மத்தியஸ்தரை ராசா வவர்களுடைய வுத்தியோ கஸ்த்தராய் நேமித்து வைக்கப்பட்டுது. அதாவது ஏரோப் (Europe) தேசத்தாருக்கு விளங்காம லிருக்கப்பட்ட பல வியாச்சியங்களை தேறுகடை செய்தனுப்பவு மதுகளை நீதி சன்னி தானத்திற் பார்த்து ஸ்திரப்படுத்தும்படியாகவும் மேற் சொன்னவர்களை நேமிக்கப்பட்டுது.

1788–ம் ஆண்டு மூாம்வியேர் மா.முதல் தே.க்கு – பலவங்க ஆ. மார்கழி மா. 20–ந் தே.

இற்றை நாள் குவேற்ணமாவின் இந்திரெப்பிறேத்தாகிய ராசப்பய்ய (Interprète Rassapayer) ரவர்களுக்கு ஒழுகரையில் முசியே லாசு[1] அவர்களுடைய தோட்டத்தில் ழெனெரால் முசியே கோந்து தெ கொனுவே யவர்களாலே *Médaille* மெதாலி யென்னும் பதக்கங் கொடுக்கப்பட்டுது.

நாளது மா.*3*–ந் தே. க்கு – *22*–ந்தே.

இந்த நாள் கோட்டையின் பேரில் பீரங்கிக ளெறக்கினார்கள். முதல் வட பக்கத்திற் துவக்கினார்கள்.

நாளது மா. *14*–ந் தே.க்கு – தை மா. *4*–ந் தே.

இந்த நாள் காலமே பத்து மணிக்கு ழெனரால் கனுவே யவர்களைச் சந்திக்கும் பொருட்டாய் சிரீ. சிரீ. பிள்ளையவர்கள் திருவேங்கிடப் பிள்ளை யவர்கள் வீட்டில் யெப்போதும் வழங்கும் முறைமைப்படி மகானாடு கூடி மேளவாத்தியங்களோடு கூடிய கசகல சம்பிறமங்களுடன் போய் துரை யவர்களைச் சந்திச்சார்கள். குவற்மணமாவில் நடக்கிற வொழுங்கின் பிறகாரம் ழெனெராலவர்கள் பிள்ளையவர்களுக்கு சீரோப்பா, பன்னீர், வெத்திலை, பாக்கு முதலான வெகுமதி செய்தார். மறுபடி மேற்சொன்ன சம்பிறமங்களுடன் குவெற்ணமாவிலிருந்து பிள்ளையவர்கள் வீட்டுக்கு வருகையில் பொன்னப்ப செட்டி குமாரன் வொரு பட்டுக் கொடையும் அழகியமணவாள செட்டி மகனொரு குடையும் பிடித்துக் கொண்டு மேற்சொன்ன மகாநாட்டுக் கும்பலில் வந்தபடியினாலே வலங்கையாருடைய மனத்திலே உருத்தலாய் விந்தவேளை யாதொரு றொஷ்டுகள் செய்தால் தப்பிதமென்று துர யோசித்து மனம் பொறுத்திருந்தார்கள். ஆகையால் மறுநாளாகிய நாளது மா. 15–ந்தே. காலமே வலங்கையாரில் 20–30 பேர் காரியக்காறர் கும்பல் கூடிக்கொண்டு சிரீ. திருவேங்கிடப் பிள்ளை யவர்கள்

1. Law

வீட்டுக்குப் போய் மகாநாட்டுக் கும்ப லென்கிற வச்சமில்லாமல் நேத்தியத் தின மிடங்கையார் வலங்கையாருடைய தெரு வீதியில் குடைபிடித்துக் கொண்டு வந்த தப்பிதத்தை ழெனெறா லவர்களுடன் சொல்லி நீதி செலுத்திவிக்கவேணு மென்று முறையிட்டுக் கொண்டார்கள். ஆகையால் பிள்ளையவர்களை யிட்டுக்கொண்டு வரண்மனைக்குப் போனவிடத்தில் துரையவர்கள் வெகு நேரம் வரைக்கும் ஒழுகரைத் தோட்டத்திலிருநது வந்து சேராததினாலே முசியே மொறசே (Mr. Moracin) னவர்களிடத்திற்போய் சொல்லிக் கொண்டவிடத்தில் ழெனெரால் முசியே கனுவே (Mr. Conway)யவர்கள் வந்தவுடனே யெச்சரிப்போ மென்று சொல்லி யனுப்பிவிட்டார். உடனே பிள்ளையவர்கள் மாத்திரந் தோட்டத்துக்குப் போய் மேற்சொன்ன சங்கதிகளை துரையவர்களுக் கறிக்கையிட்டார்.

சாயுங்காலம் நாலரை மணிக்குத் துரையவர்கள் கோட்டைக்குள்ளே வந்து மேற்படியாருடைய காரியங்களை விசாரணை செய்யும்போது செட்டிகளொரு ரெக்கேத்துக்[1]கொடுத்தார்கள். வாசித்தானபின் நேத்தியத் தின மவர்கள் மகா நாட்டுக் கும்பலில் குடைகள் பிடித்துக் கொண்டு வலங்கைத் தெருவில் வந்தது பெரிய தப்பித மானபடியினாலே பொன்னப்ப செட்டி மகனையும் அழகியமணவாள செட்டியுடைய மகன் சீனிவாச செட்டியையுஞ் சிறசாலையில் வைக்கச் சொல்லி கட்டளையிட்டபடி நிறவெறித்துது. பிற்பாடு செட்டிகளுங் கம்மாளருங் கும்பல் கூடிக்கொண்டு குவற்ணமாவில் வந்து ராத்திரி யேழு மணி வரைக்குங் காத்திருந்து மொன்றும் மறுமொழி யில்லாததினாலே போய்விட்டார்கள். காவல் வைத்திருக்கிறவர்களை குறித்த நேரத்துக்குள்ளே விடுதலை செய்விக்கவேணு மென்று செட்டிக ளியாவத்தும் பிறையாசப்பட்டுங் கூடாமற் போய்விட்டது. கடசியாய் மறு நாள் சறுவப் பிறேத்தினமுஞ் செய்து போலீசிலே வாங்கி வைத்திருந்த மேற்படியார்களுடைய குடைகளை மாத்திரம் வாங்கிக்கொண்டு போனார்கள்.

பூரம்லியேர் மா. 27–ந் தே.க்கு – தை மா. 17–ந் தே.

இற்றை நாள் குவேர்ணமாவில் வலங்கையாரில் சில காரியக்காறரு மிடங்கையாரில் சில பெயர்களும் சிரீ.சிரீ. திருவேங்கிடப் பிள்ளையவர்களு மிருக்கத் தக்கதாக விரு திறவர்களும் மேற்சொன்ன கொடையோடு சேர்ந்த சங்கதி பேசும்போது சகலமுங் கடசியாய் ழெனெரால் கோந்து தே கனுவே யவர்கள் விரு திறவருக்கும் நிருபித்துக் கட்டளையிட்ட

1. requête (petition)

தென்ன வென்றால் யின்று முத லவர்களுடைய தெருவி லவரவர்கள் குடை பிடித்துக் கொள்ளக் கடவதென்றும் வெள்ளக்காறருடைய வீதியி லிரு திறவரும் பொதுப்பட குடைகள் பிடித்துக் கொள்ளுகிறதென்றும் ஆனா லரண்மனையி லுத்தாரம் பெத்தவர்களுக்கு மாத்திர மொருவன் பிடித்துக் கொண்டு போகலாமென்றும் மைத்தவர்க ளெல்லாந் தாங்கள்தானே பிடித்துக் கொள்ளுகிற தென்று மிவ்விதமாய் நடந்துவரக்கடவ தென்றுக் கட்டளையிட்டார். இவ்விதமாய் நிருபித்திருக்க,

பெவுறியேர் மா. 3–ந் தே.க்கு – நாளது மா. 24–ந் தே.

இந்த நாள் தங்கசாலைக் கணக்கு சுப்புறாயப் பிள்ளை செட்டித் தெரு வீதியில் குடை பிடித்துக் கொண்டு போனபடியினாலே இடங்கையாரில் சிலபேர்கள் கும்பல் கூடிக் காண்டு போய் சிரீ.சிரீ. திருவேங்கிடப் பிள்ளை யவர்களிடத்தில் முறையிட்டுக் கொண்டபடியினாலே மேற்படியானை அழைப்பித்து விசாரணை செய்யுமிடத்தில் செட்டித் தெருவில் குடை பிடித்துக் கொண்டு போகப்படாதென்றும் விலக்கஞ் செய்திருக்கிறது தனக்குத் தெரியாததினாலே முன்ன நடந்த வழக்கப்படி செய்தே னென்று மறு மொழி சொன்னான். ஆகையால், மறு படியு மறுநாள் ழெனெரா லவர்களிடத்தில் முறையிட்டுக் கொண்டார்கள். துரையவர்கள் மேற்சொன்ன சுப்புறாய பிள்ளையை அழைப்பித்து நாம் நியமித்திருக்கிற கட்டளை மீறி செய்த தென்னவென்று வலங்கையா ரிடங்கையாரையும் வைத்துக் கொண்டு கேட்டவிடத்தில் தெரியாமற் செய்த குற்றத்தை தாங்கள் கிருபை செய்து மனம் பொறுத்து பொறுத்தல் குடுக்கவேணு மென்று கேட்டுக் கொண்டான். அதின்பேரி லினிமேற்பட அவரவர்கள் நாம் முன்னமேதானே நிருபித்துக்கிற கட்டளை மீறாமல் சறுவ சாக்கிரதையுடன் நடந்து கொள்ளக் கடவதென்றும் பிறசித்தஞ் செய்யக் கட்டளையிட்டார். இரகசியமா யிருந்தக் காரியத்தை யிப்படி அலம்பலாக்கினா னென்று வலங்கையார் சுப்புறாய பிள்ளையை நிந்திச்சார்கள்.

பெவிறியேர் மா.4–ந் தே.க்கு – தை மா. 25–ந் தே.

இத்தை நா ளிராத்திரி நோவாளி கிடங்குத் தெருவில் வலங்கையாருடைய வீதியில் குடியிருந்த ஒரு தட்டா னிறந்துப் போனபடியினாலே மறுநாள் காலமே யவர்கள் தேர் கட்டத் துவக்கினார்கள். பறையர் கும்பல் கூடிக்கொண்டு போய் கூடாத காரியமென்று மறித்ததின்பேரில் 5–ந் தே. முழுவதும் ஒருவருக்கொருவர் சச்சரப்பட்டு சபத்தை வெளிப்படுத்துகிறதுக் கில்லாம லிருந்ததினாலே 6–ந் தே. கம்மாளக் கும்பல் கூடி ழெனெரால் முசியே தெ கனுவே யவர்களுடன் முறையிட்டுக்

கொண்டார்கள். ஆகையால் முன்பின் நடந்துவந்த வொழுங்கின்படி நடந்துக்கொள்ளுங்கோ ளென்று நிருபித்தார். பிற்பாடு கம்மாளர் வாசந்தி கட்டி தப்பு சேமக்கலம் பிடித்துக் கொண்டு போகவேணு மென்று சொன்னதுக்குப் பறையர் சம்மதிக்காமல் கூடாத காரியமா யிருக்கிறதென்று சொல்லி யேணையிலே போட்டு சந்தடி யில்லாமல்ப்படிக் கட்டி நாலுபேர் தூக்கிக் காண்டு பின்னாலே யிரண்டு பேர் மாத்திரம் சந்தடி செய்யாமல் போகச் சொல்லி சொன்னவிடத்தில் கம்மாளர் கூடாதென்று தகறாறு செய்ததின்பேரில் கடைசியாய் சபம் வெளிப்படுகிறதுக் கில்லாததினாலே மறுபடியும் கம்மாளர் ழெனெரா லவர்களிடத்திலே முறையிட்டுக் கொண்டார்கள். யெத்தினை சமாதானஞ் செய்தும் பறையர் கூடாதென்று முறண்டு செய்தபடியினாலே முன் நடந்த வழக்கப்படி செய்யவேண்டிய தொழிய நவமா யொன்றுஞ் செய்யத் தேவையில்லை யென்று துரையவர்கள் கட்டளையிட்டார். எத்தனை பிறையாசப்பட்டுங் கூடாத காரியமா யிருந்தபடியினாலே கடைசியாய் மேற்சொன்னபடி யாசந்தி கட்டி நாலு பேர் எடுத்துக்கொண்டு பின்னாலே இரண்டு பேர் மாத்திரஞ் சந்தடியில்லாமல் 4–ந் தே. சீவிச்ச சபத்தை 7–ந் தே. வெளிப்படுத்தினார்கள்.

நாளது மா. 9–ந் தே.க்கு – மார்சு மா. முதல் தே.

இந்த நாள் பிறாஞ்சு தேசத்திலிருந்து கப்பல் வந்ததில் முசியே ழெறோ (Mr. Jérome)மென்ற கொலோனேலும் பிளாசு மழோர் *Touffreville* முசியே மறுக்கனாவும் (Mr. Marguenat) லெழேயு (Léger) மிறங்கி குவற்ணமாவுக்குப் போய் ழெனெறாலவர்களைக் கண்டார்கள். மறுநாள் காலமே யந்தக் கப்பலி லிருந்து யிறுநூறு சொல்தாதுக ளிறங்கினார்கள். அவர்களைக் குவற்ணமாவுக்குள்ளே யிட்டுப் போய் வரிசை வைத்து புறுபோம் ரெழிமாவில் பாதியும் *L'Ile de France* ல் பாதியுமாய் பிறித்து விட்டார்கள்.

இதுவும்: பெவிறியேர் மா. 9–ந் தே.

மேற்சொன்ன பெந்தியேவு *(Pentieve)* என்ற கப்பலில் பிறாஞ்சு தேசத்தில் கோந்து தெ கனுவே யவர்களுடைய தகப்பனா ரிறந்து போரென்று சமாசாரம் வந்துது.

நாளது மா.14–ந் தே.க்கு – மாசி மா. 6–ந் தே.

இத்தை நாள் பிறாஞ்சு தேசத்திலிருந்து பிற்பாடு வொரு சுலுப்பு நாலு மாதத்தில் வந்து சேர்ந்துது. அதில் *Mr. Le Cte de Conway* ழெனெறா லவர்களுக்கு *Ministre* என்னும் மந்திரியவர்கள் நிருபித்தனப்பின தென்னவென்றால் வொலாந்துக்காறரி

லிரெண்டுபட்டு சச்சரவாய் *Stathouder* என்று மேற்படி இராசாவுக்கும் *République* என்ற குடிசைகளுக்கு வித்தியாசப் பட்டிருக்கிறதினாலே இங்கிலீசுக்காற ஒருவேளை யிந்த சந்து கட்டில் திருக்கணாமலையை மோசஞ் செய்வார்க ளென்கிறதைப் பத்தி யெச்சரிக்கையா யிருக்க வேண்டிய தென்றுங் கட்டளையிட்டனுப்பினார்கள்.

15–ந் தே.க்கு – நாளது மா. 7–ந் தே.

இந்த நாள் பிறாஞ்சு தேசத்திலே யிருந்துப்போன ழெனெறால் கனுவே யவர்களுடைய பிதாவுக்கு சடங்குகள் செய்யும் பொருட்டாய் நாளது தேதி காலமே யாறு மணிக்கு கப்பூசு கோவில் வெளியிலும் கோவிலுக் குள்ளேயும் கறுப்பு பிடவைகள் கட்டி யதன் மீதில் படங்களொட்டி மைற்றும் வேண்டிய வெற்றினங்கள் செய்திருந்துது. ஆகையால் வொன்பது மணிக்கு மிலித்தேர் முதலான துரைகளெல்லாம் கைகளில் கறுப்புக் கட்டிக் கொண்டு மைற்ற துரைகளெல்லாம் கறுப்புடுத்திக் கொண்டு குவற்ணமாவுக்குப் போயி ழெனாறா லவர்களுடன் கோவிலுக்குப் போயி மேற்சொன்ன சடங்கு முகிந்தப்பின் மறு கூட்டத்துடன குவற்ணமாவுக்கு வந்து துரையவர்களைச் சந்திச்சார்கள்.

நாளது மா. 16–ந் தே.க்கு – 8–ந் தே.

இந்த நாள் மத்தியானம் பனிரெண்டடித் தரை மணிக்கு வலங்கையாரு மிடங்கையாருங் குடியிருக்கிற பள்ளித் தெரு வீதியாய (Pallis Street)யெப்போது மந்தத் தெருவில் நடந்து வந்த வழக்கப்படி யிறந்துபோன ஒரு யில வாணிச்சியை யெடுத்துக் கொண்டு போகையில் கருமாரச் சிதம்பர மேஸ்திரி வீட்டுக்குச் சமீபத்தில் வருகையில் தாரை தப்பு சேமகல முதலான சந்தடி யில்லாமல் போகச் சொல்லி கம்மாளர் மறித்தப் படியினாலே வலங்கையார் முறையிட்டுக் கொள்ளும்படியாய் துரைகளிடத்திற் போன சமையத்தில் பறையர் கும்பல் கூடிக் கொண்டுபோய் மேற்சொன்ன சபத்தை மிகுதியு மதிக வாடம்பரத்துடனே கொண்டுபோய் தகனஞ் செய்தார்கள். இந்தத் தறுவாயில் கருமாரச் சிதம்பர மேஸ்திரி மகன் துப்பாக்கியிலே மருந்து மாத்திரம் போட்டு சன்னதியி லிருந்து கும்பலைப் பார்த்து சுட்டப்படியினாலே பறையருக்கு மகத்தாகிய கோபம் வந்து தெருக்கதவு சன்னல் கதவுகளை யெல்லா முடைத்து வீட்டின்பேரி லேறி தட்டோடுகளை ஒடைத்து வீட்டுக்குள்ளே லெக்கையேறி விழுந்து மிகுதியு மலங்கோலைகளை செய்து கம்மாளரைக் கண்டவிடத்திலே அடிக்கத் துவங்கினார்கள். ஆகையால், சிதம்பர மேஸ்திரி தப்பித்துக் கொண்டு சீக்கிரத்துக்கு அற்தில்லேரிக்குப்

போய் தன்னுடைய வீட்டிலிருக்கிற விராசாவினுடைய அற்றில்லேரி சாமான்க ளெல்லாங் கொள்ளையாய் போகுதென்று முறையிட்டுக் கொண்டதினாலே பீரங்கி சுடும் வெள்ளைக்கார சொல்தாதுகள் ரெண்டு பெயர்களை யனுப்பி சிதம்பரம் வீட்டிற் காவற் போட்டார்கள்.

பெவிறியேர் மா.17–ந் தே.க்கு – மாசி மா. 9–ந் தே.

இற்றை நாள் கோட்டை வேலை மிகுதியுஞ் சுறுசுறுப்புடன் நடத்த வேண்டி யிருக்கிறதினாலே கூலியாள்க்கள் மிகுதியால் லாததினாலே முசியே கொந்து தே கனுவா யவர்கள் தீவான் நயினாத்தை முதலியாரவர்களை வில்வவனல்லூர் வாவூரில் விரெண்டு தாலுக்கிலு மிருக்கப்பட்ட கூலியாள்க்களை யெல்லாஞ் சேகரித்துக் கொண்டுவரச் சொல்லி கட்டளையிட்டு பனிரெண்டு சிபாய்களு மவர்வசஞ் செய்யப்பட்டுது.

இதன்றியும் பட்டணத்துக்குள்ளே தொழில்களை செய்யப் பட்ட கூலியாள்க்கள் நீலக்காறர் வாரைக்காறர் வாணியர் மைற்று மிருக்கப்பட்ட தொழிலாளிகள் குண்டு சாலைக்குள்ளே யிருக்கப்பட்டத் தோட்டக்காறர் கயணி வேலையில் பயிர் செய்யப்பட்டவர்கள் காலாப்பேட்டி[1] லிருக்கிறவர்கள் சகல தொழிலாளிகளையு மந்தந்த வேலைகளை நிறுத்திவிட்டு சிபாய் ராணுவத்தார்களு மிஞ்சினீருடைய சேகுவர் மேற்படி சிப்பாய் களெல்லாம் பிறப்பட்டு மிகுதியுஞ் சுறுசுறுப்புடன் அவரவர்களைப் பிடித்து வந்து கோட்டை வேலைக்கு விடத் துவக்கினார்கள்.

இதுவும்: புறுபோம் ரெழிமாஞ் சொல்தாதுகளில் 200–ம், *L'Ile de France* ரெழிமாமில் 200–ம், சிபாய்களில் 400–ம் ஆக 800 பேர் இராணுவத்தார்களை தென் பிறத்தில் வேலை செய்யும் படி விடப்பட்டது. ஆகையால் ழெனெறா லவர்கள் தினந்தோறும் மேற்படி வேலைகளை விசாரித்துக்கொண்டு வந்தார்.

பெவுறியேர் மா. 18–ந் தே. க்கு – மாசி மா. 10–ந் தே.

இற்றை நாள் றாணுவத்தார்களுக்கு யெல்லாம் புதுத் துப்பாக்கிகள் கொடுத்தார்கள். இதுவு மிந்தத் துறையிலிருந்து பல தீவுகளுக்குப் போறதுக்கு சரக்குக ளேற்றிக் கொண்டு போகப் பயணமா யிருந்த வற்தகருடைய சரக்குகளை யிறக்கிவிடு திருகணாமலையில் சண்டை சமான்களெல்லா மேற்றிக் கொண்டு போற நிமித்தியம் மேற்சொன்ன கப்பல்களை நிறுத்திக் கொள்ளப்பட்டது.

1. Calapet

19–ந் தே.க்கு – நாளது மா. 11–ந் தே.

இந்த னாள் கோட்டை வேலைக்கு சொல்தாது ராணுவத்தார்களில் 400–ம், சிபாய்களில் 200–ம் பிறித்து விடப்பட்டுது. நாளது தேதி பீரங்கிக் குண்டுகள், மொற்தியே, மருந்து மற்று முதலான சண்டை சாமான்கள் திருகணாமலைக் கனுப்பும் பொருட்டாய் கப்பலி லேற்றினார்கள்

நாளது மா. 21–ந் தே. க்கு 13–ந் தே.

இற்றை நாள் மோறீசிலிருந்து Nécessaire நெஸ்ஸெஸ் ஸேரென்று பேருடைய கப்பலொன்று வந்துது. அதிலிருந்து சொல்தாது ராணுவத்தார்களும் சண்டை சாமான்களு மிறக்கினார்கள்.

நாளது மா. 19–ந் தே. முதல் 27–ந் தே.

யாகிற யிற்றையவரைக்குந் திருகணாமலைக்கு வேண்டி யிருந்த சண்டை சாமான்கள் யாவத்தும் அஞ்சு கப்பலி லேற்றி னார்கள். ஆதலா லின்றைய தினம் *L'Ile de France* என்னும் ரெழிமாஞ் சொல்தாதுகளில் எண்ணூரு பெயரை மேற்சொன்ன கப்பல்களி லேற்றினது மன்றி மேற்படியாருக்குத் தலைவராய் முசியே ஷெர்மோம், தெஸ்தாக்கு (Mr. Chermont, d' Estaque), துப்புறவீல் (Touffreville) லெழே (Léger) என்ற கொமிசே ரிவர்களும் கப்பலேறினார்கள்.

இப்படி யிருக்க நாளது தேதி காலமே பத்து மணிக்கு மேற்சொன்ன அவர்களுடன்கூட ழெனெறால் முசியே கனுவே யவர்களும் கூடப்போறதாய் யோசனை யானதின்பேரில் மிகுதியுஞ் சுறுசுறுப்புடன் துரையவர்களுக்கு வேண்டிய சான சாமியெல்லாங் கப்பலி லேற்றினார்கள். ஆகையால் நாளது இராத்திரி வெடிய காலத்திலே ழெனெறால் கனுவே யவர்கள் கப்பலிலேறினார்கள். இதன்றியு மிற்றை நாள் மோறீசிலிருந்தொரு கப்பல் வந்ததில் 100 சொல்தாதுக ளிறக்கினார்கள். அவர்களிரெண்டு பிறிவாக்கி புறுபோம், லீல் தே பிரான்சு ரெழிமாமில் பிறித்துவிட்டார்கள்.

மேற்சொன்ன பெவிறியேர் மா. 27–ந் தே. திருக்கணாமலைக்குப்போக கப்பலி லேறின ழெனெறால் முதலானவர்க ளெல்லாம் காத்தில்லாததினாலே கப்பலேறினபடி யிந்த துறையிற்தானே யிருந்தார்கள். இப்படியிருக்க மார்சு மா. 3–ந் தே. காத்துத் திரும்பி அனுகூலமா யிருந்தபடியினாலே காலமே அஞ்சு மணிக்கு கப்பல்களெல்லாம் மேலாகப் போகையில் மறுபடி காத்து விரோதமாய்க் கப்பல்களை வடக்கே

வெகுதூரத்திற் கொண்டுபோய் விட்டபடியினாலே கூடியமட்டும் மிகுதியும் பிறையாசத்துடன் சமாளித்துக்கொண்டு மேலாக நோக்கிக் கொண்டு போகையில் கடசியாய் மத்தியானம் நாலு மணிக்கி காத்து நலமா யிருந்தபடியினாலே கப்பல் வெகுதூரம் போய்விட்டுதுகள்.

மார்சு மா. 9–ந் தே.க்கு – மாசி மா. 30–ந் தே.

இற்றை நாள் வெளிக் கிறாமங்களிலிருந்து புதுவை நகரத்துக்கு வரப்பட்ட பால், தயிர், எரிகரும்பு மைற்று முதலானதுகளை யெல்லாம் வரவொட்டாமல் யிங்கிலீசுக்காற ருடைய மனுஷர் மறியல் செய்தார்கள். யிதுவும் நாளது தேதி முசியே தெப்பிறேன் னவர்கள் நிருபித்தபடி பொலீசுக் காரியக் காறர் மேற்சொன்ன துரை அவர்களுடைய கையொப்பக் காகித மெடுத்துக் கொண்டு வெள்ளைக்காற துரைகளுடைய வீடுகடோரும் மேற்சொன்னக் காகிதத்தைக் காண்பித்து நாளைய தின மவரவருடைய பல்லக்கெடுக்கிற போய்களெ[1]ல்லாம் கோட்டை வேலைக் கனுப்பிவிட வேண்டியதென்று வறுக்கையிட்டார்கள்.

நாளது மா.17–ந் தே.க்கு பங்குனி மா. 8–ந் தே.

இற்றை நாள் மேல் சொன்ன பல்லக் கெடுக்கிற போய்க ளெல்லாம் உடையவர்க ளிடத்திலனுப்பிவிட்டார்கள்.

21–ந் தே.க்கு – 12–ந் தே.

இற்றை நாள் ராத்திரி 9½ மணிக்கி மேற்சொன்ன ழெனெரால் கனுவே யவர்கள் திருக்கணாமலையி லிருந்து வந்து சேர்ந்தார். ஆகையா லவர் வந்த *L'Astrée* என்றக் கப்பல் துறையைப் பிடித்தவுடனே ஒரு பீரங்கி வெடி சுட்டடையாளங் காட்டினார்கள். அவருடன் கூட வந்த மைற்ற விரெண்டு கப்பல்களிலுமப்படியே வடையாளங் காட்டினார்கள்.

22ந் தே. யாகிற மறு நாள் காலமே யாறு மணிக்கு ழெனெறா லவர்களும் முசியே ஷெர்மோ வென்ற கொலொனேலும் *Touffreville* என்றவனுங் கரையி லறங்கினார்கள். கரையிலுங் கடலிலும் பீரங்கி வெடி சுட்டு மரியாதி செய்தார்கள். தமிழரோடு கூடிய மேளவாத்தியங்கள் மைற்று முதலான மேன்பாட்டுகளுடன் குவர்ணமாவில் வந்து சேர்ந்தார். இவடத்திலிருந்து போன கப்பல்களெல்லாம் திருக்கணாமலை துறைப்புடித்த மாத்திரத்தில் ழெனெரா லவர்களும் மைற்றுஞ் சில துரைகள் மாத்திரங் கரையிலிறங்கி மத்தியானஞ் சாப்பிட்டான விடனே நாலு மணிக்கு கப்பலேறி மறுபடி திரும்பி வந்து விட்டார்கள்.

---

1. boys

மார்சு மா.24–ந் தே.க்கு – பங்குனி மா. 15–ந் தே.

இற்றை நாள் மேற்சொன்ன மைற்ற கப்பல்களெல்லாம் வந்து புதுவைநகர் துறைப்பிடித்தபடியினாலே சொல்தாது ராணுவத்தார்களை யிறக்கினார்கள்.

மார்சு மா. 25–ந் தே.க்கு – பங்குனி மா. 16–ந் தே.

இற்றை நாள் சாயங்காலம் டீப்பு பாத *Tippu Bahader* ரவர்களிடத்தி லிருந்து ஜெனெரால் கனுவே யவர்களுக்கு வெகுமதி வந்தபடியினாலே அஞ்சு மணிக்கி 21 பீரங்கி வெடி சுட்டு மரியாதை பண்ணினார்கள். யிதுவும் நாளது தே. மேல் சொல்லப்பட்டிருக்கிற தேதியில் திருக்காணமலைக் கேற்றி யனுப்பி மறுபடி சேர்ந்தக் கப்பல்களி லிருக்கிற பீரங்கிகள் குண்டுகள் மருந்தும் மற்று முதலாயுள்ள சண்டை சாமான்களை யெல்லா மிறக்கினார்கள்.

அவிறீல் மா. 3–ந் தே.க்கு – பங்குனி மா. 25–ந் தே.

இற்றை நாள் பொலீசுக்குத் தலைவராயிருந்த முசியே உவேத்துக்கு (Mr. White) வதிலாய் ஜெனெரால் கனுவே யவர்கள் முசியே றேனோ (Mr. Reynaud) வென்றவரை ஸ்தாபித்தார்.

மேற்சொன்ன முசியே வுவேத்து மேற்படி உத்தியோகத்தை விட்டுவிட்ட தெதுனா லென்றால் பல பேர்களெல்லா மிவர் பேரில் ஜெனெரா லவர்களுக்கு றெக்கேத் தெழுதிக் கொடுத்து முறையிட்டுக் கொண்டபடியினாலேயு மிது சங்கதிகளெல்லாம் விளங்கவும் விசாரணை செய்யவும் யெத்தினங்கள் நடந்தபடியினாலே மிகுதியாய் வளரு மென்கிறதையும் ஜெனெ ராலவர்களுக்கு தம்முடைய பேரி லிஷ்ட்ட மில்லாதிருக்கிற தென்கிறதையு மோசித்து வவமானம் வந்து சம்புவிக்கிறதுக்கு முன் தப்பித்துக் கொண்டார். இதன்றியும் சில துஷ்டாளுடைய போதனையினாலே மேற்படி முசியே உவேத்து போன 1787–ம் ஆண்டு நொவோம்பிற மா. 15–ந் தே. முதல் இராசகோபால் நாய்க்க ரவர்களை *(Rassagopal Naiker)* பொலீசுக்கு வர வேண்டா மென்றுங் காரியம் பாற்கத் தேவையில்லை யென்றும் மிகுதியும் விரோதஞ் செய்தபடியினாலே யவர் மேல்சொன்ன உவேத்தின் பேரில் நாளது மூாம்வியேர் மா. 20–ந் தே. ஜெனெரா லவர்களுக்கு றேக்கேத் தெழுதிக்குடுத்து முறையிட்டுக் கொண்டதின்பேரி லதை விளங்கி விசாரணை செய்யுமிடத்தில் மேல்ப்படியார் பேரில் லொரு குத்தமு மில்லையென்று விளங்கப்பட்டபடியினாலே வீணா அடத்தின்பேரில் மோசஞ் செய்யவு மவமானஞ் செய்யவு மெத்தனஞ் செய்தார்களென்று துரையவர்களுக்கு விளங்கப்பட்ட படியினாலே மேற் சொல்லப்பட்ட முசியே உவேத்துவுடைய

உத்தியோகத்தில் மேற்சொன்ன முசியே றேனோவை ஸ்தாபித்தானவுடனே மேற்சொல்லி வரப்பட்ட ராசகோபால நாயகரவர்களை ஜெனெரா லவர்கள் குவேற்ணமாவி லழைப்பித்து மேல்ப்படி றெனெ ராவுக் கெதிரே விட்டு யெப்போதும்போலே யிவரை வைத்துக் கொண்டு பொலீசு காரியங்களை நடத்தச் சொல்லி நிருபித்தார்.

நாளது ஆண்டு அவ்றீல் மா. *12*–ந் தே. – கீலக ஆ. சித்திரை மா. *3*–ந் தே.

இற்றை நாள் இங்கிலீசுக்காறருடைய விஞ்சிநீ ரொருவன் காட்டுமேட்டி னிரக்கத்தில் கூடாரம் போட்டுக் கொண்டு அஞ்சு நாள் வரைக்கும் தங்களுடைய யெல்லைகளை யளந்துக் கொண்டு போனான்.

***16*–ந் தே.க்கு நாளது மா. *7*–ந் தே.**

இற்றை நாள் குவெற்ணமாவில் கூடின மிலித்தேர்களுடைய வாலோசனைக் கூட்டத்தில் முன்னோலே யிவடத்திலிருந் தோடிப்போய் மறுபடி இங்கீலிசுக்காறராலே பிடித் தனுப்பப் பட்ட லீல் தே பிரான்சு *L'Ile de France* ரெழிமாஞ் சொல்தாதுகள் *9* பேர்களையுஞ் சிறசாலையி லிருந் திட்டுவந்து குவேற்ணமாவின் வாசப்படியிலிருக்கிற கோற் தே காற்தில் (Corps des gardes) வைத்துக்கொண்டு தனித்தனியா யிட்டுப்போய் கேழ்விகேட்டார்கள். கடசியாய் மேற்சொன்ன வாலோசனையில் தீர்மானமான தென்னவென்றால் மேற்சொல்லப்பட்ட சொல்தாதுக ளெட்டுப் பெயர்களுக்கும் பொறுத்தல் கொடுவிட்டு விவர்களை யோடிப்போம் பொருட்டா யோசனை சொல்லி யிட்டுக் கொண்டுபோன வொருவனை மாத்திர மவமானப்படுத்துகிற தென்று நிற்னயப்படுத்தினார்கள். ஆதலால், நாள சாயங்கால மஞ்சு மணிக்கு மேற்படி ரெழிமாஞ் சொல்தாதுகளில் வொரு பத்தால்லியோமைப் (Bataillon) பிளாசிலே வரிசை வைத்து மேற்சொல்லப்பட்டவனை கையைக் கட்டி வரிசைக்கு நடுவை காவலுட னிட்டுவந்து நிறுத்தி ராணுவத்தார்களுக்குக் கேட்கும் படியாய் காகிதம் படித்து பாறுக் குள்ளே விட்டுத் திருப்பி மறுபடி சிறசாலைக் கனுப்பிவிட்டார்கள்.

***19*–ந் தே.க்கு – *10*–ந் தே.**

இந்த நாள் முன்னாலே சம்பாகோவிலில் (Samba Koil) திருடி சிறசாலையி லடைத்து வைத்திருந்த சொல்தாதுகளி ரெண்டு பேர்களி லொருவனை மாத்திரங் கையைக் கட்டி *50*– சிபாய்களைச் சுத்திக் காவல்ப்போட்டு பிளாசிலே யிட்டு வந்து மறுபடி மேற்சொன்ன கோவிலுக் கெதிரை கொண்டு

போயடித்தானப்பின் தெருக்கடோறு மடித்துக் கொண்டு போய் முத்திரை போட்டு கஸ்திப்படுத்தியான பின் மறுபடியுஞ் சிறசாலைக் கனுப்பிவிட்டார்கள். உயிருள்ளவரைக்கும் *galère* என்ற வாக்கினையி லிருக்கிற தென்று தீர்மானிச்சுது. மைற்றொரு வனை யின்னம் நன்றாய் விளக்கஞ் செய்யும்படியாய்ச் சிறையில் வைத்திருக்கிறது.

மே மா. 13–ந் தே. க்கு வைகாசி மா. 4–ந் தே.

இற்றை நாள் மத்தியானம் போன தெசாம்பிற மா. 27–ந் தே. லொறியா (Lorient)மிலிருந்து பிறப்பட்ட கப்பலொன்று வந்து சேர்ந்தது.

அதிலிருந்து மறுநாள் காலமே பீரங்கி சுடும் அர்த்திலேறி வெள்ளைக்காறர் 80 பே ரிறங்கினார்கள்.

நாளது மா. 18–ந் தே.க்கு – நாளது மா. 9–ந் தே.

இற்றை நாள் மத்தியானம் பனிரெண்டடித் திரண்டரை மணிக்கு பிராம்சு தேசத்திலிருந் தொரு கப்பல் வந்து சேர்ந்தது. கடலிலுங் கரையிலும் பதினொரு பீரங்கி வெடி சுட்டாசாரஞ் செய்தார்கள். மேற்படி கப்பித்தேன் ழெனேரால் கோந்து தே கனுவே யவர்களுக்கு கொறுதோம் றூழ் (Cordon rouge) கொண்டு வந்து கொடுத்தார். அவ ரதையுடனே தரித்துக் கொண்டார். சாயங் காலம் நாலரை மணிக்கி துரைகளெல்லாம் வந்து சந்தித்தார்கள்.

19ந் தே. யாகிற மறுநாள் காலமே மேற்படி கப்பலிலிருந்து சீனத்து ராசாவுடைய குமாரனும் *Evêque d' Adran* என்றவரு மிறங்கினார்கள்.

அதாவது : *Cochinchine* என்னும் சின்ன சீனத்து ராசாவுக்கு மேற்படி குடிகளுக்கும் விகாதப்பட்டு மேற்சொன்ன விராசா வோடிப்போய் வொளித்துக் கொண்டு தம்மை தப்பித்துக் கொள்ளவேண்டி யிருந்தபடியினாலே சமையத்துக்குத் தக்க காரியத்தை செய்துக்கொண்டு மேல்நடக்க வேண்டிய காரியத்துக்கு *Evêque d'Adran* என்றவருடன் யோசித்துக் கொண்டு சத்துருக்களை செயித்து தம்முடைய விராசரிக்கத்தை மறுபடி தமக்கு நிலைக்கும்படி செய்துக்கொடுத்தால் பிராம்சுக்காறருக்கும் நமக்கும் நடக்கிற காரிய மின்னதென்று மேல்சொல்லப்பட்ட எவேக்கவர்களுக்கு *Evêque* மேல்ப்படி விராசாவவர்களுக் குள்ளேயும் நடந்த வுடன்படிக்கைக்கு உறுதிப்பாடாய் நிலையா யிருக்கும் பொருட்டாகவுந் தமக்கு வேண்டிய ாரியங்கள் பிராம்சுக்காறராலே நடக்கும்படியா யிருக்கிறதுக்கு மேற்சொல்லிவரப்பட்ட எவேக்கவர்கள் நம்பிக்கையுடன்

செய்யவேண்டிய காரியங்களுக்கு நம்பிக்கையா யிருக்கிறபடியாய் மேற்சொன்ன விராசா தம்முடைய குமாரனையும் தம்முடைய விராச்சியத்து முத்திரை கோலையு மந்த எவேக்கு வசத்தில் கொடுத்து பிராஞ்சு தேசத்துக்கு அனுப்பினார்.

அந்தப் பிறகாரம் மேற்சொன்ன எவேக்கவர்கள் மேற்படி ராசா குமாரனை சீர்மைக் கிட்டுப்போய் பிராம்சு மகாராசா வவர்களுடைய சமூகத்தில் விட்டு மேர்ச்சொன்ன விராசாவுக்கு தேவரீ ருதவி செய்து மேல்ப்படி ராசாரியக்கத்தை யிவருக்கு நிலைக்கும்படி செய்ய நிரூபித்தால் ஈந்தியிலே (Inde) நமக்கு வேண்டியிருக்கிற வற்தகப் பிரவற்தகங்களுக் கவராலே மிகுதியு மனுகூலமா யிருக்கிறதுமன்றி யவர் நமக்கெப்போதும் நன்றியறிந்து நடந்துகொள்ளவா ரென்று பின்னும் பலவித ஞாயங்களை விண்ணப்பஞ் செய்துக் கொண்ட விடத்தில் மகா ராசா வவர்களுக்கு சித்தமாய் சிந்து (Sindu) தேசத்திலிருக்கிற நம்முடைய காரியக்காறரைக் கொண்டு வேண்டிய யுதவி யொத்தாசை செய்விக்கக் கடவதென்று மந்திரியவர்களுக்கு வாக்கிஞாபித்ததின்பேரில் மேற்படி மந்திரி யவர்கள் புதுவை நகரில் துரைத்தனஞ் செய்கிற ழெனரால் கனுவேயவர் களுக்கு நிருபித்தனுப்பின தென்ன வெண்டால் மேற்சொல்லி வரப்பட்ட எவேக்கு கேட்டுக் கொள்ளுங் காரியம் யுமக்கு யுத்தமமா யிருந்ததால் செய்யக் கடவதென்று நிருபித்திருந்தது. அப்படியிருக்க ழெனரா லவர்களுக்கு யந்தக் காரியத்தை நடப்பிக்க மனதில்லாததினாலே நிறவேற்றாமல் லேசாய் விட்டுவிட்டார். பிற்பாடு மேற்சொன்ன யெவேக்கு மேலே சொல்லியிருக்கப்பட்ட இராசா குமாரனை மறுபடி யிட்டுக் கொண்டுபோய் தகப்பநிடத்திர்ச் சேர்த்து விட்டார்.

மூவேன் மா. 10–ந் தே. க்கு வைகாசி மா. 32–ந் தே.

இற்றை நாள் சாயங்காலம் மோறீசி லிருந்து மூன்று கப்பல்கள் வந்து சேர்ந்துது. கடலிலுங் கரையிலும் பீரங்கி வெடி சுட்டார்கள்.

நாளது மா. 11–ந் தே.க்கு – ஆனி மா. 1–ந் தே.

இற்றை நாள் காலமே மேற்சொன்னக் கப்பலி லிருந்து பீரங்கி சுடும் வெள்ளைக்காறர் 100 பேர்களும் காப்பிறிகள் (Cafres) 150 பேர்களு மிறங்கினார்கள்.

நாளது மா. 30–ந் தே. க்கு – ஆனி மா. 20–ந் தே.

இற்றை நாள் ராத்திரி பனிரெண் டடித்து நாலு மணிக்கி புறுபோம் ரெழிமாமுக்கு கொலோனே லாகிய முசியே தேப்

பிறேன் கடற்கரைக்குக் கப்பித்தோனகிய சுலுமியாக்குடைய குமாரத்தியை விவாகஞ் செய்துக்கொண்டார். மறுநாள் காலமே துரைகள் சந்திச்சார்கள்.

மூலியேத்து மா. 15–ந் தே.க்கு – ஆடி மா. 4–ந் தே.

இந்த நாள் காலமே ஏழு மணிக்கி முன் கும்பினியாருடைய துரைத்தனத்தின்போது கொமுசேலியேரா யிருந்த முசியே போலோ *Boyellau* இறந்துபோனபடியினாலே மேற்படியார் தமக்கு காரியக்காறராய் நேமித்து வைத்துக்கொண்டிருந்த முசியே புலேன் தான்சாசு *Mr. Blin et Danzas* என்ற விருவரும் வந்திருந்து மேல் நடக்க வேண்டிய காரியங்களுக்கு வெற்றினஞ் செய்து கொமுசேல்காறருக்கு சமாசார மனுப்பினார்கள். ஆதலால் யெட்டு மணிக்கி விராசாவின் காரியக்காறராகிய முசியே புக்குறோ[1], றெய்னோ[2], துலோறாம்[3] இவர்கள் வந்து காகிதப் பத்திரங்களைச் சோதனைச் செய்யத் துவக்கினார்கள். காகிதங்கள் வைத்திருந்த பெட்டியை மேற்சொன்ன துரைகள் துறந்து பார்க்குமளவில் தமக்குப் பிற்காலம் நடக்கவேண்டி யிருந்த வொழுங்குகள் யாவு மெழுதித் தீர்மானஞ் செய்துக் கையொப்பமிட்டு முத்திரை போட்டு வைத்திருந்துது. அதுகளைப் பிரித்துப் பார்த்து காரியங்கள் தெரிந்து கொண்டபின் வீட்டுகளை யெல்லாஞ் சாத்தி முத்திரை வைச்சார்கள்.

மேற்படியார் தீர்மானஞ் செய்து வைத்த விபரம்

அவை வருமாறு:

மேற்சொன்ன முசியே பிளேனுக்கு	ரூபாய் 1200
தான்தாசுக்கு	ரூபாய் 1200
பிளேனுடைய குமாரத்திக்கி ஞானதகப்ப நானபடியினாலே	ரூபாய் 1000
கோவிலுக்கு	ரூபாய் 1000

இதுவும்: தமிழரில் தம்முடைய கணக்குப்பிள்ளையா யிருந்த வேலாயுத பிள்ளையுடைய பெண்சாதிக்கு ரூபாய் 400 மேற்படி சின்ன துவாசி (Petit dubash) லக்ஷ்மண பிள்ளைக்கு ரூபாய் 500.

மைற்றபடி தம்முடைய வேலைக்காறர் சமஸ்தானவர்களுக்கு மவரவருக்குத் தக்கதாய் வாஸ்திக ளெழுதி வைத்தார். இதுகள் போக மற்ற வாஸ்திகள் வெள்ளி நகைகள் வீடு, மேற்படி

1. Fouqueraux
2. Reynaud
3. Dulaurens

வீட்டிலுள்ள தட்டுமுட்டுகள் தோட்டம் வசையும் பொருளசையாப்பொருள் யாவும் மதாம் கொலேனைச் *(Mme Colin)* சேரவேண்டிய தென்று தீர்மானஞ் செய்து வைத்திருந்தது. இந்த மரண சாசனத்தின் பிறகாரம் மேற்சொன்ன வாஸ்திகளை யெல்லாம் பெற்றுக்கொள்ளக் கடவதென்று மேற் படியாளுக் கொரு பிறிதி யெழுதிக் கொடுத்திருந்தது. இதன்றியும் மைற்றவர்களைப்போல தம்மை கோட்டைக்கு வெளியிலே யடக்கஞ் செய்யாமல் கோவிலுக்குள்ளே தம்முடைய பெண்சாதியை யடக்கஞ் செய்த பக்கத்தில்தானே தம்மையும் ஸ்தாபிக்க வேணுமென்று முன்னிருந்த ழெனரால் முசியே தெ சுல்லியாக் கவர்களுடைய உத்தாரம் பெத்துக் கொண்டிருந்தபடியினாலே அந்த நிருபத்தை ழெனரால் கோந்து தெ கனுவே யவர்களுக்குக் காண்பித்தவிடத்தி லப்படியே நிறவேறக் கடவதென்று கோவிற் பாதிரிகளுக்கு நிருபித்தார். ஆகையாலவருக்கு கோவிலில் செய்யவேண்டியிருந்த மேன்பாட்டுக் கொன்றுங் குற வில்லாமற் செய்தது மன்றி மிலித்தேர் முதலான துரைகளும் அபித்தாமார் சமஸ்தானவர்களும் சாயுங்காலம் மஞ்சு மணிக்கி மேற்படியார் வீட்டுக்குப் போய் கும்பல் கூடிநார்கள். சபத்தை யெடுத்துக்கொண்டு வருகிற தறுவாயில் முசியே கோந்து தே கனுவேயவர்களும் *Intendant* முசியே மொறசேனும் முன்னுதாய் கோவிலுக்குப் போயிருந்தார்கள். ஆகையால் *Messieurs* ழெறார், றெயினோ, புக்குறோ, துலோறாம் இன் நான்கு கொமுசெல்காறரும் கறுப்புடுத்திக்கொண்டு நான்கு பக்கத்திலும் முந்தாணி பிடித்துக்கொண்டு கோவிலுக்குப்போய் செய்ய வேண்டிய சடங்குளானவுடனே சகல மகிமையுடன் மேற்படியார் கேட்டுக் கொண்டபடி கோவில் தோட்டத்திலடக்கஞ் செய்தார்கள். ஆகையால் துக்கச் சடங்குகள் முகிந்த வெட்டு நாளைக்குப் பின் மேற்சொன்ன மதாம் குலோ (Mme. Coulon) நென்றவர் மேற்படி முசியே பொலொந் (Mr. Boyelleau) தனக்கெழுதிக் கொடுத்திருக்கிற மரண சாதனத்தில் கண்டெழுதியிருக்கிற வாஸ்திகளை யெல்லாம் தானனுபவித்துக் கொள்ளும் பொருட்டாய் நிருபிக்க வேணுமென்று கொமுசேலுக்கு றெக்கெத் தெழுதி, யந்த சாதனத்தையுந் தன்னுடைய றெக்கேத்து ண்டித்து கேட்டுக் கொண்டாள்.

ஆதலால் முசியே போலோ வுடைய குமாரத்தியாகிய மதாம் லக்கிறேனே (Mme. Lagrenée) மேற்படி மருமகளாகிய மதாம் மெதேற் (Mme. Meder) மைற்று மவருக்கு வுரித்தாயிருக்கப்பட்டவர்க ளெல்லாம் மேல்படியாள் கேட்டுக் கொண்டதுக்கு விரோதமாய் யெதிர் ஞாய மெழுதி கொமுசேலுக்கு கொடுத்த தென்னவென்றால் மேற்படியாருடைய வாஸ்திகளுக்குச்

சொந்தக்காற ரிருக்கத்தக்கதாக வைப்பாட்டியாய் கொண் டிருந்தவர்களுக்கு சகல வாஸ்திகளையுங் கொடுத்துவிட ஞாய மென்ன வென்று மவளுக்கு யொரு சுவந்தரிக்கமு மில்லை யென்றும் முசியே பொலோ வயது சென்றவராதினாலே யவரை மோசஞ் செய்து விவ்விதமாய் முகித்துக்கொண்டார்களென்று மிப்படி பல ஞாயங்களெல்லாம் கொமுசேலுக்கு யெழுதிக் கொடுத்து விபகாரங்கள் பேசியும் கடசியாய் மேற்சொன்ன போலே வெழுதி வைத்த மரண சாதனத்தை யழிக்கக்கூடாம லுறுதிப் படுத்தினார்கள். அந்த சாதனத்தில் பெலத்த ஞாயங்களை வைத்தெழுதி யிருந்தபடியினாலுந் தம்முடைய வாஸ்திகளை தமக்கு சித்தமானவர்களுக்கு கொடுத்துவிட அதிகாரமுள்ள முறைமைகளை யெல்லாங் கண்டெழுதி வைத்திருந்த படியினாலே யதைத் தானே யுறுதிப்படுத்த லாச்சுது.

மூலியேத்து மா. 16–ந் தே. க்கு – ஆடி மா. 5–ந் தே.

இற்றை நாள் ராத்திரி குவேற்ணமாவுக்கு யேந்திரப் பிறேத்தாகிய ராசப்பைய ரவர்கள் ழெனரால் கோந்து தே கனுவே யவர்களுக்குத் தம்முடைய வீட்டில் விருந்து செய்வித்த விபரம்:

தம்முடைய குமாரத்தியை வேலூரில் விவாகஞ் செய்துக் கொடுத்திட்டு வந்தபடியினாலே யிதை முன்னிட்டு துரையவர் களைத் தம்முடைய வீட்டுக் கழைப்பித்து விருந்து செய்ய வேணு மென்று யோசித்து தெருவிலே பெரிய பந்தல் போட்டு சிங்காரித்து மைற்றுந் துரையவர்களுடன்கூட வுளுக்காந்து சாப்பிடத்தக்க பெரிய வந்திஸ்த்துள்ள மிலித்தேர் துரைகளுக்கும் விருந்து சொல்லி வெள்ளைக்காறரைச் சேர்ந்த ரெழிமாமுடைய *Musique* என்னும் வாத்தியங்களை யழைப்பித்து தமிழர்களைச் சேர்ந்த வாத்தியங்களாகிய மேளதாளங்கள் வலங்கை யிடங்கை தாசிகளையு மழைப்பித்து சகல சம்பிறங்களொடு காத்திருக்கையில் முசியே தெப் பிறேன் முன்னுதாய் வந்தப்படி யினாலே 19 சவறுசங்கி வெடி சுட்டு மரியாதை செய்தார்கள். ழெனெரா லவர்கள் வரும்போது 21 வெடி சுட்டு மரியாதை செய்தார்கள். ஆகையால் யெட்டு மணிக் குள்ளே சகல துரைகளும் துரைசாணிகளும் வந்துக் கூடினார்கள். வாசலைச் சுத்தி நாற்காலிகள் போட்டு வுளுக்காந்தவுடனே மெத்தையின் பேரிலிருந்த சங்கீத வெள்ளைக்காறர் வாத்தியங்கள் செய்தார்கள். பிற்பாடு தாசிகள் நாட்டியந் துவக்கி பல விதங்களாய் செய்தான பின்பு விடங்கைத் தாசி யொருத்தி மகுடி வாசித்துக் கொண்டு சத்து நேரம் வொரு பாம்பை யாட்டி மறுபடி கழுத்தில் சுத்திக்கொண்டு நாட்டியஞ் செய்கையில் வலங்கையாருடைய

தாசிகளெல்லாம் கோபித்துக்கொண்டு போய்விட்டார்கள். மறுபடி யிவர்களை யனுப்பிவிட்டு வலங்கையாரைத் தானே யழைப்பித்து சமாதானஞ் செய்து மறுபடி நாட்டியஞ் செய்யச் சொன்னார்கள். ஒன்பது மணிக்கு தெருப்பந்தலில் போய் தீனி சாப்பிடத் துவக்கினார்கள். சாப்பாட்டு சிலவு முதலான சகல சிலவுகளும் 150–200 ரூபாய் வரைக்கும் சிலவழிக்கப்பட்டது.

மூலியேத்து மா.21–ந் தே.க்கு – ஆடி மா. 10–ந் தே.

இற்றை நாள் முன்னாலே முசியே தெ சுப்பிறேனவர்கள் பிராஞ்சு தேசத்துக்குப் போறபோது புதுவைநகரிலிருந்து தம்முடன்கூட கப்பலி லேற்றிக்கொண்டுபோன கைக்கோள ரெல்லாம் சமுசாரத்துடன் புருஷாள், பெண்டுகள், பிள்ளைகள் 50 சனங்கள் கப்பலி லிருந்து நாளது தேதி புதுவைநகரத் துறையிலி றங்கினார்கள். யிவர்களை யிவடத்திலிருந் திட்டுக்கொண்டுப் போன காரண மென்னவனின் *Mattre*[1] என்று பெயரை யுடைய தீவில் பருத்தி நூற் பிடவைகள் செய்யுந் தொழில்களை யவடத் திலிருக்கிற பிறசைகளுக்குக் கற்பித்துக் கொடுத்து விதைப் பரிபாலனஞ் செய்யவேணுமென்று யோசித்து தம்முடைய சொந்த சிலவில் மேற்சொல்லப்பட்ட தொழிலாளிகளுக்குக் கற்பித்துக் கொடுத்து வுடன்படிக்கை செய்து மூன்று வருஷம் வரையில் மேற்சொன்ன தீவிலிருந்து மேற்படி குடிகளிந்த தொழிலைக் கற்றுக் கொண்டவுடனே மறுபடி யிவடத்துக் கனுப்பிவிடுகிறோ மென்று வாற்தைப்பாடு கொடுத்துவிட்டுக் கொண்டுபோன கெடுபிடி மூன்று வருஷமுஞ் சென்று போனபடியினாலே மேற்சொன்ன வுடன்படிக்கைத் தப்பாமல் யுறேப்பு[2] தேசத்தி லிருந்து தம்முடைய சிலவிலேதானே மறுபடி யனுப்பி விட்டார்.

மேற்சொன்னவர்கள் கலாபங்களிலும் ஷாமத்தி னாலும் மிகவும் மெலிந்து சீவனத்துக்கு வழியில்லாமல் பிழைக்கும் பொருட்டாய் வெளியிலிருந்து புதுவைநகரத்தில் வந்திருந்தபடியினாலேயும் மேற்சொன்ன சுப்பிறேனவர்கள் தொழிலாளிகள் மிகுதியுங் கஷ்டப்பட்டுக் கொண்டிருந்ததினாலும் வீணா யிறந்துப் போற வேண்டியது விகிதமென்று துணிந்து சீர்மைக்குப் போகச் சம்மதித்துப் போனார்கள்.

அவு மா. 10–ந் தே. க்கு – ஆடி மா. 30–ந் தே.

இற்றை நாள் பிறேஸ்து யென்று பெயருடைய துறையி லிருந்து *le chameau* என்ற கப்பலொன்று வந்து புதுவைநகரத் துறையில் சேந்துது. ஆனா லிந்தக் கப்பல் சீர்மை விட்டு பெவிறியே

1. [Malte]
2. Europe

மாசத்தில் பிறப்பட்டு வருகையில் வழியிலே காத்தி லகப்பட்டு மிகுதியுந் தொந்தறையானதினாலே யிந்த திசையில் வந்து சேர வாறு மாசஞ் சென்றுது.

ஆகையால் 11ந் தே. யாகிற மறுநாள் காலமே யந்த கப்ப லிலிருந்து கோந்து தெ சிவறாக்கு[1] என்று பெயருடைய மரே ஷால் தெக் காமென்ற வதிகாரத்தையுடைய வொரு துரையும் பீரங்கி சுடுகிற வெள்ளைக்காறர் 50 செனங்களு மிறங்கினார்கள்.

Le Comte de Civrac, Maréchal des Camps. மேற்படியான் பெரிய வந்திஸ்துடையவனாயிருந்தாலும் சூதாடி மிகுதியுந் திரவியங்களை யழித்துப் போட்டதினாலேயுந் துஷ்டத்தனஞ் செய்தபடியுனாலேயும் பிராஞ்சு மகாராசாவவர்கள் மேல்ப்படியானை பிராஞ்சு தேசம் விட்டு சிந்து தேசத்துக் கனுப்பி விட்டார்.

நாளது மா. 21 தே. க்கு – ஆவணி மா. 9–ந் தே.

இற்றை நாள் முப்பது வருஷ காலமாய் தரங்கம்பாடியில் (Tarangambady) தன்மார்க்கருடைய[2] காரியத்துக்கு துரையாயிருந்த முசியே ஆபஸ்த்தே[3] என்றவருக்கு வதிலாய் மேற்படியாருடைய சீர்மையிலிருந்து வேறொரு துரையை யனுப்பி யிவரை மாத்தினபடியினாலே யிவர் யெரோப்பு தேசத்துக்கு போறதுக்கு முன் சென்னப்பட்டணத்தையும் புதுவை நகர பட்டணத்தையு பாற்கவேணு மென்கிற வபேக்ஷவீக்ஷயினாலே நாளது தேதி புதுவைநகரத்துக் குண்டுசாலைக்குள்ளே வந்து சேர்ந்து ஜெனெரால் கோந்து தெ கனுவே யவர்களுக்குச் சமாசாரஞ் சொல்லி யனுப்பினார். ஆதலால் ஜெனெராலவர்கள் தம்முடைய ,எத்து தெ காமாகிய தெவ்வியே (Aide de Camp Devien) னென்றவரை யனுப்பி மேற்சொன்ன துரையை யெதிரே போய் யிட்டுவரச் சொன்னார். அந்த சமையத்தில் குவற்ணமாவின் தென் பக்கத்து வாசப்படியில் காவலிருக்கிற சொல்தாது ராணுவத்தார்களை வட பக்கத்தில் காவல் போடவித்தார். மேற்சொன்ன துரை குவற்ணமாவுக்குள்ளே நுழையும்போது மேற் படி சொல்தாதுகள் வரிசை நின்று *Rappel* என் தம்புறடித்து மரியாதை செய்தார்கள். மெத்தையின் பேரி லேறும் போது ஜெனெராலவர்கள் முதல் படிவரைக்கும் வந்து யிட்டுப் போனார். மத்தியானம் விருந்து சாப்பிட்டு சாயுங்காலம் முசியே கனுவே யவர்களுடன்கூட வண்டியேறிக் கொண்டு வெளியே யுலாத்தப் போனார்கள். மறுபடி மறுநாள் சாயுங்காலம் யிவடம் விட்டு தரங்கம்பாடிக்குச்

1. de Civrac
2. Danish
3. Abestee

சென்றார். இவ்விரண்டு நாளும் குவெற்ணமாவின் மீதில் குடியிருந்தார்.

அவு. மா. 24–ந் தே. க்கு – ஆவணி மா. 12–ந் தே.

இற்றை நாள் சாயுங்கால மாறு மணிக்கு நாளயத் தினம் பிராஞ்சு மகாராசா வவர்களுடைய *St. Louis* என்று பெயர் கொண்ட சுபதின மாகையால் *L'Isle de France, Bourbon, Artillerie, Bataillon des Cipayes, Corps du Génie et Administration* என்றிருக்கிற பதாதிகளுக்குத் தலைவர்க ளெல்லா மந்த வகுப்புடன் கூடிக் கொண்டு குவெற்ணமாவில் வந்து ழெனரால் கனுவே *Mr. de Conway* யவர்களை சந்திச்சார்கள்.

துறையிலிருந்த முசியே *St. Riveul* என்ற கொம்மாந்தா முடைய கப்பல்களிலுங் கோட்டையிலும் 21 பீரங்கி வெடி சுட்டார்கள். ஆதலால் மறு நாள் 25–ந் தே. காலமே யஞ்சு மணிக்கி கொடிப்போட்டு கடலிலுங் கரையிலும் 21 பீரங்கி வெடி சுட்டார்கள். ஆகையால் 7 மணிக்கு மேற்சொன்ன துரை களெல்லாம் மந்தந்த வகுப்புகளுடன் குவேற்ணமாவில் வந்து ழெனரா லவர்களை சந்திச்சார்கள். மேற்சொன்ன விரண்டு ரெழிமாஞ் சொல்தாதுகளையுங் கோவில் வாசற்படிக் கெதிரை பூவரச மரச்சாலையில் நிறுத்தி வைக்கப்பட்டிருந்துது. எட்டு மணிக்கு ழெனெரா லவர்களும் மேற்சொல்லப்பட்ட துரைகளுங் குவேற்ணமா விட்டு பிறப்பட்டு கோவிலுக்குப் போனார்கள். பிறகு குவெற்ணமாவி லிருந்து பூந்தேர் சிங்காரித்துக்கொண்டு கிறேனாதியே சொல்தாதுகள் 25 பேர்கள் சூழ்ந்து கொண்டு தம்பூறு மிசிக்கு (tambour, musique) நடக்கிற சமையத்தில் கோவில் வாசற்படியிலிருந்து பீரங்கி சுடுகிற சொல்தாது கைக்கொடி யடையாளங் காட்டினான். ஆகையால் கடலிலுங் கரையிலும் 21 பீரங்கி வெடி சுட்டார்கள் சத்து நேரத்துக்கெல்லாம் பாதிரி முதல் ழெனெரால் வரைக்கும் *Vive le Roy* என்று மூன்று விசைக் கூவினார்கள். பிற்பாடு வெளியே பூவரசன் மரச் சாலையில் வரிசை நின்றிருந்த சொல்தாது ராணுவத்தார்க ளெல்லம் மேற்படி மழோறுக்குப் பின் மும்மூன்று *Vive le Roy* வென்றுரத்தக் கூவினார்கள். சகல சடங்குகளும் முகிந்து கோவில் விட்டு பிறப்பட்டு துரைகளெல்லாம் மறுபடி ழெனெராலைச் சந்திச்சார்கள்.

இன்றையத் தினம் மத்தியானம் *St. Louis* என்ற முத்திரைப் பெற்ற துரைகள் நூறு பேர் வரைக்கும் குவேற்ணமாவில் சாப்பிட்டார்கள். *Liqueur* குடிக்கிறபோது 21 பீரங்கி வெடி சுட்டார்கள். சாயுங்கால மாறு மணி வரைக்கும் மேற்சொன்ன ராசா வவர்களுடைய கப்பல்களில் பலபல வற்ணங்களான

கொடிகள் போட்டு கப்பல்கள் தெரியாம லலங்கரித்துதிருந்துது. *Pavoison.*

செப்தோம்பிற மா. 8–ந் தே. க்கு – ஆவணி மா. 27–ந் தே.

இற்றை நாள் கிறீஸ்தவர்களுக்கு வொன்பதா நாள் திரு நாள் முகிவானபடியினாலே யரியாங்குப்பத்திலிருந்து (Ariyancoupom) சகல சம்பிறமங்களோடு சுவாமி யெழுந்தருளிச் செய்துக்கொண்டு பட்டணத்துக்குள்ளே வரும் வழக்கப்படி சகல வெற்றினங்களுஞ் செய்து முகித்துக்கொண்டு முன்பின் நடந்த வழக்கப்படி தெருக்களில் பந்தல்கள் போடவேணுமென்று சாலை விசாரணைக்குத் தலைவரான முசியே பொசேத்தை (Bausset) யுத்தாரங் கேட்டவிடத்தி லவர் தெருக்களில் பந்தல்ப் போடக்கூடாதென்று கட்டளையிட்டார்.

இப்படியிருக்க பரமானந்தப் பிள்ளை (Paramananda Pillai) வீட்டுத் தெருவிலும் மைற்றும் சந்துத் தெருக்களிலுஞ் சில பந்தல்கள் போட்டார்கள். இது சேதி முசியே பொசேத் தறிந்து தம்முடைய கட்டளையை மீறிச் செய்தார்க ளென்று ஜெனெரால் முசியே கோந்து தெ கொனுவே யவர்களிடத்தில் முறையிட்டுக் கொண்டதின் பேரி லவருக்கு மிகுதியுங் கோபம் வந்து மேற் சொன்ன திருவிழா பரிச்சேதஞ் செய்யத் தேவையில்லை யென்று நிருபித்தது மன்றி மேற்சொன்ன தெருக்களில் போடுவித்த பந்தல்களை யெல்லாம் பிடிங்கிப் போடச் சொல்லி போலீசுக்குத் தலைவரான முசியே றெனோவுக்கு (Mr. Reynaud) கட்டளை யிட்டபடி போலீசு சேகுவருஞ் சேருவைக்காறரும் போய் பந்தள்களைப் பிடிங்கிப் போட்டார்கள். ஒருகாலங் களிலும் பாதிரிகளுக்குங் கிறீஸ்துவர்களுக்கு மிப்பேர்ப்பட்ட வவமானமும் மக்கிணமும் வந்ததில்லை யென்று மிகுதியு மனஸ்தாபத்துடன் மறுபடி பாதிரிகள் ஜெனெராலவர்க ளிடத்திற் போய் அரியாங்குப்பத்திலிருந்து சுவாமி யெழுந்தருள படிசெய்துக் கொண்டு வருகிறது வெகு காலமாய் புதுவை நகரில் வழங்கிவந்த முறமையைக் கொண்டு மிகுதியாய் திரவியங்களைச் சிலவு செய்து சகல வெற்றினங்களுஞ் செய்து முகிந் திருக்கிறனாலே பந்தல்களி லில்லாமற் போனபோதைக்கும் சகல சம்பிறமங்களுடன் சுவாமியாவது வெழுந்தருளிச் செய்துக் கொண்டு வரும்படியாவது கிறுபை செய்து விடை கொடுக்க வேணுமென்று கேட்டுக் கொண்டார்கள். சந்தடி செய்யாம லெடுத்துக்கொண்டு வந்தால் வரலா மொழிய மேற்சொன்ன சம்பிறமங்களுடன் பரிச்சேதம் வரக்கூடாதென்று மறுபடியு முறுதிப்படுத்தினார். யிப்படியிருந்தும் சீனத்து ராசா வினுடைய பிள்ளைகளை யிட்டுவந்து அரியாங்குப்பத்தி லிருக்கிற எவேக்கு தாதுராம் *Evêque d'Adran* என்றவருக்கு சம்பா கோவில்

பாதிரிகள் மேற்சொன்ன திருவிழா நடவாமல் போனால் மகத்தாகிய வவமானமா யிருக்கிறதுமன்றி தாங்களுமிவடத் திருக்கத் தக்கதாக விவ்விதமாய் நிறவேறுமேயாகி(லி)தை விட பெரிய வபகீற்தி வேறொன்று மில்லை யென்று மாதலால் தாங்கள் முசியே கொனுவே யவர்களுக்கு விது காரியத்தளவில் தெரியும்படியாய்க் காகிதமெழுதி யாவத்தும் பிறையாசைப்பட வேணு மென்று யெழுதிக்கொண்டார்கள். ஆகையா லவரும் ழெனெரா லவர்களுக் கிதுக் காரியத்தளவில் மேற்சொன்ன காரியம் யென்னைப் பத்தியாவது யிந்த விசை மாத்திரம் நடக்கும்படி தாங்கள் தயை செய்து வுத்திரவு கொடுத்து நடப்பிக்கவேண்டிய தென்று மேற்சொன்ன வரியாங்குப்பத்தி லிருந்துக் காகித மெழுதினார். அந்தக் காகிதத்தை வாசித்துக் கொண்டு ழெனெராலவர்கள் மேற் சொன்ன எவேக்கு மறுமொழி யொன்று மெழுதவில்லை. எத்தனை பிறோயத்தினஞ் செய்து காரியம் நிறவேறாமற் போனதினாலேயும் வெகு பணங்கைளைச் சிலவழித்து வாணங்கள் மத்தாப்புகள் முதலானதுக ளெல்லாம் செய்வித்துவும் வியர்த்தமாய் போகு தென்கிறதை யோசித்து இவடத்திலிருந்து பாதிரிகள் கிறீஸ்துவர்க ளெல்லாங் கூடிக் கொண்டுபோய் மேற் சொன்ன காரியங்களை யரியாங்குப்பத்தில் தானே செய்து முகித்துப் போட்டு மறுபடி சுவாமிகளை றகசியமாய் பல்லக்குகளில் யெடுத்து வந்து சேர்ந்தார்கள்.

செப்தேம்பிற மா. 10–மந் தே. க்கு – ஆவணி மா. 29–ந் தே.

இற்றை நாள் பிராஞ்சு தேசத்திலிருந் தொரு கப்பல் வந்து சேர்ந்துது. மறு நாள் காலமே அதிலிருந்து 210 சொல்தாதுக ளிறங்கினார்கள். *Messieurs Defresne, Chermont, Touffreville, Dechamp* இவர்கள் பிளாசிலே வந்த மேற்சொன்ன சொல்தாதுகளை யிரண்டு பிறிவாக்கி பிறுபோம் ரெழிமாமில் பாதியும் லீல் தெ பிராம்சு ரெழிமாமில் பாதியுமாய் பகுத்து அந்தந்த சொல்தாதுகு ளிருக்குந் தாவுக் கனுப்பிவிட்டார்கள்.

இந்த கப்பலில் கேழ்வியான சமாசார மென்னவென்றால் முன் 1778–ம் ஆண்டில் புதுவைநகரபட்ணத்துக்கு பெரிய துரையா யிருந்துபோன ழெனெரால் பெல்கோம் பவர்கள் *(Gl. Bellecombe)* நாளது வருஷம்போன பெவுறியேர் மாசத்திற் யிறந்து போனாரென்றுஞ் சமாசாரம் றிசித்தமாச்சுது.

நாளது மா. 12–ந் தே.க்கு – ஆவணி மா. 31–ந் தே.

இந்த நாள் கிறுமாம்பாக்கத்தி லிருந் தொருப் பிள்ளையை எடுத்துக்கொண் டந்தப் பிள்ளையுடைய தகப்பன் குவேற்ணமாவில் வந்து காண்பித்தான். அந்தப் பிள்ளை ரெட்டைப் பிள்ளையானாலு மதி லதிசெய மென்னவென்றால் ஒவ்வொன்றுக்குத்

தலையொன்று கால்களிரெண்டு தொப்பிள்ளொன்று இப்படி மாறுபாடாய் கிழ் மேலா யிருந்தது. யிதை யெல்லாரும் பார்த்து வதிசெயப்பட்டார்கள். குவேற்ணமாவில் மேல்ப்படியானுக்கு பிறையோசனங் கிடைத்தபடியினாலே யின்னங் கிடைக்குமென்று வெள்ளைக்காறருடைய தெருகளில் சீவிச்சுப் போனதை யெடுத்துக் கொண்டு திரியும்போது *Mr. Gorry, Chirurgien major* அந்தப் புள்ளையுடைய தகப்பனுக்கு ஒரு வராகன் கொடுத்து மேற்சொன்ன வயித்தியன் சீர்மைக்கு கொண்டுபோகும் பொருட்டாய் வாங்கிக் கொண்டான்.

நாளது மா.29–ந் தே.க்கு – புரட்டாசி மா. 17–மந் தே.

இற்றைநாள் கப்பலுக்கு கொம்மாந்தாமாகிய *Mr. (le) Vicomte de Saint Riveul* என்றவ ரிந்த துறையி லிருக்கிற கப்பல்களை மழை காலத்துக் கப்பிறப்படுத்த வேண்டியதால் கப்பலேறி திருக்காணமலைக்குச் சென்றார்.

ஒக்தோபிற மா. முதல் தே.க்கு – புரட்டாசி மா. 19–ந் தே.

இற்றை நாள் ஒழுகரையை (Ojugarai) அடுத்த முத்திரைபாளயத்து (Muttiraipalaiyam) சமீபத்தில் 40 கூடாரம் புதுவைநகரி லிருந்துக் கொண்டுபோய் போட்டார்கள். ஆதலால் நாளது மா. 2–ந் தே. இவடத்திலிருந்த புறுபோம் றெழிமாஞ் சொல்தாதுகளில் 600 பேர்கள் மேற்சொன்ன கூடாரத்தில் போய் சேர்ந்தார்கள். யெனென்றால் கசேற்னுகளில் செனங் கடைத் தியினாலே வுஷ்ணம் பிறந்து ராணுவத்தார்களுக்கு வியாதிகள் வந்து சம்புவிக்கு தென்கிறதைப்பத்தி காத்தோட்டத்தினாலும் சல சவுக்கியத்தினாலும் நலம் பிறக்கும்படியா யவடத்தில் ஸ்தாபிக்கப்பட்டுது. இதெல்லாம் மேற்படி சொல்தாதுகள் படுத்திருந்த மெத்தைகளை யெல்லாங் கொளுத்திப் போட்டார்கள். பின்னையும் கர்தியேயிலே (quartier) போட்டிருந்த தளவரிசைகளெல்லாம் பேத்து அடியிலே உப்புகளை கொட்டி மறுபடி நவமாய் வேறே தளவரிசைப் போட்டார்கள்.

நாளது மா. 4–ந் தே.க்கு – புரட்டாசி மா. 22–ந் தே.

யிற்றை நாள் காலமே கொடி போட்டு ஒரு பீரங்கி வெடி சுட்டு *Conseil de guerre* என்னும் ஆலோசனை கூடித் தீர்மானஞ் செய்த தென்னவெண்டால் புறுபோம் றெழிமாமிலிருந் தோடிப்போய் மறுபடி இங்கிலீசுக்காறராலே பிடித்தனுப்பின சொல்தாதை சாயங்காலமே பிளாசிலே யிட்டுவந்து வரிசை நிற்க ராணுவத்தார்கள் பார்க்கும் பொருட்டாய் மேற்படியானுடைய கத்தி வராழி பேறனுடைய பட்டைகளைத் தலையிலிருந்து காலாலே கழட்டி சகல வவமானஞ் செய்தான பின்பு வரிசையிலே

விட்டு திருப்பி கால்களுக்கு விலங்கு தச்சு *galère* என்னும் ஆக்கினைக் குள்படுத்தி சிறசாலையில் போட்டார்கள்.

நொவாம்பிற மா. 27–ந் தே. க்கு – காற்திகை மா. 16–ந் தே.

இற்றை நாள் ழெனெரால் கோந்து தெ கனுவே யவர்களுடைய உத்தாரப்படிக்கு பட்டணத்தில் பறை சாத்தி யறிவித்த தென்னவென்றால் – மழை யில்லாததினாலும் பல திசையிலு மிருந்து வரப்பட்ட தானியங்களும் வராமல் போன படியினாலேயும் செனங்களுக்கு மகத்தாகிய வருத்தம் வந்து நேரிட்டிருக்கிறதினாலேயும் ஷாமத்தினாலே செனங்கள் மிகுதியும் மெலிந்து போனார்க ளென்கிறதைப்பத்தி யோசித்து பட்டணத்தி லிருக்கப்பட்ட வர்த்தகாள் கட்டுகடையாய் தானியங்கள் வைத்திருக்கிற பேர்கள் தங்கள் வசத்தில் கையிருப்பிருக்கு தென்று 24 மணி நேரத்திலே போலிசிலே வந்து யெழுதி வைக்கிற தென்று நிருபித்தபடி அவரவர் மறு நாள் தானே யெழுதிவைக்கத் துடங்கினார்கள். ஆகையால் நெல் லரிசி விக்கவுந் துவக்கினார்கள். முளகுசம்பா நெல் படி 4–ம் பெருவெள்ளை 4 படியும் அரிசி படி 2–ம் வித்தார்கள். பொலீசில் வந் தெழுதிவைக்கிற தென்று மேற்சொன்ன கட்டளை வெள்ளைக்காறருக்குந்தான்.

தெசெம்பிற மா. 3–ந் தே.க்கு – காற்திகை மா.22–ந் தே.

இற்றை நாள் முசியே தெலர்சு (Mr. Delarche) தோட்டத்தி லிருந்து முசியே கனுவே யவர்கள் றாத்திரி 4½ மணிக்கி காரைக்காலுக்குச் (Karaikal) சென்றார்கள். ஷஸ்த்தேல், (Chastel) தெவ்வியேன் (Devien) யென்று பெயரையுடைய ழெனெரால் ஏத்து தேக் கான்[1]மார்க ளிரெண்டு பேர்களும் ழெனெரால் கூடப் போனார்கள்.

நாளது மா. 21–ந் தே.க்கு – மார்கழி மா. 10–ந் தே.

இற்றை நாள் ழெனெராலவர்கள் முசியே தெலர்சுடைய தோட்டத்திருந்தபடி சென்னப்பட்டணம் (Cennappattanam) பார்க்கும் பொருட்டாய் பயணம் போனார்.

ஆகையா லவர்களுடன் பெயர்கள் விபரம் – மேல்ப்படி யேத் தெக் காமார்களாகிய தெவ்வியன் ஷஸ்த்தேல் யென்றவர்களும் மேற்படி துரையவர்களை யிட்டுப்போம்படியாய் சென்னபட்டணத்திலிருந்து வந்திருந்த இங்கிலீசுக்காறருடைய விஞ்சினீரும் ராசப்பைய (Rassappayer) ரவர்களும் சிப்பாய்களில் 25–ம் குவேற்ணமாவைச் சேர்ந்த சோபுதார்கள், சேர்வைக்காறர்,

1. aide de camp

சேகுவர் சில குதிரைகளுஞ் சென்றார்கள். யிவர்கள் போற, தறுவாயில் வழுதாவூர் (Vajudavur) சீர்மை யமல்தாரன் தாசிகள் மேளவாத்தியங்களோடு பழங்களும் வைத்துக் கொண்டு கோட்டைக்குப்பத்தில் காத்திருந்து நசர் வைத்து கண்டதின்பேரி லிவர்க ளாரென்று ழெனெரா லவர்கள் கேழ்க்குமிடத்தில் நபாப்பு மமு தலி கான (Mahomed Ali Khan) வர்களுடைய உத்தாரப்படிக்கி வழுதாவூர்க் குடிகளும் நாட்டாரும் வமுல்தாரும் தங்களை சந்திக்க வந்தோ மென்று சொன்னார்கள். மேற்படியார் கொண்டு வந்து வைத்ததுகளை யொன்றும் வாங்கிக் கொள்ளாமல் நூறு ரூபாய் வெகுமதி கொடுத்து உபசாரஞ் சொல்லி யனுப்பிவிட்டார்.

இதன்றியும் வழிகடோறும் இங்கிலீசுக்காறர் பந்தல்கள் போடுவித்து அங்கங்கே காரியக்காறரை வைத்து வேண்டிய சாமக்கிறையங்களெல்லாம் வைத்துக்கொண்டு நவாபுடைய சாமாதிகளும் இங்கிலீசுக்காறருடைய காரியஸ்தருமாய்க் காத்துக்கொண்டிருந்து நசர் வைத்துக் கண்டுக்கொண்டார்கள். ழெனெராலவர்க ளதுகளை யொன்று மொத்துக் கொள்ளவில்லை. சென்னபட்டணத்துக்குச் சமீபத்தில் போன வுடனே இங்கிலீசு துரைக ளெதிர்கொண்டு வந்திட்டுப்போய் துரையவர்களுக்குச் செய்யவேண்டி யிருந்த மரியாதைகளுக்கும் மிகுதியாய் நடப்பித்தார்கள். இதல்லாமல் நவாபு மகம தல்லி கானவர்களுடைய மூத்தக் குமாரனாகிய சாயபு சதா *Sayeb Sada* வென்றவர் காற்சுபீ சீறோப்பா வொன்றும் மாத்தாபீ சீறோப்பா வொன்றும் ஒரு குதிரையுங் கொண்டுவந்து நசர் வைத்து துரையவர்களைச் சந்தித்துக்கொண்டு மேற்சொன்ன நவாபு தங்களைப் பாற்கவேணுமென்று மிகவு மபேட்சிக்கிறதினாலே தாங்கள் தயை செய்து வரவேணுமென்று மிகுதியும் வருந்தி தகப்பன் பேராலே அழைத்தவிடத்தில் ழெனெ ராலவர்கள் வதிலுபஞ்சார சொல்லி மேற்சொல்லி யிருக்கிற வெகுமதிகளை தா மேற்றுக்கொள்ளுகிற தில்லை யென்றார். கிறுபை செய்து வெகுமதியை அங்கிகரிக்க வேணுமென்று மறுபடியும் பிறிய வசனங்களைச் சொல்லுகையில் சென்னபட்டணத்துக்குப் பெரிய துரையா யிருந்த லாட்டு *Lord* சொன்ன தென்ன வென்றால் சிந்து தேசத்தில் நபாபுகளுக்குள்ளே நடந்து வருகிற வழக்கமாகையாலே அதை யேற்றுக் கொள்ளாவிட்டா லவர்களுக்கு மிகுதியும் மனஸ்த்தாபமாயிருக்கு மென்றும் நாமவர்களுக்கு அவமானஞ் செய்தோ மென்றெண்ணிக் கொள்ளுவார்க ளென்றும் ஆகையால் தாங்கள் யேற்றுக்கொள்ள வேண்டியது விகுத்தமே யொழிய வேறல்ல வென்று மேற்சொன்ன இங்கிலீசு ழெனெறால் பிரிய வசனங்களாற் சொன்னதின் நல்லதென் றேத்துக் கொண்டார்.

கடைசியாய் மேற்சொன்ன விடத்திலிருந்து புதுவை நகரத்துக்குத் திரும்பி வரும்போது நவாபு வீட்டுக் போகாமலே வந்துவிட்டார்.

1789–ம் ஆண்டு ஜூாம்வியேர் மா. 6–ந் தேக்கு – கீலக வருஷம் மார்கழி மா. 26–ந் தே.

இத்த நாள் மேற்சொன்ன சென்னப்பட்டணத்திலிருந்து ஜெனெறால் கனுவே அவர்கள் மறுபடி முன்னிருந்த முசியே திலார்சு தோட்டத்தில்தானே வந்திறங்கினார்.

நாளது மா. 29–ந் தே.க்கு – தை மா. 19–ந் தே.

இந்த நாள் காலமே அஞ்சு மணிக்கு புறுபோம் ரெழிமாம், லீல்த பிரான்சு அற்தில்லேரி, சிபாய்கள் முதலான ராணுவத்தர்களையெல்லாம் சென்னப்பட்டணத்து வாசற்படி வழியால் முசியேதெ கனுவா யவர்க ளிட்டுக்கொண்டுபோய் காட்டு மேட்டில் குயிலாப்பாளையம் வரைக்கும் வரிசை திருப்பி யானபின் கந்தப்பமுதலியார் சாவடியில் *(Candappa Mudaliyar Chavady)* வந்திறங்கி பழையது சாப்பிட்டு மறு நாளாகிற முப்ப தாந் தேதி காலமே 9½ மணிக்கு வந்து பட்டணத்துக்குள்ளே சேர்ந்தார்கள்.

பெவிறியேர் மா. முதல் தே.க்கு – நாளது மா. 23–ந் தே.

இந்த நாள் காலமே 9½ மணிக்கு நயினாத்தே முதலியாரவர்களுடைய மஞ்ஞினி குமாரனாகிற நல்லதம்பி முதலிக்கு ஜெனெரா லவர்களாலே அரிகை பிரம்பு கொடுக்கப்பட்டது.

இதற்கு முகாந்திர மென்னவென்றால் மேற்படி நயினாத்தே முதலியாருக்குத் தள்ளாமையா யிருக்கிறதினாலே பிற்காலத்திலிந்த திவான் வுத்தியோகத்துக்கு யாதொரு மாறுபாடுகள் வந்து சம்புவிக்கு மென்கிறதை யோசித்து செய்ய வேண்டியிருந்த வெற்றினப் பிறேத்தினங்கள் யாவுந் துரையவர் களுடைய ஏத் தெக் காமாகிய முசியே தெவ்வியேன் முன்னிலையில் நடந்துது. குவற்ணமாவிட்டுப் பிறப்பிட்டு தென் பிறத்து வாசற்படி வழியால் வருகையில் பிளாசிலே மேற்படியாருக்கு விகிதமா யிருக்கிறவர்கள் சில பேர்கள் வந்து காத்திருந்தவர்களும் தாசிகளும் மேளதாளங்களோடு மிகுந்த சந்தடி யில்லாமல் மேற்சொன்ன நல்லதம்பி முதலியாரையிட்டுப் போனார்கள்.

பெவிறியேர் மா. 15–ந் தே.க்கு – மாசி மா. 7–ந் தே.

இற்றை நாள் சாயுங்காலம் ஆறரை மணிக்கு வழுதாவூர் வாசப்படி வீதியில் யாதவர்களுடைய தெரு (Yadavas) வழியாய் தென்பிறமாய் திருவம்பல செட்டி (Tiruvambala Chetty) மகன்

காடி யேறிக்கொண்டு போகையில் வலங்கையார் கண்டு மறித்து காடியையொடித்து அலங்கோலைகள் செய்ததின் பேரில் செட்டிகள் சிரீ.சிரீ. வசராதராய திருவேங்கிடபிள்ளை யவர்களிடத்துக்குப்போய் முறைப்பாடு செய்துக்கொண் டார்கள்.

உடனே வலங்கையாரில் தேவரா செட்டி (Tevara Chetty) முத்துசாமி முதலி (Muttussamy Mudaly), வினைதீத்தா முதலி (Vinaithittal Mudaly) மைற்றுஞ் சிலபேர்கள் கூடிக்கொண்டு மேற்படி பிள்ளையவர்கள் வீட்டுக்குப்போய் மேற்சொன்ன காரியத்தைப் பேசி இந்த நாழிகைக்கு தாங்கள் பிறப்பட்டு துரையவாக ளிடத்துக்கு எங்களுடன் கூட வரவேணு மென்று அழைத்தார்கள். இப்போ வெகு நேரஞ் சென்றுபோனதினாலே பேச வேண்டிய காரியங்கள் யாவும் காலமே துரையுடனே பேசுவோ மென்று சொன்னார். மேற்படியா ரிந்த நாழிகைக்கு வெளியே பிறப்பட்டு வரவேணு மென்றும் வராவிட்டால் நாங்க ளிதைவிட் டப்பிறம் போறதில்லை யென்றும் மிகுதியும் முறண்டுத்தனஞ் செய்தார்கள். மறுபடியும் மேற்படியாருக் கெத்தனை நயமாய்ச் சொன்ன போதிலுங் கேளாம லவர்கள் தாறுமாறு செய்த படியினாலே பிள்ளையவர்களுக்கு மிகுதியுங் கோபம் வந்து மேற்படியாரை வீட்டை விட்டப்பிறம் போகச் சொல்லி கோபித்துக்கொண் டனுப்பிவிட்டார். பிர்ப்பாடு ராத்திரி பத்துமணிக்கு மேற்படி பிள்ளையவர்களும் இராசகோபால நாயக்கரும் (Rasagopala Naicker) பொலீசுக்குத் தலைவரான முசியே றெனோ வீட்டுக்குப்போய் நடந்த காரியங்களை யறிவித்தார்கள். ஆகையால் மறு நாள் காலமே முசியே றெனோ ழெனெறால் கனுவே யவர்களுக்கு மேற்சொல்லி யிருக்கிற சங்கதிகளை யறிக்கை யிட்டதின்பேரில் இரு திறவரையு மழைப்பித்து விளங்கி விசாரணை செய்து வொழுங்குப்படுத்தச் சொல்லி மறுபடி முசியே றெனோவுக்கு நிருபித்தார். பிற்பாடு வலங்கையார் கும்பல் கூடிக்கொண்டு பொலீசுக்குப் போனதின் பேரிலே இடங்கையாராகிய செட்டிகளை யழைப்பித்து விளங்குமிடத்தில் ஸீற்சொன்ன சந்துத் தெரு வழியாய்த்தானே தாங்களெப்போதும் வாகனங்க ளேறிக்கொண்டு போற வழக்கந்தானென்று சொன்னார்கள். வலங்கையாரைக் கேழ்க்குமளவில் இவர்கள் வழக்கமில்லை யென்றார்கள்.

இரு திறவரும் மேற்சொல்லி வரப்பட்ட தெருவினுடைய பிளாம் யெழுதி வந்து காண்பித்தார்கள். கடைசியாய் செட்டிகளுக்குச் சாதகமில்லாமற் போய்விட்டுது. ஆகையாலே முசியே றெனோ வலங்கையார் பிடுங்கி வைத்திருந்த மேற்பாடி காடியை வுடையவர்கள் வசத்திலே கொடுத்துவிடச் சொன்னார். மூன்று நாளைக்குப் பிறகு காடியைக் கொடுத்து விட்டார்கள்.

இப்படியிருக்க நாளது மா. 17–ந் தே. செட்டிகள் மறுபடி யந்தக் காடியை யிழுத்துவந்து பொலீசிலே விட்டு சொன்னது மேற்படி வெறுங்காடியா யிருக்கிறதினாலே அதற்குள்ள சேதார மொத்துக் கொடுக்கும்படி கடடளையிட வேணுமென்று முறை யிட்டுக் கொண்டார்கள். வலங்கையாரைச் சேதமொற்றுக் கொடுக்கவேணுமென்று கேட்டவிடத்திலதை யொடித்தவர் கையிலே சேதாரம் வாங்கிக் கொள்ளவேண்டியதென்று மறு மொழி சொன்னார்கள். இன்னாரென்று தெரியாததினாலே யொன்றுமில்லாமற் போய்விட்டுது.

பெவிறியேர் மா. 20–ந் தே.க்கு – மாசி மா. 12–ந் தே.

இற்றை நாள் காலமே 5 மணிக்கி வில்வவனல்லூர் வாசற்படிக்கு வெளியிலிருக்கிற *Champ de Mars* என்னும் மைதான வெளியில் *Bourbon Ile de France, artillerie* சிபாய் ராணுவத்தார்கள் கைப்பீரங்கிகள் பத்து மேற்சொன்ன யிராணுவத்தார்களுக்கு ஒவ்வொருத்தருக்கு முப்பது வெடிமருந்துக் கொடுத்து வரிசை நிறுத்தி வைத்திருந்தது. எட்டு மணிக்கு *Mr. de Conway*–யும் மைற்றுஞ் சில துரைகளும் இங்கிலீசுக்காறர் வந்திருந்தவர்களில் பெரிய மனுஷர்களுமாய்ப் போனார்கள். ஜெனெறாலவர்கள் குதிரையின் பேரி லேறிக்கொண்டு இராணுவத்தார்களை இரெண்டு பிறிவாக்கி விட்டுச் சண்டை செய்யக் கட்டளையிட்டார். முதல் பீறங்கி வெடி சுட்டார்கள். பிற்பாடு விஸ்தாரமாய்ப் பீரங்கி சப்த்த முண்டாச்சுது. நெருங்கின சமையத்திலே துப்பாக்கி வெடிகள் பீரங்கி வெடிகள் விஸ்தாரமாய் கிளம்பித்துது. *Mrs. Defresne, Chermont* முதலான ராணுவத் தலைவரெல்லாங் குதிரையின் பேரில் வெகு சாக்கிறதையுடன் எட்டரை மணி வரைக்கும் சண்டை செய்தார்கள். ஜெனெரால் சண்டை முகியளவும் வெகு சாக்கிறதையுடன் ராணுவத்தை சுத்திப் பார்த்துக் கட்டளையிட்டுக் கொண்டிருந்தார். சண்டை முகிந்து உள்ளே போனவுடனே படைத் தலவரெல்லாங் குவற்ணமாவில் பழையது சாப்பிட்டார்கள். சொல்தாதுகளுக்குஞ் சிப்பாய்களுக்குஞ் சிலருக்கு காயம் பட்டுது. சண்டை செய்யும்போது எச்சரிக்கை தப்பிப் போன படைத் தலவரில் சிலரை ஜெனெரால் சிறசாலையில் வைப்பித்தார். சிலரை வீட்டுக் காவலில் வைக்கப்பட்டுது. சண்டை செய்யும் போது பட்டணத்திலிருந்த வெள்ளைக்காறர் தமிழர் வெகு பேர்கள் வேடிக்கைப் பார்க்கப் போனார்கள்.

பெவிறியேர் மா.25–ந் தே. – மாசி 17–ந் தே.

யிந்த நாள் *Mr. Cte Durfort Civrac, Maréchal des Camps* சிப்பாய்களுக்குக் கொம்மந்தாமாகிய *Mr. Kerjean* அற்தில்லேரி

வெப்பிசியே ஒருவன், கப்பல் ஒப்பிசியே ஒருவன் மற்றுஞ் சில பேர்களெல்லாம் *Bonnefoy* என்ற கள்ளபயிர்க்காறன் வீட்டில் சுதாடிக் கொண்டிருந்த சமாசாரம் ழெனெரால் *Cte. de Conway* கேழ்விப்பட்டு தம்முட ஒற்தொனான்சு வெள்ளைக் காரனை யனுப்பி மேற்சொன்னவர்களை யெல்லாம் 15 நாள் வரைக்கும் வீட்டுக் காவலிலே வைத்தார். இனிமேல்பட வெப்பேர்ப்பட்டவர்களாவது *jeu de hazard* என்று சூதாடினா லவர் களுடைய உத்தியோகத்தை யிழந்துப் போறதுமன்றி பெலத்த தெண்டனை செய்து கப்பலி லேற்றி சீர்மைக் கனுப்பிவிடுகிற தென்றும் பிறசித்தஞ் செய்தார்.

Bonnefoy என்றவனுக்கு கட்டளையிட்ட தென்னவென்றால் யினிமேல்ப்பட யாராவ துன் வீட்டில் சூதாடினா லுனக்கும் அப்படியே ஆக்கினை கிடைக்கு மென்று நிருபித்தார்.

மார்சு மா. 4–ந் தே – மாசி 24–ந் தே.

இற்றை நாள் *Mr de Conway* யும் இஞ்சினீர் முசியே தெ ல லுஸ்த்தியே (Mr. de La Lustière) ரவர்களுமெழுதிப் பிறசித்தஞ் செய்த தென்னவென்றால் பிராஞ்சு மகாராசாவவர்களுடைய நாம தேயத்தினாலே அறிவிக்கிறதாவது: ழெனி கொம்மாந்தாமாகிய (Génie commandant) *ingénieur* வுத்திர வில்லாம லிந்தப் பட்டணத்தின் சுத்துக்கோட்டையின் கீழ்பிறத்தில் வசி நாட்டி யிருக்கிற விட முதற்கொண்டு 500 துவாசுகளுக்குள்ளாக யெப்பேர்ப்பட்டவர்காளாகிலும் செங்கல்லால் கட்டுகோப்பு, தோட்டஞ்சுத்து, மறைவுபள்ளம் இம்முதலானதுக ளொன்றுஞ் யெய்யப்போகாது, அத்துமீறி யாதா மொருவர் செய்வாரே யானால் அதுகளை அழித்துப் போடுகிறது மன்றியுள்ள சேதாரங்களு மொத்துக்கொடுக்கிற தில்லை யிப்படிக்கு அசலில் கையொப்பம் *la Lustière, Conway* இந்தப் பிறகாரம் பலவிடங்களிலு மொட்டினார்கள்.

மார்சு மா. 7–ந் தே.க்கு – மாசி மா. 27–ந் தே.

இந்த நாள் காலமே கொடி போட்டு வொரு பீரங்கி சுட்டு புறுபோம் ரெழிமாமுக் கொலொனெலாகிய முசியே தெப் பிறேன் வீட்டில் *Conseil de guerre* என்னும் ஆலோசினை கூடி ஓடிப்போய் மறுபடி பிடித்து வந்த மேற்படி ரெழிமாஞ் சொல்தாதை சாயங்காலம் பிளாசிலே கொண்டுவந்து நிறுததி அந்த ரெழிமாஞ் சொல்தாதுகளில் ஒவ்வொரு பிக்கே (Piquet) பிளாசை சுத்தி வரிசை நிறுத்திவைத்து மேற்படி சொல்தாதை யிவர்களுக்கு நடுவே விட்டு அவனுடைய ஆயுதங்களை தலை யிலே யிருந்து காலாலே கயட்டி செய்யவேண்டிய அவமானங்

களெல்லாஞ் செய்து *galêre* என்னு மாக்கினைக் குள்ப்படுத்தி னார்கள்.

நாளது மா. 13–ந் தே.க்கு – பங்குனி மா. 4–ந் தே.

இத்தை நாள் 6 மாசத்துக்கு முன்னே சீனாவுக்குப் போயிருந்த La Driade என்ற கப்பலும் Pandaure என்ற சுலுப்பும் வந்து சேர்ந்துது. அந்தக் கபித்தேனுக்கு குவற்ணமாவில் விடுதி விட்டார்கள்.

மார்சு மா. 27–ந் தேக்கு – பங்குனி மா. 18–ந் தே.

இந்த நாள் முன் *Cote Malabare* க்குப் போயிருந்த *L'Astrée* என்ற *frégate*–ம் *La Méduse* என்ற கப்பலும் வந்து துறை பிடித்தது. கடலிலுங் கரையிலும் பீரங்கி வெடி சுட்டாசாரஞ் செய்தானபின் மேற்படி கப்பித்தேனுங் கரையிலிறங்கினார்கள்.

மறுநாள் காலமே *L'Astrée* என்ற பிறகாதுக்குக் கொம் மாந்தாமாகிய *Mr. Le Vte de Saint Riveul* என்றவர் கரையிலறிங்கி குவற்னமாவில் வந்தார். உடனே 8½ மணிக்கு படைத் தலைவர்களெல்லா மந்தந்த வகுப்புடன் போ யவரைக் கண்டார்கள்.

1789–ம் ஆண்டு அவிறீல் மா 13–ந் தே. க்கு –

சவும்மிய ஆ. சித்திரை மா. 4–ந் தே.

இந்த நாள் காலமே கொடி போட்டு ஒரு பீரங்கி வெடி சுட்டு *Conseil de guerre* என்னு மாலோசினைக் கூடினார்கள். அதாவது முன் புறுபோம் ரெழிமாஞ் சொல்தாதி லொருவன் மேற்படி ரெழிமாமுக்கு *adjudant* மாயிருக்கப்பட்டவர்க ளிரண்டு பேர்களையும் கொல்ல வேணுமென்று பாதி ராவில் தூங்கிற சமையத்தி லிரண்டு பேர்களையும் கைகளினாலே சின்னபின்னமாய்க் குத்தி அதிலொருவ னிறந்து போனான். அடித்துக் கொல்லுகிற சமையத்தில் கூவுகிற தானதினா லாவனைப் பிடித்து சிறைசாலையில் வைத்தார்கள். ஆகையால் நாளது வாலோசனையில் மேல்ப்படியானைத் தூக்கிக் கொல்லுகிற தென்று தீர்மான மானபடியினாலே உடனே மத்தியானத்துக் கெல்லாம் நடுபிளாசிலே தூக்குமரம் நட்டார்கள். சாயங்காலம் அஞ்சு மணிக்கி *Bourbon, Isle de France, Artillerie, Cipayes* இம் முதலான விராணுவத்தார்களை பிளாசிலே வரிசை வைத்து மேல்ப்படி ரெழிமாமுக்கு யிசமான்களாகிய *Defresne, Chermont* இவர்களிருந்து கொண்டு சிறையிலிருந்த மேற்படி சொல்தாதை கைகளைக் கட்டிக் கிறேநாதியே சொல்தாதுக ளிட்டுவந்து மேல்ப்படி ராணுவத்தார்களுக்கு நடுவே வைத்து சகலரும்

பார்க்கும்படியாய் செய்யவேண்டிய வவமரியாதை யெல்லாஞ் செய்து படித்துப் பிறசித்தஞ் செய்தானபின் யேணியின் பேரிலேற்றி தூக்கிவிட்டார்கள். பிற்பாடு ராணுவத்தார் களையெல்லாம் தூக்கு மரத்தைச் சுத்தி திருப்பியனுப்பி விட்டார்கள். ஆறரை மணி வரைக்குந் தூக்கினபடி வைத்து பிற்பா டிறக்கிக் கொண்டுபோ யடக்கஞ் செய்தார்கள்.

மே மா. 11–ந் தே.க்கு – வைகாசி மா. முதல் தே.

இற்றை நாள் முன்னாலே யிவடத்திலிருந்து பிராஞ்சு தேசத்துக்குப் போயிருந்த டீப்பு சுல்தானுடைய *Tippu Sultan* ஸ்தானாபதிகள் La Tétisse என்ற பிறகாதில் நாளது மத்தியானம் பனிரெண்டடித் திரண்டு மணிக்கி இந்த துறையில் வந்து சேர்ந்தார்கள். மத்தியானத்தின் பேரில் பெலத்த காத்து மழை யடித்தது. மறுநாள் காலமே யெழு மணிக்கி வாங்கு சலங் கனுப்பினார்கள். ழெனெரால் *Cte de Conway* யுடைய ஏத்து தேக்காமாகிய *Mr. Castel* என்றவர் ரெட்டைக்குதிரை வண்டி வைத்துக்கொண்டு கடலோரத்தில் காத்திருந்தார். யெட்டரை மணி மேல்ப்படி பிறகாதுக்கு கொம்மந்தானுமாய் மேற்சொன்ன ஸ்தானாபதிகளை இட்டுவந்தவருமா யாகிற கோந்து தெ மக்குனேமாறா *Comte de Macnamara* என்றவரும் பின்னும் சில துரைகளு மிறங்கி வந்து குவேற்ணமாவுக்குப் போனார்கள். பத்து மணிக்கு *Mr. de Conway*யும் இவருங் குதிரைவண்டி யேறிக்கொண்டு விசீத்துப் போனார்கள். மேற்படி ஸ்தானாபதிகளுக்கு விடுதி முசியே லாவ்வு யென்றவருடைய தோட்டத்தை முஸ்தீது செய்யத் துவங்கினார்கள்.

சாயங்காலம் படைத் தலவரும் மைற்று முத்தியோகஸ்தரு மந்தந்த வகுப்புடன் குவேற்னமாவில் கூடியிருக்கிற முசியே மக்குனேமாறா (Mr. Macnamara) யென்றவரைக் கண்டு சந்திச்சார்கள்.

மே. மா. 13–ந் தே க்கு – வைகாசி மா. 3–ந் தே.

இற்றை நாள் காலமே ஆறு மணிக்கி கொடிப்போட்டு மேற்சொன்ன ஸ்தானாபதிகள் கப்பலி லிருந்து கரையி லிறக்கிற நிமித்தியம் *Isle de France, Bourbon, artillerie, cipayes* என்றுஞ் சகல ராணுவத்தார்களையுங் குவேற்னமாவின் மெத்தை வாசப்படி துவக்கிப் பிளாசை சுத்திக்கொண்டு கடலோரத்து வாசப்படி வரைக்கும் வரிசை வைத்தார்கள். ஆறரை மணிக்கு வாங்கு சலங் கனுப்பினார்கள். இதர்க்குள்ளே குவேற்னமாவில் பெரிய சாலையில் பெரிய றத்தின கம்புளி போட்டு தென் பக்கத்தில் யெதிரே யந்த றத்தின கம்புளியின்

பேரில் சிகப்பு முகமலில் சுத்திப்போன கலாம்போட்ட மசனத்துப் போட்டு அந்த மசனத்தின்பேரில் தங்கமெழைத்து சிகப்பு முகமல் மெத்தை தச்சிருந்த *fauteuil* நாற்காலி யொன்று மதர்க்கடுத்த பக்கத்தில் சாதா பொத்தே *fauteuil* லொன்றும் வடபக்கத்தில் நீல முகமல் போட்ட பொத்தேல் *fauteuil* மூன்றும் சாலையைச் சுத்தி யிரண்டு நூறு சாதா நாற்காலிகளும் போட்டு வைத்திருந்துகள். ஏழரை மணிக்கு ஸ்தானாபதிகள் கப்பலி லிருந்து சலங்கிலிறங்கிற சமையத்தில் கப்பலில் 21 பீரங்கி வெடி சுட்டார்கள். சலங்கு வந்து சேர்ந்து கரையிறங்கிற போது கோட்டையிலும் 21 பீரங்கி வெடி சுட்டார்கள். கடற்கரையி லிருந்து கால்நடையாய் மேள வாத்தியங்கள், தாசிகள் முதலான சம்பிறமங்களுடன் பிளாசுக்குள்ளே வந்தார்கள். பிளாசைச் சுத்தி வரிசையி லிருந்த தம்பூற்களெல்லாம் *rappel* அடித்தார்கள். வரிசையி லிருந்த *Mr. de Fresne, Chermont, d'Estaque* இம் மூன்று துரைகளும் மேற்படி ஸ்தானாபதிகள் மூன்று பெயர்களையும் கை கொடுத்திட்டுக் கொண்டுபோய் குவேற்னமாவி லேற யெட்டரை மணியாச்சுது. நடுச் சாலையில் போனவுடனே மூன்றுபேர்களும் வொவ்வொருவராய் ழெனெராலவர்களை யாலிங்கனஞ் செய்துக் கொண்டார்கள். பிற்பாடு அப்பக்கத்தில் சொல்லி யிருக்கிற ஒழிங்கின்படி தென் பக்கத்தில் நடுவே போட்டிருந்த தங்க மெழைத்த பொத்தேல் (fauteuil) நாற்காலியின் பேரில் ழெனெரால் கனுவே (Gl.Conway) யவர்களு மவரை யடுத்த பக்கத்தில் மேற்சொன்ன ஸ்தானாபதிகளை இட்டுவந்த மக்குனேமாறா (Macnamara) வென்றவ ரந்த சாதா பொத்தேலின் பேரிலும் வட பக்கத்தில் நீல முகமல் போட்ட பொத்தேல்களின் பேரில் ஸ்தானாபதிகள் மூன்று பேர்களுஞ் சாலையைச் சுத்திபோட்டு வைத்திருந்த நாற்காலிகளின் பேரில் முத்திரைகள் பெற்ற பெரிய வந்திஸ்த்துள்ள துரைகள் 150 பேர்கள் வரைக்கும் முள்க்காந்தார்கள். மைற்றுஞ் சில படைத்தலவர்க ளெல்லாம் நிண்ணபடி யிருந்தார்கள். தமிழரில் உத்தியோகஸ்த்தராகிய சிரீ.சிரீ. திருவேங்கடபிள்ளை யவர்கள் (Tiruvengada Pillai) முதலானாவர்க ளெல்லாம் நிண்ணபடி யிருந்தார்கள்.

யிப்படி யிருக்கற சமையத்தில் ழெனெரால் ராசப்பய்யருடன் (Rassappaiyer) சொல்லி ஸ்தானாபதிகளைக் கேழ்க்கச் சொன்ன தென்னவென்றால், நீங்கள் பிராஞ்சு தேசத்துக்குப் போய் பிராஞ்சு மகாராசா அவர்களுடைய சமூகத்தையு மவருடைய தேசத்தையு மவருடைய அதிகாரத்தையும் செல்வப் பெருமையையு மயிசுவரியத்தையும் திஷ்ட்டாந்திரமாய்ப் பார்த்து வந்தபடியினாலே யுங்களுக் கென்னமாய் தோணுதென்று கேட்டதற் கவர்கள் மறுமொழி சொன்னது: அவருடைய

செல்வத்தையும் பெருமையையும் இவ்வளவென்று வொருவரா லளவிட்டு சொல்லும் பொருட்டா யிருக்கிற காரியமல்ல வென்று சொன்னார்கள். ஆகையா லந்த மகாராசா அவர்களுக்கு செல்வப் பட்டமை யென்ற வூரையு முங்க ளிசமானர் டீப்பு சுலுத்தான் குதிரைக்காறரை அனுப்பிக் கொள்ளையிட்டு வூற்குடிகளைப் பிடித்து சுன்னுத்துப்பண்ணி அனேகம் வலங்கோலைக ளெல்லாஞ் செய்து பிறாஞ்சு குடிக்கு மிகுத்த அவமானம் வந்ததென்று மிதைவிடப் பிறாஞ்சுக்காறருக்கு வருத்திவைக்கவேண்டி அபகீற்தி யொன்றுமில்லை யென்று மிகுந்தத் தப்பிதங்களை யெவ்வளவெனும் பொறுத்துக் கொள்ளக்கூடாத காரியமாயிருந்து தென்றும் சத்துருக்களைச் செய்யவேண்டிய தெல்லாம் நமக்குத்தானே செய்தாரென்றும் நமக்கு மவருக்கு மிருக்கிற நேசத்துக்கு வெகு விரோதஞ் செய்தாரென்று மிப்படிப் பல ஞாயங்களை யெல்லாஞ் சொல்லி மிகுதியும் ழெனெரால் கோபித்துக் கொண்டதின்பேரிலே ஸ்தானாபதிகள் மறு மொழி சொன்னது இது கொஞ்ச காரியமாகையால் தங்கள் மனதி லித்தனை கோபமு மாயாசமும் வரப்படாதென்று மற்பக் காரியமா யிருக்கிறது பெரிதாய் வருமென்று மொரு வேளை டீப்பு சுல்த்தானை அறியாம லவடத்தி லிருந்த சறுதார்களாலே வந்த தப்பிதமா யிருந்தாலு மிருக்குமென்றும் ஆகையா லிதுகளெல்லா மவருக் கெழுதி விபரமாய்த் தங்களுக்குச் சமாசார மழைப்பித்துக் கொடுக்கிறோ மென்று மிப்படி பல வுபசாரங்களைச் சொல்லி தாங்க ளிதை தயவு செய்து சயித்துக் கொள்ள வேணுமென்று மிகவும் ழெனெரால் அவர்களுக்குச் சொன்னார்கள். ழெனெறா லவர்களுக்கு மிகுதியுங் கோபமாய் நீங்கள் நவமாயெழுதி நமக்குச் சமாசார மழைப்பித்துக் கொடுக்கவேண்டிய தொன்று மில்லையென்று மவடத்துக் கொம்மந்தமாகிய முசியே கானாப்பு (Mr. Canaples) யென்றவ ரவடத்தில் டீப்பு நடத்தினக் காரியங்களெல்லா விபரமா யெழுதியனுப்பின காகித மிதுதானென்று கையிலிருந்ததைக் காண்பித்து இந்தக் காகிதம் வந்து வாசித்தவுடனே யிது சங்கதிகள் விபரமாயறியும் பொருட்டாய் டீப்புக் கொரு காகித மெழுதினோம். காகிதம் வாசித்தப்பின் முன்னையைவிட பின்னையும் அதிக கொடூரங்களாய் நடந்தது. இரெண்டாவது யொரு காகித மெழுதினோம். அதுக்கு மொரு மறுமொழியு யில்லாமல்ப் போய்விட்டுது. ஆகையா லவருடைய சம்மந்தம் நமக் கினிமேல் யொன்றும் வேண்டியதில்லை யென்று சொல்லி மையி (Mahé) லிருந்து வந்திருந்த முசியே தெவோ (Mr. Devaux) என்றிந்தச் சபையி லிருந்தவரை அழைத் தெதிரே விட்டு வவடத்தில் நடந்தக் காரியங்களை இவரைக் கேட்டறிந்துக் கொள்ளுங்க ளென்றார்.

தாங்கள் சொல்லுகிற நாங்கள் சாதகங் கேட்டறிய வேண்டிய சந்தேக மொன்று மிராதென்றும் சீர்மையிலிருந் திப்பதான் வந்தவர்க ளாகையால் மேல்நடந்த காரியங்களை யின்றைக்குத் தானே யெங்க ளிசமானுக் கெழுதி சீக்கிரமாய்த் தங்களுக்கு சந்தோஷ சமாசார மழைப்பித்துத் தருகிறோமென்று இனிமேல்ப்பட நமக்குள்ளே மேலான நேசங்கள் நடக்கப் போறதினால் தெரிந்து தெரியாமல் நடந்துப்போன குற்றங்களை தாங்கள் தயை செய்து மனம் பொறுத்து நடக்க வேண்டிய கடமை தங்களூ தாகையால் தங்களுக்குத் தெரியாத காரியம் நாங்கள் மிகுத்த வுபசாரம் என்ன சொல்லப்போறா மென்று பலவிதமாய்ச் சொன்னார்கள். இதன்றியும் ஜெனெரா லவர்கள் மறுபடி யவர்களுக் கெதிர் மொழி சொன்னது

முன்னாலே கடலுக்கு ஜெனெராலாகிய *Mr. Vic de. St. Riveul* என்ற துரை வசத்தில் டீப்பு சுலுத்தானுக்கு ஆறு வெண்கல பீரங்கிகள் வெகுமதி கொடுத்தனுப்பின விடத்தில் மேற் சொன்ன சென் றிவேலென்ற (Saint Riveul) துரை யவர்களுடைய யோக்கியத்துக்குத் தக்க மரியாதை செய்யாமல் அவமானப்படுத்தி அனுப்பி விட்டாரென்று மாகையால் இவடத்தில் நடந்திருக்கிற காரியங்களை யெல்லாம் விபரமாய் மகாராசா அவர்களுக்குத் தப்பாமல் கட்டாயமா யெழுதி யனுப்ப வேண்டியது எனக்குக் கடமையும் விகிதமுமாகையால் நானெழுதப் போறேன். உங்களுக்கு விசிதப்படி யறிக்கையும் யிட்டேன். இனிமே லிதனாலே வந்து சம்புவிக்கப்போற நல மிளப்பமும் லாபலோபமும் என்னாலே வந்துதென்று நீங்கள் குத்தமா யெண்ணவேண்டிய தில்லை யென்றும் வேணுமென்று டீப்பு சம்பாதித்துக் கொண்ட பகைக்கும் நான் செய்ய வேண்டிய தொன்றுமில்லை யென்று மிப்படி நிலையில்லாத அவர்களுடைய நேசம் மகாராசா அவர்களுக்குத் தேவையில்லை யென்றும்

இந்த சிந்து தேசத்தி லொருவருடைய உதவி யொத்தாசை களுக்கு மவர் காத்திருக்கவில்லையென்று மிதுகளை யொரு பொருட்டா யெண்ணியிருக்கவில்லை யென்றுஞ் சொல்லி மகாராசா அவர்க ளுங்களுடன் கூட அனுப்பி ஸ்தானாபதி யாகிய மக்கினேமறா யென்றவரை யுங்களுடனே கூட்டி யுங்கள் தேசத்துக் கனுப்பிவிக்க வெனக்கு மனதில்லை யென்று மவிடத்தி லுங்க ளிசமானர் நடத்தியிருக்கிற காரியத்துக் கவ ருங்கள் தேசத்துக்கு வருகிறது யோக்கியமா யிருக்கவில்லை யென்று மன்றியு மவர் தம்முடைய கப்பலை துரையில் விட்டுப் போட்டு பரிச்சேதம் வரமாட்டா ரென்றும் வெகு கொடூரமாய் சொல்லி,

உங்கள் தேசத்துக்கு நீங்க ளிவடம் விட்டுப் போறபோது வழிகளிலே யுங்களுக் கொரு பொல்லாப்புகளும் வந்து நேரிடாம லிருக்கும் பொருட்டாய் நபாபு மமு தல்லி கானுக்கு மிங்கிலீசுக் காறருக்கும் காகித மெழுதி யவர்கள் கையில் ஸ்திரமான வத்தாட்சிப் பெற்றுக் கொண்டு கரைவழியா யுங்களைக் கூடியமட்டுஞ் சுறுக்காய்ப் பயணப்படுத்தி அனுப்புகிறதுக்கு வேண்டி யிருக்கிற வெத்தினங்களை செய்தாகிறவரைக்கும் வுங்களுக்கு விடுதி யொழித்து வைத்திருக்கிற முசியே லாசு (Mr. Law) தோட்டத்தில் போயிருக்கோ ளென்னும் நீங்க ளிவடத்தில் வந்து சேந்த மாத்திரத்தி லுங்களை சீக்கிரமாய்த் தாமச மில்லாமல் யனுப்பவிக்கச் சொல்லி டீப்பு நமக்கு இரண்டு காகித மெழுதி யிருக்கிறாரென்றும் ஆகையால் சீர்மையி லிருநது நீங்கள் பெற்று வந்திருக்கிற வெகுமதிகளை யெல்லாங் கொண்டுபோய் டீப்பு சுலுத்தானுக்குச் செலுத்தி சுமுத்திரையுட னெல்லாம் வந்து சேந்து தென்றவர் கையில் ஒரு ரசீது தாமச மில்லாமல் வாங்கி யனுப்பிவைக்க வேணுமென்று சொல்லி ழெனெறால் ஒன்பதரை மணிக் கெழுந்திருந்தார். ழெனெறா லவர்களை ஸ்தானாபதிக ளாலிங்கனஞ் செய்து கொண்டு குவற்ணமாவிட்டுப் பிறப்படுகையில் முசியே தெப்பிறேன் (Mr. de Fresne) இவர்களை யிட்டுக்கொண்டு போகையில் பிளாசிலே வரிசையி லிருந்த தம்புறுகளெல்லா மடித்து மறுபடி யிருபத்தொரு பீரங்கி வெடி சுட்டு மரியாதை செய்தார்கள்.

மேற்படியார் பல்லக்கி லேறினவுடனே அவர்களுடன் கூட *Chasseur* – சொல்தாதுகள் *50*–ம் கிறேனாதியே (grenadiers) கும்பனியிலே – *50*–ம் சிபாய்களில் ஒரு கும்பனியும் வெள்ளைக் காறருடைய வாத்தியங்களோடு கூடிய *musique*–ம், தமிழ் வாத்தியங்ள் தாசிகள் சவளக் கழிகள் முதலான சம்பிறங் களுடனு மிகுந்த மேன்பாடுகளுடனும் முன்னாலே யிந்த பட்டணத்துக்கு ழெனெராலா யிருந்த *Law de Lauriston* என்றவருடைய வொழுகரைத் (Ojugarai) தோட்டத்திற் கொண்டு போய் விட்டார்கள்.

மேற்சொன்ன வெள்ளைக்காற றாணுவத்தார்களும் மேற்படி *musique* வாத்தியங்களும் வில்லியநல்லூர் (Villiyanallur) வாசற்படி வரைக்கும் போய்த் திரும்பி வந்துவிட்டார்கள் *Mrs. de Fresne, Chermont, d'Estaque* இம் மூன்று துரைகளுங் கூடப்போய் தோட்டத்திலே விட்டுப் வந்தார்கள். அந்த தோட்டத்து வாசற் படியில் காவலிருக்கும்படியே சிபாய்கள் ஒரு சமேதார் ஒரு தம்புறும் ஸ்தாபித்தார்கள். மேற்சொன்ன ஸ்தானாபதிகளுடன் ழெனெறா லவர்கள் டீப்பு சுலுத்தான் பேரி லித்தினை கோபித்துக் கொண்ட காரணமென்ன வென்றால்,

மையிலே இருப்புக்கட்டு துபாக்கிகளும் பித்தளைக் கட்டு துப்பாக்கிகளும் விக்கிறையஞ் செய்யும் பொருட்டாய் வற்தகர் கொண்டுவைத்திருந்த சமாசாரம் டீப்பு சுலுத்தான் கேழ்விப் பட்டு பித்தளைக் கட்டு துபாக்கிகளை எல்லாம் விலைக்கு வாங்கிக் கொண்டார். யிருப்புக் கட்டு துபாக்கிகளை தாம் கிறையங் கொடுத்து வாங்கிக் கொள்ளுகிறவரைக்கும் ஒருவருக்கும் விற்காமல் வைத்துவைக்கச் சொல்லியிருந்ததாகவும் உடனே யிவ ரவர் வாங்கிக் கொள்ளாமல் தாமதப்பட்டுப் போனதினாலும் அந்த துபாக்கிகளுக்குத் தேவைக்காறர் வந்து கேட்டதின் பேரிலே உடமைக்காறர் விக்கிறையஞ் செய்துப் போட்டார்கள்.

இந்த சேதி டீப்பு சுலுத்தான் கேழ்விப்பட்ட மாத்திரத்திலே தாம் வைத்துவைக்கச் சொன்னதை தம்முடன் சொல்லாமல் பிறத்தியாருக்கு வித்துப்போட்டார்க ளென்கிறதின் பேரிலே கோபமுண்டாய் அந்த வூரையுங் கொள்ளை யடித்து அந்த வற்தகரையும் பிடித்துக் கொண்டு வரச்சொல்லி நிருபித்தப்படி மேற்படி குதிரைக்காறர் போய் பிறாம்சுக் கொடியையும் வெட்டி மிகுந்த வலங்காலைக ளெல்லாஞ் செய்யும் போது மேற்படி பட்டணத்துத் துரையாயிருந்த முசியே கனாப்பு (Mr. Canaples) முதலிய துரைகள் அன்னேரந் தப்பித்துக் கொண்டோடிப் போனார்கள்.

மேற்சொன்ன சங்கதிக ளவடத்தில் நடக்கிறபோது முசியே தெவோ (Mr. Devaux) வென்றவ ரவிடத்தி லுத்தியோகமா யிருந்தவ ரவடத்தில் தப்பி யிவடத்தில் வந்து சேர்ந்திந்தச் சமாசாரங்களை ழெனெறா லவர்களுக்கு விசிதப்படுத்தினார்.

இவர் சொன்ன வாக்குமூலத்தையும் முசியே கனாப்பு சவிஸ்தாரமா யெழுதியனுப்பிய மெமுவாறையும் *(mémoire)* வாசித் தாலோசினை செய்தானபின் ழெனெறா லவர்களுக்கு மிகுந்தக் கோபமும் பகையு முண்டாச்சுது.

இதுவும் ழெனெரா லவர்கள் சொன்னதாவது: இந்தச் சிந்து தேசத்தில் பிறாஞ்சுக்காறர் ஸ்தாபித்திருக்கப்பட்ட சறுவ ஸ்தலங்களுக்கும் மகாராசா அவர்களுடைய விராணுவ தளத்துக்கும் பூறண வதிகாரம் பெற்றிருக்கிற நா மிவடத்தி லிருக்கத் தக்கதாக நம்முடைய வதிகாரத்துக் குள்ளடங்கிய ஸ்தலங்களி லியாதொரு காரியங்கள் நடந்தால் நமக்கெழுதி யனுப்ப வேண்டிய காரியங்களைச் செய்துகொள்ள வேணுமே யன்றி டீப்பு தன் மனதின்படி செய்யவேண்டிய வதிகார மொன்று மில்லையென்றும் நம்முட வூரில் காண்பித்த சவுரியத்தையும் வல்லமை மைய்க்கு சமீபத்தி லிருக்கிற நம்முடைய சத்துருக்களுடைய ஸ்தலமாகிய

தலைச்சேரி (Talaicchery)யென்ற விடத்தில் காண்பித்தா லப்போ தந்த குணந்த தெரியுமென்றும் நமக்கு வருத்திவைத்த அவமானத்துக்கு வதில் நாஞ் செய்ய வேணுமென்று நினைத்தால் வேறொருவருடைய வெத்தாசை யில்லாமல் நமக் கிவடத்தி லிப்பவிருக்கிற பெலனைக் கொண்டு டீப்புடைய கெறுவத்தை யடக்கிறது நமக்கு வெகு வெளிசாயிருக்குமென்று மவர் விவேக மில்லாமல் செய்ததுக்கு வதில் செய்தால் சரிக்குச் சரியாய்ப் போய்விடு மென்கிறதை யோசித்து மேல்ப்படியாருடைய அவகுணங்களையும் நடத்தைகளையும் மகாராசா வவர்களுக் கெழுதி யனுப்பி கட்டாயமா யறிவிக்கவேணு மென்கிறதைக் குறித்து தூர யோசித்து மிகுதியும் மனம் பொறுத்தோமே யொழிய வல்லமை யில்லாமல் விட்டுவிட்டதல்ல வென்று மிது சமாசாரங்க ளெழுதிவந்த மாத்திரத்திலே மோரீசு ழெனெறாலுக்கு நா மெழுதியனுப்பின தென்னவென்றால்,

டீப்புடைய ஸ்தானாதிபதிகள் மோரீசிலிருந்து வந்த மாத்திரத் லவர்களை யவடத்திலே தானே சிறைசாலையில் வைத்து நமக்குச் மசமாசார மெழுதக் கடவதென்று நிருபித்தனுப்பினேமென்றும் நீங்க ளவிடத்திற் போய் துறைபிடியால் நேரா யிவடத்தில் வந்து விட்டபடியினாலே அவமான மில்லாமல் தப்பிப் போனீர்களென்று சொன்னார்.

மே மா 15–ந் தே க்கு – வைகாசி மா. 5–ந் தே.

இத்த நாள் பிராஞ்சு மகாராசா அவர்கள் டீப்பு சுலுத்தானுக்குக் கொடுத்தனுப்பின வெகுமதிகளை கப்பலி லிருந் திறக்கினார்கள். அதாவது *Tapisserie des Gobelins* என்று பேருடைய விரத்தினக் கம்பிளி யொன்று கப்பலிருந் திறக்கிற நிமித்தியம் 50 கட்டுமரங்க ளொன்றாய்ச் சேர்த்துக் கட்டி அதின் பேரில் மரக்குதிரைகளை வரிசையா யேற்றி ஆணிகளடித்துக் கொண்டுபோய் கப்பலிலிருந் திறக்கிக் கடலோரத்தி லிருந்து 100 காப்பிறிகள் *cafres* எடுத்துவந்து குவேற்ணமாவிலே வைத்தார்கள். அதைக் கூடியமட்டும் எத்தனை சுருக்கமாய் மடித்துக்கட்டியும் 50 அடி நிகளமிருந்தது. அந்த நிகளத்துகக்கு கனமு மிரண்டிச் சதுரமிருந்தது. அதன் மீதில் கித்தான் ரெட்டுகளும் கீல்ப்பாய்களும் போட்டு கீல்க் கயற்றினாலே வெகு பத்திரமாய்க்கட்டி யீய முத்திரைகள் வைத்திருந்தது.

அதின் விபர மென்னவென்றால் ஒரு பெரிய அரண்மனையி லுள்ள சாலையிலே (Salle) முழுதுஞ் சுவர் தெரியாமல் கட்டி சிங்காரிக்கிறதே யொழிய பூமியில் போடுகிறதல்ல வென்றும் இரோப்பு ராச்சியத் லுண்டாயிருக்கற அனேக அதிசயமான பொருட்களிளெல்லா மிதைவிட வேறே யதிசயமும் சிங்காரமும்

பருபமும் வேடிக்கையு முச்சிதமு மில்லை யென்று பிராஞ் சுக்காற ராசா அவர்களுடைய அரண்மனையில் மாத்திர மீது கட்டி சிங்காரித்திருக்கிற தென்றும் பறீ (Paris) பட்டணத்தில் நாளொன்றுக்கு 200 பேர் வேலைக்காற ரிருந்து வோயாமல் வேலை செய்தால் பத்து வருஷத்தில் ஒரு ரத்தின கம்பிளி செய்து முகியுமென்றும் *Louis 14* என்னும் பதினா லாம் ராசாவின் காலத்தில் நடந்த யுத்தமெல்லா மதில் நெய்திருக்கிறதென்று மதின் விலை லக்ஷக்ஷம் ரூபாயென்றும் ஸ்தானாபதிகளை சீர்மையிலிருந் திட்டுவந்த *Mr. Le Cte de* மக்குனேமொறா வென்றவர் சொன்னார்.

Bataille de Louis 14 பதிநாலாம் ராசா காலத்தில் யுத்தம் நடந்தபோது குதிரை ராவுத்தரும் காலாள் பதாதிகளும் பீரங்கி வண்டி முதலாயுள்ளதுகளும் மேற்படி ராணுவத்தார்களை நடத்தும்படியிருந்த சேனைத்தலவரும் அந்தந்த வகுப்புடன் அணியணியாய் வகுத்திருந்தபடி யுருயுருவா யுள்ளபடி யின்னின்னா ரென்று தெரியும் பொருட்டாய் மேற்சொன்ன றத்தினக் கம்பிளியில் நெய்திருக்கிறது. இதன்றியு மித்துடன் கூட 4, 5, 6 அடி வுசத்தி நிகளமுள்ள பெரிய கட்டுகள் 7 கட்டு பெகுமதிக ளிறக்கினார்கள். அதுகளுக்கும் கோணிச்சாக்குகள் போட்டு வெகு பூச்சியமாய்த் தைச்சிருந்தது. அந்த 8 கட்டு வெகுமதிகளில் டீப்பு சுல்த்தானுக்குக் கொடுக்கப்பட்டுது நாலும் மைற்ற மூன்று கட்டுகளும் மேற்படி ஸ்தானாபதிகள் மூன்று பேர்களுக்குங் கொடுக்கப்பட்டது.

ஆகையா லவர்களுடைய பேர் தனித்தனியாய் கண் டெழுத்தப்பட்டிருந்தது.

டீப்பு சுல்த்தானுக்குக் கொடுத்த வெகுமதி கட்டுகளில் *présent pour Tippu Sultan* என்று பிராஞ்சு பாஷையி லெழுதியிருந்துது *no: 1, 2, 3, 4, 5, 6, 7* என்று லெக்கமும் போட்டிருந்துது.

இந்த வெகுமதி கட்டுகளி லனேக வதிசெயமும் பருபமும் உச்சிதமும வினோதமும் டீப்பு சுல்த்தான் புருஷாயிசில் பார்த்திராத மகா அற்புதமான பொருட்களெல்லா மிருக்கு தென்று துரைகள் சொன்னார்கள்.

இந்த வெகுமதிகளெல்லாம் யேக துகை சீர்மைக் கணக்குப்படி கூடினது மூணு மில்லியோம் (million de livres) 3 லீவுருக்கும் முப்பது லட்சத்துக்குக் கூடிய புதுச்சேரி ரூபாய் 12 லட்சமாச்சுது. மகா வினோதமுமாய் அற்புதமான மேற்சொன்ன விரத்தின கம்பிளியை ஸ்தாபிக்கும் பொருட்டாய் யோக்கியமான வரண்மனை டீப்பு சுல்த்தானுடைய ராக்ஷக்ஷியத்தி லிருக்கமாட்டா தென்கிற மகாஇராசா வவாக ளியோசித்து இந்த அருமையான

வஸ்துக்களை யொழுங்குடன் ஸ்தாபித்துக் கொடுக்கும்படியாகவும் பின்னும் டீப்பு சுல்த்தானுக் கிச்சையான காரியங்களெல்லாஞ் செய்துக் கொடுக்கும்படியாகவும் கெட்டிக்காறராய் வேலை செய்ய தெரிந்தவர்களாய் முப்பத்திமூணு வெள்ளைக்காறரை திட்டபடுத்தி வுடன்படிக்கை செய்துக் கொடுத்து மூன்று வருஷ வரைக்கும் டீப்புடைய விராக்ஷியத்திலிருந்து மேற்படியாருக் கிஷ்டமான வேலைகளாகிய பீரங்கிகள் துபாக்கிகள் சகலாத்து முதலா யுள்ளதுகளெல்லாஞ் செய்யும்படி திட்டப்படுத்தி மேற்படி ஸ்தானாபதிகளுடன் கூட்டி யனுப்பிவைத்தார்கள். இதில் கோட்டை கட்டுகிற *Ingénieur* ஒருவனும் *architecte* என்று மரண்மனை வீடுகள் கட்டி வைக்கிறவ னொருவனும் வயித்திய சாஸ்திரி ஒருவன் தோட்ட வேலையுடன் சேர்ந்த சிங்காரங்கள் செடிக ளிம்முதலான காரியத்துக் கொருவனும் இப்படி முப்பத்திரெண்டு பேர்களும் முப்பத்தி ரெண்டு தொழி லுடையவர்களா யிருந்தார்கள்.

மே. மா. 28–ந் தே. க்கு – வைகாசி 18–ந் தே.

இற்றை நாள் சாயங்காலம் ஒழுகரைத் தோட்டத்தி லிருந்த மேற்படி ஸ்தானாபதிகள் தங்களுடைய தேசத்துக்குப் போனார்கள். மேற்சொன்ன முப்பத்திரெண்டு வெள்ளைக்காறருங் கூடச் சென்றார்கள்.

பிறாஞ்சு தேசத்திலிருந்து ஸ்தானாபதிகள் கொண்டு வந்த அனேக வதிசெயமான செடிகளையும் மேற்படியார் பெற்றுவந்த வெகுமதிகளையும் மேல்ப்படி சாமான்களையும் 52 வண்டிகளி லேற்றிக்கொண்டு போனார்கள். இவர்களுடன் கூட முசியே தெவோ *(Mr. Devaux)* என்றவரையும் வைக்கீல் ராமராயரையும் 25 சிப்பாய்களையும் கூட்டி மேற்படியாருடைய எல்லையிற் கொண்டுபோய் விட்டுவரச்சொல்லி நிருபித்தனுப்பினார்.

டீப்பு சுல்த்தானுக்கு வந்த வெகுமதிகளை கரைவழியாய் மேற்படியாருடன்கூட யனுப்புகிறது பிறையாச மானதினாலே கப்பலேற்றி யனுப்பிவைக்கும் பொருட்டாய் இவடத்திற்றானே நிறுத்திவைக்கப்பட்டுது.

மூவேன் மா. முதல் தே.க்கு – வைகாசி மா. 22–ந் தே.

இந்த நாள் சாயங்காலம் அஞ்சு மணிக்கு *la revue générale* என்ற றாணுவத்தார்களை எண்ணிக்கைப் பிடிக்கிற நிமித்தியம் *Bourbon régiment* என்னும் இராணுவத்தார்களுக்கு நவமாய் முஸ்தீது செய்திருந்த குட்டைசட்டைகளும் காரைக்கால் தொப்பிகளும் அதினடுவே *panache* வெள்ளைப் பாகைகளுஞ் சுத்தி யதின் மீதில் *panache* என்னு மயிர்த்துளுய்களும் வைத்து

மேற்சொன்னபடி மேல்ப்படி ரெழிமாமுக்கு இசமா னாகிய முசியே தெப் பிறேன் முதல் சொல்தாதுகள் வரைக்கும் சிங்காரித்துக்கொண்டு பிளாசிலே வந்து நின்றார்கள்.

ழெனெறால் கனுவே யவர்கள் வந்துப்பார்த்து எண்ணிக்கைப் பிடித்து முகிய ஆறேமுக்கால் மணி வரைக்குஞ் சென்றது. வுடனே சில கப்பித்தேன் வொப்பீசியேகளுக்கு வுத்தியோகங் கொடுக்கப்பட்டுது.

6–ந் தே.க்கு – வைகாசி மா. 27–ந் தே.

இற்றை நாள் ஸ்தானாபதிகளை யிட்டுக்கொண்டு போன முசியே தெவோ வைக்கீல் ராமராயர் மேற்படியாரை சின்ன சேலத்தில் விட்டுவிட்டு சாமான்க ளேற்றிப்போன வண்டிகளையு மிட்டுக்கொண்டு யிராத்திரி வில்வவனல்லூரிலிருந்து 7–ந் தே. காலமே பட்டணத்துக்குள்ளே வந்து சேர்ந்தார்கள்.

மூவேன் மா. 15–ந் தே க்கு – ஆனி மா 5–ந் தே.

இந்த நாள் காலமே 7½ மணிக்கு குவேற்ணமாவின் கீழ்ச்சாலையில் கப்பல்களுக்கு வெப்பீசியே கப்பித்தேன்களும் *Mr. Le Comte de Fournon* என்ற கப்பல்களுக்கு கொம்மாந்தா மவர்களுங் கூடி நாளது வரைக்கு மிந்த துறைக்கு கும்மாந்தா மா யிருந்த *Mr. Le Vicomte de St Riveul* என்றவருக்கு வதிலாய் *Mr. le Cte de Macnemara* என்றவர் மாற்ற வந்திருக்கிறதினாலும் மேற்படி முசியே *St Riveul* நாளையத் தினம் பிறாஞ்சு தேசத்துக்குப் பயணம் போறதினாலும் மேற்சொல்லி யிருக்கிற முசியே மக்குனே மறா வென்றவரை யிந்தக் கடலுக்கு *Chef des divisions* என்று யெசமானா யெல்லாரு மேத்துக்கொள்ளக் கடவதென்றம் முசியே சேன் றிவேல் சொல்லி நிருபித்தார். ஆகையா லெட்டு மணிக்கு *Bourbon, Isle de France, artillerie, administration cipahis, génie,*

இம்முதலாயுள்ள படைத் தலவ ரெல்லாம் அந்தந்த வகுப்புடன் வந்து தனித்தனியே மேற்சொன்ன முசியே சேன்றிவேல் என்ற துரையைக் கண்டு பயண மனுப்பிவிச்சுக் கொண்டு போனார்கள். ஆகையால் மறுநாள் காலமே மேற்சொன்ன *Mr. Le Victe de St Riveul* <u>*L'Astrée*</u> என்று பெயர் கொண்ட தம்முடைய கப்பலி லேறி பிறாஞ்சு தேசத்துக்குச் சென்றார்.

***Juin* மா. 27–ந் தே. க்கு – ஆனி மா. 17–ந் தே. சனி வாரம்**

இந்த நாள் கொமிசே லாலோசினையில் *Lieutenant Civil* யென்ற வுத்தியோகத்திலிருந்த *Mr. Gérard* ழெறார் என்றவரிந்த வுத்தியோகத்தையும் தெற்னீயரே *Conseil* இருந்த முசியே *White* உடைய உத்தியோகத்தையும் *Ile de France Régiment* மில்

வொப்பிசியேரா யிருந்து உத்தியோக மில்லாம லிருக்கிற முசியே சொழி யென்றவருக்குக் கொடுத்தார்கள். ஆனால் முசியே ழெறா ரென்றவருக்கு *Receveur du Domaine* என்கிற கிறாம விசாரணை வுத்தியோகத்தைக் கொடுத்தார்கள்.

Juillet மா. 11–ந் தே. க்கு – நாளது மா. 31–ந் தே.

இந்த நாள் *Ile de France Régiment* சொல்தாதுகளில் கிறேனாதிய் கும்பனியில் 100–ம், மேற்படி ரெழிமாமில் *Buthler* என்ற கப்பித்தேனுடைய கும்பனியில் 50–ம் ஆக 150 சொல்தாதுகளும் மேற்படி ரெழிமாமுக்கு கொலோனேல் கொம்மந்தாமாகிய முசியே *Mr. Chermont* என்றவரும் மேற்படி ரெழிமாமுடைய கொடிகளிரெண்டி லொன்றுங் கப்பலிலேற்றி மோறீசுக்குப் போனார்கள். வேறொரு கொடியை மேற்படி ரெழிமாமுக்கு *Lieutenant Colonel Mr. d'Estaque* குடியிருக்கிற விடத்திற் ஸ்தாபித்தார்கள்.

நாளது மா. 16–ந் தே.க்கு – ஆடி மா. 4–ந் தே.

இந்த நாள் பிறாம்சு தேசத்திலே யிருந் தொரு சுலுப்பு வந்துது. அதில் ழெனெறால் கனுவே யவர்களுக்கு பெரிய உத்தியோகம் வந்துது. அதாவது *Gouverneur de toutes les troupes en deçà du (Cap. de) Bonne Espérance* என்று மகாராசாவவர்களுடைய *Brevet* என்ற காகிதம் வந்ததில் மேல்ப்படி உத்தியோகம் பிறசித்தமாச்சுது. அந்த சுலுப்பிலிருந்து பதினாயிரம் பத்தாக் கிறக்கினார்கள்.

நாளது மா. 18–ந் தே. க்கு – 6–ந் தே.

இந்த நாள் <u>La Nimphe</u> என்ற *Mr. Cte de Fournon* என்றவருடைய பிறகாதில் பீரங்கி குண்டேற்றினார்கள். 20–ந் தே. மேல்சொன்ன கப்பலில் *L'isle de France* ரெழிமாஞ் செல்தாதுகளில் 160 பெயர்களை யேற்றினார்கள். சாயங்காலம் ஆறு மணிக்கு கப்பலுக்கு கொமேந்தமாகிய *Mr. Fournon* என்றவர் மோறீசுக்குப் (Maurice) போக கப்பலேறினார். இத்த நாள் கோட்டை வேலை துவக்கின நாள் முதல் நாளதுவரைக்கும் நடந்துக் கொண்டிருந்த பழைய வில்வவன்நல்லூர் வாசப்படி யாகிய ராச வீதியி லிருந்ததை யடைத்து புதுசாய்க் கட்டி முகிந்த வாசப்படியால் நடக்கவிட்டார்கள்.

Août மா. முதல் தே. க்கு – ஆடி மா. 20–ந் தே.

இற்ற நாள் *L'Isle de France* ரெழிமாம் சொல்தாதுகளில் 250 பேர் மேல்ப்படி இராணுவத்தார்களுக்?கு மழோராகிய *Mr. Touffreville* என்றவனும் மருந்துக் குண்டுகளும் <u>*Persée*</u> என்ற கப்பலி லேத்தி மோரீசுக் கனுப்பினார்கள்.

நாளது மா. 24–ந் தே. க்கு – ஆவணி மா. 12–ந் தே.

இற்றை நாள் சாயங்காலம் அஞ்சரை மணிக்கி நாளயைத் தினம் St. Louis என்று பிராஞ்சு மகாராசா அவர்களுடைய பேர்க கொண்ட தினமாபடியினாலே படைத் தலவர்க ளெல்லா மந்தந்த வகுப்புடன் கப்புசேன் (Capucins) இழெசுவீத்து (Jésuites) என்னு மிரண்டு கோவில் பாதிரியார்களும் குவற்னமாவில் வந்து ழெனெரால் கனுவே யவர்களைச் சந்திச்சார்கள். ஆறு மணிக்கு கரையிலுங் கடலிலு மிருபத்தொரு பீரங்கி வெடி சுட்டார்கள். மறு நாள் மா. 25–ந் தே. காலமே படைத் தலவ ரெல்லாம் குவற்னமாவில் வந்துக் கூடினார்கள். 8 மணிக்கு ழெனெறால் முதல் சமஸ்தான துரைகளுங் கூடிக் கொண்டு கோவிலுக்குப் போனார்கள். முன்னமே தானே கோயில் வாசற்படி முதற்கொண்டு பூவரச மரச் சாலைகள் வரைக்குஞ் சுத்தி சொல்தாது ராணுவத்தார்களை வரிசை நிறுத்தி யிருந்துது. உடனே யொரு பூந்தேர் சோடித்துக் கொண்டு அன்பது கிறேனாதியே (grenadiers) சொல்தாதுகளுந் தம்பூர் முதலாயுள்ள *musique* வாத்தியங்களோடு குவேற்னமாவி லிருந்து பிறப்பட்டு கோயிலுக்குப் போனார்கள். கோவில் சடங்குகள் முகிந்தவுடனே ஒன்பது மணிக்குக் கரையி லுங் கடலிலும் 21 பீரங்கி வெடி சுட்டார்கள். வுடனே கோவிலுக்கு சிரேஷ்டரா யிருக்கிறவர் *Vive le Roi* என்று மூன்று திரங் கூவினார். அந்தப் பிறகாரம் ழெனெறால் கனுவேயும் மைற்ற துரைகளும் மூன்று விசை கூவினார்கள். கோவில் காரியம் முகிந்தவுடனே ரெழிமாமுக்கு மழோராகிய முசியே தெஷோ மென்றவர் கோவிலிலிருந்து வெளியே வந்து *Vive le Roi* என்று மூன்று விசை கூவினார்கள்.

ஒன்பதரை மணிக்கு சமஸ்தானவர்களுங் கூடிக்கொண்டு குவற்ணமாவுக்குப் போய் ழெனெறா லவர்களைச் சந்திச்சார்கள்.

இன்றையத் தினம் மத்தியானம் குவற்ணமாவில் St. Louis என்ற முத்திரை பெற்ற துரைகளெல்லாம் விருந்து சாப்பிட்டார்கள்.

***Septembre* மா. 7–ந் தே.க்கு – ஆவணி மா. 26–ந் தே.**

இந்த நாள் மோறீசிலிருந்து தொரு சுலுப்பு வந்ததில் சமாசார மென்னவென்றால் புதுவைநகரி லிருக்கப்பட்ட மருந்து குண்டுகள் பீரங்கிகள் ராணுவத்தார் சகலமுங் கப்பலிலேற்றிக் கொண்டு ழெனெறால் கனுவே யவர்களை வரச்சொல்லி மகாராசா வவர்களுடைய வுத்தாரப்படி மந்திரியுடைய நிருபம் வந்துது. அப்படியே மறுநாள் யெட்டாந் தேதி பீரங்கிகள் மருந்து குண்டுகள் முதலாயுள்ள சாமான்களை கப்பலி லேற்றத்

துவக்கினார்கள். முன்னமேதானே மேற்படி ழெனெராலுக்கு சீர்மையி லிருந்து கட்டளையிட்டு அனுப்பி யிருந்தென்ன வென்றால் புதுவைநகரில் கோட்டைக் காவற் கார்க்கவும் நீதிக் காறுபாறுடன் கூடிய சங்கதிகளுக்கும் வேண்டியிருக்கிற செனங்கள் வெள்ளைக்காற ராணுவத்தாரில் கொஞ்சமும் சிபாய் ராணுவத்தார்களில் கொஞ்சமும் வைத்துக் கொண்டு மைற்ற சொல்தாது ராணுவத்தார்களையும் பீரங்கி மருந்து குண்டுகள் சமஸ்தமும் கப்பலிலேற்றி மோரீசிலே கொண்டுபோய் சேர்த்து வைத்துக் கொள்ளுகிறதுக்கு வேண்டிய வெற்றினங்கள் செய்து முகித்துக் கொண்டிருக்க வேண்டியதென்றும் பிற்பாடு மேல் நடக்கவேண்டிய காரியங்களுக்கு நாம் பின்னாலே தீர்மானமாய் நிருபித் தனுப்புகிறபடி நடந்துகொள்ளக் கடவதென்றும் *ministre* அவர்களுடைய நிருபம் வந்திருந்ததினாலே போன மூலியேத்து மா.11–ந் தே.க்கு தானே *Ile de France Régiment* – மில் கிறேனாதியே கும்பனி சொல்தாதுகளை முதல் கப்பலேற்றி யனுப்பினார்கள். பிற்பாடு கொஞ்சங் கொஞ்சமாய் சமான்களையு மிராணுவத்தார்களையும் யேற்றிக் கொண்டிருந்தார்கள். ஆதலால் பக்கத்திற் சொல்லியிருக்கிற Fanfaron என்று பேர் கொண்ட சுலுப்பு மோறீசிலிருந்து வந்ததில் முன்னாலே நிருபித்திருக்கிறபடி நிறைவேற்றச் சொல்லி யுத்தாரம் வந்தபடியினாலே முழுதும் நிறவேத்தத் துவக்கினார்கள். இதுவும் புறுபோம் ரெழிமா முக்கு (Régiment de Bourbon) கொலோனெல் கொம்மாந்தமா யிருந்த முசயே தெ ப்ரெனுடைய வுத்தியோகத்தைத் தள்ளிப்போட்டு மேற்படியாருடைய ரெழிமாம் மோறீசில் போய் சேர்ந்தவுடனே அதைக் கலைச்சு புதுச்சேரி ரெழிமாமுடன் சேர்த்துப்போடச் சொல்லியும் முசியே கனுவே யவர்களுக்கு *ministre* அவர்களுடைய நிருபம் வந்துது.

முசியே தெப் பிறேனுக்கு மிது சமாசார மெழுதி வந்தப் படியினாலே மிகுதியும் விதனப்பட்டார்.

Septembre மா. 18–ந் தே.க்கு – பிரட்டாசி மா. 5–ந் தே.

இந்த நாள் சீர்மையி லிருந்து கும்பனியாருடைய கப்பல் வந்தில் புறுபோம் ரெழிமாமுக்கு மழோறா யிருந்த முசியே *Dechamp* என்றவருக்கு *Croix de Saint Louis* என்ற முத்திரை வந்துது.

முன்னாலே யிவடத்திலிருந்து சீர்மைக்குப் போயிருந்த முசியே தெலார்சு *(Mr. Delarche)* குமாரன் மேற்படி கப்பலில் வந்திறங்கினார்.

நாளது மா. 20–ந் தே.க்கு – 8–ந் தே

இந்த நாள் முன்னேத்தி யனுப்பின *l'Ile de France Régiment* சொல்தாதுகளில் மீதியாயிருந்த ராணுவத்தார் *400*

பேர்களையு மேற்றி யனுப்பினார்கள். மேற்படி ராணுவத்தாரிருந்த பிளாசிலிருக்கிற *Cazeme* சாத்திபோட்டார்கள்.

21–ந் தே.

இற்றை நாள் போன மூலியேத்து மா. 20–ந் தே. இவடத்திலிருந்து சொல்தாது ராணுவத்தார்களை மோறீசுக் கேற்றிக் கொண்டுப் போன *la Nimphe* என்ற பெயருடைய *Mr. Cte de Fournon* என்றவருடைய பிறகாது மேற்படியாரை அவடத்தி லிறக்கிவிட்டு வந்துது. *Mr. Cte de Fournon* 10 மணிக்கி கரையி லிறங்கினார்.

Septembre மா. 24–ந் தே. க்கு – பிரட்டாசி மா. 12–ந் தே.

இற்றை நாள் *la Bienvenue* என்ற கப்பலில் புறுபோம் ரெழிமாஞ் சொல்தாதுகளில் 200 பேர்களை யேற்றி அனுப்பினார்கள்.

நாளது மா. 27–ந் தே.க்கு 15–ந் தே.

இந்த நாள் சிப்பாய் ராணுவத்தார்களுக்கு மழோராயிருந்த முசியே றொபியா[1] ரென்றவ ரிறந்துபோனபடியினாலே மறுநாள் காலமே சிபாய் வரிசைகளும் சொல்தாதுகளில் 200–ம் தம்பூற் பிள்ளாங்குழல் முதலான மேன்பாட்டுகளோடு துரைகளெல்லாங் கூடிக்கொண்டு சபத்தைக் கோயிலுக்குள்ளே கொண்டுபோயி சடங்குகளாகனவுடனே துபாக்கி வெடிகள் மூன்று விசை சுட்டார்கள்.

ழெனெறால் கனுவே முன்னுதாய்க் கோவிலுக்குப் போயிருந்தார்.

Octobre* மா. 3–ந் தே.க்கு – நாளது மா.21–ந் தே: *Samedy

இற்றை நாள் சனி வாரம் ழெனெறால் முசியே கனுவே கொங்சேல்காறருடைய வுத்தியோகங்களை மாத்தின விபரம் முசியே மொறசேன் (Mr. Moracin) தாம் சீர்மைக்குப் போக வேண்டிய காரியமிருக்குதென்று மாகையால் தமக் குத்தியோகந் தேவையில்லை யென்றுஞ் சொன்னபடியினாலே யவருடைய *Intendant* வுத்தியோகத்தை முசியே லெழே (Mr. Léger) என்றவருக்குக் கொடுக்கப்பட்டுது. சீவிலுடன் சேர்ந்த நீதிக்காறுபாறுக்குத் தலைவனா யிருந்த முசியே ழெறா ரென்றவருக்கு மிவருடைய வுத்தியோகத்தை ரெழிமாமில் ஒப்பீசியயா யிருந்து வுத்தியோக மில்லாம லிருந்த சோழி *Saugy* என்றவருக்கும் மேற்சொன்ன ழெறாறுக்கு முசியே புக்குறோ மென்றவ னிருந்த *Receveur des Domaines* கிறாம விசாரணை உத்தியோகத்தை கொடுக்கப்பட்டது.

---

1. *Rabillard*

பொலீசுக்குத் தலைவரா யிருந்த முசியே றெனோ என்றவர் விசாரணை செய்துவந்த *Procureur général du Roy* என்ற வுத்தியோகத்தை மேற்சொன்ன புக்குறோ (Fouqueraux) யென்றவனுக்குக் கொடுக்கப்பட்டது.

Interprète de la chauderie சாவடி துபாசிகளாகிய சின்ன பரசுறாமப்பிள்ளை குமாரன் அண்ணாசாமி பிள்ளை, லுயிப் பிறகாச முதலி பேரன் திருச்செல்வறாய முதலி, தயிரியனாத முதலி மகன் அண்ணாசாமி முதலி, சுக்குறமணியப் பிள்ளை இன்னான்கு பேரில் மேற்சொன்ன திருச்செல்வறாய முதலி, சின்ன பசுறாமப் பிள்ளை அண்ணாசாமி யிவ்விரண்டு பேர்களையு மாத்திரம் உத்தியோகத்தில் ஸ்தாபித்து மைற்றவிரெண்டு பேர்களையும் நீக்கிப் போட்டார்கள்.

நாளது மா. *4*–ந் தே.க்கு – பிரட்டாசி மா.*22*–ந் தே.

இற்றை நாள் முசியே தெப் பிறேன் முதலாயுள்ள மிலித் தேர்களும் அபித்தாமா ரென்றத் துரைகளும் அந்தந்த வகுப்புடன் கூடி வந்து ழெனெறால் கனுவே மோறீசுக்குப் போகப் பயணமா யிருக்கிறபடியினாலே குவற்ணமாவில் வந்து சந்திச்சார்கள். முசியே ஷெவால்லியே தெப்பிறேனை இறையத் தினம் இந்தப் பட்டணத்துக்கு *Gouverneur* என்ற பெரிய துரையா யேற்றுக் கொண்டார்கள்.

செப்த்தாம்பிற மா. –ந் துவக்கி யித்தய வரைக்கும் இராணுவத்தர்களையுஞ் சண்டை சாமான்களையுங் கொஞ்சங் கொஞ்சமாய் யேற்றி வந்தக் கப்பல்களி லெல்லா மனுப்பினார்கள்.

***Octobre* மா. *5*–ந் தே.க்கு – பிரட்டாசி மா *23*–ந் தே.**

இற்றை நாள் காலமை 6½ மணிக்கு கப்பலுக்குக் கொம்மாந்தாமாகிய *Mr. le Cte Macnamara* தம்முடைய கப்பலி லேற்றினார்.

நாளய தனம் ழெனெரால் கனுவே மோறீசுக்குப் போக கப்பலேறப் போறபடியினாலே நாளது காலமே எட்டு மணிக்கு குவேற்னமாவின் மேன்பக்கத்து வாசப்படி முதற்கொண்டு கடலோரத்து முதல் அலை வரைக்கு மிருப் பக்கங்களிலும் பனைமரங்களை நட்டு வாழைமரங்கள் தென்ன மட்டைகள் நட்டு சிங்காரிக்கப்பட்டுது.

ஆகையால் நாளது ராத்திரி மூணரை மணிக்கு கொடி போட்டு யிவடத்திலிருந்த புறுபோம் ரெழிமாஞ் சொல்தாதுகள் *408*–ம் *artillerie 500*–ம் சிபாய் ராணுவத்தார்கள் *1000* இம்முதலான ராணுவத்தார்களை குவேற்னமாவின் வாசப்படி துவக்கி

கடலோர வரைக்கும் வரிசை நிறுத்தி வைத்திருந்துது. தாசிகள் மேளவாத்தியங்களும் காத்திருந்தார்கள்.

6–ந் தே.

காலமே 5½ மணிக்கு முசியே கனுவேயும் படைத் தலைவர் முதலான சமஸ்தானமான துரைகளும் குவெற்னமா விட்டு பிறப்பட்டு கால் நடையாய் கடலோரத்துக்குப் போறபோது வரிசையிலேயே யிருந்த தம்பூறுகாறரெல்லாம் *Rappel* அடித்தார்கள். படகேறினவுடனே 15 பீரங்கி வெடி சுட்டார்கள். மேற்சொன்ன மக்கினேமறா வென்றவருடைய <u>*Tétisse*</u> என்ற பிறகாதி லேறின மாத்திரத்திலே 15 பீரங்கி வெடி சுட்டார்கள்.

8–ந் தே. க்கு – 26–ந் தே.

இற்றை நாள் முசியே தெப் பிரேஸ்ன் குவேற்னமாவில்க் குடியிருக்க வந்தார்.

9–ந் தே.க்கு – 27–ந் தே சுக்குரவாரம்

இற்றை நாள் காலமே முசியே ழேறார், சோழி கொலேன், புஷே, கிறேப்பியேர் லெபேவுறு இவர்கள் சாவடி நீதி சன்னிதானத்துக்குப் போய் மேற்சொன்ன சோழி யேன்றவனை மேல்ப்படி நீதிக்குத் தலைவனாய் நேமித்து மேல்படியானுக்கு முசியே கனுவே யவர்களாலே கொடுத்திருந்த *Commission* மை வாசித்துப் பிறசித்தஞ் செய்தார்கள்.

நீதிக் காறுபாறுடன் சேற்ந்த காகித பத்திரங்களை முசியே ழெறா ரென்றவன் மேல்ப்படியான் வசத்தி லோப்பித்து விட்டுப்போனான்.

நாளது மா. 11–ந் தே. க்கு – பிரட்டாசி மா. 29–ந் தே.

இற்றை நாள் புறுபோம் றெழிமாமுக்கு மழோறாகிற *Mr. Dechamp* என்றவரும் மேற்படி சொல்தாதுகள் நூறு பேர்களும் <u>*Triton*</u> என்ற கப்பலேறி மோறீசுக்குப் போனார்கள்.

நாளது மா. 27–ந் தே. க்கு – அர்ப்பீசி மா. 14–ந் தே.

இற்றை நாள் நபாபு மமு தலி கானுடைய ஆயக்காறர் மேற்கே யிருந்து புதுவைநகரத்துக்கு வரப்பட்ட கரி, வெறகு மைற்றும் முதலானதுகளையு மறியல் செய்தார்கள்.

ஆகையால் *Mr. de Fresne* மறுநாள் காலமே நய்நாத்தை முதலியை யழைத்து மறியல் செய்த காரணமென்ன வென்று விசாரித்து மறியல் விடுதலை செய்துக்கொண்டு வரவேண்டிய தென்று மில்லாவிட்டால் சொல்தாதுகளை யனுப்பி செய்ய வேண்டிய வேலை செய்துக்கொள்ளுவோ மென்று மேல்ப்படி

யாருக்கு அறுகையிடச் சொல்லிக் கோபித்துக் கொண்டார். இது காரியத்துக்கு நய்நாத்தை முதலி வில்வவநல்லூருக்குப் போனார்.

ஒக்தோபிற மா. 29–ந் தே.

இந்த நாள் சாலை விசாரணைக்காறராகிய முசியே பொசேத்து வசத்திலிருந்த ராசாவினுடைய வண்டிமாடுகளை யெல்லாங் யேலங் கூறி வித்தார்கள். எருதுமாடுகள் சோடு 1–க்கு ரூபா 25, 30, 40, 50 நேர்ந்தபடி விக்கிறையப்படுத்தினார்கள்.

***Novembre* மா. 2–ந் தே.க்கு அர்ப்பிசி மா. 20–ந் தே.**

இற்றை நா ளிந்தப் பட்டணத்துக்கு *Ingénieur Mr. de la Lustière* Nageur என்று பேருடைய கப்பலி லேறி சீர்மைக்குப் போனார்.

நாளது மா. 19–ந் தே.க்கு – காற்திகை மா. 7–ந் தே.

இந்த நாள் பறைசாத்தி யறிவித்து பட்டையமுஞ் சாத்தினது அதாவது – கரைவழித் தீர்வைக்கு கடல்வழித் தீர்வை குத்தகை வெற்றிலை பொகையிலை குத்தகை சாறாய குத்தகை இந்த குத்தகைகளெல்லாம் மூன் றேலங் கூறி யுசத்திக் கேட்டார்க்கு கொடுக்கப்படும். இந்த மாதம் 27–ந் தே. முதலேலம், தெசாம்பிற மாசம் 7–ந் தே. இரண்டாம் யேலம், 16–ந் தே. மூன்றா மேலம். கடல் வழித் தீர்வையும் கரை வழித்தீர்வையு மிரெண்டு குத்தகையா யிருக்கிறதானாலுங் குற்றகை கேழ்க்கிறவனுடைய யிச்சைப்படிக்கி விரண்டு பிறிவினையாக் கூறவும் மொன்றாய் சேர்த்துக் கூறவும் படும்.இந்தக் குத்தகை வாங்கிறவன்தானே புகையிலை, வெத்திலை, குத்தகை வாங்கலாம். சாறாயக் குத்தகை தனிப்பட்டு வருமே யொழிய மேல்ப்படி மூன்று குத்தகைகளுடன் சேர்க்கப்படாது. யிந்தக் குத்தகைகள் மூன்று வருஷத்துக்கு கொடுக்கிறது. 1790–மாண்டு ழாம்வியே மா. முதல் தேதி முதற்கொண்டு 1792–ம் ஆண்டு தெசாம்பிற மாதம் 31–ந் தே. அறுதிக் குத்தகை நடக்கிறது. குத்தகை வாங்கிறவன் பெறுமான பிணை வைத்தா லல்லாமல் குத்தகை பட்டைய மவனுக்கக் கொடுபடாது. குத்தகைப் பணத்துக்கு நாலு கெடுவாய் மும்மூன்று மாசத்திலே குத்தகைப் பணஞ் செலுத்துகிறது. அதாவது: மார்சு மா 31–ந் தே. முதற்கெடுவு, ழுவேன் மா. 30–ந் தே. ரெண்டாங் கெடு, செப்தாம்பிற மா. 30–ந் தே. முண்டாங் கெடு, தெசாம்பிற மா. 31–ந் தே. நாலாங் கெடு. இந்த நாலு கெடுவி லொரு கெடுவு பணஞ் செலுத்தாமல் போனால் இராச திரவியத்துக்குத் துட்டு முறையாய்க் குத்தகைக்காறனையும் பிணைக்காறனையும் துடர்ந்தடர வேண்டியதாயிருக்கும்.

குத்தகையுந் தள்ளுபடியாய் போம் குத்தகைக்காறனுக் கொரு நஷ்ட்டமு மொத்துக் கொடுக்கிறதில்லை. யேலங் கூறுமிடத்தில் மிதங் கடந்து வுசத்திக் கேட்டதில் யேறின மிச்சம் அவனே யுத்திரவாதம் பண்ணவேண்டியதாகும்.

கடல்வழி கரைவழியில் வருவத்துக்குள்ள தீர்வை பூருவக் குத்தகைப் பட்டயங்களில் நிற்ணயப்படுத்தி யிருக்கிறப் பிறகாரமாய்த்தானே தீர்வை வாங்கிற திட்ட முறைமையு மிதர்க் கடுத்த வுடன்படிக்கைகளு மேற்சொன்ன பழைய கட்டுப்படாய்த்தானே நடக்குமொழியே வொன்றும் வித்தியாசப்பட் டிருக்கிறதில்லை.

இந்தக் கட்டளைக ளெழுதப்பட்டிருக்கிற சர்வரது கோந்துறோலில்[1] யொன்று வைத்திருக்கிறது. இதுகளை யறிய மனதுள்ளவர்க ளவடத்திலே பார்த்துக் கொள்ளலாம்.

வெற்றிலை, புகையிலை சாறாய குத்தகை கள்ளுக் குத்தகைகளுக்கு மிந்த முறமைதானென்று யறிந்துகொள்ள வேண்டியது.

இப்படிக்கி புதுவையில் *1789*–ம் ஆண்டு நொவாம்பிற மா. *19*–ந் தே. கையொப்பம் போட்டது. தெப் பிறேன். லெழே.

தெசாம்பிற மா. 17–ந் தே.க்கு மார்கழி மா. 6–ந் தே.

இற்றை நாள் *Intendance*லே வெற்றிலை புகையிலை குற்றகைகளும் மைற்ற தீர்வைகளும் மூன்றாவ தேலங் கூறுமிடத்தில் அபிறா[2] முதலி யென்கிறவன் பல பேர்களை பங்கு வைத்துக் கொண்டு குற்றகை யெடுத்தான். மேற்சொன்ன குத்தகை பணத்துக்கு அமாந்தம் நல்லா செட்டியை பிணையாக வைத்தார்கள்.

குற்றகையாவது:

வெற்றிலை புகையிலை தீர்வை	விலை	*12,210*
கடலோரத்து தீர்வை	விலை	*6,160*
சாவடித் தீர்வை	விலை	*10,330*
பட்டைச் சாறாயம்	விலை	*3,200*
ஆக		*31, 900*

1. Contrôle général
2. Abraham

1790 மாண்டு சவுமிய ஆ. மூாம்வியேர் மா. 18–க்கு தை மா. 9–ந் தே.

இற்றை நாள் நபாபு மமு தல்லி கானிடத்திலிருந்து *Mr. Le Chr de Fresne* அவர்களுக்கு நேத்திய தினம் பெகுமதி. வந்தப்படியினாலே அதுகளையும் வந்த ஸ்தானாபதி துலுக்கனையும் ராசப்பையர் தம்முடைய தோட்டத்தில் விடுதி விட்டு வைத்திருந்தார். ஆகையா லந்த பெகுமதிகளை யெடுத்து வருகிற நிமித்தியம் யின்றையத் தினம் காலமே யெட்டு மணிக்கு வழங்கு முறைமைப்படி குவற்ணமாவின் பல்லக்கும் கொடிகளிரெண்டும் மேளவாத்தியங்கள், தாசிகள் முதல யுள்ளது களுடன் நயினாத்தை முதலி முதலானவர்கள் யெதிரே போய் மேற்சொன்ன சம்பிறங்களுடன் மேற்படி பெகுமதிகளை பல்லக்கிலே வைத்துக்கொண்டு குவற்ணமாவில் வந்து சேர பத்து மணி சென்றுது. வுடனே கொடி போட்டு 19 பீரங்கி வெடி சுட்டார்கள். மேற்சொன்ன வெகுமதிகளை தட்டுகளில் வைத்துக்கொண்டு மேற்படி ஸ்தானாபதி துலுக்கன் ழெனெறா லவர்களுக் கெதிரே வைத்து ஆலிங்கனஞ் செய்துக் கொண்டான். அலீவது: சீரோப்பா, கீமகாப்பு, சாலுவை, ஒசந்த ஓர்கண்டி சல்லாக்கள், பெரிய குதிரைகளி ரெண்டு வாசலிலே நிறுத்தினார்கள். மேற்படி வைக்கீலுக்கு பன்னீர் தெளித்து வெற்றிலை பாக்குக் கொடுத்து மேற்சொல்லி யிருக்கிற சம்பிறமங்களுடன் யிட்டுப்போய் மேற்படியானுக்கு விடுதி யொழித்து வைத்திருந்த வந்தவாசி சின்னையாப் பிள்ளை வீட்டில் விட்டார்கள்.

***Février* பெவுறியர் மா. 22–ந் தே. க்கு – மாசி 14–ந் தே.**

இந்த நாள் ராத்திரி யேழு மணிக்கு மோரிசிலிருந்து <u>La Bienvenu(e)</u> என்று பெயருடைய இராசவினுடைய கப்பலொன்று வந்து துறை பிடித்தது. மறுநாள் மேல்ப்படி கப்பலுக் கிசமான் *Mr. Duport* என்றவன் கரையி லிறங்கினார். காரிய மென்ன வென்றால் முன் னிவடத்தி லிருந்த சண்டை சமான்களாகிய பீரங்கிகள், மருந்து குண்டுகள் மைற்றும் முதலாயிருந்துகளை யேத்தி மோரீசுக் கனுப்பினதுகள் தவிர, மைற்று மிவடத்தி லிருக்கிற மீதிகளை யெல்லாம் யிந்தக் கப்பலிலேற்றி யனுப்பிவைக்கச் சொல்லி முசியே கனுவே இவடத்திலிருக்கிற முசியே தெப் பிறேனுக்கு நிருபித்தனுப்பினா ரென்று பிறசித்தமாச்சுது.

அப்படியே மேற்சொன்ன சாமான்களை யெல்லாம் யேத்தி யனுப்புகிறதுக்கு வேண்டியதிருக்கிற வெற்றினங்களை செய்யச் சொல்லி முசியே தெப் பிறேன் அற்திலேரி கொம்மாந்தாமாகிய முசியே ஓபேர் (Mr. Aubert) யென்பவருக்குக் கட்டளையிட்டார்.

ஆகையால் *25*–ந் தே. *Mr. De Fresne, Léger, Aubert, Duport* இன்னான்கு துரைகளும் கொடிமரத்தைச் சுத்தி போட்டிருக்கிற சாமான்களை யெல்லாம் போய் பார்த்தார்கள். இப்படியிருக்க 26–ந் தே. அபித்தாமென்று சொல்லப்பட்ட பிராம்சு குடிகளெல்லாங் கும்பல் கூடி பிளாசிலே வந்து சேர்ந்து *Hervé* என்றவனை தங்களுக்குக் கொமிசேராய் நேமித்துக் கொண்டு மேற்சொன்ன சாமான்களை யேத்தி யனுப்பாமல் நிறுத்திவைக்கும்படியாய் முசியே தெப் பிறேனவர்களுடன் குடிகள் பேராலே பேசச் சொல்லி மேல்ப்படியானையப்பினார்கள்.

***28*–ந் தே.**

இதுவும் மேற்சொன்ன அபித்தமார்க ளெல்லாம் யோசித்து ஒரு மெமுவாறு (mémoire) யெழுதி யெல்லாருங் கையொப்பம் போட்டு முசியே தெப்பிறேன் அவர்களுக்குக் கொடுத்தார்கள்.

அதாவது,

முன்னமேதானே யிவடத்திலிருந்த ராணுவத்தார்களையும் குண்டுகள் பீரங்கிகள் முதலான சண்டை சாமான்களையெல்லா மேத்திக் கொண்டு போனதினாலே நாங்கள் மிகுதியும் அவநம்பிக்கையாய் பயந்திருக்கிற சமையத்தில் மைற்று மிருக்கப்பட்டதுகளையும் மேற்றி யனுப்பிவிட்டால் நாங்கள் வெகுகாலமா யிந்தப் பட்டணத்தில் பிராம்சுக் கொடியினாதரவில் ஸ்தாபித்து வவர்களுடைய சத்துவத்துக்கு தக்க வீடுகள் கட்டிக்கொண்டு சீவனத்துக்கு வேண்டிய காரியங்களைச் செய்துக்கொண்டு மிகுந்த சமுசாரிகளா யிருக்கிற வெங்களை நிராதரவாய் சமீபத்திலிருக்கிற சத்துருக்களுக்குப் பெலியா யெங்களையு மிந்தப் பட்டணத்தையும் அபந்தறையாய் விட்டு விட்டால் நாங்க ளெந்த நம்பிக்கையைக்கொண் டிந்த பட்டணத்திலிருந்து குடித்தனஞ் செய்கிற தென்றும் முன் *1778*–மாண்டில் ழெனெரால் பெலுக்கோம் பவர்களுடைய துரைத்தனத்தில் யிந்தப் பட்டணத்தின் பேரி லிங்கீசுக்காறர் சண்டைக்கு வந்தபோது நாங்க ளாயுத மெடுத்து மிகுதியும் பிறையாசப்பட்டு பட்டணத்தைக் காப்பாத்தும் பொருட்டாய் சண்டை செய்தோ மென்றும் இனிமேலும் அப்படியே யிந்தப் பட்டணத்துக்கு வரப்போற நன்மை தின்மைக ளெல்லாந் துணிந்து யெங்களுடைய சத்துவங்களெல்லாம் பிறாம்சு நசியோமுக்கு[1] பெலிகொடுக்க காத்துக் கொண்டு பிறாஞ்சுக்காறர் பெயர் கொண்டிருக்கிற வெங்கள் பேரில் தாங்கள் தயை செய்து போனது போக யிருக்கப்பட்டதுகளையாவது சீர்மையிலிருந்து நவமாய்ச் சமாசாரம் வருமளவு மொன்றையு மேற்றியனுப்பாம லிருக்கிறபடி

1. nation

யிந்தப்பட்டணத்தையு மெங்களையுங் காப்பாத்தி ரட்சிக்க வேணுமென்று சமையம் வரும்போது வாயுத மெடுக்கிறோ மென்றுஞ் சொல்லி முசியே தெப்பிறே னவர்களுக்குப் பிறமாணிக்கஞ் செய்துக் கொடுத்தார்கள். மேற்சொன்னபடி நீங்க ளூறுதியா யிருந்தால் நாமுங்களைக் காப்பாத்துகிறோ மென்று மேற்படி குடிகளுக்கு முசியே தெப்பிறேன் பிறமாணிக்கஞ் செய்துக் கொடுத்தார்.

ஆகையால் வொன்று மேத்தி யனுப்புகிறதில்லை யென்று ஸ்திரப்பட்டுது.

4

புதுச்சேரி புரட்சி

மார்சு மா. முதல்த் தேதிக்கு – மாசி மா. 21–ந் தேதி

இந்த நாள் காலமே கொடி போட்டிருந்துது. எட்டு மணிக்குப் பட்டணத்திலுள்ள அபித்தாமார்கள் மிஸ்தீசு (métis) தொப்பாசு (topas) *200* பேர் மட்டும் பிளாசிலே கொவற்ணமாவுக் கெதிராக கும்பல் கூடி தாங்கள் யெழுதிக் கேட்டுக்கொண்ட மேற்சொன்ன காரியங்களை நிறவேற்றவேணு மென்று வுறுதிப் படுத்திக்கொள்ள வேணுமென்று யோசித்து இன்னவிதஞ் செய்கிற தென்றும் வகையறியாமல் ஒருவருக்கொருவர் சச்சரவு பட்டுக் கொண்டிருக்கையில் முசியே றேனோ, கொலாம், தான்சாசு, ழெலேன், லெரி, தே வியோலத்து இவர்கள் வந்து சேர்ந்து மேற்சொன்ன கும்பலை விட்டுப் போய் முசியே *St.Fulgence* என்றவர் வீட்டில் கூட்டிப் பேசச் சொன்னார்கள். அவடத்தில் முசியே மொறசேன் முதலானவர்களும் போய்ச் சேர்ந்து தங்களுக்குள்ளே பேச வேண்டியிருந்த சங்கதிகளைப் பேசி யோசித்தபின் கடைசியாய் நாளையத்தினந் தொப்பிப் போட்டவர்கள் சமஸ்தமானவர்களுந் தப்பாமல் குவற்ணமாவில் வந்துக்கூட வேண்டிய தென்றுந் தீர்மானஞ் செய்தார்கள்.

ஆகையா லவர்களுக்குத் தோற்றின காரியங்களையு மெழுதிக் கொண்டு வரவேண்டிய தென்று நிருபித்தார்கள்.

இதெல்லாமல் மேற்சொன்ன காரியத்தளவில் குடிகள் எழுதிக்கொடுத்த மெமுவாறில் முசியே

புக்குறோ (Mr. Fouquereaux) வென்றவர் கையொப்பம் போடாமலு குடிகளுக்கெல்லா மவன் பேரில் மிகுந்தக் கோபம் வுண்டானதினாலே யின்றையத் தினம் அவனை யிந்தக் கும்பலி லழைப்பித்து மிகுதியுமாக குறொஷப்பட்டு பங்கப்படுத்தினார்கள்.

ஆகையால் மேற்படியானிப்படி வந்து சம்புவிக்குமென்று மெலுக்குவைப்பட்டு தெரிந்துகொண்டு ஒரு ரெக்கேத்[1] தெழுதிக் கொண்டு வந்து அதை யெடுத்துக் கும்பலில் வாசித்தான்.

அதாவது: மேற்சொன்ன மெமுவாறில் தான் கையெழுத்துப் போடாத காரண மென்னவென்றால் தான் இராசா வினுடைய வுதியோகஸ்த னானதினாலே அந்தக் கும்பலில் கையொப்பம் போடக் கூடாதென்கிற சந்தேகத்தினாலு மிரெண்டாவது மேலான கோன்சே லாலோசனைக்காறரையுங் கூடச் சேர்த்துக் கொண்டு வொழுங்குடன் செய்ய யோசித்திருந்தேனே யொழிய செய்யப்படாதென்று ஆங்காரமாய் நினைத்திருந்த தல்லவென்று மிதற் கத்தாட்சியென்ன வென்றால் மேற்சொன்னபடி நானினைத்து இயோசித் திருக்கிறே னென்று முன்னுதாய் ஷெவாலியே முசியே தெப் பிறேனவர்களுக் கறுக்கை யிட்டிருக்கிறேனென்று மாகையா லனவரும் கிறுபை செய்து மனம் பொறுத்துக்கொண்டு மற்றக் குடிகளைப்போலே யென்னையு மொருவனாய் யேற்றுக்கொள்ளுங்க ளென்று மிப்படி பல வுபசார மெழுதிக் கொண்டு வந்தக் காகிதத்தை கைகள் நடுக்கிக் கொண்டு கும்பலில் வாசித்தான். பிற்பாடெல்லாரும் சயித்துக் கொண்டார்கள்.

இதன்றியே இந்தக் கும்பல் கலைந்தவுடனே 11½ மணிக்கு முன்னமேதானே கிறீஸ்துவர்களில் காரியஸ்த ரெல்லாங் கூடி யோசித்து ஒரு மெமுவா றெழுதி அதில் வெகுபேர்களுடைய கையொப்பம் வாங்கி வைத்துக் கொண்டிருந்தவர்கள் நாளது காலமே பத்து மணிக்கு பிளாசிலே வந்துக் கூடி மேற்படி கும்பல் வெளிப்படுகிறதுக்கு முன்னுதாய் குவற்ணமாவுக்குப் போயி முசியே தெப் பிறேன் பேரா லெழுதி வைத்திருந்த மெமுவாறைக் கொடுத்து வாய் விசேஷஞ் சொன்ன தென்ன வென்றால்

வெகு காலமாய் பிறாஞ்சுக்காறரை நம்பி வெள்ளைக் கொடியி னாதரவில் குடுத்தனஞ் செய்துக்கொண்டு நாளது வரைக்கு மிந்தப் பட்டணத்துக்கு வந்தப் பொல்லாங்குகளுக் கெல்லா முடந்தையாயிருந்து கஷ்ட்டப்பட்டுக் கொண்டுப் பிறாஞ்சுக்காறருக்கு நன்மை கிடைக்குமென்று பிராத்திச்சுக் கொண்டிருக்கிற யெங்களையும் பிறாஞ்சுக் குடிகளாக வெண்ணி

1. requête (petition)

நாளது வரைக்குங் காப்பாத்தி வந்தப்படி கைவிடாம லினிமேலுங் காத்து ரட்சித்து வரவேணு மென்று வுபசாரமாய்ச் சொல்லிக் கொண்டார்கள்.

அப்படியே யுங்களையும் பிறாஞ்சுக் குடிகளொப்பந்தம் நடப்பிக்கிறோ மென்றும் ஆனால் சமையங்கள் வந்து நேரிடும்போது பொது காரியங்களுக்கு உங்களாலே கூடுமான வுதவி யொத்தாசைகள் செய்ய மனதா யிருங்கோ ளென்று முசியே தெப் பிறேன் மறுமொழி சொன்னார்.

மறுநாள் மார்சு மாதம் 2–ந் தேதி காலமே

கொடி போட்டிருந்தது. எட்டு மணிக்குப் பட்டணத்திலுள்ள அபித்தாமார்கள், மிலித்தேர்கள் மைத்துமிருக்கப்பட்ட சமஸ்தமான துரைகளும் அறுநூறு பேர்கள் ஒவ்வொருவராய் வந்து குவற்ணமாவில் கூடினார்கள்.

அவரவருக்குத் தோத்தப்பட்டக் காரியங்களை யெழுதிக் கொண்டு வந்து கொடுக்கிறதென்று நேத்து நிருபித்திருந்தபடி அவரவர்கள் கொடுத்தக் காகிதங்களை வாசித்துப் பார்த்து வெகுவாய்க் கலந்துப் பேசியானபின் முசியே மொறசே னென்றவரை நசியோ[1]முக்கு பிறசிதா[2] மென்றும் சிவறாக்கு (Civrac) கொம்மிசேராகவும் மெர்சியே[3] செக்கிறத்தேரென்றும் நேமித்தார்கள். இதை யெல்லாருக்குஞ் சம்மதி என்று கைகளைத் தட்டிக் கொண்டு அப்புறுவே (approuvé)யென்று கூவினார்கள். *Vive la Nation, Vive le Roi* என்று வுரத்திக் கூவினார்கள்.

இவர்க ளிறணூறு பேர் வரைக்குங் கூடிக்கொண்டு மெத்தையின் பேரில் போய் முசியே தெப் பிறேனவர்களுடன் பேச வேண்டிய காரியங்களை கலந்துப் பேசியான பின் மேலேயிருந்தவர்கள் தாழவிருந்தவர்க ளெல்லாரும் *Vive la Nation, Vive le Roy, Vive de Fresne* என்று இம்மூன்று விரை வுரத்திக் கூவினார்களுடனே யிருபத்தொரு பீரங்கி வெடி சுட்டார்கள்.

மேற்சொன்னவர்க ளெல்லாருங் கூடி யோசித்துத் தீர்மானஞ் செய்தது யென்னவென்றால் பிறாஞ்சு குடிகள் ஆறுமாசப் பயணமுள்ள யிரோப்பு ராச்சியத்தை விட்டு பிறாஞ்சு கொடியை நம்பி யீந்தியில் வந்து புதுவைநகரில் ஸ்தாபித்து வெகுகாலமா யவர்களுக்குத்த தக்க வீடுகள் கட்டிக் கொண்டு மிகுந்த சமுசாரிகளாய் சீவனஞ் செய்துக்கொண்டு ஸ்தரமாயிருக்கிற நாங்கள் லலி (Lally) யுடைய கலாபந் துவக்கி யிது வரைக்குஞ்

1. nation
2. President
3. Mercier

சத்துருக்களாலே வெகு துன்பப்பட்டு சவுக்கியமில்லாமல் நல்ல காலம் வருமென்று பிராத்திக் கொண்டிருக்கிற சமையத்தி லிந்தப்பட்டணத்தையு மிதி லடங்கியிருக்கிற பிறாஞ்சுக் குடிகளையு மிந்தக் கொடி யுண்டான கால முதல் வெகுகாலமாய் வந்து ஸ்தாபித்திருக்கிற தமிழரையும் நிராதரவாய் சமீபத்திலிருக்கிற சத்துருக்களுக்குப் பெலியாய் விட்டுயதி லிருந்து ராணுவத்தார்களையும் சண்டை சாமான்களையும் மோறீசிலே கொண்டுபோய் சேர்த்து வைத்து இருக்கிறதினாலேயும் மேற்சொல்லப்பட்டக் குடிகள் சீவனத்துக்கு முதலாய் வகை யில்லாமல் பலவிதத்திலும் மெலிந்திருக்கிற குடிகள் பேரில் கிறுபை செய்து இரக்க முண்டாயி பிறாஞ்சு தேசத்தி லிருக்கிற பிறசைகளைக் காப்பாத்துகிறாப்போலே எங்களையுங் காப்பாத்த வேண்டியது. நம்பின பேர்களைக் காப்பாத்தி ரட்சிக்கிறது இராசாக்களுக்கு கடனும் விகிதமுமாதலால் புதுவைநகரையும் மேற்படி குடிகளையு மினிமேலாவது நிலைக்கும்படியாய்ச் செய்யவேண்டி யிருக்கிறப் பிலனும் மைற்று மதற்கடுத்த வொத்தாசைக ளியாவுஞ் செய்து ஸ்தரப்படுத்தும்படியாய் மகாராசா அவர்களுக்கும் மேற்படி *Assemblée Nationale* என்ற சறுவ சின சங்கத்தாருக்கு மிகுதியும் வணக்கத்துட னெழுதிக் கொண்டார்கள்.

ஆகையா லிந்தக் குடிகளுடைய நிறுவாகங்களையு மிவர்க ளிப்போ யெழுதிக் கேட்டுக் கொள்ளுங் காகிதங்களையும் பிறாஞ்சு தேசத்தில் கொண்டு போய் கொடுத்து மேற் சொல்லியிருக்கிற காயுதங்களை பேசி நிறவேற்றிக்கொண்டு வரும் பொருட்டாய் *Messieurs Beylier, de Kerjean, Delarche le Fils* இம் மூன்று பேர்களையும் மகானாட்டுக் கூட்டத்தில் நேமித்தார்கள். இவர்களுக்குள்ளே சகலமும் பேசி தீர்மானமாய் பனிரெண்டடித்திரண்டு மணிக்கு கும்பல் கலைந்தெழுந்திருக்கிற தறுவாயில் பிளாசிலே கும்பல்க் கூடிக்கொண்டிருந்த தமிழரெல்லா மெதிரை வந்து நின்றார்கள்.

இவர்களைப் பார்த்து முசியே மொறசேன் சொன்னதாவது: நீங்களின்னேரம் வந்து காத்திருந்து எங்களுக்கு வெகு சந்தோஷமாச்சு தென்றும் வுங்களையு மெங்களுக்குள் ளொருவரா யேத்துக்கொண்டோ மென்றும் ஆகையால் நீங்கள் பொதுக் காரியங்களுக்கு சமையங்கள் வந்து நேரிடும்போது வுங்களாலே கூடின வுதவி யொத்தாசைகள் செய்ய விரும்பி யிருங்கோ ளென்று சொல்லியனுப்பிவிட்டார்.

சாயுங்கால மாறு மணிக்கு 9 பீரங்கி வெடி சுட்டு கொடியை சுருட்டினார்கள்.

மார்சு மா. *3*–ந் தே. மாசி *23*–ந் தே.

இற்றை நாள் கொடிபோட்டு கரையிலுங் கப்பலிலும் 21 பீரங்கி வெடி சுட்டார்கள். மத்தியானமு மிப்படியே செய்தார்கள். சாயங்கால மாறு மணிக்கு மேற்சொன்ன அபித்தாமார்கள் சமற்தமான பேர்களும் பிளாசிலே வந்து கூடி 6½ மணிக்கு குவற்ணமாவுக்குப் போயி முசியே தெப் பிறேனவர்களை யிட்டுக்கொண்டு சகலருங் கால் நடையாய் கப்பீசு கோவிலுக்கு போனார்கள். *Te Deum* பாடத் துவக்கிறபோது கடலிலுங் கரையிலும் 21 பீரங்கி வெடி சுட்டார்கள். *Vive le Roi - Vive la Nation - Vive De Fresne - Vive Moracin - Vive les Citoyens* என்று சமஸ்தானமாவர்களும் மும்மூன்று தரங் கூவினார்கள்.

சகலமுந் தீர்ந்து எல்லாருங் குவற்ணமாமுக்கு வந்து சேர ராத்திரி யேழு மணியாச்சுது. பிற்பாடு கொடியை சுருட்டினார்கள்.

வேடிக்கை பார்க்க குவற்ணமா முதல் கப்பீசு கோவில் வரைக்கும் வெகு சினங்கள் வந்திருந்தது.

நாளது மா. *11*–ந் தே. பங்குனி முதல் தே.

இந்த நாள் சாயுங்காலம் 5 மணிக்கு அபித்தாமார்கள் சமஸ்தமானவர்களும் குவற்ணமாவில் வந்து 6½ மணி வரைக்கும் கூடினார்கள். முன்னமே தானே யவரவர்களுக்குத் தோத்தின காரியங்களை யெழுதி யந்தந்த கொமிசர்கள்[1] வசத்திற் கொடுக்கிறதென்று நிருபித்திருந்தபடி யெழுதிக்கொண்டு வந்தக் காயிதங்களை யெல்லாம் வாசித்துப் பார்க்குமிடத்தில் கொமித்தேக்கு[2] சில பேர்களை நேமிக்கவேண்டி யிருக்கிறதினாலே நேமிக்கிறபோது தெற்கு, வடக்கு, கிழக்கு, மேற்கு இன்னான்கு வீதிகளி லிருக்கப்பட்ட குடிகளுக்காக நேமித்திருக்கிற *Chef des quartiers* என்றக் காரியக்காறருக்குள்ளே ஒருவருக் கொருவ ரொத்து வராததினாலே ராத்திரி யொன்பது மணி வரைக்கும் வெகு தகறாறுகள் நடந்தது. *Mrs. Moracin*, சிவறாக்கு, குலோம் (Coulon), *St. Fulgence, Richemont* இவர்கள் மிகவுந் தற்கித்துப் பேசினார்கள்.

கடைசியாய் மேலே குறித்திருக்கிறவர்களுடன் கூட 65 பேர்களைக் குறிக்கிறதென்றும் இவர்கள் கூடி யாதொரு காரியங்களைத் தீர்மானஞ் செய்கிற தென்றும் வுறுதிப்படுத்தி னார்கள்.

1. Commisaire (Commissioner)
2. Comité (Committee)

மார்சு மா. 17–ந் தே. – பங்குனி 7–ந் தே.

இந்த நாள் ராத்திரி மேற்சொல்லி யிருக்கிறவர்களுமாய் குடிகளுடைய காரியங்களுக்காக பிராஞ்சு தேசத்துக்கு ஸ்தானாபதிக்கம் போறதுக்காக வேற்பட்டிருந்த *Mr. Beylié, Delarche le fils, De Kerjean* இம்மூன்று பெயர்களுங் கப்பலேறி சீர்மைக்குப் போனார்கள்.

மார்சு. மா. 29–ந் தே. – 19–ந் தே.

இற்றை நாள் மோறீசிலிருந்து *César* என்று பெயர் கொண்டவொரு சுலுப்பு வந்தது. இந்த சுலுப்புக்குடைய வற்தகன் சீர்மையிலிருந்து மோறீசுக்கு வந்து யிவடம் வந்தபடி யினாலே யவன் சொன்ன சமாசாரம்.

சீர்மையிலே *Révolution* நடந்ததின் பேரில் பிராம்சு மகாராசா வவர்களுக்குங் குடிகளுக்குஞ் சமாதானமாய் யெல்லாரு மொருமித்துப் போனதுக் கடையாளமாக விருக்கும்படியாய் *Cocarde nationale* என்று தொப்பியிலே வெள்ளை சிகப்பு நீலம் இம்மூன்றுஞ் சேர்த்து சமஸ்தமான பேர்களும் போட்டுக் கொள்ளுகிறதென்று பிராம்சு தேசத்தில் சறுவ சென சங்கத்தில் தீர்மானமாகி மகாராசாவவர்கள் முதற்கொண்டு யியாவரும் போட்டுக் கொண்டபடியினாலே மோறீசிலேயும் குடிகளெல்லாங் கூடி முசியே *Conway* யவர்களையும் போட்டுக் கொள்ளச் சொல்லி குடிகளும் போட்டுக் கொண்டார்களென்றும் மேற்படியான் சொன்னது மன்றி அந்தச் சுலுப்பிலிருந்தவர்க ளெல்லாம் தொப்பியிலே போட்டுக் கொண்டிருந்ததார்கள். ஆகையா லிவடத்திலும் நாளது மா. 31–ந் தேதி முசியே தெப் பிறேன் முதற்கொண்டு கப்பித்தேன்மார்கள் வரைக்கும் மேற் சொன்ன *Cocarde nationale* போட்டுக் கொண்டார்கள்.

சாதாரண வருஷம் பூவேன் மாதம் 14–ந் தேதி ஆனி மாதம் 4–ந் ததி

இந்த நாள் குவற்ணமாவில் குண்டுக்கிறாமக் குத்தகை யேலங் கூறுமிடத்தில் அபறாம் முதலி யேத்துக் கொண்ட விபரம்.

அழசிப்பாக்கம்	8050 ரூபாய்
ஒழுகரை	6470 ரூபாய்
குண்டுகிறாமம்	540 ரூபாய்

அனந்துப்பிள்ளை யேலமெடுத்தது:

அரியாங்குப்பம்	ரூபாய் 2000

கட்டைக்குச்சி குட்டையாப்பிள்ளை வாங்கினது:

ஆலங்குப்பம்	ரூபாய் *510*
காலாப்பட்டு	ரூபாய் *320*
ஆககூடிய குத்தகை	ரூ *23890*

இந்த நாள் சாவடி நீதிக்கு கிறேப்பியேராகிய *Mr. Lefebvre* என்றவரிடத்தில் ஸ்தகனாயெழுதிக் கொண்டிருந்த *Marcilly* என்னு புறுபோம் ரெழிமாமில் *fourier*யா யிருந்தவனை மேற்படி கிறேப்பியர் தன் வேலைக்காக மேற்படி வுத்தியோகத்தை விட்டு விடுகிறதுக்கு வேண்டிய பணங்கொடுத்து விடுதலையாக்கி மேற்படி நீதி சன்னிதானத்துக்கு *accesseur* என்ற வுத்தியோகத்தில் வைத்திருந்தவிடத்தி லவன் நாளது தேதி முசியே தெமொறோ மென்றவருடைய குமாரத்தியை விவாகஞ் செய்துக் கொண்டார்கள்.

மூலியேத்து மா. *8*–ந் தே.க்கு – ஆனி *28*

இந்த நாள் மோறீசிலிருந்து La Bienvenue என்ற பிறகாது கப்பல் வந்துது. மறு நாள் அந்த கப்பலிலிருந்து *150* சொல்தாதுகளை யிறக்கினார்கள். *8½* மணிக்கு முசியே தெப் பிறேன் பிளாசிலே வந்து வரிசை வைத்து யெண்ணிக்கை யானபின் கடுத்திக் கனுப்பிவிட்டார்கள்.

***12*–ந் தே. க்கு – நாளது மா. *31*–ந் தே.**

இத்தை நாள் டீப்பு சுல்த்தானுடைய குதிரைக்காறர் வெளிக் கிறாமங்களில் வந்து கொள்ளையிட்டு மிகுதியும் பொல்லாப்பு செய்கிறார்களென்றுஞ் செஞ்சி முதற்கொண்டு வெளி யிலிறக்கிற செனங்கள் மிகுதியாய் புதுவை நகரிலும் கூடலூர் பக்கங்களிலும் வரசைவர துவக்கினார்கள்

நாளது *13*–ந் தே.க்கு – ஆடி முதல் தேதி

இந்த நாள் பறைசாத்தி யறிவித்ததாவது: இங்கிலீசுக் காறரைச் சேர்ந்த கிறாமங்களிலிருந்து புதுவைநகரத்துக்குள்ளே வந்து சேருகிற குடிகள் ஆண்பிள்ளைகள் பெண் பிள்ளைகள் இத்தனை பேர்கள் வந்தோமென்று வருகிறவர்களை போலீசிலே வந்தெழுதிவைக்கக் கடவதென்றும் பிறசித்தஞ் செய்து நிருபிக்கப்பட்டது.

அவு மா. *2*–ந் தே.க்கு – நாளது மா *21*–ந் தே.

இந்த நாள் வெளிச் சீர்மைகளிலிருந்து வெகு சனங்கள் வலசை வந்து இதில் சிலபேர் குதிரைக்காறராலே வெட்டுப் பட்டுக் காயத்தோடு வந்ததினாலே பெலத்தக் காயம்பட்டு வந்த வொருவனை முசியே தெப் பறேனவர்களிடத்தில் கொண்டு

போய்க் காண்பித்த விடத்தில் அவனை யிசுப்பித்தாலுக் கனுப்பி காயங்கட்டச் சொல்லியும் சுவஸ்த்தமாகிற வரைக்கு மவனுக்கு சிலவுக்குக் கொடுத்து நடப்பிக்கச் சொல்லியுங் கட்டளை யிட்டார்.

இதுவு மிந்த நாள் சென்னப்பட்டணத்திலிருந்து இங்கிலீசுக் காறருடைய பாளையத்துக்கு யிருவதுனாயிரம் கொல்லச் சேவகர் முடிப்புக் கட்டிக்கொண்டு ஒன்பது சிப்பாய்களுடன் போறத் தறுவாயில் குதிரைக்காறருக்குப் பயந்து புதுவைநகரத்துக்குள்ளே வரவேணு மென்று வந்தவிடத்தில் வாசற்படியி லிருந்த ராணுவத்தார் வுள்ளே விடாமல் மறித்தபடியினாலே கூடலூருக்குப் போய் பெலன் கூட்டிக் கொண்டு போய்ச் சேரவேணுமென்கிற கருத்தைக் கொண்டு முதலியார்பேட்டையில் போய்ச் சேர்ந்தார்கள்.

அவு மா. 3–ந் தே.க்கு – ஆடி மா. 22–ந் தே.

இத்தை நாள் குதிரைக்காறருடையய றொஷட்டு மிகுதியாய் நடந்தப்படியினாலே வெகு தேசங்களிலிருந்து மிகுதியாய் வலசைவரத் துடங்கினார்கள். இதுவும் பிறாஞ் சுக்காறரைச் சேர்ந்த கரையாம்புத்தூ ரென்கிற கிறாமத்தில் குதிரைக்காறர் போயி ரொஷட்டுப் பண்ணப்படியினாலே பிறாஞ்சுக்காறருடைய தென்று தெரியாமல் செய்தார்களென்று யோசித்துப் புதுவைநகரிலிருந்து 250 சிபாய்கள், பீரங்கிகள், இரண்டு வெள்ளைக்காறர் வொப்பீசியேகளையு மனுப்பி வில்வவனல்லூர் பாகூர் முதலான சுற்று கிறாமங்க ளெங்கும் தாணையம் போட்டு வைத்தார்கள்.

நாளது மா. 20–ந் தே. க்கு – ஆவணி மா. 8–ந் தே.

இந்த நாள் சாயங்காலம் *Assemblée Générale* என்ற பெரிய கூட்டம் கூடினார்கள். அவர் அவர்களுக்குத் தோத்தின காரியங்களை யெழுதிக் கொடுக்கிறதென்று முன்னமேதானே நிருபித்தப்படி யவரவர்க ளெழுதிக் கொண்டு வந்தக் காகிதங்களை இராத்திரி 12 மணி வரைக்கும் கும்பல் கலையாம லிருந்துது. பிரித்துப் பார்க்குமிடத்தில் தமிழரில் வெகு வுத்தியோகஸ்த ரெல்லாம் குற்றஞ் சாட்டி மேற்படியார் வெகு வக்கிறமங்கள் செய்திருக்கிறார்களென்று மவர்களை யழைப்பித்து விளங்கி விசாரணை செய்து அவரவர்களுக்குத் தக்க வாக்கினை யிடவேணு மென்று யெழுதியிருந்தது மன்றி அவர்களை யிந்தச் சிணத்தில் காவல் செய்யவேணு மென்று வெகு கோபத்துட னிருந்த கும்பலில் வெகு பேர்கள் முறையிட்டுக்கொண்டதின் பேரில் மேல்ப்படி கூட்டத்துக்குத் தலைவரா யிருந்த முசியே குலோ (Coulon) மென்றவர் அந்த தோத்தத்தில் முசியே

தெப் பிறேனவர்களுக்குச் சொல்லி நயினாரை யழைப்பித்து யிதி னடியிற் சொல்லப் போறவர்களுடைய வீட்டுகளில் காவல் போடும்படி நிருபத்திருந்தார்கள். அப்படியே ராத்திரி பணிரெண்டடித் தொரு மணிக்கி காவல் போடப்பட்டுது. அதாவது சாவடி துவாசிகளில் சின்னப் பராசுராம பிள்ளை, அண்ணாசாமிப் பிள்ளை, திருச்செல்வராய முதலியார், தயிரிய முதலியார், அண்ணாசாமி, சுக்கிறமணிய முதலியார், கிறேப்பியர் அழகப்பப் பிள்ளை, உசியே மலையப்ப முதலியார் சாவடிக்கித் தலைவனான முசியே சொழி[1]யுடைய துவாசி குழந்தை

இதுவும்

பொலீசு துவாசிகளாகிய சுசெப்பிள்ளை, றாசகோபாலப் பிள்ளை யோசனை சங்கத்துக்கு தலைவராகிய மரியதாசுப் பிள்ளை அநத் மத்திஸ்தர் யெட்டு பேர்கள் வீட்டுகளிலும் யெட்டு சேவுகரைப் போடப்பட்டுது. சாவடி மணியம் சிவசங்கர முதலியார், கடலோரத்து மாரியம் முத்துசாமி முதலியார், அனந்து பிள்ளை, ழெரோ (Geraud?) வவர்களுடைய துபாசி சரகணி, மேற்சொன்னவர்கள் வீடுகளெல்லாம் வொவ்வொரு சேவுகரை காவல் வைத்து வுள்ளே யிருக்கிறவர்களை வெளியில் வர வொட்டாமலும் வெளியிலிருந்து யொருவரையும் வீட்டுக்குள்ளே போகவொட்டாமலும் காவல்காறருக்கு கட்டளையிட்டிருந்தது.

அவு மா.21–ந் தே. க்கு – ஆவணி மா. 9–ந் தே.

இற்றை நாள் மேற்சொன்னபடி சமஸ்தமானவர்களுங் குவேற்ணமாவில் கும்பல் கூடி யவரவர்க ளெழுதிக்கொடுத்த மெமுவாறுகளை வாசித்துப் பார்க்குமிடத்தில் *Pilavoine, La Morandière, Laboulaye*[2] என்ற மூவரு மெழுதிக் கொடுத்ததில் முசியே மொறசேன் பேரிலும் மைற்றுஞ் சில துரைகள் பேரிலும் முறைபாடாய்க் குற்றஞ்சாட்டி யெழுதியிருந்தது. அதுகளை விளங்கி விசாரணை செய்யும்போது சாதகமில்லாமல் பொய்யாய்ப் போனதினாலே மேல்படியா ரெழுதிக்கொடுத்தது வெகுவக்கிறம மென்று ஞாயத்தப்பித மென்று ஆங்காரத்தினாலே வேணுமென்று செய்த காரியமே யொழிய வேறொன்று மில்லை யென்றெல்லாருக்கும் தோத்தினபடியினாலே நீங்களிப்படி யோக்கியாள் பேரி லகிறமமாய் சுரு வத்தாட்சி யில்லாமல் அன்னீதமாய் யெழுத வேண்டிய தென்னவென்று *Président* மாகிய முசியேர் பியேர் குலோம்[3] என்றவர் கோபித்துக்

1. Mr Saugy (Chaugy)
2. La Boulaye
3. Mr. Pierre Coulon ஆகியவர்களின் பெயர்களைத் திருத்திச் சரியான முறையில் எழுதியிருக்கின்றோம் (ஆதாரம் = Mauritius Archives Document)

கொண்டார். முசியே தெப் பிறேனவர்களும் கோந்து சிவறாக்கும் இப்படி யக்கிறமாய் குற்றஞ்சாட்ட வேண்டியதென்ன வென்றும் யிதை முழுதும் நன்றாய் விளங்கி விசாரணை செய்து குற்றஞ் சுமந்தவர்களை முறமையுட நாக்கினை செய்ய வேண்டியதென்றும் வெகு கோபத்துடன் வுரத்து கூவி முசியே குலோமைப் பார்த்து சொன்னார்கள். ஆகையா லொருவருக்கொருவர் வெகு நேரந் தற்கம் செய்து வூடாடிப் பேசி கடசியாய் மகாநாட்டுக் கூட்டத்தார் மேற்சொன்ன மூன்று பேர்களையுங் கப்பலேற்றி சீர்மைக் கனுப்பி ஆக்கினை யிடுகிறதென்றும் சகலரு முறை விசேஷமாய்ச் சொல்லித் தீர்மானஞ் செய்தார்கள். இது சம்மதி தானென்று வுடனே யெல்லாரும் *approuvé* என்று கூவினார்கள்.

ஆகையால், *La Morandière* என்றவனை சொல்தாதுகள் காவலில் போட்டு *La Bienvenue* என்ற கப்பலிலேற்றினார்கள்.

பின்னு மொரு மணிவரைக்கும் வெகு சங்கதிகளெல்லாம் பேசியானபின் *Durand* என்றவனையுங் கப்பலில் யேத்தி விடுகிறதென்றுஅனவரும் சம்மதிதானாவென்று கேட்டு யெல் லாரும் சம்மதிதா னென்று சொன்ன பிறகு சொல்தாதுகளை காவல்போட்டு மேற்சொல்லியிருக்கிற கப்பலி லவனையும் யேத்தினார்கள். பின்னு மொரு மணிக்கெல்லாம் *Pilavoine, Hervé, Petit* என்றவர்கள் வெகு நேர மனேக ஞாயங்கள் சேனை பேசியும் பொறுத்தல் கொடுக்கக்கூடாதென்று சொல்லி மேற் சொன்னவர்க ளொப்பந்த மிவர்களையு மேற்றிவிடப்பட்டுது.

பிற்பாடு வீட்டுக்காவல் வைத்திருந்த மேற்சொல்லியிருக்கிற தமிழரை யெல்லா மிட்டு வந்து நீங்க ளினிமேற்பட சாக்கிறதையுடனும் யெச்சரிக்கையுடனும் உங்கள் பேரில் யாதொரு முறைப்பாடுகள் வராம லவர்களுடைய உத்தியோ கங்களை செவ்வையாய் நடத்தி வாருங்கோளென்று திட்டப் படுத்தி யனுப்பிவிட்டார்கள். பிற்பாடு மனேகங் காரியங்களெல் லாம் பேசியான பின்பு முசியே குலோம் என்றவர் சொன்ன தென்ன வென்றால் வெள்ளைக்காறர் தமிழர் சமஸ்தமானவ·ர்களு மவரவர்களுக்குள்ள காரியங்கள் முறைப்பாடுகள் எந்தக் காரியங்களிருந்தாலு மச்சமின்றி தாரளமாய் ருசு அத்தாட்சி முதலாயுள்ள சாதகங்களோடு யெழுதி கையொப்பம் வைத்து முத்திரைப் போட்டு *Bureau* வில் வருகிற சோமவாரத்துக்குக் கொடுக்க வேண்டியதென்றும் மறுநாள் கூடப்போற *Assemblée Générale* என்ற சறுவ சென சங்கத்தி லதுகளை வாசித்து விளங்கி விசாரணை செய்து நீதி செலுத்துகிறோமென்று சகலருக்குங் கேட்கும் பொருட்டாய் முசியே கொலொம் பிறசித்தஞ் செய்து நிருபித்தார். சகலமும் பேசி தீர்ந்து கும்பல் கலைய மூன்று மணி

வரைக்குஞ் சென்றுது. சாப்பாட்டுக்குப் போறத் தறுவாயில் *Vive la Nation, Vive Le Roi, Vive De Fresne* என்று சமஸ்தமான பெயர்களூ முரத்துக் கூவினார்கள். மேற்சொல்லி யிருக்கிற பேர்களைக் குற்றவாளிகளாக்கி கப்பலி லேற்றி யனுப்பின காறணமென்னவென்றால்:

மேற்படியா ரெழுதி கையொப்பம் வைத்து வெகு பேர்கள் அபித்தாமார்கள் கையொப்பம் போடுவைத்துக் கொண்டு வந்து கொடுத்த மெமுவாறை மகாநாட்டுக் கூட்டத்தில் வாசித்துப்பார்த்து கையொப்பம் போட்டப் பேர்களை யெல்லாந் தனித் தனியே அழைத்து நீங்களெழுதி கையொப்பம் வைத்திருக்கிற மெமுவாறில் சொல்லியிருக்கிற காரியங்களெல்லாஞ் சரிதானாவென்று மெய்யான காரிய மென்று ருசுவத்தாட்சிகளூடன் வுத்தரிப்பீர்களாவென்று கேட்டதற் கவர்கள் சொன்ன மறுமொழி:

அந்த மெமுவாறி லெழூதியிருக்கிற காரியங்களை இன்னதென்று யெங்களுக்கு வாசித்துக் காண்பித்ததில்லை யென்று மதிலெழூதியிருக்கிற காரியங் ளென்வென் றவர்களைக் கேட்டதற்கு *Chambre Municipale* ஏற்படுத்துகிற நிமித்தியம் அதற்கடுத்த காரியங்களை பொது நன்மைக்காக செய்ய வேண்டி யிருக்கிறதை மகாநாட்டாரைக் கேட்டிருக்கிறதென்று மாத்திரஞ் சொன்னார்களென்று மந்தக் காகிதத்தில் நாங்கள் கையொப்பம் வைக்கிறபோது 20 வரி மாத்திர மெழுதியிருந்து தென்றும் மைற்ற தெல்லாம் பிற்பாடு யோசித்து அவர்களுடைய மனுதுக் சிச்சையானபடி யெழுதிக்கொண்டார்க ளென்றும்

ஆகையா லிப்பேர்ப்பட்டப் பொல்லாக் கருத்தைக் கொண்டு துஷ்ட்ட வேலைகள் செய்ய நினைத்து வெங்களையும் மோசஞ் செய்து கையொப்பம் வாங்கின மேற்சொன்ன மெமுவாறில் நாங்கள் தெரியாமல் மோசம் போய் போட்டிருக்கிற கையொப்பங்களையும் தாங்கள் கிறுபை செய்து எங்கள் பேரிலிருக்கிற குற்றத்தை மனம் பொறுத்துக் கொண்டு மேற்படி கையெழுத்துக்களை கிறுக்கிப் போடவேணு மென்று மிகுதியும் பிறலாபித்தார்கள். இப்பேர்ப்பட்ட துஷ்ட்டா ளென்றெங்களுக்குத் தெரிந்திருந்தால் நாங்களிப்படி மோசம் போக மாட்டோமென்று சொல்லிக் கோவித்துக் கொண்டார்கள்.

இவர்களிப்படி சொன்னதென்ன வென்று மேற்படி காரியங்களை விளங்கி விசாரணை செய்யும்போது மேற்சொன்னவர்கள் கையொப்பம் வைத்தப் பிறகு ஒண்ணரைக் கடுதாசி அதிகமா யெழுதிக் கொண்டார்க ளென்றும் விளக்கமாச்சுது. அதில் முசியே மொறசேன் மைற்றுஞ் சில

பெரிய துரைகள் பேரிலெல்லாம் ஒரு மொகாந்திரங்களு மில்லாம லவகாரணமாய்க் குற்றஞ் சாட்டி யவர்களை ஆக்கினையிட வேண்டியதென் றெழுதியிருந்துது. ஆகையால் நம்முடைய சாதியாருக்கிப் பேர்ப்பட்ட துரோகஞ் செய்ய நினைத்த துஷ்ட்டர்களுக்குத் தக்க பெலத்த வாக்கினை யிடவேண்டியது விகித மென்று சகலரு மிகுத்த கோபத்துடன் வுரத்துக் கூவினார்கள்.

அவு மா. 24–ந் தே.

இந்த நாள் காலமே குவற்ணமாவில் கீழ்ச்சாலையிலே மேற்சொல்லி வரப்பட்ட *Assemblée* என்ற கூட்டங்கூடி அவர்க ளெழுதிக் கொடுத்தக் காயிதங்களை யெல்லாம் வாசித்துக் குற்றவாளிகளாக்கி கப்பலி லேற்றியிருக்கிறவர்கள் கப்பலி லிருந்தப்படி தங்களை விடுதலை செய்ய வேணு மென்று மிகுதியும் பொறுத்தல் பிறசித்தஞ் செய்து நாசியோ[1]முக்குத் துரோகஞ் செய்தவர்களாதினாலே ஒரு விதத்திலு மவர்களுக்குப் பொறுத்தல் குடுக்கக் கூடாதென்று மவர்களைப் பத்திரமாய்ப் பிறாஞ்சு தேசத்திற் கொண்டு போய் சேர்க்கிற வரைக்கும் காலிலே விலங்குப் போட்டுக் கஸ்தியுடன் கொண்டுபோக வேண்டிய தென்று மவிடத்தி லிருக்கிற சறுவசன சங்கத்தார் மேற்படியாருடைய குற்றங்களை விளங்கி விசாரணை செய்து தீர்மானஞ் செய்யப்படு மாக்கினைக் குள்ப்பட்டுப் போகக் கடவார்க ளென்றுந் தீர்மானஞ் செய்தார்கள். பிற்பாடு மேற்படி யாருடைய பெண்டுகளும் பிள்ளைகளுமாய் குவற்ணமாவுக்கு வந்து முசியே தெப் பிறேனவர்களுடைய காலிலே விழுந்தழுது மேற்சொன்னவர்களைக் கப்பல் விட்டிறக்கி எங்களைப் பார்த்து மனமிரங்கி கிறுபை செய்துப் பொறுத்தல் குடுக்க வேணுமென்று மிகவுங் கேட்டுக் கொண்டது மன்றி தாங்கள் மிகுதியும் அன்னவஸ்திரத்துக்கு வகையில்லாமல் தரித்திரப்பட்டுக் கொண்டிருக்கிறோ மென்று எத்தனை சொல்லியு மவர்கள் செய்தக் குற்றங்களுக்கு எவ்விதத்திலு மவர்களுக்குப் பொறுத்தல் கொடுக்கக் கூடா தென்றுஞ் சொல்லி கோபித்துக்கொண்டு ஆகிலும் நீங்க ளேழைக ளென்றும் பிறலாபிக்கிறதினாலே யுங்களுக்குச் சீவனம் நடக்கும்படியாய் ஒரு வகை செய்கிறோ மென்று முசியே தெப் பிறேனும் குலோமுஞ் சொல்லியனுப்பி விட்டார்கள். இனிமேல் யாரையும் வுள்ளே விடத் தேவையில்லை யென்று வாசற்படி காவற்காறனுக்குக் கட்டளையிட்டார்கள்.

யிதுவும் மறுக்கி *Culan* என்றவன் மேற்படியா ரெற்றனஞ் செய்த துஷ்ட்ட காரியங்களுக்கெல்லாம் அனுகூலமாய்

1. nation

தலைவனாயிருந்து காரியங்களை நடத்தினாநெனன்கிறதைப் பத்தி அவனையு மிந்தக் கும்பலி லழைத்து விளக்கஞ் செய்து மேற்சொன்னவர்களை அவமானஞ் செய்தபடி யிவனையும் பங்கப்படுத்தி பிறசித்தஞ் செய்து கப்பலி லேற்றி யனுப்பிவிக்க வேணு மென்று மகா நாட்டு கூட்டத்தார் யோசித்திருக்கிறதை மேற்படி *Culan* என்றவ னறிந்து எச்சரிக்கைப்பட்டு நாளது மா. *23*–ந் தேதி அதிகாலமே பிறப்பட்டு இந்த எல்லைக் கடந்து ஓடிப்போனான்.

ஆகையா லிச்சமாசார மறிந்து மேற்படியானைத் தேடிப்பிடித்து வரச்சொல்லி முசியே தெப் பிறேனவர்கள் நாலு திசைக்கும் மனுஷரை யனுப்பின விடத்தில் தேடிப்போனவர்க ளெங்கும் அகப்படவில்லை யென்று தெற்கே போனவர்கள் வந்து விட்டார்கள்.

ஆகையா லிந்த நா ளிந்தச் சபையில் சகலருக்கும் கேட்கும் பொருட்டாய் முசியே குலொம் யென்றவ ருரத்துச் சொன்னதாவது:

மேற்சொன்ன மறுக்கி குலாம்[1] நம்முடைய நசியோ முக்குந் துரோகஞ் செய்து நம்முடைய பட்டணத்தையும் நம்மையும் விட்டோடிப் போனபடியினாலே பிறாஞ்சுக்காற ரென்றும் பேர் கொண்டிருக்கிற சமஸ்தமானவர்களும் மேற்படியானை நம்முட சாதிக்குப் பிறம்பாய்த் தள்ளுபடியாக்கி எங்குமில்லாமல் துரத்திவிட்டதாக யெண்ணிக் கொண்டு எல்லாரும் நிந்திக்கக் கடவதென்றும் பிறசித்தமாய் சொல்லி யிந்த துஷ்ட்டனுடைய சமாசாரத்தை பிறாஞ்சு தேசத்துக் கெழுதியனுப்பிவிக்கிறதுமன்றி காப்பு தெ போன் யெஸ்பராஞ்சு *(Cap de Bonne Espérance)*[2] வரைக்கும் நம்முடைய பிறாஞ்சுக் கொடி பறக்கிற விடங்களிலெல்லாம் ஏத்துக் கொள்ளத் தேவையில்லை யென்று மங்கங்கே யெழுதி யறிக்கைப் பண்ணவேண்டிய தென்றும் யீந்தியி லிருக்கப்பட்ட கரை துறை யிலிருக்கிற பிறதேசத்தாருடைய சென்னப்பட்டண முதலாயுள்ள மற்ற விடங்களுக்கு மெழுதி யவனை யெங்குஞ் சேரவொட்டாமல் செய்கிறதென்றும் தீர்மானதுமன்றி புதுவைநகரத்தி லிருக்கப்பட்ட *Bureau* வில் மறுக்கி குலாமென்று மேல்ப்படியான் பெயர் யெழுதப் பட்டிருக்கிற தஸ்த்திரங்க ளிருக்கிறதுகளைச் சோதித்து மேற்படியான் பெயரை யெல்லாங் கிறுக்கிப் போட வேண்டிய தென்றுந் தீர்மானிச்சுது.

1, Culan

2. Eng. Cape of Good Hope

பனிரெண்டடித்து இரெண்டு மணிக்கு கும்பல் கலையுற தருணத்தில் சிரீ.சிரீ. திருவேங்கிடப்பிள்ளை யவர்கள் ராசப்பையர், நயினாத்தை முதலியா ரிவர்களை முசியே குலோம் இந்தக் கும்பலிலழைத்து பட்டணத்தின்பொதுக் காரியங்களுக்கு நீதி செலுத்தும்பொருட்டாக வெங்களுக்குள்ளே *Chambre Municipale* என்று யேர்ப்படுத்தி அதற்கு காரியக்காறரை நேமிக்கப் போறப்படியினாலே தமுழரைச் சேர்ந்தக் காரியங்களுக்கு முன்னின்று பேசும்படி யோக்கியமும் வல்லமையு முள்ளவர்களாய்ப் பார்த்து உங்களுக்குள்ளே நேமக்கஞ் செய்து நமக்கு வந்தறிக்கையிட வேண்டியதென்றுங் கட்டளையிட்டார்.

நாளையத் தினம் *St. Louis* என்று பிறாஞ்சு மகாறாசா அவர்களுடைய பண்டிகையானதினாலே நாளது சாயங்காலம் படைத்தலவரும் அபித்தாமென்ற சமஸ்தமானவர்களுங் குவற்ணமாவில் எப்போதும் வழக்கப்படி வந்துக் கூடி முசியே ஷெவாலியே தெப் பிறேனவர்களுடன் கூடிக்கொண் டெல்லாருங் கோவிலுக்குப் போனார்கள். உடனே கடலிலுங் கரையிலும் 21 பீரங்கி வெடி சுட்டார்கள். கோவில் சடங்குகள் தீர்ந்தவுடனே *Vive le Roi* என்று கூவினார்கள்.

Le 25 Août – 25 ந் தே.

இற்றை நாள் காலமே அஞ்சரை மணிக்கு கொடி போட்டு கடலிலுங் கரையிலும் 21 பீரங்கி வெடி சுட்டார்கள். எட்டு மணிக்கு எப்போதும் வழக்கப்படி சமஸ்தமான துரைகளுங் குவற்ணமாவில வந்து கூடி 50 சொல்தாதுகளுடன் பூந்தே ரெடுப்பித்துக்கொண்டு கோவிலுக்குப் போயி பண்டிகை கொண்டாடினார்கள்.

செப்தேம்பிற மா. 6–ந் தே. – ஆவணி 25–ந் தே.

இந்த நாள் காலமே *Assemblée Générale* என்று சொல்லப்படும் சமஸ்தமான துரைகள் அபித்தாமென்று குடித்தனக் காறார் யாவருங் குவற்ணமாவில் வந்து கூடி போன 21–8, 24–8 கூடின கூட்டத்தில் யோசித்து பிறாஞ்சுதேசத்துக் கனுப்பிவிக்கும் பொருட்டா யெழுதி யொழுங்கு படுத்தின மெமுவாறை சகலரு மறியும்படியாய் யுரத்து வாசித்தார்கள். இதுவும் *Mr. Culan, Hervé, Durand, La Boulaye, La Morandière, Petit, Ducluseau*[1] என்ற யெட்டு பெயர்களுஞ் செய்த துரோகத்தை புதுவைநகரத்தி லுக்கப்பட்ட குடிகளாகிய நாங்கள் சகல சாதங்களுடன் விளங்கி விசாரணை செய்து தங்களுக் கனுப்பப்பட்ட சாட்சி

1. Mauritius Archives documentல் இருப்பது.

சாதகங்களை நன்றாய் விசாரணை செய்து மேற்சொன்ன குத்தவாளிகளுக்கு நீதி முறையோடு செய்ய வேண்டி யிருக்கிற வாக்கினையை செய்யும் பொருட்டாய் பறீ *(Paris)* பட்டணத்தி லிருக்குஞ் சறுவ சென சங்கத்தாருக்கு அனுப்புற மெமுவாறை யெல்லாருக்குங் கேழ்க்கும்படி முசியே குலோம் வுரத்தி வாசித்து சரியா யிருக்குதென்று யேத்துக் கொண்டு சமஸ்தமானவர்களுஞ் சீர்மைக்கி யனுப்பிப் போற காகிதத்தில் கையொப்பம் வைத்தார்கள்.

மேற்சொன்ன யெட்டுப் பேர்களையும் குற்றவாளிகளாக்கின காரணம் யென்னவென்றால் புதுவைப் பட்டணத்துக்கு யெசமான்களா யிருக்கிற *Mr. De Fresne, Moracin* மைற்று மிருக்கப்பட்ட காரியஸ்தர்களை யெல்லாம் வெட்டிக் கொண்ணுப் போட்டு பட்டணத்தில் சில வெள்ளைக்காறர் தமிழர் வீட்டுகளை கொள்ளையடிக்கவும் மேற்சொல்லியிருக்கிற *Mr.Culan* என்றவனை இந்தப்பட்டணத்துக்கு பெரிய துரையாய் நேமிக்கவும் மைற்ற யேழு பேர்களும் அந்தந்தக் காரியங்களுக்கு தலைவராய் யேற்பட்டு சகலமுந் தங்களுக் குள்ளாக்கிகொண்டு துரைத்தினஞ் செய்யவேணு மென்று தங்களுக்குள்ளே யோசித்து தீர்மானஞ் செய்துக்கொண்டு மேல்ப்படியா ரவர்கள் பிஸ்தோல்களில் மருந்துக்குண்டுப் போட்டு மைற்ற வாயுதங்களும் திட்டப்படுத்தி பிஸ்தோல்களை சாக்கிலே போட்டு வைத்துக்கொண்டு இந்த கும்பலில் மைற்றவர்களை போலே தெரியாமல் வந்திருந்ததை கண்டுபிடித்து வெளியேற்றினார்கள்.

செப்தேம்பிற மா. 20–ந் தே.க்கு – புரட்டாசி 8–ந் தே.

இந்த நாள் மதாம் கிலேறோ *(Mme Clairaut)* வீட்டண்டை வாய்க்காலுக் கருகாமையில் குடிசை கட்டிக் கொண்டிருந்தயொரு பறையன் தன் பெண்சாதி வேறொருவனுடன் சம்பந்தமாயிருந்தா ளென்கிறதின் பேரில் அவளைக் கத்தியினால் கழுத்தை யறுத்து கொண்ணுப் போட்டான்.

யிது சமாசாரம் வெளியானதினால் *Procureur du Roi* என்ற முசியே புக்குறோவும் யொரு வயித்திய துரையும் மேல்ப்படி யிடத்தில் போய் சபதத்தை வெளியே யெடுத்து சோதித்த பிற்பாடு சிறசாலையில் வைத்திருந்த மேல்ப்படி பறையனை யிட்டுவந்து கேழ்விகேட்டுவாக்கு மூலம் யெழுதிக் கொண்டு மறுபடியும் அவனை சிறசாலைக் கனுப்பிவிட்டார்கள்.

ஒக்தோபிற மா. 2–ந் தே. க்கு – புரட்டாசி 20 சனிவாரம்

இத்தை நாள் *Conseil Criminel* யென்ற வாலோசனை கூடி மேல்ப்படி பறையனை தூக்கிப் போடுகிறதென்று பனிரெண்டு

மணிக்குத் தீர்மானஞ் செய்தார்கள். ஆகையால் ரெண்டு மணிக் கெல்லாம் முத்திரை சாவடிக் கெதிராக தூக்குமரம் நடப்பட்டுது.

மூன்றுமணிக் கெல்லாம் சகலரு மறியும்படி கொம்பு தமுக் கடித்து காகிதம் வாசித்து தெருக்கள்டோரம் பிறசித்தஞ் செய்யப்பட்டது.

அப்படியே மேல்ப்படி தூக்குமரத்துக் கெதிராக சிப்பாய் வரிசை நிறுத்தினார்கள். நாலரை மணிக்கு பொலீசுக்கு தலைவரான முசியே றெனோ, *Procureur du Roi* முசியே புக்கு றோவும் வந்து சேர்ந்தார்கள். அஞ்சு மணிக்கு சிறசாலையில் வைத்திருந்த மேல்ப்படி பறையனை பாறுக்கு நடுவே யிட்டு வந்து யேணியின் பேரில் யேத்தி தூக்கினார்கள்.

ஒக்தோபிற மா. *21*–ந் தே.க்கு – அற்பிசி *8*–ந் தே.

இந்த நாள் காலமே குவற்ணமாவின் கீழ்ச்சாலையில் கூடின *Assemblée Générale* என்ற சறுவ சென சங்கத்தில் தீர்ந்த தீர்ப்பாவது:

இதற்கு முன் பலமுறை கூடி *Chambre Municipale* என்ற வேர்ப்பாடு செய்து அதற்கு வேண்டியக் காரியக்காறரை நூதமனமாய் குறித்து போலீசு சாலை விசாரணையும் யினிக்குறிக்க போற காரியக்காற ரிருந்து சகலமும் நிறவேற்றி வருகிறதென்றும் மேற்சொன்ன கூட்டத்தார் யோசித்து போன செப்தேம்பிற மாதம் பதிமூணாந் தேதி கூடின கூட்டத்தில் ஸ்தாபித்து ஸ்திரப்படுத்தாமல் நேமித்து வைத்திருந்த காரியக்காறர் 19 பேர்களையும் யின்றையத் தினம் முழுதும் யுறுதிப் படுத்தி அவர்களுக்கு வேண்டிய வதிகாரங்கொடுத்து தீர்மானஞ் செய்யும்படியாய் முசியே குலோம் அன்று முத லித்தைய வரைக்கும் இந்தப் பட்டணத்துக்கு நடக்கவேண்டியிருக்கிற காரியங்களுக்கு யோசித்து யெழுதிக் கொண்டு வந்த மெமுமாறை சகலருக்கும் கேழ்க்கும்படி யுரத்தி வாசித்து இந்த பட்டணத்தின் பொது நன்மைக்காக செய்யப்பட் டிப்ப வாசித்த வொழுங்கின்படி இன்றைய தினம் யுறுதிப்படுத்தி முகிக்கிறது. சறுவத்திராளுக்குஞ் சம்மதியா யிருக்குதா வென்று யுரத்தி கேட்டதுக்கு மேற்சொன்ன காரியம் நிறவேறுகிறது வனேகம் பேர்களுக்கு சம்மதி யில்லாமலுமாய் யொருவருக் கொருவர் வொவ்வாமல் முசியே குலோமுக்கும் சில வெள்ளைக் காறருக்கு முறத்த விசேஷங்களாய் வெகு தகறாறுகள் நடந்துது.

ஆகையால் பிராம்சு தேசத்திலிருந் திந்தப் பட்டணத்துக்கு நவமான வொழுங்குகள் கற்பித்து வருகிறவரைக்கும் யிவடத்தி லொன்றும் நூதனமாய்ச் செய்ய வேண்டியதில்லை யென்று மிப்ப

விருக்கிறபடி யிருக்கவேண்டிய தென்றும் பல பேரெல்லாஞ் சொன்னார்கள்.

அனேகம் பெயர்களெல்லாம் கட்டாயமாய் முனிசிப்பால் வைக்கவேணு மென்று சொன்னார்கள். இதுகளுக் கெல்லாம் முசியே கொலோம் மறுமொழி சொன்ன தென்னவென்றால் சீர்மையில் *Révolution* என்று குளறுபடிகள் நடந்தப் பிற்பாடு இவிடத்தில் நாம் நடத்திக் கொண்டு வருகிற காரியங்களுக் கெல்லாம் சீர்மை வுத்தரவண்ணிலே நம்முடைய மனதின்படி நடத்திவந்தப்படியினாலே யிதுகாரியமு மப்படி நிறைவேற்ற வேண்டிய தென்றும் முசியே குலோம் மிகவுங் கோபித்துக் கொண்டு நாம் நினைத்து வெற்றினஞ் செய்த காரியம் நிறவேறுகிறதுக் கில்லாமல் சில பேர்களுக்கு சம்மதி யில்லாமலுமா யிருக்கிறதினாலேயும் காரியத்தளவில் பலமுறை கும்பல் கூடி வெகு பிறையாசப்பட்டுங் கால தாமசமாய்ப் போறதிலேயு மின்றையத் தின மா மல்ல வென்றிரெண்டிரு காரியம் முகித்தபின் கும்பல் கலையுறதே யன்றி வேறொரு விதமுங் கூடாதென்றும்

ஆகையாலவர்கள் மேற்சொன்ன காரியம் நிறைவேற சம்மதித்தார்கள் சம்மதி யென்றும் மனதில்லாதவர்கள் சம்மதியில்லை யென்றும் *Oui, Non* என்று தனித்தனியாய் இவ்விரண்டு சொல் மாத்திரம் ஒரு துண்டு கடுதாசியிலே யெழுதிக் கொடுங்கோ ளென்றுங் கட்டளையிட்டார். அப்படியே சகலரும் *Oui, Non* என்று அவரவருக்குச் சம்மதியானபடித் தனித்தனியா யெழுதிக் கொடுத்தார்கள்.

இரெண்டு பேர்களை வைத்து அவரவர்கள் துண்டுக் கடுதாசியி லெழுதிக் கொடுத்ததுகளை யெல்லாந் துகைப் போட்டுக் கூட்டிப்பார்க்கும்போது *Oui* என்று சம்மதித் துகை *158–ம்* *Non* என்று சம்மதியில்லாதது *60–*துமாயிருந்துது. ஆகையால் முசியே குலோம் எல்லாருக்குங் கேட்கும்படி யுரத்தி வாசித்து முனிசிப்பால் வைக்கிறது இரெண்டு பங்கு பிறைசைகளுக்குச் சம்மதியும் ஒரு பங்கு பேர்களுக்கு சம்மதி யில்லாமலுமா யிருக்கிறதினாலும் ஒன்றுக்குப் பத்து பெரிதே யொழிய வேறல்லவென்றும் உசந்த துகை பிறதானமாகையால் மேற்சொல்லி வரப்பட்ட காரியம் நினைத்தபடி யுறுதிப்படுத்த வேண்டியதும் நாய மென்றும் வுரத்தி சொன்னதின் பேரில் சம்மதித்த பெயர்கள் சம்மதியில்லா திருந்தவர்க ளியாவரும் சம்மதி யென்றும் கைகளைத் தட்டினார்கள்.

பிற்பாடு சமஸ்தமானவர்களுங் கையொப்பம் வைத்தார்கள். இதன்றியும் மேற்சொன்ன *Chambre Municipale* க்கு யேர்ப்படுத்தி வைத்திருக்கிற பத்தொன்பது பேர்களுக்கும் மேலான வதிகாரம்

பெற்று மேற்படியார் செய்யப்படும் காரியங்களை விசாரணை செய்து அதிலிருக்கப்பட்டக் குற்றங்களைக் கண்டுபிடித்து கேழ்வி கேழ்க்கும்படியாய் வென்ற யொரு *Comité Représentatif* என்று 25 பேர்களையு மதற்கு *Président* ஒருவரும் செக்கிறத்தேரொருவன் ஆக யிருவத்தேழு பேர்களை முன் குறித்த வொழுங்கின் முறைமைப்படி யவரவருக் கிஷ்ட்டமான பேர்களை யின்னா ரின்னா ரென்று குறித்தெழுதி கொடுங்கோளென்று குலோம் உரத்திச் சொன்னார்.

அப்படியே அவரவருக் கிச்சையானவர்களுட பேரை *Scrutin* என்ற ஒரு துண்டு கடுதாசியி லெழுதிக் கொடுத்தார்கள். உடனே முகித்து தேறுக்கடைசெய்ய நேரமில்லாததினாலே யெல்லாரும் மத்தியானஞ் சாப்பிட்டு வந்து மறுபடி நாலு மணி துவக்கி ராத்திரி ராத்திரி பதினொரு மணி வரைக்கும் கும்பல் கலையாம லிருந்துங் காரியங்களெழுதி முகியாததினாலே மறுநாள் 22–ந் தே. காலமே எல்லாரும் வந்து கூடியவர்கள் நேத்தியத்தினம் யெழுதிக் கொடுத்திருந்ததுகளை யெல்லாம் துகைப்போட்டுக் கூட்டிப் பார்க்கும்போது குறிக்கப்போற 26 பேர்களுக்கும் *Président* என்று *Moracin* என்றவரை தலைவராய் நேமிக்கும்படி 158 பேர்கள் கோரி யெழுதிக் கொடுத்தார்கள்.

ஆகையால் முசியே *Moracin* எசமானென் றனவரும் மேற்றுக் கொண்டதற் கடையாளமாக சமஸ்தமானவர்களுங் கைகளைத் தட்டினார்கள்.

அவரு மிவர்களுக்குப் பணிந்து வதிலுபசாரஞ் செய்தார். மைற்ற யிருப்பதியேழுப் பேர்களையுங் குடிகளெழுதிக் கேட்டுக் கொண்டபடி *Membre du Comité* என்று மிவர்களுக்குச் செக்கிறத் தேராக *Sabatier* என்றவரை நேமித்தார்கள். பிற்பாடு *Maire* என்ற முசியே குலோம் மைற்று முதலாகியவர்களுங் கூடிக் கொண்டு குவேற்ணமாவிலே மேலேறிப் போய் *Mr. Cher de Fresne* அவர்களைக்கண்டு வுபசாரஞ் செய்து அப்படியே மேற்படி கும்பலுடன் முசியே மொறசேனவர்கள் வீட்டுக்குப் போய் சந்திச்சார்கள்.

இதுவும் முசியே கொலோஞ் சொன்னது: மேலே குறிக்கப்பட்டிருக்கிறக் காரியக்காறர் மேற்படி காகிதங்களை யேற்றுக் கொண்டு வதிகாரஞ் செலுத்தும் பொருட்டாய் மேற்படியாருக் கொரு தனியிடம் குறித்து வேண்டியிருக்கிற ஒழுங்குகளை செய்து முகித்துக்கொண்டு வருகிற நெவாம்பிற மா. 14–ந் தே. துவக்கி அவர்கள் நீதி செலுத்திக் கொண்டு வருவார்க ளென்றுஞ் சொன்னார்.

1790

மேற்சொல்லப்பட்ட Chambre Municipaleக்கு யேர்ப்பட்டிருக்கிற பத்தொன்பது பெயர்களின் விபரம்

Officiers qui composent la Chambre Municipale

Maire : Mr. Coulon

Mrs. Gelain

Combemale

Lafontaine

Lerride

White

Procureur   *Finiel*

Notable   :

66	*L'Empereur*
42	*Bayote*
44	*Meder*
46	*Lafay*
44	*Gérardot*
63	*Blin de Grincourt*
42	*Fumeron*
46	*Duruth Dombale*
45	*Biancourt*
44	*Saligny*
43	*Cazenave*
42	*Lestache*

19   *personnes*

Membres du Comité Représentatif des citoyens de Pondichéry

Mrs. Moracin, Président

Sabatier, Secrétaire

Civrac

La Sauvagère

Violette

Lagrenée

Norman(d)

Doumergue
L'Evêque
Adville
Alix
Joliag
Nuly
Colondon
Richardin
Ramadier
Bosset
Joanis
Sinan
Bagicher - Notaire
Cornette l'aîné
Duplessis
L'Etang
Touffreville
Marchand

நொவேம்புற மா. 13–ந் தே. – காற்திகை முதல் தே.

இற்றை நாள் சாயங்காலம் நாலு மணிக்கு பொலீசு காரியங்களை யேற்றுக்கொள்ளும் பொருட்டாய் பொலீசுக்குத் தலைவரான முசியே ரெனோ வீட்டுக்கு முசியே குலோம் போன விடத்தில் பொலீசிலே காரியக்காறரா யிருந்தவர்கள் முதற் கொண்டு மைற்று மிருந்தவர்களை யெல்லாம் மேற்படி குலோமுக்கு யெதிரே விட்டு முசியே ரெனோ இன்னாரின்னா ரென்று *Présentation* காண்பித்து என்னிடத்திலிருந்து யெப்படி சுமுத்திரையாய் நடந்துக்கொண்டு வந்தீர்களோ அப்படி முசியே குலோமவர்களுக்கும் மேற்படி முனிசிப்பாலி லிருக்கப்பட்ட துரைகளுக்கும் இஷ்ட்டம் வரும்படி சாகிறதையாய் நடந்துக் கொள்ளுங்கோ ளென்று மேற்படியார் வசத்தி லொப்பிவித்தார்.

முசியே குலோம் சொன்ன மறுமொழி நீங்கள் சுமுத்திரை யுடனும் சாகிறதையுடனும் காரியங்களை நிறவேற்றினீர்களானால் நன்மை கிடைக்கும் இல்லாவிட்டால் லவரவ ருத்தியோகத்தை யிழந்து போவீர்களென்று மாகையால் நீதி செலுத்தும்படியாய் யிப்போ நேமித்திருக்கிற *Hôtel de Ville* என்றவிடத்தில் நாளது மா. 15–ந் தே. காலமே வந்தால் மேல் நடக்க வேண்டிய காரியங்களுக்கு கட்டளையிடுகிறோ மென்று சொன்னார்.

நாளது மா. 14–ந் – காற்திகை 2–ந் தே.

இற்றை நாள் ஆதிவாரம் சாயங்காலம் மேற்சொன்ன *Chambre Municipale* என்ற காரியத்தை ஸ்திரப்படுத்திப் பிறசித்தஞ் செய்து முகிக்கும்படியா யின்று காலமே வெள்ளக்காறருடைய தெருக்களில் தம்பூரடித்து பிறசித்தஞ் செய்தது மன்றி மேற்படி காரியத்தை யடுத்த சங்கதிகளை யாவரும் அறியும்படி யெழுதி ஒட்ட வேண்டிய இடங்கடோறு மொட்டினார்கள். அதிலடங்கி யிருந்தக் காரியமென்ன வென்றால்: சாயங்காலம் நாலு மணிக்கு சமஸ்தானவர்களுங் குவற்ணமாவில் வந்து கூடவேண்டிய தென்றும் மேலே குறித்திருக்கிற நேரத்துக்குச் சரியாய் எல்லாரு மறிந்து வந்து சேரும்படி மூன்று பீரங்கி வெடி சுட்டு யடையாளங் காட்டுவார்க ளென்று மதறிந்து வந்து கூடுகிற தென்றுங் கண்டெழுதியிருந்துது.

அப்படியே பீரங்கி வெடி சுட்டார்கள். சமஸ்தமானவர்களுங் குவற்ணமாவில் வந்து கூடினார்கள்.

இதன்றியே மூன்று நாளைக்கு முன்னமேதானே குவேற்ணமாவி னடியிற் தென்பக்கத்துப் பெரிய விராந்தில் கீழ்ப்பக்கத்தில் மேற்கு பாற்க சதுரமாய் சிம்மாசனம் போலே செங்கல்லினாலே ஒரு மேடை கட்டி அதின் மீதில் பலகைக ளடித்து மூன்று ஏறுப்படி போட்டு வைத்திருந்தது.

ஆகையால் நாளது மத்தியானம் மூன்று மணிக்கு அந்த மேடையின் பேரிலதற்குச் சரியாய் கறுப்பு சகலாத்தில் ராசா முத்திரைகள் மஞ்சள் சகாலத்தினாலே போட்டு நிரம்பப்பதித் திருந்த மேற்படி சகாலத்தை யிந்த சிம்மாசனத்தின் பேரில் போட்டு வதின் மீதில் ஒரே வரிசையாய் அளவிலே பக்கத்துக்கு மும்மூன்று நார்க்காலிகளும் நடுவே யொரு பொத்தேல் (fauteuil) நார்க்காலியும் போட்டு அதின் மீதில் கிழக்குப் பார்க்க வரிசை மூன்றுக்கு நாற்காலிகள் 26–ம் முதல் வரிசைக்கு நடுவே பொத்தேல் நாற்காலி 1–ம் ஆக 27 நாற்காலிகம் வடபக்கத்தில் தெற்கு பார்க்க நாற்காலிகள் 13–ம் இதற்கெதிராக தென்பிறத்தில் வடக்குப்பார்க்க பொத்தேல் நாற்காலிகள் 2–ம் இந்தப் பிறகாரம் அந்தந்தஸ்தாய்ப் போட்டு வைத்திருந்துது.

ஆகையால் மேர் (Maire)[1] என்ற முசியே குலோமும் மேற்படி முனிசிப்பாலுக்குடைய துரைகள் ஆறு பேர்களும் *Notable* என்ற பனிரெண்டு பெயர்களும் *Comité Représentatif* என்ற 26 பெயர்களும் அதகற்கு *Président* மாகிய முசியே மொறசேனும் இதினடியில் சொல்லப்போற வொழுங்கின்படி அவரவர்க

1. Eng. Mayor

ளுடுத்துக் கொண்டு தலைவரெல்ல மந்தந்த வகுப்புடன் கூடிக்கொண்டு குவற்ணமாவில் மேற்சொல்லி யிருக்கிற விடத்திற் கூடினார்கள். *Adminstrateurs* ஆகிய தெப் பிறேனும் லெழேயும் மெத்தை விட் டிறங்கி வந்து மேல்ப்படி கும்பலுடனே சேர்ந்தார்கள். *Président* மாகிய முசியே மொறேசன் சமஸ்தமானவர்களுக்குங் கேழ்கும்படி தாமெழுதிக் கொண்டு வந்த காரியத்தை ஒரு நாழிகை வரைக்கும் வாசித்தவுடனே யெல்லாருங் கைகளைத் தட்டினார்கள். பிற்பாடு முசியே மொறசேனுக்கும் மேற்படி கொமித்தேவுடைய காரியக்காறருக்கு முன்பாக, *Citoyen* என்ற குடிகளுக் கெதிராகவும் *Maire* என்ற முசியே குலோம் சொன்னது: பொது நன்மைக்கும் விராச்சியங்களுக்கும் ஸ்தாபித்திருக்கிற வொழுங்கின்படி யெனக்கு கொடுத்திருக்கிற வதிகாரத்தைக் கொண்டு என்னாலே கூடிய மட்டும் *Loi* என்ற முறமைக்கும் ராசா அவர்களுக்கும் நசியோமுக்கும் துரோகஞ் செய்யாமல் நிலைமையுடனுங் கிரேஸ்தமார்க்கத்துடனு மிருந்துச் சரி நீதி செலுத்தக்கடவே னென்று சொல்லிக் கையெடுத்துப் பிறமாணிக்கஞ் செய்து கொடுத்தார்கள்.

அப்படியே *Echevins* என்ற *Officiers Municipaux* என்ற துரைகளும் பிறமாணிக்கஞ் செய்தார்கள். *Notable(s)* என்ற பனிரெண்டு பெயர்களும் அப்படியே பிறமாணிக்கஞ் செய்தார்கள்.

கடைசியாய் அபித்தாமென்ற குடிகள் சமஸ்தமாவர்களும் தனித்தனியே பிறமாணிக்கஞ் செய்தார்கள்.

உடனே *Maire* என்ற *Mr.* குலோமும் எஷேவே னென்ற ஆறு பேர்களும் மேலே கண்டெழுதப்பட்டிருக்கிற மேடையின் பேரிலேறினார்கள். ஆகையால் பக்கத்திற் சொல்லியிருக்கிற மெட்டு வரிசைப் பிறகாரம் ஒழுங்கின் பிரக்கார மவரவர்களுக்குக் குறித் திருக்கப்பட்ட விடத்தில் நாற்காலி கிட்ட நின்றார்கள்.

Administrateurs அவர்களும் தங்களுக்குக் குறித்திருந்த பொத்தேல் நாற்காலிகள் கிட்ட நின்றார்கள்.

பிறசிதாமாகிய முசியே மொறசேனும் மேற்படி குமித்தேக்குடைய 26 பேர்களும் மேடையின் பேரில் நிற்கிறவர்களுக் கெதிரே சமீபத்தில் நின்றார்கள்.

முசியே மொறசேன் முன் வாசித்துச் சொன்ன சங்கதிக்கு வதில் மொழியாக *Maire* என்ற முசியே குலோம் வாசித்தார். மறுபடி முசியே மொறசேன் குடிகளுடைய பேராலே முனிசிபாலுக்குத் தலைவர் கொமித்தேக்குடையவர்களுக்குச் செய்துக் கொடுத்த பிறமாணிக்கத்தின்படி இவர்களு மவர்களுக்குச்

செய்துக் கொடுத்தார்கள். உடனே யிருபத்தொரு பீரங்கி வெடி சுட்டார்கள்.

பிற்பாடு சமஸ்தமானவர்களுங் கூடிக்கொண்டு குவற்ணமாவின் தென் பக்கத்து வாசப்படியால் பிறப்பட்டு தாசிகள் மேள வாத்தியங்களோடு கூடிய சகல சம்பிறமங்களுடனே பிளாசிலே போய் நின்றார்கள்.

முசியே லேஷெ *(Léger)*, ஷெவாலியேர் தெ *Fresne* கத்தியை வுருவிக் கொண்டு ரெழிமாம் சொல்தாதுகளை யொரு பக்கமும் அற்திலேரியென்றும் பீரங்கி சுடும் வெள்ளைக்காறர்களை யொரு பக்கமும் சிபாய் ராணுவத்தார்களை யொரு பக்கமுமாய் பிளாசிலே வரிசை வைத்து தாமும் முசியே லெஷெயும் யெதிரே நின்றார்கள். ஆகையால் வெப்பீசியேகளாகிய இராணுவத் தலைவர் நாங்கள் நசியோமுக்கும் இராசா அவர்களுக்கும் *Loi* என்ற முறைமைக்கும் வித்தியாசம் வருத்தாமலும் எங்களுக் குட்பட்டிருக்கிறவர்களைக் கொண்டு குடிகளுக் கொரு பொல்லாங்குகளும் வருத்திவையாமலு கிறேஸ்த மார்க்கத்துடனும் நிலமையுடனும் யிருக்கக் கடவோ மென்று தங்களுக்கு யிசமானாகிய முசியே தெப் பிறேன் அவர்கள் சொற்படிக்கு முனிசிப்பால் கூட்டத்தாருக்கு முன்பாக கையெழுத்துப் பிறமாணிக்கஞ் செய்துக் கொடுத்தார்கள்.

பிற்பாடு சொல்தாது ராணுவத்தார்கள் பிறமாணிக்கஞ் செய்து நாங்க ளெங்களுடைய குடிகளைக் கைவிடாமலும் நசியோமுக்கும் ராசாவுக்கும் *Loi* என்ற முறைமைக்குந் துரோகஞ் செய்யாமல் சுமித்திரையுடனும் கிறேஸ்த மார்க்கத்துடனும் எங்களுடைய யிசமான்க ளிடப்பட்டக் கட்டளைக்கு கீழ்ப்படிந்து யொழுங்கு தப்பாமல் நடந்துகொள்ளக்கடவோ மென்று கையெடுத்துச் சொன்னார்கள்.

உடனே மறுபடி இரண்டாவது யிருபத்தொரு பீரங்கிச் சுட்டார்கள்.

5½ மணிக்கு சமஸ்தமான பேர்களும் மேற் சொன்ன வாயுதங்களோடு சந்தடி செய்யாமல் கோவிலுக்குப் போய் சடங்குக ளெல்லா முகிந்து *Te Deum* நடக்கும்போது மூன்றாவது விசை யிருபத்தொரு பீரங்கி வெடி சுட்டார்கள்.

6¼ மணிக்கு சமஸ்தமான பேர்களுங் கோவில் விட்டுப் பிறப்பட்டு மேற்சொல்லி யிருக்கிற சம்பிறமங்களுடன் அணி யணியாய் முன்னும் பின்னுமாய் *Hôtel de Ville* என்னும் கடற்கரை பக்கமாய் *Intendant* துரைகள் குடியிருக்கும் பொருட்டாய் முசியே மெறசேன் நவமாய்க் கட்டி வைத்திருந்த அரண்மனையிற் போய்க்

கூடினார்கள். மூன்று நாளைக்கு முன்னமே தானே மேற்படி அரண்மனை வாசற்படிக் கெதிராகப் போய் கரும்புகளினாலே தேர் விளக்குகள் வெகு வேடிக்கையாய்ச் சோடித்து சிங்காரித் திருந்ததில் ஆறாயிரும் விளக்குகள் யேற்றினார்கள்.

ஆகையால் துரைகளெல்லாரு மொரு மணி நேரம் வரைக்கு முள்க்காத்திருந்து தாக சாந்தி செய்துக் கொண்டு வெளியே பிறப்பட யேழு மணி வரைக்குஞ் சென்றுது.

நாளது மா. 15–ந் தே.

மறுநாள் காலமே மேற்சொல்ப்பட்ட *Hôtel de Ville* என்ற நீதி ஞாயம் விசாரிக்கும் பொருட்டா யேற்படித்தியிருக்கற விடத்திலே மேற்சொல்லியிருக்கிற ஒப்பீசியே முனிசிப்போ *(Officiers Municipaux)* என்ற துரைகள் யேழு பேர்களும் வந்து கூடி யொரு மணி நேரம் வரைக்கு மிருந்து பிறப்பட்டு குவற்ணமாமுக்குப் போய் முசியே தெப் பிறேனவர்களகைக் கண்டு சந்தித்தான வுடனே பட்டணத்திலுள்ள துரைகளை யெல்லாஞ் சந்திக்கப் போனார்கள்.

மேற்சொன்ன முனிசிப்பாலுடைய துரைகள் யேழு பேர்களும் *Officiers Municipaux* என்று பிறியும்படி சட்டையின் பேரில் போட்டுக் கொண்டிருந்த *Echarpe en Bandoulière* என்று சிகப்பு நீலம் வெள்ளை இம்மூன்று பட்டுகளும் நன்றாய் சேர்த்து அடுக்கடுக்காய் சுறுக்கி தைத்து சட்டையின் பேரிலே படு தலைவார் போலே மாறாப்பாய்ப் போட்டுக் கொண்டார்கள்.

மைற்ற ஆறு பேர்களுடைய படு தலைவாருக்கும் மேரென்ற முசியே குலோம் போட்டுக்கொண்டிருந்த *Echarpe* பட்டையிலிருந்த வித்தியாசமென்ன வென்றால் *Maire* என்பவருடைய சுத்திலு மோரத்தில் பொன்கலாமும் குச்சு பொன் சருகை குச்சும் போட்டிருந்துது.

மைற்றவர்களுடையதில் வெள்ளி சருகை குச்சு போட்டிருந்துது.

நொவோம்பிற மா. 16–ந் தே.க்கு – கார்த்திகை 4–ந் தே.

இற்ற நாள் காலமே மேற்சொன்ன யேழு பேர்களும் *Hôtel de ville* என்று மேற்சொல்லி யிருக்கிற பொலீசு நாயம் விசாரிக்கும்படி நேமித்திருக்கிற விடத்தில் வந்து விசாரணை செய்ய வாரம்பித்தார்கள்.

ஆகையால் மேற்சொன்ன யேழு பேரும் முறைமுறையாய் மாச மொருவர் ஞாயங் கேழ்க்கிறதென்று நிபந்தனையா

யிருக்கிறதினாலே முதல் வரிசைக்கு *White* என்றவன் விசாரணைக்கு வந்தான்.

தெசேம்புற மா. 3–ந் தே.க்கு – கார்த்திகை மா. 21–ம் தே.

இந்த நாள் டீப்பு சுல்த்தான் வசத்தி லகப்பட்டு முத்திரைப் போட்டு அனுப்பிவிட்ட இங்கிலிசு சொல்தாதுகள் சிபாய்களொரு வகுப்பு 200 பேர்கள் புதுவைநகரை யடுத்த முதலியார் பேட்டையில் வந்திறங்கினார்கள்.

மேற்படி ராணுவத்தார் மிகுதியுங் கஸ்திப்பட்டு சாப்பாட்டுக் கில்லாமல் மெலிந்து நடக்கத்தானுஞ் சத்துவமில்லாமல் கூடலூர் வந்து சேர்ந்தபடியினாலே மேற்படி துரை யிவடத்தில் முசியே தெப் பிறேனவர்களுக்குக் காயிதமெழுதி வருகிற ராணுவத்தார்களை தயை செய்து அவர்களுக்கு வேண்டியதுகள் புதுவைநகரில் விலைக்குக் கொடுக்கும்படி செய்வித்து அவிடத்தி லவர்களை வைத்து ஆதரித்து யிளப்பாறிக்கொண்டு போகும்படிசெய்ய வேணுமென்று கூடலூர் துரை கேட்டுக் கொண்டபடியினாலே இவடத்திலிருந்து வேண்டியதுக ளெல்லாஞ் சமஸ்தமும் கொண்டு போய் விற்கும்படி கடைக்காறரை யனுப்பி மேற்படியிடத்தில் கடைகள் போடும்படி செய்யப்பட்டுது.

அப்படியே அவடத்தி லெட்டு நாள் மட்டு மிருந்து சவுக்கி யப்படுத்திக் கொண்டு போனார்கள்.

தெசேம்புற மா. 20–ந் தே.க்கு – மார்கழி 9–ந் தே.

இந்த நாள் காலமே டீப்பு சுல்த்தானிடத்திலிருந்து ஒரு ஸ்தானாபதி துலுக்கனும் வைக்கீல் பிறாமண நொருவனும் நூறு குதிரைக்காறரும் முசயே *Cher de Fresne* அவர்களுக்கு வெகுமதி கொண்டு வந்து வில்லியநல்லூர் சேர்ந்தார்கள். ஆகையால் மேற்படியாரை யிட்டு வரும்படி இராசப்பையரை அனுப்பிவிக்கப்பட்டுது.

மேற்படியாருடனே வருவார்களென்று அரியாங்குப்பத்துத் தோட்டத்தில் குடியிருந்த முசியே தெப் பிறேன் பட்டணத்துக் குள்ளே வந்து கொவற்ணமாவில் சாயங்கால வரையில் காத்திருந்து வராததினால் நாளை காலமே வருவார் களென்று சமாசார மறிந்துக் கொண்டு திரும்பி மேற்படி தோட்டத்துக்குப் போய்விட்டார்.

அப்படியே நாளது சாயங்காலம் 6 மணிக்கு மேற்படியாருக்கு விடுதி யொழித்து வைத்திருந்த நயிநாத்தை முதலியார் வீட்டில் வந்திறங்கினார்கள்.

தெசேம்புற மா. 21–ந் தே.க்கு – மார்கழி 10–ந் தே.

இந்த நாள் காலமே ஒன்பது மணிக்கு குவற்ணமாவிலிருந்து பட்டத்து பல்லக்கும் கொடிகளிரெண்டும் குமர வர்ணக் கொடிகள் சவளைக்கழிகள் தாசிகள் மேளவாத்தியங்கள் முதலான சம்பிறங்களுடன் பிறப்பட்டு போய் மேற்சொன்ன விடுதி யிலறங்கியிருந்த ஸ்தானாபதிகளை யிட்டுக் கொண்டு குவற்ணமாவில் வந்து சேர பத்தரை மணியாச்சுது.

முன்னமே தானே கொடி போட்டிருந்துது. மேற்படியார் மெத்தையின் பேரி லேறும்போது 21 பீரங்கி வெடி சுட்டார்கள்.

மேற்படி ஸ்தானாபதிகள் துரையவர்களை யாலிங்கனஞ் செய்துக்கொண்டு வெகுமதிகளையும் டீப்புடைய காகிதத்தை யுமிதிலே வைத்தார்கள். சத்து நேரம் வுள்காந்து க்ஷேம லாபங்களைப் பேசியானவுடனே துரையும் முசியே லெஷேயும் (Mr. Léger) மேற்படி ஸ்தானாபதியும் காம்புறு (Chambre)[1] க்குள்ளே பேசப் போனார்கள். சாலையிலிருந்த துரைகள் ஒவ்வொருவராய் பிறப்பட்டுப் போய்விட்டார்கள்.

பேசியாயி வெளியே வந்தவுடனே மேற்சொன்ன சம்பிறமங்க ளுடன் மறுபடி யந்த ஸ்தானாபதிகளை விடுதியிலே காண்டு போய்விட்டார்கள்.

மேற்படியாருடன் கூட வந்த 100 குதிரைகளுங் கோட்டைக்கு வெளியே ஒழுகரை சாலையில் கட்டினார்கள்.

தெசேம்பிற மா. 23–ந் தே. க்கு – மார்கழி 12–ந் தே.

இத்த நாள் மத்தியானம் மூன்று மணிக்கு மேற்சொன்ன ஸ்தானாபதிகள் கொண்டு வந்த வெகுமதிக்கு வதிலாய் முசியே ஷெவாலியே தெப் பிறேனவர்கள் டீப்பு சுலுத்தா னவர்களுக்கு கொடுத்த வெகுமதி வயிரங்களிழைத்த சீர்மையிலிருந்து வந்திருந்த பாங்கு –க்கு கிறையம் ரூபா 4,000 தங்க மூக்குத்தூள் சிமின் – 1. மேற்படி வைக்கீல்களுக்கு சோடு சாலுவைகள் வெகுமதி கொடுத்தனுப்பி வைத்தார்கள்.

1791–ம் ஆண்டு யூாம்வியேர் மா. 13–ந் தே.க்கு – சாதாரண வருஷம் தை – 3–ந் தேதி.

இத்த னாள் முசியே *Le Chevalier de Fresne* அவர்களுடைய *aide de camp* மாகிய முசியே குப்பி[2] முன்னமேதானே சென்னப் பட்டணத்துக்கு காரியமாய்ப் போயிருந்தவர் மறுபடி வருகையில்

1. Eng. room
2. Goupil

டீப்பு சுலுத்தானுடைய குதிரைக்காறர் 30 பெயர்கள் வளைத்துக் கொண்டு பல்லக்கு மற்று முதலான சாமான்க ளியாவும் பிடிங்கிக் கொள்ளும்போது தான் பிறாஞ்சுக்காற னென்று சொல்லியும் டீப்புடைய காயிதத்தைக் காண்பித்தும் மைற்ற வடையாளங்களைக் காட்டியுங் கண்டுபிடியாமல் மேற்சொன்ன டீப்புடைய பறவாணா காகிதத்தையும் பிடுங்கி கிழித்துப்போட்டு மேலே போட்டுக் கொண்டிருந்த சட்டைக் கத்தி சகலமும் பறித்துக்கொண்டு சீவனுடன் விட்டு விட்டார்கள்.

நாளது மா. 17–ந் தே.க்கு – தை – 7–ந் தே.

இத்தை நாள் புதுவை நகரில் பயிரிடுங் குடிகள் 500 பேர் வரைக்கும் கும்பல் கூடி தப்பிட்டி பாங்கா வூதிக்கொண்டு குண்டு கிறாமங் குத்தகைகாறனாகிய அபிறா முதலி பேரில் முறைப்பாடு செய்யும்படி அரியாங்குப்பத்தில் குடியிருந்த முசியே தெப் பிறேனவர்க ளிடத்துக்குப் போனார்கள். முறைப்பாடென்ன வென்றால் மேற்படியான் குத்தகை யெடுத்த நாள் முதலாய் முசியே லெழே என்று பட்டணத்துக்கு Intendant மாயிருக்கிற துரையை தன் கைவசமாக்கிக் கொண்டு அந்த பிலத்தைக்கொண்டு குண்டு கிறாமத்து னாட்டானாகிய விரிசைப்ப முதலி யென்றவனையும் வசப்படுத்தி வைத்துக்கொண்டு யிந்தப் பட்டணத்தி லொரு காலங்களிலும் நடவாத நூதனமாகிய காரியங்களாய்க் குடிகளுக்கு விரோதமான வேலைக ளியாவத்துஞ் செய்ததுமன்றி வாரமென்று பேர் பாதியாகக் கண்டு முதல் தானியங்களில் சரிபாகமா யெடுத்துக் கொண்டு பின்னும் குடிகளுக்கு பலவித நஷ்ட்டங்கள் வருத்தி வைத்து யிப்பேர்ப்பட்ட வக்கிறமஞ் செய்தபடியினாலே சமஸ்தமான பேர்களும் மிகுதியுங் கோபங் கொண்டு அவனுக் கிருக்கப்பட்ட குத்தகையை யிந்தச் சிணம் எடுத்துப்போட்டு குடிகள் குத்தகை யாக்கி எங்கள் வசமாக்கிப் போடவேணு மென்று மந்தப் பணம் நாங்கள் செலுத்திப் போடுகிறோ மென்றும் எங்கள் கருத்தின்படி நிறைவேற்றாவிட்டால் அந்த துஷ்ட்டனை அடித்துக் கொன்று போடுவோ மென்றும் மேற்படியான் நாங்களிட்டப் பயிரை தன் காமாட்டிகளை விட்டு வலுமையாய் அறுத்துக் கொண்டதினாலு மினிமே லந்தப் பயிர்களை நாங்கள் தொட்டு எங்கள் கையினாலே அறுக்கிற தில்லை யென்று மவனுக்கே அந்த குத்தகை மறுபடி யிருக்குமேயாகையாகில் நாங்கள் சமஸ்தமானவர்களு மிந்த வூரை விட்டு பிறதேசத்துக்குப் போய்விடுவோ மென்றும் வெகு வுக்கிறமாய் பேசினபடியால் குடிகளுக்கு மேற்படியான் மிகுந்த விரோதங்களை செய்ததினாலே அவர்களுக்க இத்தனை சூடு பிறந்ததென்று துரையவர்கள் புத்தியில் ஸ்திரமாய்த் தோத்தப்பட்டுது. முசியே லெழெ தன்னாலே இலாபத்தும்

மேற்படி குத்தகையை யெடுக்கப்படா தென்று மிதில் சில துஷ்ட்டர் கூடி யோசித்து இப்படி கும்பல் கூட்டிக்கொண்டு பொறாமையினாலே யிப்படிக்குச் செய்தார்களே யொழிய குத்தகைக்காறன் மேற்படியாருக்கு ஒரு பொல்லாங்குகளும் வருவித்தவில்லை யென்றும் இப்படி பல ஞாயங்களைச் சொல்லி குத்தகைக்காறனுக்கு அனுகூலமாக யாவத்தும் பேசியுங் கூடாமல்ப் போய்விட்டுது. காரியத்தை நன்றாய்க் கண்டுபிடித்துக் கொண்டபடியினாலே உங்கள் மனதின்படி மேற்படி குத்தகையை யுடைத்துப் போட்டோம் ஆகையால் ராச திரவியத்துக்கு வழுவுதல் வராமல் சாக்கிறுதையாய்க் காரியங்களைச் செய்யுங்கோ ளென்று உத்திரவு கொடுத்தனுப்பிவிட்டார்.

லெழே குத்தகைக்காறனுக் கனுகூலமாய் யெத்தினை பிறையாசைப்பட்டும் தன் ம(ன)தின்படி நிறவேறாமல் குடிகளுக் கனுகூலமாய்ப் போனதினாலே மிகுதியும் உச்சாக பங்கமாச்சுது. வெகு சந்தோஷமமாய் மேற்படியார் திரும்பி வருகையில் அபிரா முதலிப் பல்லக் கேறிக்கொண்டு மேற்படியிடத்திலிருந்து வருகையில் அரியாங்குப்பத்து ஆத்தண்டையில் சந்தித்த விடத்தில் குடிகளுக்கு வெகு கோபம் பிறந்து மண்ணை வாரி பல்லக்கின் பேரிலே விபரீதமாய்ப் போட்டு உதாசனமாய்ப் பேசி மிகுதியும் பங்கப்படுத்தி அடிக்கிறதுக்கு யெத்தினஞ் செய்தபடி யினாலே அன்னேரந் தப்பித்துக் கொண்டு வோடிப் போனான்.

ழூாம்வியேர் மா. 22–ந் தே.க்கு – தை 12–ந் தே.

இத்தை நாள் நாளது மா. 13–ந் தே.யில் Le Chevalier de Fresne அவர்களுடைய ஏதுக் காமாகிய (aide de camp) முசியே குப்பி யென்றவர் சென்னப்பட்டணத்திலிருந்து புதுவைநகரத்துக்கு வருகையில் வழியிலே டீப்புடைய குதிரைக்காறர் சகலமும் பறித்துக்கொண்டு விட்டுவிடபடியினாலே அது காரியத்துக்கு முசியே தெப் பிறேனவர்கள் டீப்பு சுல்த்தானவர்களுக்குப் பறிகுடுத்த நகைக ளின்ன தென்று விபரமாய்க் கண்டு காகித மெழுதியிருந்ததின் பேரி லிதில் பறித்துக் கொண்ட நகைக ளின்ன தென்று விசாரணை செய்து வாங்கி முசியே லலே (Lallée)யுடைய மச்சான் கையில் கொடுத்து துறுப்புக் குதிரைகளையுங்கூட்டி காகித மெழுதியனுப்பின விடத்தில் இன்றையத் தினம் வந்து சேர்ந்துது.

கொள்ளைக் குடுத்த நகைகளில் ஒறளோசு சங்கிலியும் கத்தியுறையில் போட்டிருந்த வெள்ளிச் சாமான்களு மாத்திர மகப்படவில்லை.

நாளது மா.23–ந் தே.க்கு – தை மா. 13–ந் தே.

இத்த னாள் பெருமுக்கல் கோட்டையை டீப்பு சுலுத்தான் பிடித்துக்கொண்டபடியினாலே மேற்படி கோட்டையை யிடிக்கத் துவக்கினார்கள். அந்தக் கோட்டைக்குள்ளிருந்த செனங்களை யெல்லாம் பிடித்து மனுஷர்களுக்குந் தக்கதாய் ஒரு ரூபா முதற்கொண்டு 100, 200, 1000, 4000 ரூபா மட்டும் வாங்கிக் கொண்டு விட்டுவிட்டார்கள். பணங் கையி லில்லாதவர்களுக்கு சாமீன் வைத்துக்கொண்டு சில பேர்களெல்லாம் டீப்பு சுலுத்தானுடைய ராணுவத்தார் பாரா போட்டுக்கொண்டு புதுவைநகரில் வந்து தங்களுக்கு நேசமாயிருந்த மனுஷர் கையில் பணம் வாங்கிக் கொடுத்தார்கள்.

நாளது மா. 27–ந் தே.க்கு – தை 17

இந்த நாளிந்த பட்டணத்துக்கு யேந்தாந்தமாகிய முசியே லெழே பெருமுக்கலுக்கு சமீபத்தி லிறங்கியிருந்த டீப்பு சுலுத்தா னுடைய பாளையத்துக்குப் போயிருந்தவர் சுலுத்தானவர்களைக் கண்டு வெகுமதி பெற்றுக்கொண்டு புதுவைநகர் வந்து சேர்ந்தார்.

பெவுறியே மா. 6–ந் தே.க்கு – தை மா. 27–ந் தே. ஆதிவாரம்

இத்தை நாள் காலமே சிரீ திருவேங்கிடப் பிள்ளையவர்கள் துரை வீட்டுக்குப் போய் வந்து சாப்பிட்டு நித்திரை செய்து வழக்கப்படி சாயங்கால மெழுந்திருந்தவுடனே மார் நோவு கண்டுது. உடனே வயித்தயர் வந்து மருந்து கொடுத்தார்கள். ராத்திரி முழுதும் அப்படியே அதிகரித்துக் கொண்டே வந்துது. பெலத்த மருந்துகள் குடுத்துக் கொண்டு வந்தார்கள்.

7–ந் தே.

யாகிய மறுநாள் காலமே துவக்கி பனிரெண்டடித்து ஒரு மணி வரைக்கும் வயித்தியஞ் செய்துக் கொண்டு வந்தும் சுவாசம் நீங்காமல் மேலிட்டு வந்து யிறந்து போனார்.

ஆகையால் சாயங்காலம் அஞ்சு மணிக்கு சிபாய்கள் தம்பூற் பிள்ளாங்குழல் முதலாகிய குமாரவர்ணக்கொடிகள் அவுதாகரி மற்று முதலாயுள்ள சகல சம்பிறமங்களோடு யெடுத்துக் கொண்டு போற சமையத்தில் மேற்படியார் வீடு முதற்கொண்டு கோட்டையின் பேரிலுந் திண்ணையின் பேரிலுங் கோட்டைக்கு வெளியிலு மவரைத் தகனஞ் செய்த மேற்படி யாருடைய தோட்டம் வரைக்கும் ரத வுச்சவம் போலே வெகு சினங்கள் நிரம்பியிருந்தார்கள்.

இதன்றியே அவரை யெடுக்க வாரம்பிக்கிற தருணத்தில் கொஞ்ச மப்புக் கட்டித் தூறி தூத்தல் விழத் துவக்கித்துது. பொடித் தூத்தல் தூறிக்கொண்டிருந்த விடத்தில் எல்லாருக்கு மியோசினையா யிருந்துது.

இப்படியிருக்க தற்சமையத்தில் ஆசுமீகமாய் வெளிச்சம் வாங்கி தூத்தல் நிண்ணபடியினாலே யவரை மகா புண்ணிய புருஷனென்றும் மகாநல்லவரென்றும் மிகுதியஞ் சறுவ செனங்களுங் கொண்டாடினார்கள்.

பெவிறியேர் மா. 13–ந் தே.க்கு – மாசி மா. 5–ந் தே.

இத்த நாள் மத்தியானம் பனிரெண்டு மணிக்கு மேற்சொன்ன சிரீ சிரீ திருவேங்கிடப் பிள்ளையுடைய குமாரனுக்கு மேற்படி தகப்பனுடைய *Chef des Malabars* என்ற வுத்தியோகத்தை முசியே ஷெவாலியே தெப் பிறேனவர்களாலே கொடுக்கப்பட்டுது. அரிகை பிரம்பு சீரோப்பாய் முதலான வெகுமதியும் பெற்றுக்கொண்டு தாசிகள் மேளவாத்தியங்களோடு கூடிய சகல சம்பிறங்களுடன் வீட்டுக்கு வந்து சமஸ்தமானவர்களுக்கு மவரவர்களுடைய மெட்டு வரிசைக்குத் தக்கதாய் சகலாத்துக்க ளுசந்த சல்லாக்கள் பாகைகள் வெகுமதிகள் கொடுக்கப்பட்டுது. இதுவும் மேற்சொன்ன வுத்தியோகம் நடக்கிறது கிறீஸ்துவர்களுக்குச் சம்மதி யில்லாததினாலேயிதை நடக்க வொட்டாமல் விக்கினஞ் செய்ய வேணுமென்று வில்வேந்திரப்பிள்ளை யென்றவன் மற்ற கிறீஸ்துவர்களில் கடுமியோ யிருக்கப்பட்டவர்களைக் கூட்டிக்கொண்டு முன்னமே தானே யோசித்து ஒரு றெக்கேத்து யெழுதி வந்து வைத்துக்கொண்டு காரியம் நடக்கப் போற தருணத்தில் கொடுத்து விக்கனஞ் செய்தா லமைக்கினப்பட்டுப் போவர்களென்றும் காரியமும் நிறவேறமாட்டா தென்று யோசித்து கும்பலோடு கூட வந்திருந்த விடத்தில் துரை யவர்களுடைய நோக்கத்தையும் சமீப பேதகமா யிருக்கிறதையுந் தெரிந்துக் கொண்டு வந்த றெக்கேத்தைக் கொடாமல் லகுவா யிருந்து விட்டார்கள்.

ஆகையால் மறு நாளாகிற பெவிறியே மா. 14–ந் தே.க்கு – மாசி மா. 6–ந் தே.

இன்றையத் தினம் காலமே ஒன்பது மணிக்கி மேற்சொன்ன வில்வேந்திரப் பிள்ளை, அபறா முதலியார் மைற்ற கிறீஸ்துவர்களில் சத்து கதுமையா யிருக்கப்பட்டவர்கள் கூடிக் கொண்டு குவேற்ணமாவுக்குப் போய் மேற்சொல்லியிருக்கிற றெக்கேத்தை முசியே தெப் பிறேனவர்கள் கையில் கொடுத்தார்கள். அதிலே யிருந்த காரிய மென்னவென்றால்

நேத்து நடந்த காரியம் மகாநாட்டாருடைய அனுமதி யில்லாமல் நடந்ததினாலே தங்களுக்குச் சம்மதியில்லை யென்றும் மேல்ப்படியாடைய மனறாசி யில்லாமல் உத்தியோகங் கொடுக்கப்படா தென்றும் பின்னும் பலவிதங்களாய் யெழுதி யிருந்துது. அந்த காகிதத்தை வாசித்த மாத்திரத்தில் துரையவர்களுக்கு மிகுதியுங் கோபம் பிறந்து சகல உத்தியோகங்களுமைற்ற காரியங்களும் வைக்கவும் வாங்கவும், ஆமெனவும் அல்லவெனவும் வெகுமதிகள் கொடுக்கவும் ஆக்கினையிடவும் சகலவதிகாரங்களும் *Gouverneur* என்ற அதிகாரஞ் செய்யப்பட்டவர்களுக்கு மாத்திரஞ் செல்லுமே யல்லாமல் மகாநாட்டாருக்கும் மைற்று மிருக்கிறவர்களுக்கு யியாதொரு வதிகாரம் உண்டா யிருக்கிறதாவொன்றும், நாளது வரைக்கும் நமக்கு முன்னோர்கள் இந்த குவேற்ணமாவில் யிருந்து வதிகாரஞ் செய்து வந்த முறமைகளும் யொழுங்குகளும் யுங்களுக்கு தெரியாதா வென்றும் நாம் செய்யப்பட்ட காரியங்களுக்கு நீங்க ளாஷேபிக்கிறதா வென்றும், பொறாமையினாலேயும் அடத்தினாலேயும் சில துஷ்ட்டர் கூடி ஆலோசனை செய்து துராலோசனையின் பேரில் நடக்கிற காரியமே யன்றி வேறல்லவென்றும் முதல் விசை யானதினாலே மனம் பொறுத்தோ மென்றும் குவர்னமாவேலே செய்யப்பட்ட காரியங்களுக்கிப்பேர்ப்பட்ட தூர்ஆலோசனை செய்யாமல் சாக்கிறதையாய் நடந்து கொள்ளுங்கோ ளென்றுச் சொல்லி மிகுதியுங் கோபித்துக் கொண்ட டனுப்பிவிட்டார்.

மேற்படியார் தாங்கள் யெத்தனிச்ச காரியமும் நிறவேற்றாமல் மக்கினமும் அவமானமும் வந்து சம்புவித்தது மன்றி துஷ்ட்ட வேலை செய்தார்களென்றும் துரையவர்கள் மனதுக்கு கோபம் வரும்படியாச்சு தென்றும் ஆகையால் யிதை மாத்தி தங்கள் பேரிலிக்கிற குற்றத்தை நீக்கி பரிசுத்தமாக்கிக் கொள்ள வேணுமென்று கூடி யோசித்து செய்த வுபாய மென்ன வென்றால்

வேறொரு றெக்கேத் தெழுதி வைத்துக்கொண்டு மறுநாள் சிரீ சிரீ திருவேங்கிடப்பிள்ளையவர்களுடைய குமாரன், நயினாத்தே முதலியார், ராசகோபால் நாய்க்கரவர்கள் யிம்மூன்று பேர்களுக்கும் மேல்ப்படியார் சொல்லி யனுப்பின தென்னவென்றால் பொது நன்மைக்காக துரையவர்களுக்கொரு மெமுவார் கொடுக்க யோசித்திருக்கிறோம் நீங்களும் நாமும் யொருமித்த செய்ய வேண்டியிருக்கிறதினால் நீங்கள் காலமே ஒன்பது மணிக்கி குவேற்ணமாவில் வந்திருந்தால் கூடிக்கொண்டு போவோமென்று மேல்ப்படியார் கேட்டுக் கொண்டபடியினாலே இவர்களும் நல்லதென்று சம்மதித்து இரு திரவர்களும் கூடி

இரண்டாம் வீராநாய்க்கர் நாட்குறிப்பு (1778 – 1792) 235

மேற்படி மெமுவாறை துரையவர்களுக்கு கொடுத்தார்கள். துரையவர்களதை வாசித்துப்பார்த்த மாத்திரத்தில் நேத்துதானே உங்களுக்கு நாம் மறுமொழி சொல்லியிருக்கத் தக்கதாக மறுபடி இந்த வேலை செய்த தென்னவென்றும் நம்முடைய வதிகாரத்துக்கு நாம் செய்யப்பட்ட காரியங்களுக்கு ஒருவருடைய வனுமதி பெத்துக்கொண்டு செய்ய வேண்டியிருக்கிற காரிய மொன்றுமில்லையென்றும் நீங்கள் குவேற்ணமாவின் கட்டளைக்கு கீழ்ப்படிந்து நடந்துக்கொண்டால் யெப்போது முங்களிடத்தில் நமக்கிஷ்ட்ட மிருக்குமென்றும் நீங்கள் செய்யவேண்டிய வேலை யிதுதானென்றும் சொல்லி யனுப்பிவிட்டார். அந்த மெமுவாறில் யெழுதி யிருந்த காரிய மென்னவென்றால் சிரீ சிரீ பிள்ளையவர்களுடைய குடும்பம் வெகு காலமாய் பாரம்பரியமாய் யிருந்த குடும்ப மென்றறிந்து தாங்கள் மேல்ப்படி திருவேங்கிடப் பிள்ளையவர் களுடைய குமாரனுக்கு மேற்படி தகப்பனாருடைய வுத்தியோகத்தில் ஸ்தாபித்து வைத்தது யெங்களுக்கு மிகுதியுஞ் சந்தோஷமா யிருக்குதென்று மப்படியே மேற்படி பெரியோர்களை வைத்து நடப்பித்தபடி இந்தப் பிள்ளையை யாதரித்து நடப்பிக்கத் தக்கதாக மிகவுந் தங்களைக் கேட்டுக் கொள்ளுகிறோமென்றும் பல வுபசாரங்க ளெழுதியிருந்துது.

மேற்படியார் குழப்பக்கறாரென்றும் மாறுபாடுகள் செய்ய வந்தார்களென்றுந் துரையவர்களுக்கு நன்றாய்த் தெரிந்திருந் தப்படியினாலேயும் வில்வேந்திர மெப்போது மாறுபாடுகள் செய்து குழப்பங்கள் வருத்தி வைக்கிறதும் கும்பல் கூட்டுகிறதும் மேல்ப்படியானுக்கு சுவர்கமாயிருக்கு தென்று மேற்படியார் செய்த வெற்றினத்துக்கு யிடங்கொடாம லழித்துப் போட்டார்.

பெவிரியேர் மா. 16–ந் தே.க்கு– மாசி 8–ந் தே.

இந்த நாள் *Intendant* மாயிருந்த முசியே மொறசேன் கப்பலேறி சீர்மைக்குப் போனார்.

பெவிறியேர் மா. 24–ந் தே.க்கு – மாசி 16–ந் தே.

இந்த நாள் காலமே மோறீசிலிருந் தொரு கப்பல் வந்துது. *La Tétisse* என்ற பிறகாதுக்குக் கொம்மாந்தாமாயிருந்த *Mr. Le Comte de Macnamara* என்றவரை நசீயோனாலுடைய கொக்காறுது[1] வைத்துக் கொள்ளுகிற தில்லையென்றும் நிஷித்தப்படுத்தினபடியினாலே மேற்படி குடிகளுஞ் சொல்தாது ராணுவத்தார்களும் யேகோபித்து கோபித்துக் கொண்டு கப்பல்விட்டு கரையி லிறங்கியிருந்தவரை வெட்டிக் கொண்ணுப் போட்டார்க ளென்று சமாசாரம் பிறசித்தமாச்சுது.

1. Cocarde

ஆகையால், யிசமானைக் கொண்ணுப்போட்ட சமாசாரங் கப்பலி லிருக்கிற எக்கிப்பாழுகள் (équipages) கேட்ட மாத்திரத்திலே சமஸ்தமானவர்களுங் கப்பல் விட்டிறங்கி கரையில் வந்து மகத்தாகிய யுத்தஞ் செய்து வெகு பேர்களை யெல்லாம் வெட்டிக் கொண்ணுபோட்டு வொருவ னிருக்கிறவரைக்கும் சண்டை செய்து மடிந்துப் போனார்கள்.

மாற்சு மா. 6–ந் தே.க்கு – மாசி 26–ந் தே.

Assemblée Générale des Malabars

இந்த நாள் மத்தியானம் பதினொரு மணிக்கு வில்லிய நல்லூர் வாசற்படிக்குள்ளே யிருக்கிற பிளாசிலே தமிழர் கிறீஸ்துவர்கள் முதலிய சமஸ்தமானவர்களும் கும்பல் கூடி பட்டணத்திலுள்ள கடைகளெல்லாங் கட்டிப் போடச் சொல்லி மேற்படியார் கட்டளையிட்டப்படி கடைகளெல்லாங் கட்டப்பட்டுது.

உடனே வெகு குபாறாச்சுது. கும்பலும் வரவர மிகுதியாச்சுது.

இந்த சமாசாரம் ழெனெறாலவர்கள் கேழ்விப்பட்டு சிரீ திருவேங்கிடப் பிள்ளையுடைய குமாரன், நயினாத்தை முதலியார், இராசப்பையர் இவர்களை கும்பல் கூடியிருக்கிற காரிய மென்னவென்றுறு கேட்டவிடத்தில் தங்களுக் கொன்றுந் தெரியா தென்றார்கள்.

ஒரு மணிக்கு நயினாத்தை முதலியார், மரியதாசு பிள்ளையிவர்களை யனுப்பி காரிய மின்னதென்று விசாரித்து வரச்சொல்லி யனுப்பினார்கள். போன பேர்களுக்குச் செவ்வையான வுத்திரவு சொல்லாமல் நாலு மணி வரைக்கும் ரொஷட்டு செய்கிற யோசினையின் பேரிலே யிருந்தார்கள். முசியே தெப்பிறேனவர்களுடைய ஏத் தே காமாகிய முசியே குப்பி யென்றவரை அனுப்பினவிடத்திலவர் வந்து மறுமொழி சொன்னார். சிபாய்களுக்குக் கொம்மாந்தாமாகிய முசியே துப்பிலேசி (Mr Duplessis) வெகு வேகமாய் குதிரையை விட்டுக்கொண்டு மேற்படி கும்பல் கூடியிருக்கிற யிடத்துக்குப் போய் வந்து குவேற்ணமாவுக்குள்ளே போனார்.

பலமுறை குப்பியும் *Mr. Duplessis* யும் போறதும் வருகிறது மா யிருந்தார்கள். கடைசியாய் அஞ்சு மணிக்கு கோட்டை வாசற் படிகள் நாலும் சாத்தினார்கள். பட்டணத்துக்குள்ளே யிருந்து வெளியே போன செனங்களெல்லா மப்படியே யிருக்கும்படியாச்சுது. பிறதானமாய் நல்லதண்ணி கொண்டு வரப்போன பெண்டுகளெல்லாம் வெளியிலேதானே யிருந்தார்கள். இப்படியிருக்க சொல்தாது ராணுவத்தார்களை

யாயுதங்ளெடுத்துக்கொண்டு முஸ்தீப்பாயிருக்கச் சொல்லி கட்டளை பிறந்தது.

Gouvernement என்னு மரண்மனையில் 50 சொல்தாதுகள் காவல் போட்டார்கள். மற்றும் ராசாவினுடைய திறசோர் மருந்து கிடங்குகள் முதலான யிடங்களெங்குங் காவலேறினவுடனே முசியே தெப் பிறேனவர்கள் 50 சொல்தாதுகளுடன் *Maire* முசியே குலோம் முனிசிப்பாலைச் சேர்ந்த துரைகளும் கால்நடையாய் குவற்ணமா விட்டு பிறப்பட்டு முசியே துப்பிலேசியும் குப்பியும் குதிரையின் பேரி லேறிக் கொண்டு முன்னுதாய் நடக்குமிடத்தில் மேல்ப்படியார் கும்பல் கூடியிருந்த வில்வவனல்லூர் வாசற் படியிலே போய் சேர்ந்து மேற்படியிடத்தில் கும்பலுடன் கூட விருந்த தேவரா செட்டி, முத்துசாமி முதலியார், நரசிம்ம செட்டி மற்று மிருந்தவர்களைப் பார்த்து என்ன காரியத்தை பத்தி நீங்கள் கும்பல்க் கூடியிருக்கிறீர்கள் காறண மென்ன, முகாந்திர மென்ன தென்று ழெனெறாலவர்கள் கேட்டதுக்கு தாங்க ளொன்று மறியோ மென்றுஞ் சொன்னார்கள். உங்களுக் கொன்றுந் தெரியாமற் போனால் கூட்டங் கூட்டி கடைகள் சாத்தி யலங்கோலங்கள் செய்ய வேண்டியதென்ன வென்று கேட்டதுக்கு மார்சு மா. 6–ந் தே. சகலத் தமிழரு மிந்த விடத்தில் வந்து கூடவேண்டிய தென்றும் கும்பல்க் கூடாமல் போனால் அவரவர்களுடைய வீடுகளைக் கொள்ளையிட்டுப் போடப்படு மென்று மிந்தத் தேதிக்கு முன் பல விடங்களில் பல விசை காகிதங் ளெழுதி ஒட்டி யிருந்தப்படியினாலேயும் கும்பலுங் கூடியிருந்ததினாலே யென்னமோ வென்று பார்க்க வந்தோமென்றுந் தமிழரெல்லாஞ் சொன்னார்கள்.

கிறீஸ்தவர்க ளெல்லாரு ஒரு மறு மொழியுஞ் சொல்லாமல் மவுனமாயி ருந்தார்கள். நீங்கள் கும்பல் கூடியிருக்கிற முகாந்திர மின்னதென் றுங்களுக்குத் தானே தெரியாதிருக்கிறது மன்றி அதிகாரஸ்தாருடைய வுத்திரவில்லாமல் கூட்டங் கூட்டிப் பட்டணத்தி லிப்பேர்ப்பட்ட அலங்கோலைகள் வருத்தி வைத்ததும் வுங்கள் பேரிலே பெலத்த குற்றமென்று மியாதொரு காரிய மிருந்தால் எழுதிக் கேட்டுக்கொள்ள வேண்டியது விகிதமே யன்றி வேறல்ல வென்று முதல் விசை யானதினாலே மனம் பொறுத்தோ மென்று மினிமேல்ப்பட விப்பேர்ப்பட அலங்கோலைகள் நடக்குமேயாகில் சொல்தாதுகளை விட்டு உயிர் சேதம் வரும்படி செய்விப்போ மென்று மிந்த க்ஷிணத்தில் கும்பல் கலைந்து அவரவர்க ளிருக்கிற இடங்களுக்கு போய்ச் சேரவேண்டிய தென்றும் இப்ப தமுக்குப் போடுவிக்கப் போறதினாலே அந்த சத்தங் கேட்ட மாத்திரத்தில் சகலமும் அடங்கி காரியங்களி லொரு தவக்கமு மில்லாமல் நடக்கவேணுமென்று கண்டிப்பாய்

கட்டளையிட்டு நாளையத் தினம் காரியஸ்தராய் சாதிக்க ரெண்டு பேர் கூடிக்கொண்டு இயாதொரு காரிய மிருந்தால் குவற்ணமாவுக்கு வந்துச் சொல்லிக்கொள்ளுங்கோ ளென்று நிருபித்து துரைகள் திரும்பி விட்டார்கள்.

அப்படியே 7 மணிக்குத் தமுக்குப் போட்டார்கள். உடனே கும்பலுங் கலைந்தது. கடைகளுந் திறந்தார்கள். இது காரியம் நடந்ததுக்கு முகாந்திர மென்ன வென்றால் மேன்மையான உத்தியோகங்கள் முயற்சிகள் முதலான காரியங்களெல்லாம் தமிழருக்குள்ளே நடந்து வருகிறதினாலும் கிறீஸ்துவர்களுக்கோ ராதிபதியங்களும் முயற்சிகளு மில்லை என்கிற பொறாமையி னாலேயும் தங்களுக்குள்ளே யாதொரு சலாக்கியமும் மேன்பாடான காரியங்க ளுண்டுபண்ணிக் கொள்ளவேணு மென்கிற கருத்தைக் கொண்டு வில்வேந்திரப் பிள்ளை, மரியதாசு பிள்ளை, அபிராமி முதலி இவர்களுக்குள்ளே யோசித்துக்கொண்டு தேவரா செட்டிக்கு யெதிரியாகிய கொண்டி செட்டியைக் கூடச் சேர்ந்துக்கொண்டு செய்த குழப்பங்களை துரைகள் கண்டுப் பிடித்துப் பேசிக்கொண்டார்கள்.

மறு நாள் குவேற்ணமாவில் தமிழருங் கிறீஸ்தவர்களுங்கூடி விசேஷங்கள் நடக்கும்போது வெல்வேந்திர பிள்ளை ஒரத்துப் பேசி உவேத்துடன் வெகுவாய்த் தற்கிச்சு விரோதமாய்ப் பேசினான்.

தமிழரை நீங்கலாய்த் தள்ளி தங்களுக்குள்ளே வேறை நவமாய்க் கட்டுப்பாடுக ளுண்டாக்கிக் கொண்டு கட்சி யேர்ப்படுத்த வேணுமென்றும் இடங்கையாரில் சிலரை தங்கள் பக்ஷமாக்கிக் கொள்ளவும் தங்களில் ஒரு கொம்மியத்தையும் (Comité) ஒரு முனிசிப்பாலும் (Municipale) யேர்படுத்திக் கொண்டு தமிழருடைய விபகாரங்க ளெல்லாம் தாங்கள் தீர்மானஞ் செய்யவும் யிவ்விதமா யனேகம் துற்கருத்துக் கொண்டிருக்கிற மேற்சொன்ன வெல்வேந்திர பிள்ளையுடைய பொல்லாக் கருத்தை துரைகள் கண்டுபிடித்து மேற்படியானுக்குத் தகுமான சிக்ஷை செய்யும் பொருட்டாய் பல விசை கொமித்தைக் கூட்டினார்கள்.

மார்சு மா. 7–ந் தே.க்கு – மாசி மா. 27–ந் தே.

இற்றை நாள் *Mr le Chevalier de Fresne* அவர்களுக்கு பெண் பிள்ளை பிறந்தபடியினாலே சாயங்காலம் ஆறு மணிக்கு ஒரு சகடா வண்டியின் பேரில் சற்கரைக் கட்டுக ளேற்றிக் கொண்டு மேளவாத்தியங்களுடன் குவற்ணமா விட்டு பிறப்பட்டு காலம் பண்ணிப்போன சிரீ சிரீ திருவேங்கிடப் பிள்ளையவர்களுட

குமாரனும் சிரீ நயினாத்தை முதலியார் மைற்றுங் காரியஸ்தாளுங் கூடிக்கொண்டு துரைகள் வீட்டுகளுக் கெல்லாம் ராத்திரி பத்து மணி வரைக்கும் சக்கரை வழங்கினார்கள்.

கொடுத்த விடங்கள் தவிர மைற்ற வீடுகளுக்கெல்லாம் மறுநாள் காலமே கொடுத்தானபின் தமிழ்த் தெருக்களில் பிறபலமா யிருக்கப்பட்ட வீடுகளுக் கெல்லாம் கொடுத்தார்கள்.

இந்த செலவு குற்றகைக்காற அபரா முதலியுடைய சிலவிலே செய்யப்பட்டுது.

அவிறீல் மா 10–ந் தே. விரோதிகிறது சித்திரை முதல் தே.

இற்றை நாள் பறைச்சாத்தி யறிவித்த தென்னவென்றால் கோட்டை வேலை துவக்கி பழுதுபார்க்க வேண்டியிருக்கிறதினாலே, நாளது மா. 23–ந் தேதி தானே சகலமான கூலிக்காறரும் பிளாசிலே வந்து கூடவேண்டிய தென்று நிருபிக்கப்பட்டுது.

அப்படியே

நாளது மாதம் 12–ந் தேதி.

தென் பாரிசம் கோட்டை கடலோரத்துப் பக்கம் வேலை முகியா திருந்தபடியினாலே வேலை செய்யத் துடங்கினார்கள்.

18–ந் தேதி

அங்கங்கே யிருந்த வெண்கலப் பீரங்கிகள் தண்டவாளப் பீரங்கிகளை யெல்லா மந்தந்த வண்டிகளின் பேரிலேற்றி *artillerie* க் கெதிராக வரிசையாய் வைத்தார்கள்.

25–ந் தே.க்கு – நாளது சித்திரை மா. 16–ந் தே.

இந்த நாள் காலமே சிப்பாய் ராணுவத்தார்களில் 300 பேர்கள் வரைக்கும் கருத்தியிலே ஆயுதங்களை வைத்துவிட்டு கோட்டைக்கு வெளியே வில்லி செட்டி சாவடி பக்கத்தில் போய் சேர்ந்தார்கள்.

இது காரியமின்ன தென்றறியும் பொருட்டாய் *Mrs.* ஷெவாலியே தெப் பிறேனவர்களும் மேற்படி ஏத்து தேக் காம் முசயே குப்பி, சிபாய்களுக்கு கப்பித்தேனாகிய முசியே கஸ்த்தான் சிரீசிரீநயினாத்தை முதலியார், இராசப்பையர் இவர்கள் பிறப்பட்டு மேற்படி சிபாய்க ளிறங்கியிறந்த வில்லி செட்டி சாவடிக்குப் போனார்கள். நீங்க ளிவடத்தில் வந்திருக்கிற காறண மென்ன வென்று கேட்டதுக்கு மேற்படியார் சொன்ன மறு மொழி தங்களுக் கிசமானா யிருக்கிற முசியே துப்பிளெச்சி யென்றவர் தங்களை நாள்தோறும் வருத்தப்படுத்துகிறது

மன்றி யர்ப்பக் காரியங்களுக் கெல்லாம் கட்டியடிக்கிறது மிகுந்த கஸ்திப்படுத்துகிறதும் தங்களை வைத்து நடப்பிக்க வேண்டிய முறைப்படி நடப்பிக்காமல் யொழுங்கு தப்பிதமாய் நடக்கிறதினாலும் வந்துவிட்டோ மென்றும் ராசகாரியங்களில் நாங்கள் தப்பிப்போனால் ராசகட்டளையில் கற்பித்திருக்கிற வாக்கினைகளுக்கு நாங்கள் கீழ்ப்படிந்து நடந்துக்கொள்ள வேண்டியது விகித மென்றும் அவரவர்களுடைய மனதின்படி யிடப்பட்ட கட்டளைக்கு நாங்கள் கீழ்ப்படிய வேண்டிய நிமித்தியமில்லை யென்றும் நாங்கள் அடுமை முறியெழுதிக் கொடுக்க வில்லை யென்றும் நாங்கள் மறுபடி சேவிக்கவேணு மென்று மன திருந்தால் மேல்சொன்ன முசியே துப்பிளேக்கிசி யென்றவரை நீக்கி யெங்களுக்கு வேறே யிசமானை நேமித்து வைத்தால் நாங்கள் மறுபடி வந்து சேவிக்கிறோ மென்றும் அவர்தானே யிருக்கிறதானால் நாங்க ளொருக்காலும் வரமாட்டோ மென்று மிகவு முறுதியாய்ச் சொன்னார்கள்.

ழெனெராலவர்கள் சொன்ன மறுமொழி சீர்மை யுத்தர வில்லாமல் அவரை நம்முடைய மனதின்படி உத்தியோகத்தை நீக்க கூடாதென்றும் நீங்கள் ஒழுங்குத் தப்பிதமாய் பேசுகிறீர்களென்று உங்களுக் கினிமேல் நடக்கவேண்டிய திருக்கிற காரியங்களை யின்னதென்று யெழுதிக் கொடுத்தீர்களேயானால் நாம் யுங்களுக்கு யொரு பொல்லாப்புகளு மில்லாமல் சகல வனுகூலமாய்த்தானே வொழுங்குடன் தப்பாமல் நடக்கும்படி கட்டளை பிறப்பித்துக் கொடுக்கிறோ மென்றும் யாதொரு காரியங்கள் முறைப்பாடுக ளுண்டானால் ஒழுங்குடன் நமக்கெழுதிக் கேட்டுக் கொள்ளவேணுமே யல்லாமல் நீங்க ளாயுதங்களை விட்டு கோட்டைக்கு வெளியே வந்துவிட்டது உங்கள் பேரில் தப்பித மென்று பல ஞாயங்களைச் சொல்லியும் அவர்க ளேற்றுக்கொள்ளாமல் முறட்டுத்தனமா யிருந்தபடியினாலே உங்கள் மனதி லிருக்கிற காரியங்களெல்லா மெழுதிக் கொடுத்தால் மேல் நடக்கவேண்டியதர்க்கு தேறுகடை செய்கிறோமென்று சொல்லி வந்து விட்டார்கள்.

அப்படியே தங்களுக்கு வேண்டிய காரியங்களை யெழுதி யனுப்பினார்கள்.

அவிறீல் மா. 28–ந் தே.க்கு – சித்திரை மா. 19–ந் தே.

இற்றை நாள் மத்தியானம் மேற்படி சிப்பாய்களை யிட்டு வரும்படி முசியே தெப் பிறேன் துப்புறுவில் மேல்ப்படியார் களுடைய ஒப்பிசியேர்கள், கப்பித்தேன்கள், முதலாய்கினவர்களும் அங்கங்கே காவற் காற்கிற சிப்பாய்கள் நீங்கலாய் மைற்ற சிப்பாய்களையும் கூட்டிக்கொண்டு மேல்ப்படி

யிடத்துக்குப் போனார்கள். ஒருவருக்கொருவர் வூடாடிப் பலப்பேச்சுகள் பேசியும் சிப்பாய்களுடைய மனதில் சமுசயமும் பயமுந்தோன்றி யிருந்தபடியினாலே மேற்படியாருக்கு சந்தேகம் நிவெற்றி யாகும்படியாய் அவர்கள் மனதி லிருக்கிற பயந் தெளியும்படியாகவும் முசியே தெப் பிறேனவர்கள் உங்களுக் கொரு பொல்லாங்கும் வருத்திவிக்கிற தில்லை யென்றும் பரவசமாய்ச் சொல்லி யுறுதிப்படுத்தினதின் பேரில் சமாதானப் பட்டார்கள்.

ஆகையா லவடத்திலிருந்து கோட்டைக்குள்ளே வந்து மேல்ப்படியாருடைய கருதிக்குள்ளே போய் மேல்ப்படி யொப்பீசியேகள் கப்பித்தேன்கள் சிபாய்கள் ஆயுதமில்லாமல் கருத்தியேவிட்டு பிறப்பட்டு தம்புறு[1] அடித்துக்கொண்டு 5 மணிக்கு பிளாசிலே வந்து நின்றார்கள். முசியே தெப் பிறேனவர்கள் பிளாசிலே யிருந்தவர் குவேற்னமாவுக்குப் போய் முசயே துப்புலேசியை யிட்டு வந்து பிளாசிலே நிறுத்தி கத்தியை யுருகிக் கொண்டு *Roulement* தம்பூ றடிப்பித்து நிறுத்தி சிபாய்களுக்குச் சொல்லவேண்டிய புத்திகளைச் சொல்லி யெப்போதும் ஒரு தாட்சியும் வராமல் சரியாய் வொழுங்குடன் நடப்பிக்கிறோம் யென்று கத்தியை யொசத்திப் பிடித்து பிறமாணிக்கமாய்ச் சொல்லி யுங்களுக்குச் சம்மதிதானா வென்று கேட்டார்.

சம்மதிதானென்று சிபாய் களெல்லாம் வுரத்துச் சொன்னார்கள். பின்னும் *Vive le Roi* என்று மும்மூன்று விசை யுரத்துக் கூவினார்கள்.

பிற்பாடு முசியே துப்பிலேசி கத்தியை யுருகிக்கொண்டு தம்பூ றடிப்பித்துச் சொன்னது: இராசா காரியங்களின் நிமித்தியம் உங்களை நான் கண்டினை தெண்டனை செய்ததே யல்லாமல் வஞ்சனையாய் அடத்தின்பேரில் கொடுமையா யுங்களெக் கொன்றுஞ் செய்ததே யில்லை யென்றும் யுங்களை யென் பிள்ளைகளைப்போல் சினேகிதரைப் போலும் யெண்ணி யிருக்கிறேனே யல்லாமல் வேறில்லை யென்று மாதலால் நீங்களும் யென்னை யுங்களுக் கிசமானென்றும் சிநேகித நென்று மெண்ணியிருக்க வேண்டிய தென்று யின்ன முங்களைத் தயவாய் வைத்து நடப்பிக்க வெனக்கு முழுதும் மனதிருக்கிறதை யுங்களுக்கு காண்பிக்கி வடையாள மென்ன வென்றால், என்னுடைய கத்தியைத் தொட்டு நம்பிக்கைச் செய்துக் கொடுக்கிறேனென்று கத்தியை யெடுத்து தலையின் பேரில் வைத்து யுங்களுக் கிது சம்மதிதானா வென்று யுரத்திக் கேட்டார். சம்மதி தாநென் றெல்லாரும் யுரத்திக் கூவினார்கள். இந்தப் பிறகாரம் துலுக்க

1. Eng. drum

பாஷையிலுஞ் சொல்லி கையெடுத்துச் சொல்லுங்கோ ளென்று சொன்னதுக்கு சம்மதிதானென்று சிப்பாய்க ளெல்லாங் கையெடுத்து நம்பிக்கை செய்து *Vive le Roy* என்று மும்மூன்று விசை உரத்தி கூவினார்கள்.

முசியே துப்பிளேச்சி அவர்களுக்குச் சொல்லிப் பிறசங்கித்து தம்பூறடித்து *Commandement* செய்து ஆறு மணிக் கனுப்பி விட்டார்கள்.

உடனே மேற்சொன்ன முசியே துப்பிலேசி *Mr. Le Cher de Fresne* அவர்களுக்கு பணிந்து நன்றியறிந்த வாசாரஞ் செய்து துரைகளெல்லாஞ் சத்து நேரம் பேசிக் கொண்டிருந்து போய் விட்டார்கள்.

மே மா. 3–ந் தே.க்கு – சித்திரை 24–ந் தே.

இந்த நாள் மத்தியானம் 3½ மணிக்கு La Tétisse என்ற பிறகாது வந்து துறை பிடித்தது. கடலிலுங் கரையிலும் 9 பீரங்கிவெடி சுட்டாசாரஞ் செய்துக் கொண்டார்கள்.

இந்த பிறகாது முன் 1789–ம் ஆண்டில் டீப்பு சுலுத்தானுடைய ஸ்தானாபதிகளை யேத்திச் சீர்மையிலி ருந்திட்டு வந்து விவடத்தி லிறக்கிவிட்டு கொஞ்சநாள் புதுவை துறையிலிருந்து மறுபடி கோந்து *Mr. Conway* அவர்களை யேத்திக் கொண்டு மோறீசுக்குப் போயிருக்கு மிடத்தில் மேற்படி பிறகாதுக்கு கொமாந்தமாகிய *Comte de Macnemara* என்றவருக்கும் மோரீசுக் குடிகளுக்கும் நசியோனால் கொக்காற்து (Cocarde Nationale) சங்கதியில் விகாதப்பட்டு நசியோனாலாருக்கு கீழ்ப்படியுற தில்லை யென்று இவர் மிகுதியும் பிடிபாதகமா யிருந்தபடியி னாலேயு மந்தக் கொக்காற்தை தாம் போட்டுக் கொள்ளாமல் நிஷித்தஞ் செய்ததினாலு மந்தக் குடிகளுக் கிவர்பேரில் கொடூரம் பிறந்து சொல்தாதுகளை யேவிவிட்டு மேல்ப்படியாரை வெட்டிக் கொண்ணுப் போட்டார்கள்.

ஆகையால் கப்பலி லிருந்தவர்கள் தங்கள் எசமானைக் கொண்ணுப்போட்ட சமாசாரங் கேழ்விப்பட்டு கப்பலிலிருந்த வர்களெல்லாங் கரையிலிறங்கி வந்து மகத்தாகிய சண்டை செய்து வெட்டி மடிந்தார்கள்.

மேல்ப்படி கப்பலுக்கொரு கொமாந்தமை யேர்ப்படுத்த வேண்டியதினாலே La Bienvenue என்ற கப்பலுக்கு கப்பித்தானா யிருந்த முசியே *Duport* என்றவரைக் கொமாந்தாமாய் நேமித்தபடியினாலே அவர் கரையி லிறங்கி குவேற்ணமாவில் குடியிருந்தார்.

ழூவேன் மா. 19–ந் தே.க்கு – ஆனி மா. 8–ந் தே.

இந்த நாள் வழூதாவூரில் யிங்கிலீசு சிப்பாய்கள் பனிரெண்டு பேர்கள் வந்திறங்கி புதுவைநகரத்துக்குள்ளே தானியங்கள் மைற்றுந் தின்பண்டங்கள் யொன்றும் வரவொட்டாமல் மறியல் செய்தார்கள். ஊசட்டேரி மதகையு மணைப்போட்டு தண்ணி வரவொட்டாமல் கட்டிப் போட்டார்கள்.

ஆகையா லிது காரியங்களுக்கு முசியே தெப் பிறேனவர்கள் சென்னப்பட்டணத்து குவேற்ணமாவுக்கு காகிதமெழுதினார்.

நாளது மா. 20–ந்தே. க்கு – ஆனி மா. 9–ந் தே.

இந்த நாள் காலமே பத்து மணிக்கி *Jésuite* என்று சொல்லப்பட்ட கிறீஸ்துவர்களுடைய பழைய கோவிலி லிருந்த சுவாமியை யிப்ப நவமாய்க் கட்டி முகியாத கோவிலில் பந்தல்ப் போட்டுவித்து சகல சம்பிறங்களுடனே கொண்டு போய் ஸ்தாபித்தார்கள்.

அந்த சமையத்தில் கொடிபோட்டு 21 பீரங்கி வெடி சுட்டார்கள். Mr. Defresne, Léger, கொமுசேல்க்காறர், முனிசிப் பாலைச் சேர்ந்த துரைகள் சமஸ்தமானவர்களும் போயிருந்தார்கள்.

ழூவேன் மா. 26–ந் தே.க்கு – ஆனி மா. 15–ந் தே.

இற்றை நாள் வப்பக்கத்திர் சொல்லியிருக்கிறதுமாய் புதுவைநகரத்துக்கு வரப்பட்டதுகளுக்கு மறியலாயிருந்ததுகளை வழக்கப்படி நடக்கும்படி சென்னப்பட்டணத்து குவேற்ணமா விலிருந்து யுத்தாரம் வந்தபடியினாலே மறியல் விடுதலை யாச்சுது.

ழூலியேத்து மா. 8–ந் தே. க்கு – ஆனி மா. 27–ந் தே.

இற்றை நாள் மகாராசா சிரீ–வசாரத ராய விசைய திருவேங்கிடப்பிள்ளை யவர்களுடைய குமாரனுக்கு சாயங்காலம் 5½ மணிக்கு விவாக முகிற்தம் முடிந்தது.

பிள்ளைக்கு வயது 14. எம்பெருமாள் பிள்ளை பேரன் அண்ணா பிள்ளையுடைய குமாரத்தியாகிய பெண்ணுக்கு வயது 10. விவாகம் நடக்குமுன் பனிரெண்டடித் திரண்டு மணிக்கு வூரு கோலம் வரும்பொருட்டாய் ஒரு யானையின் பேரில் அம்பாரியும் ஒரு யானையும் பேரில் நகாறா வேறொரு யானையின் பேரில் கெருடக் கொடியும் ஆபுதாகிரி ஆலவட்டம் வெண்சாமரை கொமாரவாணக்கொடிகள், சிப்பாய்கள் தம்பூற், பிள்ளாங்குழர் முதலாயுள்ள சகல சம்பிறமங்களுடன் மாப்பிள்ளை பச்சை பல்லக்கின் பேரில் வூருகோலம் வரப்பட்டது.

மறுநாள் 9–ந் தேதி.

கெந்தப்படி யூர்கோலமானதினாலே மேற்சொன்ன சகல சம்பிறங்களுடன் மாப்பிள்ளை யானையின் பேரில் கடைத் தெரு வீதியாய் வந்து கோமுட்டித் தெரு வழியாய்த் திரும்பி உடையான் வீட்டுத் தெருவீதியாய்ப் போய் ராசவீதியாய் மரியதாசுப்பிள்ளை வீட்டுத் தெரு வழியாய் பெரிய ராசவீதியால் நடந்து மீராபள்ளித் தெருவைச் சுத்திக் கொண்டு போறபோது யிருட்டிப் போனபடியினாலே தீவட்டி வெளிச்சங்களுடன் வீடுபோய்ச் சேரப்பட்டது.

நாளது மா. 10–ந் தேதி.

இந்த நாள் பெரிய வூர்கோல மானதினாலே மாப்பிள்ளையும் பெண்ணும் பல்லக்கின் பேரில் மேற்சொல்லி வரப்பட்ட சகல சம்பிறங்களுடன் தீவட்டி வெளிச்சங்களோடு பிறப்பட்டு குவற்ணமாவின் வடப்பக்கத்து வாசப்படியால் வந்து நிற்கு மிடத்தில் ழெனெறால் முசியே தெப் பிறேனவர்களும் மேற்படி பெண்சாதியும் மெத்தையின் பேரில் வந்து வேடிக்கைப் பார்த்தபடியினாலே கேளிக்கை இயாடத் துவக்கினார்கள். பிற்பாடு பிளாசிலே வாணவேடிக்கைகள் சத்து நேரம் நடந்தது. பிளாசி லிருந்து நேராய்த் தங்காசாலை வீதியாய்ப்போய் மீராபள்ளி பக்கங்களில் சுத்திக்கொண்டு வீடுபோய்ச் சேர ராத்திரி 12 மணியாச்சுது.

ழுலியேத்து 11–ந் தே. க்கு – ஆனி 30–ந் தே.

இந்த நாள் மஞ்சினீர் வசந்த மானபடியினாலே சாயங்காலம் ஆறரை மணிக்கு மாப் குதிரையின் பேரிலும் வெண் பல்லக்கிலுமாய் வந்து பெண் வீடாகிய அண்ணாப்பிள்ளை வீட்டிலிறங்கி பாலும் பழமுஞ் சாப்பிட்டவுடனே தீவட்டி வெளிச்சங்களோடு வீடு போய்ச் சேர்ந்தார்கள்.

நாளது மா. 12–ந் தே. க்கு – ஆனி 31– ந் தே.

இற்றை நாள் சாயங்காலம் ஆறு மணிக்கு தெருப்பந்தலில் ரத்தினகம்பிளி போட்டு சிங்காரித்து குவற்ணமாவின் பெரிய மேசையை யெடுத்து வந்து போட்டு மேசையை சுத்தி நூறு நாற்காலிகள் போட்டு வைக்கப்பட்டுது. நூறு பேர்களுக்கு வேண்டியிருந்த தித்தீப்புகள், தீனிகள், பழங்கள், சாறாயங்கள் சகலமும் மேசையின்பேரில் போட்டு வைக்கப்பட்டுது. ஏழு மணிக்கெல்லாம் பட்டணத்திலுள்ள துரைகள், துரைசாணிகள் சமஸ்தமானவர்களும் வந்து சேரத் துவக்கினார்கள். முசியே

தேப் பிறேனவர்கள் வராததினாலே மதாம் தெப் பிறேன் எட்டு மணிக்கு வந்தார்கள்.

உடனே கூத்தாடத் துவக்கினார்கள். *Violon* முதலான வாத்தியங்களோடு பத்து மணி வரைக்குங் கூத்தாடினார்கள். 11 மணிக்கு சாப்பிடத் துவக்கினார்கள். சாப்பிட்டானவுடனே மறுபடி 12 மணிக்கு மேல் கூத்தாடத் துவக்கி மூணு மணி வரைக்குங் கூத்தாடினார்கள்.

மதாம் தெப் பிறேன் பந்தலுக்குள்ளே வரும் போது, சாப்பிட்ட வுள்காரும்போதும், மறுபடி கடைசியாய் வீட்டுக்குப் போற போதும் மூன்று திர மிருபத்தொரு அதிர்வெடி சுட்டு மரியாதைச் செய்யப்பட்டுது.

இன்றைய தினம் சகல சிலவும் 100 விராகன் மட்டுஞ் சென்றுது.

நாளது மா. 13–ந் தே.க்கு – ஆடி மா. முதல் தே.

இந்த நாள் ராத்திரி அபிராம் முதலி யொரு ஆனையின் பேரில் அம்பாரிக்கு வதிலாய் காடி சத்திரியை வைத்துக்கட்டி அதின்பேரில் மாப்பிள்ளையை வைத்துக்கொண்டு மேள வாத்தியங்க ளில்லாமல் தீவட்டி வெளிச்சங்களுடன் வூர்கோலம் வருகையில் பறையர் கும்பல் தடிக ளெடுத்துக்கொண்டு அடிக்கிறதுக்கு வாரம்பித்தார்கள்.

செனங்களெல்லாம் கும்பல் கூடி தடிக ளெடுத்துக்கொண்டு கரையான் ஆனையின் பேரில் வூருகாலம் வரும்படி யாருடைய வுத்தாரம் பெற்று வருகிறா ளென்று மிகவு முதாசனங்களாய்ப் பேசி கல்லுகளாலே யெறிந்தார்கள்.

இந்த சமாசாரம் மேராகிய முசியே குலோங் கேழ்விப்பட்டு அபிரா முதலியாரை யிட்டுவரச் சொல்லி நயினாருக்கு கட்டளையிட்டார். பல சேவுகரும் நயினாரும் வருவதைக் கண்டு பயந்து மாப்பிள்ளையுடன் கூட பக்கத்துக் குதிரைகளேறிக் கொண்டு போன கிறீஸ்தப் பச(ங்)க ளெல்லாங் குதிரை விட்டிறங்கி யோடிப் போனார்கள். தீவட்டிகள் முதலான வரிசைக ளெல்லாங் கலைந்து குதாவடையைப் போய்விட்டுது.

கூடப்போன காரியஸ்த ரெல்லா மோடிப்போனார்கள். அபிரா முதலியை யிட்டுப் போய் விட்ட மாத்திரத்தில் முசியே குலோம் முன்பின் எப்பவாது வூர்கோலம் வந்த வழக்க முண்டா யாருடைய வுத்தாரத்தின் பேரில் வூர்கோலம் வருகிறீர்க ளென்று கேட்டதுக்கு மேற்படியான் சொன்ன மறுமொழி போன வையாசி மாசத்தில் தெய்வ சகாய முதலியார் மகன் யானையின் பேரில்

வூர்கோலம் வந்தபடியினாலே தானு மப்பிடியே செய்தே னென்று சொன்னான். ஆகையால் காலமே விசாரணை செய்வோ மென்று சொல்லி யனுப்பிவிட்டார்.

மறுநாள் காலமே மேற்படியானை யழைப்பித்து முதல் விசை யானதினாலே பொறுத்தல் குடுத்தோ மென்று மினி மேற்பட விப்பேர்ப்பட்டக் காரியங்கள் நடக்குமாகில் பெலத்த வபராதம் வாங்கிறது மன்றி சரீர தெண்டினையுங் கிடைக்கு மென்று சொல்லி கண்டித் தனுப்பிவிட்டார்.

இது காரியத்தளவி லனேகஞ் சிபாரிசுக ளெல்லாம் நடந்தபடியினாலே லகுவாய்ப் போய்விட்டது. பறையரும் சோனகரும் கரையன் சாதியீனன் இந்த வூரிலே வந்து மேன்பாடு பெறப் பார்க்கிறா னென்று மிகவும் நிசிதமாய் பேசினார்கள்.

மூலியேத்து மா. 14–ந் தே. க்கு – ஆடி மா. 2–ந் தே.

இந்த நாள் சாயங்காலம் வெள்ளைக்காற ராணுவத்தார் சிபாய்கள், சமஸ்தானவர்களையும் பிளாசிலே நிறுத்தப்பட்டுது.

நேத்திய தினம் அபித்தா மென்ற சமஸ்தமானவர்களு மின்றைய தினம் சாயங்காலம் அஞ்சு மணிக்கு பிளாசிலே வந்து சேரவேண்டிய தென்று பிறசித்தஞ் செய்த்து பல விடங்களில் காயுதங்க ளெழுதி யொட்டி கட்டளை யிட்டிருந்தது மன்றி சகலரு மறிந்து குறித்திருக்கிற நேரத்துக்கு வந்து கூடும்படி மூன்று பீரங்கி வெடி சுட்டளைடயாளங் காட்டப்படு மென்று கற்பித்திருந்தபடி மூன்று பீரங்கி வெடி சுட்டார்கள்.

அப்படியே சமஸ்தமானவர்களும் வந்து சேர்ந்தார்கள்.

அஞ்சரை மணிக்கு முசியே தெப் பிறேன் முதலான துரைகள் பிளாசிலே வந்து நின்றார்கள். ஜெனெறாலவர்கள் கத்தியை யுருவிக்கொண்டு நடுப்பிளாசிலே வரிசைக்கு நடுவே னின்று ராணுவத்தார்களைப் பார்த்து ராசாவவர்களுக்கும் நசியோமுக்குந் துரோகஞ் செய்யாமல் சுமுத்திரையா யிருக்கக் கடவோமென்று கையெடுத்துப் பிறமாணிக்கஞ் செய்யுங்கோ ளென்று வுரத்துச் சொன்னார்.

அப்படியே ராணுவத்தார்க ளெல்லாங் கையெடுத்து நம்பிக்கைச் செய்தார்கள். அந்தச் சமையத்தி லிருபத்தொரு பீரங்கி வெடி சுட்டார்கள். உடனே ராணுவங்களை யெல்லா மனுப்பிவிட்டு முசியே தெப் பிறேனும் முனிசிப்பாலுக்குடைய துரைகளும் கொம்புதமுக்கு சவளகழிகள் முதலான சம்பிறங் களோடு கால்நடையாய் கோவிலுக்கு போனார்கள். கோவில் காரியமானவுடனே மறுபடி யிருபத்தொரு பீரங்கி

வெடி சுட்டார்கள். ஆறரை மணிக்கு கும்பல் கலைஞ்சுப் போய்விட்டார்கள்.

முனிசிப்பா லொப்பிசியேகளாகிய *Mrs.* கொம்பமால் உவேத்து யிவர்களுக்குப் பதிலாய் கசநோவு, *Duruth Dombale* இவ்விருவர்களையும் நேமிக்கப்பட்டது.

மூலியேத்து மா.*23*–ந் தே. க்கு – ஆடி *11*–ந் தே.

இந்த நாள் காரைக்காலி லிருந்து வந்த சமாசார மதாவது: காரைக்கால் குடிகளுக்கும் குத்தகைக்காறனாகிய கொல்லதுக்காற வெல்வேந்திரனுக்கு மொவ்வாமல் சச்சரவாய் மேற்படி வில்வேந்திரனையும் மகசேன் சவுரிமுத்து என்றவனையும் குடிகள் கும்பல்க் கூடி அடித்து பல்லக்கை யொடித்து மிகுந்த வலங் கோலைகள் நடக்கு தென்றும் சிப்பாய்களுங் குடிகளுடன் கூடிக் கொண்டிருக்கிறார்க ளென்று மினி மேலதிக பொல்லாங்குகளுக் கிடமாயிருக்கு தென்று மவிடத்துக் கொம்மாந்தமாகிய முசியே துப்புறவீல் முசியே தெப் பிறேனவர்களுக்கு யெழுதி யனுப்பினப்படியினாலே இந்தத் துறையிலிருந்த <u>*La Tétisse*</u> என்ற பிறகாதில் நூறு சொல்தாதுகளையும் பீரங்கிகள் 2, மருந்து குண்டுகள் ராத்திரி யேழு மணி வரைக்கு மேற்றினார்கள்.

***24*–ந் தேதி**

மறுநாள் காலமே நேற்று மேற்படி கப்பலி லேற்றினதுகளை யெல்லா மிறக்கிவிட்டார்கள்.

மூலியேத்து மா. *26*–ந் தே. க்கு – ஆடி மா. *14*–ந் தே.

இற்றை நாள் காரைக்கால் குடிகள் சமாதானஞ் செய்து வொழுங்குப்படுத்தி வரும்படியாய் சிரீ நயினாத்தை முதலியாரை முசியே தெப் பிறேனவர்க ளனுப்பினார்கள்.

அவை வருமாறு

காரைக்கால் குடிகள் மேற்படியூர் குற்றகையை தங்களுக்குக் கொடுக்கச் சொல்லி கேட்டுக்கொண்டதின்பேரில் அப்பக்கத்திற் சொல்லியிருக்கிற வில்வேந்திர பிள்ளை சவரிமுத்தா பிள்ளை இருவருங் கூடி யோசித்து மேற்படி குற்றகை உசத்தி யெடுத்து குடிகளைக் கெடுத்து நாசஞ் செய்து தங்கள் மனதின்படி வேண்டிய அதிகாரங்களைச் செய்யவேணு மென்று நினைத்த துற்கருத்தின்படி குடிகளை மிகவுந் தொந்தரை செய்து நூதனமான காரியங்க ளெல்லாம் வுண்டாக்கி நடத்தினபடியினாலே குடிகளுக்குக் கோபமுண்டாய் அவிடத்தில் துரைத்தனஞ் செய்கிற முசியே துப்பிறுவீல் என்றவருடன் முன்பின் நடந்து வந்த வழக்கப்படி

மேற்படி குற்றகையைத் தங்கள் வசத்தில் விட்டுவிட வேணு மென்றும் மேல்ப்படியார் அடத்தின் பேரில் குற்றகையை யுசத்தி யெடுத்து குடிகளைக் கெடுக்கவேணு மென்று செய்த வேலையை யன்றி வேறில்லை யென்று முறையிட்டுக் கொண்டதின்பேரில் இராசாவுக்கு நயம் வரும்படியாய் துகையை யுசத்திக் கேழ்க்கிற பேர்களுக்கு கொடுக்கப்படுமே யன்றி குறைத்துக் கேழ்க்கிற பேர்களுக்கு கொடுக்கக்கூடாதென்று சொன்னதின் பேரில் குடிகளுக்குக் கோபம் பிறந்தது. மிகுந்தக் கூட்டங்கூடி புதுவைநகரில் குடி குற்றகையா யிருக்கிறபடி கட்டாயமாயிந்தக் குற்றகையை யெங்களுக்குத்தானே கொடுக்க வேணுமென்று மதற்குள்ள பணம் வழக்கப்படி செலுத்திப் போடுகிறோ மென்றும் எங்களுக்கு விரோதிகளாகிய கிறீஸ்துவர்களிந்த யெல்லையி லிருக்கக் கூடாதென்று மவர்களுடைய வீடுகளை யெல்லா மிடித்து நாசஞ் செய்து மேற்படியார்களுக்கு வுயிர்ச்சேதமும் வருத்தி வைப்போ மென்றுஞ் சொல்லி சமஸ்தமானவர்களும் வூரை விட்டு வலசை வாங்கிப்போய் வெளியிலே *10,000* பேர் மட்டுங் கூடி சில பாளையக்காறரையுஞ் சேர்த்துக் கொண்டு ஆயுத முஸ்தீதுகளுட னிருந்துக் கொண்டு காரைக்காலுக்குள்ளே அரிசி, விறகு, காய்கறிகள் முதலான தின்பண்டங்களொன்றும் போக வொட்டாமல் முத்திகைப் போட்டுக் கொண்டார்கள்.

பட்டணத்தி லிருக்கப்பட்ட துரைகளுக்கும் மைற்று மிருக்கப் பட்டவர்களுக்குஞ் சாப்பாட்டுக் கில்லாமல் வருத்தம் வந்து பிடித்தபடியினாலே நாகூருக் கெழுதி தங்களுக்கு வேண்டிய திண்பண்டங்கள் படகிலேறி வந்தது.

இந்த சமாசாரங் குடிக ளறிந்து மேல்ப்படி படகைப் பிடித்து அதிலிருந்ததுகளை யெல்லாங் கொள்ளையிட்டுக் கொண்டு நாகப்பட்டணத்திலிருந் தொன்று மிவடத்துக் கனுப்பி வைக்கத் தேவையில்லை யென்று மவடத்தி லிருக்கிற பேர்களுக்கு மகாசெனங்கள் பேரால் காயித மெழுதி மறியல் செய்துப் போட்டார்கள்.

ஆகையாலப்படி மாறுபாடாய் வந்து நேரிட்டு வரவர காரியமும் மறிக்கு தென்று மேற்சொன்ன முசியே துப்புறவீல் முசியே தெப் பிறேன் அவர்களுக்கு மேற்சொல்லி யிருக்கிற விபரங்க ளெல்லாம் விரிவா யெழுதியனுப்பினதின் பேரில் சிரீ சிரீ நயினாத்தை முதலியாரவர்களை அனுப்பிவிக்கப்பட்டுது.

மூலியேத்து மா 28–ந் தே. க்கு – ஆடி மா. 16–ந் தே.

இற்றை நாள் மத்தியானம் <u>*Tétisse*</u> என்ற பிறகாதிலே கைப்பீரங்கிகள் *4*–ம் மருந்து குண்டுகளும் யேற்றினார்கள்.

மறுநாள் காலமே சொல்தாது, ராணுவத்தார், பீரங்கி சுடும் வெள்ளைக்காறர், காப்பிரிகள் சகலமும் நுறு பேர்கள் யேற்றினார்கள்.

மேற்படியாருக்கு வேண்டிய ரஸ்துகளு மேற்றப்பட்டுது.

மேற்படி செனங்களை யிறக்கிறதுக்கு வேண்டிய படகுகளுங் கூடக் கூட்டிக்கொடு பனிரெண்டு மணிக்கு கப்பல் பாய் விரித்துக் கொண்டு காரைக்காலுக்கு சென்றுது.

அவு மா. முதல் தேதிக்கு – ஆடி 20–ந் தே.

இற்றை நாள் மேற்சொன்ன கப்பல் காரைக்காலில் செனங் களை யிறக்கி விட்டு புதுவைநகர் துறையில் வந்து சேர்ந்துது.

இந்த னாள் சாயங்காலம் முசியே மொத்தே (Mr. Mottet) யவர்களை துரைகளெல்லா மவரிருக்கிற விடத்துக்குப் போய் சந்தித்தார்கள்.

நாளைய தினம் முசியே லெழே சீர்மைக்குப் போற படியினாலே *Commissaire Ordonnateur* என்ற வதிகார மிவருக்கு நேமக்கமாச்சுது.

நாளது மா. 4–ந் தே. க்கு – ஆடி 23–ந் தே.

இற்றை நாள் *Pavillon National* என்ற கொடி போடுகிற நிமித்தியம் சாயுங்காலம் *5* மணிக்கு வெள்ளைக்காறர் சிப்பாய்கள் சகல ராணுவத்தார்களையும் பிளாசிலே வரிசை நிறுத்தினார்கள். அஞ்சரை மணிக்கு முசியே தெப் பிறேன் முனிசிப்பாலைச் சேர்ந்த துரைகள் குமுசேல்க்காறர் மைற்று மிருக்கப்பட்ட சமஸ்தமானவர்களும் வந்து சேர்ந்தார்கள். வுடனே முசியே தெப் பிறேன் கத்தியை *Roulement* தம்பூ ரடிப்பித்து இராணுவத்தார்களுக் கிடவேண்டியக் கட்டளையிட்டானவுடனே மேற்சொன்ன நசியோனால்க் கொடியை யேற்றி னார்கள்.

அந்தச் சமையத்தில் கரையிலுங் கடலிலும் ஒவ்வொரு பீரங்கி வெடி சுட்டார்கள். பிற்பாடு கரையிலுங் கடலிலும் மும்மூன்று விசை யிருப்பத்தொரு பீரங்கி வெடி சுட்டார்கள்.

உடனே துரைக ளெல்லாங் கோவிலுக்குப் போயி *6½* மணிக்கு வெளியே வந்து கொடியை சுருட்டுகிறபோதும் *21* பீரங்கி வெடி சுட்டார்கள்.

மேற்சொன்ன கொடியின் விபரமாவது:

பிறாஞ்சு தேசத்திலிருந்து மினீஸ்துரு (Ministre) கட்டளை யிட்டனுப்பினபடி வெள்ளைக்கொடியில் நாலிலொரு பங்கு

யோரத்தில் முதல் ஒரு பட்டை சிகப்பும் ரெண்டாவது வெள்ளையும் மூணாவது நீலப்பட்டையும் அதைச் சுத்தி ஓரத்தில் இரண்டங்குல அகலம் சிகப்பு வெள்ளை நீலம் கம்பியாய்க் கட்டி தைச் சிருந்துது. இந்தக் கொடி போட்டது ராணுவத்தார்களுக்குச் சம்மதி யில்லாததினாலே அந்த சமையத்தில் *Vive La Nation, Vive le Roi,Vive la Loi* என்று முசியே தெப் பிறேனர்வகள் வுரத்துச் சொல்லிக் கூப்பிடும்படியாக நிருபித்தவிடத்தில் சொல்தாதுகள் வாயைத் திறவாமல் மவுனமாயிருந்தார்கள்.

பிற்பாடு சிப்பாய்கள் வரிசையில் திரும்பி மேற்சொன்ன கட்டளையிட்டார். இவர்கள் மூன்று திரம் கூப்பிட்டார்கள். கரையிலிருந்த ராசாயவர்களுட கப்பல்களிலும் கும்பினி கப்பல்களிலு மிந்த மாதிரி கொடி போட்டார்கள்.

அவு மா. 8ந் தே. க்கு ஆடி மா. 27ந் தே. இத்தை நாள் சாயங்காலம் முசியே லெழே *La Tétisse* என்ற கப்பலிலேறி சீர்மைக்குப் போனார்.

நாளது மா. 9–ந் தே.

இத்த னாள் காலமே மதாம் தெப் பிறேன் மேற்படி பிள்ளைகள் மேற்படியார் தாயாராகிய மதாம் சொலுமியாக்கு இவர்கள் ஒரு கும்பனி கப்பலிலேறி சீர்மைக்குப் போனார்கள்.

முன் 1778–ம் ஆண்டில் அரும்பாத்தை சோணாசல பிள்ளைக்கும் நல்ல தம்பிராவுக்கும் பழைய குடுக்கல் வாங்கல் சங்கதியில் விபகாரப்பட்ட விடத்தில் வினாயகப் பிள்ளை எழுதிக் கொடுத்திருக்கிற கடன் சீட்டுப்படி ரூ.23,000 அதற்குள்ள வட்டியும் மேற்படி வினாயகப் பிள்ளைக்கு சுதந்தரக்காறனாகிய சோணாசலப் பிள்ளை மேற்படி நல்ல தம்பிராவுக்கும் செலுத்தி போடுகிறதென்றும் புதுவைநகரத்து மேலான கொமுசலில் நாளது ஆண்டு பெவிரியேர் மாதம் 14 *arrêt* யென்ற தீர்ப்புப் பிறந்துது உடனே யிங்கிலீசுக்காறர் புதுவை நகரைப் பிடித்துக் கொண்டப்படியினாலே தாமசத்திலிருந்துது.

மேற்சொன்ன நல்லத்தம்பியினுடைய அண்ணன் மகன் *Mr. Saligny* என்ற வெள்ளைக்காறனுக்கு நூற்றுக் கிவ்வளவு கொமிசியோங் (Commission) குடுக்கிறோ மென்று நிஷக்கிரி செய்துக் கொண்டபடியினாலே இரெண்டு வருஷ காலமாய் விபகாரந் துடர்ந்து மேற்சொல்லி யிருக்கிற கொமுசேல் அறே நிறவேற வேணுமென்று கேழ்க்குமிடத்தில் மேற்படி அரும்பாத்தை வினாயகப் பிள்ளைக்கு கும்பனியர் எட்டு லட்சம் ரூபாய் மட்டுங் கொடுக்கவேண்டி யிருக்கறதினாலே அந்தப் பணம் வந்தப்பிறகு பெத்துக் கொள்ளுகிற தென்றும் பொன்னையாப்

பிள்ளை கொமுசேலுக்கு ரெக்கேத்து யெழுதிக் கொடுத்து சறுவ பெறேத்தினமுஞ் செய்துக்கொண்டு வருமிடத்தில் கடன்காறன் சம்மதியாமி லிருக்கிறதினாலே கூடா தென்று மேல்ப்படியாருடைய வசையும்பொருள் அசையாப்பொருள் சமஸ்தமும் விக்கிற தென்றும் ரெண் டேல மட்டுங் கூறி நடந்துது.

இப்படியிருக்க தமிழரில் காரியஸ்தரா யிருக்கப்பட்டவர் கவெல்லாங் கூடி யோசித்து மேல்ப்படி அரும்பாத்தைப் பிள்ளை பிறபலமா யிருந்தவரானதினாலுங் பெருங் குடும்பமா யிருக்கிறது மன்றி கும்பினியார் பேரில் மிகுந்த திரவியம் வர வேண்டியிருப்பதினாலும் மூன்றாவ தேலத்தை கட்டாயமாய் நிறுத்தவேணு மென்று மகாநாடு *Assemblée Coloniale* முதலான சமஸ்தமான விடங்களுக்கும் சறுவப் பிறத்தினமுஞ் செய்தார்கள். ஒன்றும் பலிக்கவில்லை.

ஆகையால்

அவு மா. 22–ந் தே. க்கு – ஆவணி மா. 9–ந் தே.

இந்த னாள் மத்தியானம் மூன்று மணிக்கு மேற்சொன்ன அரும்பாத்தைப் பிள்ளையுடைய வீடு மற்றுதக ளியாவும் மூன்றாவ தேலம் கூறப்படு மென்று வழங்குமுறைமைப்படி தமுக்கு போட்டுப் பிறசித்தஞ் செய்தார்கள்.

மூணறரை மணிக் கெல்லாம் பட்டணத்திலுள்ள கடைகள் சமஸ்தமும் மூடிப்போட்டு கும்பல் கூடிக்கொண்டிருந்தார்கள். 4 மணிக்குச் சிவீலுக்குத் தலைவனான *Mrs.* சொழி, கிறேப்பியே லெபேவிறு (Lefebvre) மேற்சொல்லியிருக்கிற சலீஞி மற்றும் *Interprète* முதலான காரியக்காறரும் வந்துக்கூடி மூன்றாவ தேலங் துவக்கி நடத்துக்கையில் செனங்க ளதிகமா யிருந்தபடியினாலே சொழீ கத்தியை யுருவிக்கொண்டு அடுத்து துரத்தினான். சலுஞி யென்றவன் சிப்பாயுடைய துப்பாக்கியைப் பிடுங்கிக்கொண்டு செனங்களை அடித்துத் துரத்தினபடியினாலே பிறசைகளுக்குக் கோபம் பிறந்தது. சொழி, சலுஞி இவர்கள் பேரில் வந்து விழுந்து அடித்துக் காயப்படுத்தி கல்லுகளாலே விட்டெறியுமிடத்தில் மேற்படி சொன்ன மூன்று பேரும் பயந்து வோடினார்கள். செனங்கள் பின் சென்று கல்லுகளா லெறிந்து அடித்துக்கொண்டு மேற்படியார் வீட்டு மட்டுந் துடர்ந்து துரத்திக் கொண்டுப் போனார்கள். சலிஞி மாத்திரம் காளத்தி யீஸ்பரன் கோவிலே போய் வொளிந்துக் கொண்டான்.

இந்த சமாசாரம் முசியே தெப் பிறேனவர்களுக் கறிக்கையான மாத்திரத்தி லதிக வேகமாய் குவற்ணமாவிட்டு பிளாசிலே வந்து ழெனெறால் தம்பூ ரடிப்பித்து சொல்தாதுகளுடைய

கடுத்திக்கு தாம் தானே போய் ராணுவத்தார்களை யிட்டு வந்து வாயுதங்களுடன் பிளாசிலே நிறுத்தி சிபாய்களுக்குக் கொம்மாந்தாமாகிய துப்பிளேசி யென்றவரை யழைத்து மேற்படி சிபாய்களை ஆயுத மெடுத்துக்கொண்டு முஸ்தீதா யிருக்கச் சொல்லியுங் கோட்டை வாசற்படிகளைச் சாத்தச் சொல்லியுங் கட்டளையிட்டு விரெண்டு கைப்பீரங்கிகளையு மிழுப்பித்துக் கொண்டு ராணுவத்தார்களை யிட்டுக்கொண்டு கால்நடையாய் உவேத்து வீட்டுத் தெரு வீதியாய் போறபோது முசியே தெ போந்தே (Mr de Fontaine) னென்றவன் அடிப்பட்டுத் தலையிலே காயம்பட்டு ரத்தம் பெருகிறதை *Mr. Defontaine* எதிரே வந்து தெப் பிறேனவர்களுக்குக் காண்பித்தான். அதை பார்த்தமாத்திரத்தில் மிகுதியுங் கோபம் பிறந்து சொல்தாதுகளை நிறுத்தி துபாக்கிகளிலே மருந்துப் போட்டுக்கொள்ளும்படி கட்டளையிட்டு ராணுவத்தார்களை சாறாயக் கிடங்கு வீதியி லிட்டுக் கொண்டு தமிழர் கும்பல் கூடியிருக்கிற விடந் தேடிக்கொண்டு போனார்.

அபித்தா மென்ற சில்லறை வெள்ளைக்காற ரெல்லாந் துப்பாக்கிகள், கத்திகள், தடிக ளெடுத்துக்கொண்டு வந்து தெருச் சந்துகளில் நாலுபேர், 5, 6, 10 இவ்விதமாய் வீதிகளி லிருந்துக்கொண்டு தெருக்களில் காணப்பட்டத் தமிழரை யெல்லா மடிக்கவும் வெட்டவுங் குத்தவும் வீட்டுகளின் கதவுகளை யிடிக்கவும் கடைக்கால்களை பிடுங்கி அலங்கோலைகள் செய்யவுந் துவக்கினார்கள். ழெனெறாலவர்கள் போன பக்கங்களில் காணப்பட்ட தமிழரை யொரு பொல்லாங்குஞ் செய்ய வொட்டாமல் துபாக்கிகளிலே வெறு மருந்து போட்டு மனிதர் பேரில் படாமல் வொசற சுடச் சொல்லி கட்டளையிட்டு சும்மா மிரட்டி கும்பலைக் கலைத்து துரத்திவிட்டார்.

வெறனிக்கூ ரென்றவன் பின்னாலே கொஞ்ச ராணுவத்தை யனுப்பி தென் பிறத்தில் கூடியிருக்கிற கும்பலைக் கலைக்கச் சொல்லி கட்டளையிட் டனுப்பினவிடத்தில் தரகு பழணி மருமகன் சொல்தாதுகளைக் கண்டு பயந்தோடுகையில் பின்னாலே சொல்தாதுகள் துடர்ந்து பைநேத்தினாலே (baïonnette) குத்திக் கொண்ணுப் போட்டார்கள்.

மேற்படியான் பயந்தோடுகிறது தெரியாமல் கும்பலைக் கூட்டிக்கொண்டு வரப்போறா னென்றிப்படி செய்தார்கள்.

தெருக்கள்தோறுஞ் சிபாய்களைக் காவல் போட் டிருந்தவிடத்தில் தெருக்களி லகப்பட்டத் தமிழரை யெல்லா மின்னாரினியா ரென்றறியாமல் கும்பல் கும்பலாய்ப் பிடித்துக் கொண்டு போய் சிறைசாலையி லடைத்தார்கள். நாலு திக்கிலுங்

கோட்டைக் கதவுகளை சாத்திப் போட்டபடியினாலே நல்ல தண்ணி யெடுக்கப் போன பெண்டுகளும் பின்னும் பல காரிய நிமித்தியம் வெளியே போயிருந்தவர்களும் வெளியிலே தானே யிருக்கும்படியாச்சுது.

கிறீஸ்துவர்களில் தங்கள் காரிய நிமித்தியம் வெளியே போயிருந்து மறுபடி தங்கள் வீட்டுக்கு வருமிடத்தில் வெகு பேர் காரியஸ்த ரெல்லாம் சிப்பாய்கள் கையிலகப்பட்டு சிறைசாலையில் அடைப்பட்டார்கள்.

கடைசியாய் சகலமும் ஆறரை மணிக்கி தணிந்துது. பொழுது வெடியளவும் தெருக்கடோறும் வெள்ளைக்காறர் நகர சோதினை செய்துக்கொண்டு வந்தார்கள்.

இராத்திரி பனிரெண்டடித் தொரு மணிக்கு பொன்னையா பிள்ளையையும் பொட்டிசெட்டியையும் யிட்டு வந்து சிறை சாலையில் வைத்தார்கள்.

மறுநாள் 23–ந் தேதி

காலமே யெட்டு மணிக்கி கோட்டைக் கதவுகளைத் திறந்தார்கள். பத்து மணி வரைக்கும் கடைகளை திறந்தும் விற்பனை யில்லாதிருந்தபடியினாலே முனிசிபாலுக்கு மேராகிய முசியே குலோமும் மைற்ற துரைகளுஞ் சாவடியில் வந்திருந்துக் கொண்டு சேவுகரை யனுப்பி கடைக்காறர்களை யெல்லா மிட்டுவந்து கடைகளை திறந்து வழக்கப்படி அவர்களுடைய தொழில்களை செய்யச் சொல்லியும் செய்யாவிட்டால் கடைகளை கொள்ளையிட்டுப் போடப்படு மென்றுஞ் சொல்லி தமுக்குப் போடவைத்து பதிநோர் மணிக்குப் போய் விட்டார்கள்.

நேத்து துவக்கின யேலம் நிறவேறாமல் குதாவடையாய் போனதினால் யின்றைய தினம் மத்தியானம் மூணரை மணிக்கி சொல்தாது ராணுவத்தில் அன்பது சிப்பாய்கள் முத்திரைச் சாவடிக்கெதிராக வரிசை நிறுத்தி அதுக்குச் சமீபத்த தெருக்களில் நவ்வாலு சிபாய்களை காவல் வைக்கப்பட்டுது.

4 மணிக்கு முசியே *De Fresne, Mottet, Chaugy, Lefebvre* பின்னுஞ் சிலபேர்கள் சாவடியில் வந்திருந்துக்கொண்டு மேற்படி அரும்பாத்தை பிள்ளை வீட்டை யேலங் கூறுமிடத்தில் அனந்துனாய்க்கன் 1,500 விராகனுக்கு வாங்கினான். கடைகள் 1,650 விராகனுக்கு ஒரு சட்டைக்காறன் வாங்கினான்.

24–ந் தே.

காலமே அந்தந்த சாதி நாட்டண்மைக்காறரை யெல்லாம் முனிசிப்பாலிலே யிட்டுவந்து மேற்சொன்ன குழப்பம் நடந்ததுக்

காறண மென்னவென்று கேட்டவிடத்தில் தாங்கள் ஒன்று மறிந்ததில்லை யென்று சொன்னார்கள். இந்தப் பிறகார மெழுதி கையெழுத்து வையுங்கோ ளென்று கேட்குமிடத்தில் இயோசனை செய்துக்கொண்டு வருகிறோமென்று சொன்னார்கள்.

25–ந் தேதி

முதல் கையொப்பம் வாங்கத் துவக்கினார்கள்.

சிரீ சிரீ நயினாத்தை முதலியார், பெரியண நயினார் இவர்களை யழைத்து பட்டணத்தை விட்டோடிப் போயிருக்கிற தேவரா செட்டி. முத்துசாமி முதலி இருவரையுஞ் சீக்கிரத்தில் அழைப்பிக்காவிட்டால் அவர்களுக் கிடப்பட்ட வாக்கினைக ளெல்லாம் வுங்களுக்கு நடக்கு மென்று நிருபித்தார்கள்.

முசியே லெழேயுடைய துபாசி முருகப்பிள்ளை பேரில் மேற்சொன்ன காரியத்தில் சந்தேகந் தோன்றி மேற்படியானை சிறைசாலையில் வைக்கப்பட்டுது.

26–ந் தேதி

முசியே மொறசேன் துவாசி அன்னப் பிள்ளையையும் காவலில் வைத்தார்கள்.

அன்றையத் தின மந்தக் கும்பலிலிருந்தப் பேர்கள் எல்லா மின்னாரினியா ரென்று விசாரித்து வொவ்வொருவராய்க் கொண்டு வந்து காவலில் வைத்தார்கள்.

அவு மா. 27–ந் தே.க்கு – ஆவணி மா. 14–ந் தே.

இற்றை நாள் முத்துசாமி முதலி, தேவரா செட்டி, பிச்சையாப்பிள்ளை இம்மூன்று பேர்களுடைய வீட்டுகளிலும் சேகுவரை காவல் போடப்பட்டுது.

***Lundy* நாளது மா. 29–ந் தே. க்கு – ஆவணி மா. 16–ந் தே.**

இந்த நாள் சாயுங்காலம் மேற்சொன்ன அரும்பாத்தை பொன்னையாப் பிள்ளையுடைய மான்னியம் நஞ்சை நிலம் 3½ காணி ஏலங் கூறுமிடத்தில் சொகுசுசாமி செட்டி தம்பி 1,145 வராகனுக்கு வாங்கினான். பின்னையுந் தீர்வை நிலங்களும் விக்கிறையமாச்சுது. கூட்டுக் கோப்பில்லாத வெறும் நிலம் ஒன்று 150 வராகனுக்கு விக்கப்பட்டுது. பின்னும் பல பொருட்க ளெல்லாம் விக்கிறையமாச்சுது.

30–ந் தே.க்கு – ஆவணி மா. 17–ந் தே.

இந்த நாள் காலமே ஏழு மணிக்கி சொல்தாது ராணுவத்தார்களையும் அபித்தாமென்ற சமஸ்தமானவர்களையும்

பிளாசிலே கும்பல் கூட்டி ஜெனெறால் முசியே தெப் பிறேனவர்கள் ஒரு காகிதம் படித்து பிறசித்தஞ் செய்த தென்னவென்றால்

பங்காளத்தில் பிறாஞ்சுக்காறருக்குச் செல்லுபடியா யிருக்கிற *Chandernagor* யென்ற கோந்துவாறுக்கு (Comptoir) காரியக்காறராய் நேமித்து வைத்திருந்த பெங்கோ[1], *Richemont* யென்ற இருவர்களும் சீர்மையிலே *Révolution* துவக்கின நாள் முதலாய் மேற் சொன்ன ஷந்தேர்நகரில் மேல்ப்படியார் வருந்தி வைத்த குழப்பங்களும் மிகுந்த தொந்தரைகளு மன்றி புதுவைநகரி லிருக்கப்பட்ட சொல்தாதுகளுக்கு ரகசியமா யொரு காகித மெழுதி *Girardot* என்றவனுடைய காகிதத்தில் வைத்து வந்துது. மேற்படியா னந்தக் காகிதத்தையுந் தனக்கெழுதி வந்தக் காரியத்தையும் முசியே தெப் பிறேனவர்கள் கையிற் கொடுத்தான்.

அதி லெழுதியிருந்தக் காரிய மென்ன வென்றால்

புதுவைநகரி லிருக்கப்பட்ட அபித்தாமார்கள் யெல்லாம் வெட்டிக் கொண்ணுப்போடச் சொல்லியுங் குழப்பங்கள் செய்யச் சொல்லியும் முசியே தெப் பிறேனவர்கள் பேரில் பல நிந்தனைகளும் இப்பேர்பட்ட துற்கருத்துகளும் மாறுபாடான காரியங்களு மெழுதி யிருந்தபடியினாலே முசியே தெப் பிறேன் வெகு கோபத்துடன் சொல்தாது ராணுவத்தார்களுக்கு இப்பேர்பட்ட துற்கருத்துக் குள்ப்பட்டீர்களானால் வுங்களுக்குத் தகுமான வாக்கினை நடக்குமென்று மிகவுங் கண்டித்து இராணுவத்தார்களை யனுப்பிவிட்டார்.

மேற்சொன்ன பெங்கோ வென்றவன் சுவாகத்தில் வெகு துஷ்ட்டனான படியினாலே இவனை யிவடத்திக்கிப் பிடித்து விலங்குப் போட்டுக்கொண்டு வரும்படி வொரு கப்பலை பயணப்படுத்தி யனுப்பினதின் பேரில் யெப்படியோ யிந்த சமாசார மறிந்து விங்கிலீசுக்காறருக்குச் செல்லுபடியா யிருக்கிற *Calcutta* வென்ற விடத்துக் கோடிப் போனான்.

அவு மா. 31–ந் தே.க்கு – ஆவணி மா. 18–ந் தே.

இந்த நாள் காலமே யொன்பது மணிக்கு முனிசிப்பாலி லிருந்து கொம்புதமுக்கு சவளைக்கழிகள் முதலான வாயுதங் களோடு முனிசிப்பாலுக்குடைய துரைகளும் மேல்ப்படி யெந்தெற்பிறேத்து தபெலியோ[2] மென்ற வூர்க்கணக்கப்பிள்ளை முதலானவர்கள் கூடி தெருக்கடோருந் தம்பூறடித்து பிராஞ்சிலுந் தமிழிலும் *Loy Martiale* என்ற கட்டளைப் படித்துப் பிறசித்தஞ் செய்தார்கள். அதென்ன வென்றால் யாராவது கும்பல்கூடி

1. Pingaut
2. tabellion (eng. writer)

யொழுங்கு தப்பிதமான குழப்பங்கள் செய்ததேயுண்டானால் மேல் சொல்லப்பட்ட *Loy*–வில் கற்பித்திருக்கிற பிறகாரம் காரியாந்திரத்துக்கு தக்க வாக்கினை யிடப்படு மென்று கண்டிருந்தது.

செப்தோம்பிற மா. 2–ந் தே. க்கு – ஆவணி மா. 20–ந் தே.

இந்த நாள் கப்புசுக் கோயிலில் *Assemblée Générale* என்ற சமஸ்தமான துரைகள் சில்லறை வெள்ளைக்காறர் யாவருங் கூடி இந்தப் பட்டணத்துக்கு *Maire* ஆகிய முசியே கொலோமும் மைற்றும் முனிசிப்பாலுக்கு ஒப்பிசையா யிருக்கப்பட்டவர்களும் இந்த உத்தியோகத்தி லேர்ப்பட்ட காலமுதலாய் தங்களுடைய வற்தக வியாபாரங்கள் செய்யவும் காரியங்களை கொண்டு திருப்பவும் மனித ரில்லாததினாலே தங்களுக்கு மிகுதியும் நஷ்ட்டமும் கெடுதியும் வந்திருக்கிறதினாலே தங்களுக்கு வதிலாய் மேற்படி பட்டணத்துக் காரியங்களை செய்யும்படியாய் முனிசிப்பாலுக்கு வேறே காரியஸ்தரை நேமக்கஞ் செய்துக் கொள்ளச் சொல்லி மேற்படி துரைகள் கேட்டுக்கொண்டபடி யினாலே

அவரவர்களுக்கு சம்மதியானவர்களைக் குறிக்கச் சொல்லி விசேஷங்கள் நடக்குமிடத்தில் ஒருவருக்கொருவர் யனேகம் பேச்சுகளும் தற்கங்களுஞ் சிலருக்கு சம்மதியும் சம்மதியில்லாமலும் அனேகந் தற்கங்க ளெல்லாம் பனிரெண்டடித்தொரு மணி வரைக்கும் பேசியும் யொன்றுங் குவியாமல் கும்பல் கலைந்துப் போய்விட்டார்கள்.

நாள்து 3–ந் தேதியாகிற மறுநாள்

இந்த நாள் கூடின சறுவ சென சங்கத்தார் கடசியாய் தேறுகடையான தென்னவென்றால் *Mr Comte de Civrac, Maire, les Officiers Municipaux ou Echevins : Mrs Doumergue, la Forgue, Sabathier* இவர்கள் மேல்ப்படியார்களுக்கு வதிலாய் நேமிக்கப்பட்டுது. ஆகையால் மேலே நேமித்திருக்கிற காரியஸ்தர்களுக்கு வியாதி முகாந்திரத்தினாலேயாவது வேறே யாதொரு காரிய முகாந்தி ரத்தைப் பத்தியாவது அல்லதொரு வேளை மேல்ப்படி யுத்தி யோகத்தைத் தானே விட்டு விடும்படியான தருணமா வந்து நேரிடுங்கால் வந்த சமையங்களில் காரியதாட்சி யில்லாமலும் நவமாய் வேறே காரியஸ்தரை யேர்ப்படுத்தியாக வேணுமென்கிற மினக்க டில்லாமலும் அந்தட்சணம் மேற்படி காரியத்தை யேத்துக்கொண்டு நடத்தும்படியாய் நொத்தாபிள்[1] யென்று யேழு பேர்களை யேர்ப்படுத்தினார்கள்.

---

1. notables

அதாவது

Mrs Boutroux, Adville, Milber, Alix, Ramadier, Joly, Michel

நாளது மா 5–ந் தேதி

இற்றை நாள் கூடின மகாநாட்டுக் கூட்டத்தில் மேற்சொன்ன மூன்று பெயர்களில் சபாத்தியே *Sabathier* என்றவரை சாலை விசாரணைக்கும், போலீசு விசாரணைக்கும் யொருவரும் கடைகள் விசாரிக்கிறதுக் கொருவரும் நேமித்து யுறுதிப் படுத்தினார்கள்.

செப்தாம்பிற மா 9–ந் தே.க்கு – ஆவணி மா. 27–ந் தே. சுக்கிற வாரம்

இந்த நாள் மேற்சொல்லப்பட்ட காரியஸ்த ரெல்லாங் கூடிக்கொண்டு மேற் (Maire) என்னும் முசியே சிவறாக்கு குடியிருந்த வீட்டுக்குப் போயவரை யிட்டுக்கொண்டு முனிசிப்பாலுக்குப் போய் பழைய வுத்தியோகஸ்தருடைய காரியங்களைத் தங்கள் வசஞ் செய்துக்கொண்டு அவடத்திலிருந்து கொம்பு தமுக்கு சவளைக்கழிகள் முதலான வாடம்பரத்துடன் பிறப்பட்டு குவேற்ணமாவுக்குப் போய் ழெனெரா லவர்களைக் கண்டுகொண்டு மறுபடி முனிசிப்பாலுக்குப் போனார்கள்.

செப்தாம்பிற மா. 24–ந் தே. க்கு – பிரட்டாசி 11–ந் தே.

இந்த நாள் மத்தியானம் பொன்னையா பிள்ளையுடைய காரிய நிமித்தியத்தில் காவலில் வைத்திருந்த 32 பேர் காரியக் காறர்களையும் விட்டுவிட்டார்கள். ஆனால் பொன்னையா பிள்ளை, பொட்டி செட்டி இருவர்களுக்கு மாத்திர மின்னங் காவல் விடுதலையில்லை.

ஒக்தோபிற மா. 14–ந் தே.க்கு – அற்பிசி முதல் தேதி

இந்த நாள் காலமே சென்னப்பட்டணத்து வாசப்படியை யடுத்த அகிழிலே உதேன் என்றவன் விழுந்து செத்தான். நேத்து ராத்திரி தானே விழுந்தபடியினாலே வெளியிலே மெதந்து வெளியே தெரியப்பட்டுது. துரைகள் வந்துபார்த்து கோட்டை யோரமாய் தானே கொண்டுபோய் புதைத்து போட்டார்கள்.

நொவோம்பிற மா. 5–ந் தே.க்கு – நாளது மா. 23–ந் ஷீதி

இந்த நாள் டீப்பு சுலுத்தானுடைய குதிரைகள் கணவாய் விட்டிறங்கி திண்டிவனத்தில் வந்து கொள்ளையிட்டு வலோங்கலைகள் செய்தார்கள். புதுவைநகரிலிருந்து வர்த்தகர் பதிநாயிரம் ரூபாய் சென்னப்பட்டணத்துக்கு கொண்டுபோன விடத்தில் வழியிலே குதிரைக்காறர் கண்டுப் பிடிங்கிக் கொண்டார்கள்.

தெசாம்பிற மா.முதல் தேதிக்கு – காற்திகை 19–ந் தே.

அந்தந்த சாதி நாட்டாண்மைக்காறர்களை யெல்லாம் முனிசிப்பாலிலே வரச்சொல்லி சிரீ திருவேங்கிடப்பிள்ளை யவர்களுட குமாரனுக்கு நிருபித்திருந்தபடி அவர்களை யிட்டு வந்துவிடப்பட்டுது.

மேராகிய முசியே சிவராக்கு மேற்படி பிள்ளையவர்களுடன் சிரீ நயினாத்தை முதலியாருடனுஞ் சொன்ன தென்னவென்றால்

புதுவைநகர் பட்டணத்தைச் சேர்ந்த காரியங்களைப் பேசி நிறவேற்றிக்கொண்டு வரும்படியா யிவடத்திலிருந்து நாம் முன்னாலே நேமித்து பிறாஞ்சு தேசத்துக் கனுப்பியிருந்த ஸ்தானபதிகள் நம்மிட பட்டணத்தின் பொதுக் காரியங்களை யவடத்திலிருந்துக் கொண்டு நடத்துமிடத்தி லவிடத்தில் அவர்களுக்குப் பதினாறாயிரம் ரூபா கடன் வாங்கிச் சிலவு செய் திருக்கிறபடியினாலே அந்தப் பதிநாறாயிரம் ரூபாயில் இந்தப் பட்டணத்திலிருக்கப்பட்ட வெள்ளைக்காறர் சமஸ்தமான வர்களுக்கும் 8000 ரூபாயும் தமிழர் சமஸ்தமானவர்களுக்கும் 8000 ரூபாயும் பிறித்து வீதிச்சுப் போட்டிருக்கிற படியினாலே சீக்கிரமாய் மேற்சொன்ன துகையை வுங்களுக் குள்ளே வீதிச்சுக் கொண்டு சேகரஞ் செய்யுங்கோளென்று கட்டளை யிட்டான்.

இதுவும்

இந்தப் பட்டணத்தி லிருக்கப்பட்ட அபித்தாமென்ற வெள்ளைக்காறர் சமஸ்தமும் 600 பேர்களிருக்கிறார்கள் சகல தமிழரும் 7,000 பேர்களிருக்கிறார்கள்.

அப்படி துகை யொத்திருக்கு தென்று வித்தியாச மில்லாமல் சரியாய் வீதித்தோ மென்று சொன்னார்.

தெசாம்பிற மா. 14–ந் தே. க்கு – மார்கழி 2–ந் தே.

இந்த நாள் கேழ்விப்பட்ட சமாசாரம் பிறாஞ்சுக்காற வற்தகருடைய கப்பல்கள் ரெண்டு தலைச்சேரி பக்கமாய் வருகையில் இங்கிலீசுக்காறருடைய பிறகாதுக ளிரெண்டு வந்து சந்தித்தவிடத்தில் மேற்படி இரெண்டு கப்பல்களின் பேரில் குண்டு போட்டு நாலு பீரங்கி வெடி சுட்டு இந்தக் கப்பல்களையுஞ் சோதித்துப் பார்த்துப் பிடித்துக்கொண்டார்க ளிந்த சமாசாரம் மையே (Mahé)யிலே யிருந்தப் பிறான்சுக்காறருடைய பிறகாது கப்பல்காறன் கேழ்விப்பட்ட வந்து இங்கிலீசுக் கப்பல் காறருடன் சண்டை செய்யுமிடத்தி லிங்கிலீசுக்காறருக்கு சினங்கள் மிகுதியுஞ் சேதமாச்சுது. பிறாஞ்சுக்காறருக்கு கப்பல் சேதமாச்சுது. இப்படி யிருக்க இங்கிலீசுக்காறர் சொன்னது டீப்பு சுல்த்தானுக்கு மருந்துக்

குண்டுகள் மற்று முதலான சண்டை சமான்கள் மேல்ப்படி கப்பல்களி லிருக்குதென்கிற சந்தேகத்தின் பேரில் மேற்படி கப்பல்களை நாங்கள் பிடித்துக் கொண்டோமேயன்றி வேறில்லை யென்றும் தயை செய்து நீங்க ளிந்த குற்றத்தை மனம் பொறுக்க வேணுமென்று கப்பல் சேதமொற்றுக் கொடுக்கிறோமென்று மிங்கிலீசுக்காறர் கேட்டுக் கொண்டார்கள்.

நாங்கள் கப்பல்களையு மேற்றுக்கொள்ளக் கூடாது கப்பல் சேதாரங்களையும் வாங்கறதில்லை நீங்கள் ஞாயத் தப்பிதமாய்ச் செய்த காரியத்தை சீர்மைக் கெழுதி அவிடத்தி லிருந்து நிருபித்து வரப்பட்ட ராசாக் கட்டளைப்படி நடந்துக் கொள்ளுகிறதே யன்றி இவிடத்தி லெங்கள் மனதின்படி யொன்றும் நடக்கக் கூடாதென்றார்கள்.

1792 ம் பூாம்வியேர் மா. முதல் தேதிக்கு ஆண்டு விரோதிகிறுது – மார்கழி 20–ந் தே.

இந்த நாள் இங்கிலீசுக்காறருடைய கசேத்து (gazette) முன்னிலையாய் கேழ்வியான சாமாசார மென்னவென்றால்

பிறாஞ்சு ராசா தம்முடைய யிராக்ஷியத்தை விட்டுப் பிறப்பட்டு போவதைக் கண்டு மறுபடி யிட்டுவந்து வீட்டுக்காவல் வைத்திருக்கிறார்க ளென்றும் மேற்படி ராசரிக்கத்தை தள்ளி மேற்படி குமாரனுக்குப் பட்டங்கட்டி ராசகுமாரன் இராசரிக்கஞ் செய்கிறா ரென்று மாகையால் மைற்ற ராசாக்க ளெல்லாரும் கூடி ராசா அவர்களுக்குத்தானே பட்டங்கட்டி யொரு குறவுமில்லாமல் சரியாய் நடப்பிக்கச் சொல்லியுமவருக்கு யாதொரு குறவு வருத்தி வைத்தால் நாங்களெல்லாங் கூடி படையெடுத்து வந்து உயித்தஞ் செய்வோமென்றும் *Assemblée Nationale* என்ற சறுவ சென சங்கத்தாருக்கு காகித மெழுதி வந்துதென்றும் பிராம்சு தேசத்தில் வெகு குதாவடைகள் நடக்குதென்று மெழுதி யிருந்துது.

பூாம்வியேர் மா. 6–ந் தே. க்கு – மார்கழி 25–ந் தே.

இந்த நாள் மோரீசில யிருந்து பிறாஞ்சுக்காற வற்தகனுடைய சுலுப்பு வந்துது

சீர்மையிலிருந்து மோரீசுக்கு வந்திருந்த காகிதங்கள் முனிசிப்பாலுக்கும் மைற்றும் அனேகம் பேர்களுக்கும் காதிதங்கள் வந்துது.

முன் மே மாதத்தில் முசியே லுவி மொனறோ[1] மவர்கள் முனிசிப்பாலுக்கு யெழுதி யனுப்பியிருந்தப் பிறகாரம் *Triplicata* வந்துது.

---

1. Louis Monneron

இதில் வந்த சமாசார மென்னவென்றால்

பிராஞ்சு ராசாவானவர்கள் தம்முடைய ராச்சியத்தை விட்டுப் பிறப்பட்டு *Espagne* தேசத்துக்குப் போறதுக்கு குதிரைகளை அஞ்சல் வைத்துக்கொண்டு போறத் தறுவாயில் நசியோனால் கூட்டதா ரறிந்து ராசாவை யிட்டுவந்து அரண்மனையில் காவல் வைத்திருக்கிறார்க ளென்றுஞ் சமாசாரமாச்சுது.

நாளது மா. 18–ந் தே. க்கு – தை 8–ந் தே.

இந்த னாள் டீப்பு சுல்த்தானுடைய குதிரைக்காறர் இங்கிலீசுக்காறருடைய கிறாமங்களைக் கொள்ளையிட்டு வெகு சனங்களை வெட்டி அலங்கோலங்கள் செய்தபடியினாலே வெளிக்கிறாமங்களி லிருக்கப்பட்ட சனங்கள் புதுவைநகரைச் சேர்ந்த வில்வவநல்லூர் பாகூர் யென்ற எண்பது கிறாமங்களிலும் செனங்கள் வலசை வந்தார்கள்.

காயம்பட்டவர்க ளெல்லாம் புதுவைநகரில் வந்து சேர்ந்தப்படியினாலே அன்பு பிள்ளை (Anbu Pillai) கிடங்கிலே கொண்டுபோய்க் காயங் கட்டினார்கள்.

இங்கிலீசுக்காறருடைய கிறாம மென்றும் பிறாஞ்சுக்காற ருடைய தென்றுங் குதிரைக்காறருக்குத் தெரியாமல் தொந்தரை செய்கிறபடியினாலே பிறாஞ்சுக்காறருக்கு செல்லும்படியா யிருக்கிற 80 கிறாமங்களுக்கு வெள்ளைக் கொடிகள் அழைப்பித்து அந்தந்த கிறாமத்துக் கொவ்வொரு கொடி போட்டு அங்கே சிபாய்களையுந் தாணா வைக்கப்பட்டுது. இந்தப் புதுவைப் பட்டணத்திலும் மேற்சொல்லியிருக்கிற கிறாமங்களி னாலேயும் வெகு சனங்களுடையு வுயிரை காற்கும்படியாச்சுது.

நாளது மா. 22–ந் தே.க்கு – தை 12–ந் தே.

இந்த நாள் இப்பட்டணத்துக்குள்ளே கரைவழியாய் வரப் பட்ட தானியங்களுக்கு ஒரு மாதவரைக்குந் தீர்வை யில்லாம லவரவர் மனதின்படி கொண்டுவந்து விற்பனை செய்துக் கொள்ளுகிறதென்று *Assemblée Coloniale*லில் கட்டளை பிறந்தது.

குதிரைக்காறருடைய தொந்தரையினாலே வெளிக்கிறா மங்களி லிருக்கப்பட்ட செனங்கள் பயிரிடாமல் வலசை வாங்கிப் போயிருப்பதினாலும் தானியங்க ளொரு விடங்களிலிருந்து வருகிறதுக் கிடமில்லாததினாலும் புதுவைநகரில் வெகு சனங்கள் வலசை வந்து சேர்ந்திருக்கிறதினாலேயும் புக ஒரு படி அரிசி தானுங் கிடைக்கிறதும் மகாப் பிறையாசமாய் மகத்தாகிய ஷரமம் வந்து தோன்றியதால் சாப்பாடில்லாமல் வெகுசனங்க ளிறந்துப் போகும்படியாச்சுது.

பூாம்வியேற் மா. 23–ந் தே. க்கு – தை 13–ந் தே.

இந்த நாள் மயிலாப்பூர், பூந்தமல்லி மைற்றும் சென்னப் பட்டணத்தை யடுத்தக் கோட்டைக்கு வெளியி லிருக்கப்பட்ட தோட்டங்கள் கிறாமங்கள் முதலான விடங்களி லெங்கும் குதிரைக்காறர் போயிக் கொள்ளையிட்டு வெட்டுக் குத்து முதலான காயப்படுத்தி வெகு யலங்கோலைகள் நடக்குதென்று தோட்டங்களி லிருந்த வெள்ளைக்காறிச்சிகளையும் பிடித்துக் கொண்டு போனார்கனென்று பிறசித்தமாச்சுது.

நாளது மா. 26–ந் தே. க்கு – தை மா. 15–ந் தே.

இற்றை நாள் கடல்வழி கரை வழியாய் வரப்பட்ட தானியங் களுக்கு வருகிற மே மாதம் வரைக்கும் தீர்வையில்லை என்று பறைசாத்தி பிறசித்தஞ் செய்தார்கள்.

பெவிறியேற் மா. 3–ந் தே. க்கு – தை மா. 24–ந் தே.

மத்தியானம் 3 மணிக்கு இந்த நாள் சிவில் நீதிக்கு கிறேப்பிய ராகிற *Mr. Lefebre* யிறந்து போனபடியினாலே சாயங்காலம் 4 மணிக்கு *Procureur du Roi Mr. Fouqueraux, Reynaud, de Chaugy, Président du Tribunal* இம்மூன்று பேர்களும் போய் காகிதப் பத்திரங்கள் ரொக்கமிருக்கப்பட்ட பெட்டியும் முதலான திருக்கிற விடத்தை முத்திரை வைத்தார்கள்.

4–ந் தேதியாகிற மறுநாள் சனிவாரம்

காலமே யெட்டு மணிக்கு வரவேண்டிய துரைகளும் பாதிரி முதலான மேன்பாட்டுகளுடன் சிவீல் *Assesseurs*களாகிய கொலேன், மறுசெல்லி *Commis greffier de Tribunal Grincourt, le Guesse, commis greffier du conseil* இன்னான்கு பேர்களில் சபத்தின் தலைமாட்டுப் பக்கத்தில் மேற்சொன்ன கொ[1]. கிறன்கூரும்[2] முந்தாணியைப் பிடித்துக் கொண்டு கோவிலுக்குப் போய் சடங்கானவுடனே வெளியிலே கொண்டுபோ யடக்கஞ் செய்துப் போட்டார்கள்.

பெவிறியேற் மா. 5–ந் தே. க்கு – தைமா. 26–ந் தே.

இற்றை நாள் இராத்திரி கொடி மரத்தின் பேரி லேறி கொடியைக் கிழித்து அலங்கோலைகள் செய்து பாதிப்பிடவையை யெடுத்துக் கொண்டு போய்விட்டார்கள்.

ஆகையால், மறுநாள் காலமே *Mr. Cher De Fresne* மிலித் தேர்களுக்குள்ளே காரியஸ்தரா யிருக்கப்பட்ட பெரிய மனுஷரை யெல்லாங் குவற்ணமாவி லழைப்பித்து யோசினை செய்தார்கள்.

1. Co[mmis]
2. Grincourt

நாளது மா. 12–ந் தே. க்கு – மாசி 4–ந் தே.

இற்றை நாள் பறைசாத்தி அறிவித்ததாவது நாளது மா. 5–ந் தேதி கொடிமரத்தின் பேரிலேறிக் கொடியைத் திருடிக்கொண்டு போனவர்களை கண்டுப்பிடித் தின்னாரென்று வந்து சொன்ன பேர்களுக்கு 100 விராகன் யெனாங் கொடுக்கப்படு மென்றுப் பிறசித்தஞ்செய்து அங்கங்கே காகிதங்களு மெழுதி வொட்டினார்கள்.

13–ந் தேதி

கொடி மரத்தை சுற்றி ஆறு சொல்தாதுகள் காவற் போட்டு ஒரு கூடாரமும் போட்டு வைக்கப்பட்டுது.

பத்து மணிக்கு மேலே கொடி மரத்துக்குச் சமீபத்தில் யாரையாவது கண்டால் சுட்டுப்போடச் சொல்லிக் கட்டளை கொடுக்கப்பட்டுது.

நாளது மா. 15–ந் தே. க்கு – 7–ந் தே.

இந்த நாள் சீரங்கப்பட்டணத்துக்குச் சமீபத்தி லிறங்கி யிருந்த இங்கிலீசுக்காறருடைய பாளையத்தி லிருந்தெழுதி வந்தக் காகித முன்னிலையா யறிந்த சமாசாரம்.

டீப்பு சுலுத்தான் தம்முட பட்டணத்துக்குச் சமீபத்தில் ஆற்றோரத்தில் போட்டு வைத்திருந்த பல மோற்சாக்களில் வொரு மெற்சாவைப்பிடிக்கும் பொருட்டாய் இங்கிலீசுக்காறர் தங்களுடைய பாளையத்தை மூன்று வகுப்பாய் பகுத்து நாளது ராத்திரி மோற்சாக்களில் விழுந்து மகத்தாகிய சண்டை செய்து வெகு சனங்களைப் பெலி கொடுத்து மொற்சாக்களைப் பிடித்துக் கொண்டார்கள்.

ஒரு பக்கம் ஜெனெறால் கொறுன்வாலீசு (General Cornwallis) ஒரு பக்கம் மேடோசு (Medows) ஒருபக்கங் கொலேனேல் Murnwell? இம்மூன்று பேர்களும் மூன்று கப்பல்களிலுமிருந்து சண்டை செய்தார்கள்.

ஒரு மொற்சாவில் பெரிய பீரங்கிகள் 20 வேறொன்றில் 8 அதுகளிலிருந்த தளவாடங்கள் யானைகள் ஒட்டகங்கள் கைப்பீரங்கிகள் 60 அகப்பட்டுது.

இங்கிலீசுக்காறருக்கு சேதமானது வெள்ளைக்காறரில் செத்தவர்கள் 600 ஒப்பிசியே கப்பித்தேன்களில் முப்பத்தாறு, சிப்பாய்கள் வெகு செனங்க ளிறந்து போனார்கள்.

பெவிறியேர் மா. 18–ந் தே. க்கு – மாசி 10 சனிவாரம்

இற்றை நாள் *Conseil Supérieur* நடந்த வற்தமானம் அப்பக்கத்திற் கொடியைக் கிழித்து வலங்கோலைகள்

செய்திருக்கிறவர்களை இன்னா ரென்று வந்து சொன்னவர்களுக்கு 100 விராகன் கொடுக்கப்படு மென்று பிறசித்தஞ் செய்துயிருந்ததின் பேரில் பெரியண்ண நயினாரும் மேற்படி சிறிய தகப்பன் குமரப்ப நயினாரும் மிலித்தேர்களாகிய ஒப்பீசியேகள்தான் மேற்படி கொடியைத்தான் கிழித்து வலங்கோலைகள் செய்தார்க ளென்று சோலை யென்றப் பறயனும் மரியனா வென்ற சட்டைக்காறிச்சியுஞ் சொன்னார்க ளென்று மேர் ஆகிய முசியே சிவறாக்குடன் சொன்னதின் பேரி லவர் முசியே புக்குறோ வென்றவருக் கெழுதினார். இந்த சமாசாரத்தை முசியே தெப்பிறேன் அவர்களுக் கறிக்கையிட்டார்கள்.

ஆகையால் முசியே தெப் பிறேனவர்களும் கொங்சோலில் (Conseil) வந்திருந்துக்கொண்டு படைத்தலவ ரெல்லாம் கொங்சேல் சன்னிதானத்தி லழைப்பித்து மேற்படி காரியத்தை யறிக்கையிட்ட மாத்திரத்தில் அவர்களுக்கு மகத்தாகிய கோபம் பிறந்து தாங்களந்த வேலை செய்ததுமில்லை செய்யவேணுமென்று நினைத்ததே யில்லையென்று மெல்லாருங் கத்தியை யுருவிப் பிறமாணிக்கஞ் செய்துக்கொடுத்து எங்கள் பேரிலபாண்டமா யில்லாத காரியத்தைச் சொன்ன பேர்கள் ருசுவிட வேணுமென்று மில்லாவிட்டால் நாங்கள் லேசாய் விடத்தக்க தில்லையென்றும் மிகுதியுங் கொடூறமாய்ப் பேசுமிடத்தில் முசியே ஷெவிறோ (Mr. Civrac)க்கை யென்ன சொல்லுகிறீரென்று கேட்டதுக்கு நயினார் சொன்னதை நானறிக்கையிட்டே னென்று சொன்னார்.

ஆகையா லிது காரியத்தைக் கொங்சேல் வழியாக நன்றாய் விளக்கஞ் செய்கிறதென்றும் அறை[1] (arrêt) செய்து கொன்சேல் கலைஞ்சுது.

மார்சு மா. முதல் தே. க்கு – மாசி 22–ந் தே.

இற்றை நாள் மேற்சொல்லி யிருக்கிற கொடி சங்கதிக்கு ஒரு கொன்சேல் வழியில் விளக்கஞ் செய்கிறதென்று நிருபித்தபடி போன மாதம் 18–முதல் நாளது வரைக்கும் விளக்கமான காரியங்களை மேற்படி கொன்சேலிர் கொண்டு வந்து கொடுத்த *Interrogatoire* கொங்சேலில்ப் பார்க்கு மிடத்தி லிதில் சொல்லப்போறவர்கள் பேரில் குற்றஞ் சுமந்தப்படியினாலே பெரியண நயினாருடைய வுத்தியோகத்தைத் தள்ளிப்போட்டு சிரீ ராசகோபாலு னாய்க்க ரவர்களுக் கந்த வுத்தியோகத்தைக் கொடுத்துப் பெரியண நயினார் மேற்படி சிறிய தகப்பன் குமரப்ப நயினார் மரியானா வென்ற சட்டைக்காறிச்சியும் மூன்றுப் பேரையுஞ் சிறைசாலையி லடைத்து நீதி முறையோடே நன்றாய் விளக்கஞ் செய்கிற தென்றும் *Conseil Supérieur* அறை யாச்சுது.

1. arrêt (eng. decree)

அப்படியே பெரியண நயினார் குமரப்ப நயினார் மரியானா இம்மூவரையுஞ் சிறைச்சாலைக் கனுப்பப்பட்டது.

மார்சு மா 2–ந் தே. க்கு – மாசி 23–ந் தே.

இத்த னாள் பிறசித்தமான சமாசார மென்னவென்றால் போன பெவ்றியே மா. 24– ந் தேதி டீப்பு சுல்த்தானுக்கும் இங்கி லீசுக்காறக்குஞ் சமாதானபடியினாலே இங்கிலீசுக்காறருக்குச் சென்ற தண்டுச் சிலவு டீப்பு வொத்துக் கொடுக்கிற தென்று வுடன்படிக்கையில் நிஷக்கரிஷையானதின் பேரில் அந்தத் தொகை குடுக்கப்படுகிற வரைக்கும் டீப்புடைய பிள்ளைகள இரண்டும் இங்கிலீசுக்காறரிடத்தி லட கிருக்கிற தென்று சம்மதித்ததினால் மேற்படி பிள்ளைகளை ஆனை சேனை பரிவாரங்களுடன் சேர்ந்த பாட்டவணைகளுடன் அனுப்பிவிக்கப்பட்டது.

மேற்படியார்களுக்குள்ளே நடந்த உடன்படிக்கைகளில் சிலதுகள் மேடோசு என்றவருக்குச் சமாதானமா யிராததினால் *Lord Cornwallis* என்றவருக்கு மிவருக்கும் விசேஷங்கள் நடந்து மேடோசு பிஸ்தோலாலே சுட்டுக்கொண் டிறந்துப் போனரென்று சொன்னார்கள்.

நாளது மா. 7–ந் தே.க்கு – மாசி – 28ந் தே.

இந்த நாள் தீனிக்காற *Bonnefoi* வீட்டி லிறங்கியிருந்தவொரு யிங்கிலீசுக்காற வொப்பீசியே யிறந்துப்போனபடியி னாலே மிலித்தேர்களுக்குள்ளே மேற்படியான் அந்திஸ்துக்கு நடக்கவேண்டிய மேன்பாடுகளாகிய தம்பூறு சொல்தாதுகள் வரிசைகளுடனே கோவிலுக்குக் கொண்டுபோய் சபம் வெளியே வரும்போது மூன்றுதரந் துப்பாக்கி வெடிகள் சுட்டு மரியாதையுடன் வெளியிலே கொண்டு போ யடக்கஞ் செய்து போட்டார்கள்.

9–ந் தே. க்கு – மாசி மா. 30–ந் தே.

இந்த நாள் மத்தியானம் வாணியத்தெரு மூலைக்கொத்தளத் தின் அகிழிலே மூணு துலுக்கப் பெண்கள் விழுந் திறந்துப் போய்விட்டுது. புக்குறோவுடைய உத்தாரம் வந்தபிறகு வுடையவர்கள் வந்தெடுத்துக்கொண்டு போ யடக்கஞ் செய்தார்கள்.

17–ந் தே. க்கு – பங்குனி மா. 8–ந் தே.

இந்த நாள் ராத்திரி பத்தரை மணிக்கு பலசரக்குகள் விக்கிற ஒரு கடை, பத்திக்கொண்டபடியினாலே யுடனே சேவுகர், தலையாரிகள், சொல்தாதுகள், சிபாய்கள் வந்திருந்து தணிக்க பதினொன்றரை மணிவரைக்குஞ் சென்றுது.

19–ந் தே. க்கு – பங்குனி மா. 10–ந் தே.

இத்த னாள் சிறைசாலையில் வைத்திருந்த பெரியண்ண நயினாருக்கு சரீரம் சொவஸ்தமில்லை யென்றும் ராசகோபால் னாய்க்காரவர்கள் கேட்டுக்கொண்டதின் பேரில் வீட்டுக்காவல் வைக்கச் சொல்லி முசியே புக்குறோ வுத்திரவு குடுத்தார்.

அவிறீல் மா. 4–ந் தே.க்கு – பங்குனி மா. 24–ந் தே. புதன்வாரம்

இந்த நாள் காலமே வீட்டுக் காவல் வைத்திருந்தப் பெரியண்ண நயினாரை மறுபடி சிறசாலையில் வைக்கப்பட்டுது.

9 மணிக்கு முசியே தெப் பிறேன், மொத்தே முதலாகிய கோங்சேல் துரைகளெல்லாம் வந்துக் கூடினார்கள்.

மிலித்தே ரென்றப் படைத்தலவர் சமஸ்தமானவர்களும் வந்து சேர்ந்தார்கள்.

போன மார்சு மா. முதல் தே. முதலாய் நாளது வரைக்கும் சிறைசாலையில் வைத்திருந்த பெரியண்ண நயினார் குமரப்ப நயினார் மரியானா சோலை யிவர்களை தனித்தனியாய் கேழ்வி கேட்டு எழுதி வைத்திருந்த வாக்குமூல வட்டவணைகள் எல்லாருக்குங் கேழ்க்கும்படி வாசித்தார்கள்.

பிற்பாடு *Réquisitoire du Procureur du Roy* என்று முசியே புக்குறோ வெழுதிக் கொண்டு வந்ததை ஒரு மணி வரைக்கும் வாசித்து எல்லாருக்குங் கேழ்க்கும்படி பிறசங்கஞ் செய்துக் கடைசியா யவர் யெழுதியிருந்ததில் கண்டிருந்த தென்னவென்றால் குமரப்ப நயினார் சொன்ன சமாசாரத்தை பெரியண்ண நயினார் கேட்டுக்கொண்டு போய் முசியே சிவறாக்குடன் சொன்னதின் பேரி லிதை யவர் மிலித்தேர்மார்கள் தானிந்த வேலை செய்தார்களென்று முசியே தெப் பிறேனவர்களுக் கறிக்கையிட்டப்படியினாலே இப்படி விபரீதமாய் வந்து சம்புவித்து தென்றும் நயினார் சிவறாக்குடனே சொல்ல வேண்டிய தில்லையென்று மிதைக் கேட்டுக் கொண்டு போய் மேல்ப்படியான் முசியே தெப் பிறேன் அவர்களுடன் சொன்னது பெரிய குற்றமென்றம், குமரப்ப நயினார் ஒப்பீசியேகள் தான் கொடியைக் கிழிச் சலங்கோலை செய்தார்களென்று சொன்னால் 100 விராகன் கொடுக்கிறோமென்றும் மறியானென்ற சட்டைக்காறிச்சிக்குச் சொல்லிச் சொல்லச்சொன்னது மகத்தாகிய குற்ற மென்றுஞ் சகல குற்றங்களும் குமரப்ப நயினார் பேரில் சுமதலையா யிருக்கிறபடியினாலே அவனுக்குத் தகுமான வாக் கினையிடவேண்டிய தென்றும் பின்னு மனேகங் காரியங்கள் எழுதியிருந்தது. முசியே புக்குறோவுடைய பிறசங்கமெல்லா

266 ஒர்சே, மா. கோபாலகிஷ்ணன்

மான வுடனே கோன்சேல் துரைகள் சாலையை விட்டு யெழுந்திருந்து காம்பிறுக்குள்ளே போய் தீர்மானஞ் செய்துக் கொண்டு மறுபடி சாலையில் வந்து வுள்க்கார்ந்து அறையை வாசித்தவுடனே மேற்படி குமரப்ப நயினாரை கும்பனியி லழைப்பித்து முழங்காலில் நிற்கவைத்து, நான் தெரியாமல் செய்த குற்றத்தைச் சகலரும் மனம் பொறுத்து என்னை காப்பாத்தி ரட்சிக்க வேண்டிய தென்று மிது காரியத்தை நீங்கள் முழுதும் மறந்துப் போக வேண்டியதென்றும் நான் பணிந்துக் கேட்டுக் கொள்ளுகிறேனென்றும் முசியே புக்குறோ, மரியதாசு பிள்ளைக்கு சொல்லி, மேற்படியானை மேற்சொல்லி நிருபித்தபடி, மேற்படியான் எல்லாரையும் பார்த்து மேற்சொன்னபடி சொல்லி பொறுத்தல் கேட்டுக்கொண்டான். இனிமேல்ப்பட மேற்படி குமரப்ப நயினார் விப்பேர்ப்பட்டக் காரியங்கள் வருத்திவைப்பானேயாகில் சரீர தெண்டினை கிடைக்கு மென்றும் முதல் விசையானதினாலே மிது காரியத்தளவில் நடந்த காரியங்களுக்குச் செல்லுமான சகல சிலவும் குமரப்ப நயினார் கையில் வாங்கப்படு மென்றும் மேற்படி அறே[1] என்ற தீர்ப்பில் கண் டெழுதப்பட்டிருந்துது.

சிறைசாலையில் வைத்திருக்கிற பெரியண்ண நயினார், மறியானா யென்றவளை விட்டுவிடச் சொல்லி கட்டளையாச்சுது.

மேற்சொன்ன காரியங்கள் சகலருக்குந் தெரியும்படி அச்சுப்பதித்துது.

பிறாஞ்சுப் பாஷையிலுந் தமிழிலு மெழுதி யொட்ட வேண்டிய விடங்களி லெல்லாம் யொட்டும்படி நிருபிக்கப்பட்டுது.

இது காரியத்தளவி லாதிமுத லந்தியவரைக்கும் நடந்தக் காரியங்களை யெல்லாம் யெழுத வேணுமானால் பத்துக் கடுதாசியி லெழுதினாலும் போதாததினாலே சகலமுஞ் சுருக்கி யெழுதப்பட்டுது.

நாளதுமா. 5–ந் தே.

இற்றை நாள் முசியே புக்குறோ ராசகோபால் னாய்க்காரவர்களுக்குக் கெழுதியனுப்பின ஒருதனாசு (ordonnance) கட்டளையில் நிருபித் திருந்த தென்னவென்றால் குமரப்ப நயினார் கையில் ஒரு தடங்கலு மில்லாமல் நூறு வராகன் வாங்கிக் கொண்டு தம்மிடத்தில் செலுத்தச் சொல்லியு மில்லாவிட்டா லவனை மறுபடி சிறைசாலையில் வைக்கச் சொல்லியும் கட்டளையிட்டிருந்துது.

1. arrêt (eng. decree)

உடனே மேற்படி துகைக் கொடுத்து சமாளிக்கிறதுக்கு நிறுவாக மில்லாதபடிமயினாலே மேற்படி புக்குறோவிடத்தி லெட்டு நாள் வரைக்குத் தவணை பெற்றுக் கொண்டான்.

1792–ம் ஆண்டு அவிறீல் மா. 16–ந் தே. க்கு – பரிதாபி வருஷம் சித்திரை 7–ந் தே.

இத்தை நாள் பெரியண்ண நயினாரை யேற்றுக் கொண்டு மேற்படியார் தம்முடைய காரியம் பார்க்கும்படி முசியே புக்குறோ முனிசிப்பால் துரைகளுக்குக் காயுத மெழுதினார்.

நாளது மா. 17–ந் தே க்கு – சித்திரை 8–ந் தே.

இந்த நாள் நாளது மா. 9–ந் தேதி மோரீசிலிருந்து வந்தக் கப்பலில் வந்தக் காகிதத்தில் பிறாஞ்சு தேசத்தில் நடந்த றெவோலுசியோம் (Révolution) என்றக் குதாவடிக ளெல்லாந் தீர்ந்து ராசாவவர்களுக்குங் குடிகளுக்குஞ் சமாதானமாய் ஸ்திரமாய் ஸ்தாபிக்கப்பட்ட *Nouvel(le)Constitution* என்ற சறுவசன சங்கத்தில் தீர்ந்த வொழுங்குகளை ராசாவவர்க ளேற்றுக் கொண்டு கையொப்பம் வைத்து வுறுதிப்படுத்தினபடி யினாலே அந்த சந்தோஷ சமாசாரத்தை சகலரு மறியும்படி பிறசித்தஞ் செய்கிற நிமித்தியம் சாயங்காலம் அஞ்சு மணிக்கு வெள்ளைக்காறர், சிப்பாய்கள் – சகல ராணுவத்தார்களையும் கப்பூசு கோவிலுக் கெதிராக வரிசை நிறுத்தி வைக்கப்பட்டுது.

முனிசிப்பாலைச் சேர்ந்த துரைகள் கொம்பு தமுக்கு சவளக்கழிகள் முதலான வாடம்பரத்துடன் *Hôtel de Ville* என்ற விடத்திலிருந்துப் பிறப்பட்டு மேல்ப்படி கோவிலுக்குள்ளே போனார்கள். 6 மணிக்கு முசியே தெப் பிறேன் முதலான துரைகளும் வந்துச் சேர்ந்தார்கள். 6½ மணிக்கு *Te Deum* நடக்கிற போது கடலிலுங் கரையிலு மிருப்பத்தியோர் பீரங்கி வெடி சுட்டார்கள். *Vive la Nation - Vive le Roi* என்று மும்மூன்று விசை சமஸ்தமானவர்களுங் கூவினார்கள். நேத்தியத்தினம் கோவிலுக் கெதிரே பேய்க்கரும்புகளினாலே தேர்விளக்குச் சோடித்து வைத்திருந்ததில் விளக்குக ளேற்றினார்கள்.

அவிறீல் மா. 25–ந் தே. க்கு – சித்திரை மா. 16 புதவாரம்

இந்த நாள் *Conseil Supérieur*–ல் வூரை விட்டோடிப் போயிருக்கற தேவராசெட்டி முத்துசாமி முதலியாருடைய விபகாரந் தீர்மான விபரம்.

காலமே சிப்பாய் ராணுவத்தார்களுக்கு மருந்துக்குண்டு கொடுத்து முஸ்தீதா யிருக்கச் சொல்லிக் கட்டளையிட்டார்கள்.

Mrs. தெப் பிறேன், மொத்தே மத்து முதலான துரைகளுங் கூடியிருக்குமிடத்தில் போன அவு மா. 22–ந் தே. பொன்னியாப் பிள்ளை வீடேலம் போடப்போனவிடத்தில் முசியே சோழி என்ற வரை யடித்து கல்லுகளாலே போட்டு மிகவு மவமானப்படுத்தின காரியத்தின் பேரிலும் வூரைவிட்டுப் போயிருக்கிற தேவரா செட்டி, முத்துசாமி முதலி, அண்ணையாப் பிள்ளை, பிச்சையப் பிள்ளை, இவர்கள் பேரில் அவரவ ரெழுதிவைத்த சாட்சி சாதகங்களை யெல்லாம் காலமே ஒன்பது மணி துவக்கி பனிரெண்டடித் தொரு மணி வரைக்கும் வாசித்தார்கள்.

யிது காரியங்களை நன்றாய் விசாரணை செய்துக் கொண்டு வரும்படியாய் நவமாய் நேமித்திருந்த கொமீசேர்களாகிய மேசியே, மெதேர், கையோ கொறுநேத்து யிம்மூவரு மெழுதிக்கொண்டு வந்த காகிதங்களையும் வாசித்தார்கள்.

யிராசாவுடைய புறோக்குராகிய புக்குறோ யெழுதிக் கொண்டுவந்த *Réquisitoire* என்ற தீர்ப்பை மேற்படியார் யெழுந்து நின்று சபையி லுரத்தி வாசித்துப் பிறசங்கித்து வெகுநாயங்கள் பேசினார்.

மேற்படியாருடைய *Réquistitoire*–ல் கண்டிருந்ததாவது நீதி முறமைப்படி தேவரா செட்டி முத்துசாமி முதலி இருவரைப் போலும் படஞ் செய்து பிறசித்தமாய்த் தூக்க வேணுமென்றும், இரெண்டாவது பிறாஞ்சுக் கொடியுள்ள வரைக்கு மிந்தப் பட்டணத்துக்குள்ளே வரக்கூடாதென்றும், மூன்றாவது அடிப்பட்ட முசியே சோழிக்கும் ரூபாய் *12,000* மும் முசியே தெ போந்தேனுக்கு ரூபாய் *15,000* மேற்படியாளர்கள் கையி லிந்த *27,000* ரூபா வாங்க வேண்டியது நீதி முறைமைப்படி சரியென்று மேற்படி றெக்கிசித்துவாரில் கண்டிருந்தது.

உடனே துரைகளெல்லா மெழுந்திருந்து காம்பிறுக்குள்ளே போய் *12* அடித்திரெண்டு மணி வரைக்கும் பேசியாலோசனை செய்த அறையொன்ற தீர்ப்பை பெரிய சாலையில் வந்து பிறசித்தமாய் வாசித்தார்கள்.

அவை வருமாறு:

மேற்சொன்ன முத்துசாமி முதலி தேவரா செட்டி இருவரும் யெப்போதைக்கு மிந்தப் பட்டணத்துக்குள்ளே வரப்படாதென்று மேற்சொல்லி யிருக்கிற முசே சோழி யென்றவருக்கு ரூபாய் *500* தே போந்தேனுக்கு ரூபா *2,000*மும் மேற்படியார் கொடுக்கிற தென்றும் வெளியை யோடிப்போயிருக்கிற அண்ணையாப்பிள்ளை பிச்சையா பிள்ளை யிருவரு மிந்தப் பட்டணத்துக்குள்ளே *5*

வருஷம் வரைக்கும் வரக்கூடாதென்றும் மேற்படி யறே என்ற தீர்ப்பில் கண்டிருந்துது. மேல் கண்டிருக்கிற ரூபா ரெண்டாயிரத்தி அன்னூருக்கும் மேற் சொல்லப்பட்டிருக்கறவர்களுடைய வீட்டுகளை யேலம் போட்டு விக்கிறையப்படுத்தி யவர்களுக்கு செலுத்தப்பட்டுது.

மூலியேத்து மா. 14–ந் தே.க்கு – ஆடி 3 சனிவாரம்

இந்த நாள் காலமே யேழு மணிக்கு ஒரு பீரங்கி வெடி சுட்டடையாளங் காட்டினார்கள். வுடனே முனிசிப்பாலி லிருந்து மேற்படி துரைகள் கறுப்பு உடுத்திக்கொண்டு மேளவாத்தியங்களோடு கூடிய சம்பிறமங்களுடன் பிளாசிலே வந்து நின்றார்கள். சொல்தாது ராணுவத்தார் சிபாய்கள் மேல்ப்படி படைத்தலைவர் முசியே தெப் பிறேன் முதலானவர்கள் மேற்சொன்ன முனிசிப்பால் துரைகளுக் கெதிராக பிறமாணிக்கஞ் செய்துக் கொடுத்தவிபரம்.

போன *1790*–மாண்டு நொவாம்பர் மாதம் *9*–ந் தேதி முனிசிப்பால் யேர்ப்படும்போது வருஷாவருஷம் மூலியேத்து மாதம் *14*–ந் தே–யில் சகல ராணுவத்தார்களும் பிறமாணிக்கஞ் செய்துக் கொடுக்கிறதென்று *Règlement* கட்டளை பிறந்திருக்கிற படியினாலே யவ்வொழுங்கின்படி யிவ்வருஷத்துக்கு மேற்சொல்லி யிருக்கிற சமஸ்தமானவர்களும் நசியோமுக்கும் இராசாவவர்களுக்கு *Roy, Loy* என்ற முறமைக்கும் துரோகஞ் செய்யாமல் சுமத்திரையுட னிருக்கக்கடவோ மென்று முசியே தெப் பிறேனவர்கள் சொன்னபடி கையெடுத்து வுரத்துச் சொன்னார்கள்.

அந்த சமையத்தில் *21* பீரங்கி வெடி சுட்டார்கள். உடனே *Vive la Nation - Vive le Roi - Vive la Loi* என்று மும்மூன்று விசை கூவினார்கள். ராணுவத்தார்களைம யவர்களிருக்கு மிடத்துக் கனுப்பிவிட்டு முசியே தெப் பிறேன் முதலான துரைகள் சமஸ்தமானவர்களும் மேற்சொல்லி யிருக்கிற சம்பிறமங்களுடன் கோவிலுக்குப் போனார்கள். *Te Deum* நடக்கிறபோது கடலிலுங் கரையிலும் *21* பீரங்கி வெடி சுட்டார்கள். ஒன்பது மணிக்கு சகலமும் முகிந்துது.

நாலு நாளைக்கு முன்னே முசியே துப்பிளெக்கிசு அவர்களுடைய பழைய வறண்மனையை யடுத்த தென் பக்கத்துப் பூவரச மரச்சாலைக்குள்ளே குவேற்ணமாவுக் கெதிராக *600 – 700* துவாசு நிகளம் ஆயிரம் பேர் வுளுக்காந்து சாப்பிடும்படியான மகா விசாலமுள்ள பந்தல் போட்டு வைத்திருந்ததில் இந்தப் பட்டணத்திலிருக்கப்பட்ட துரைகள் வீட்டி லிருக்கப்பட்ட

மேசைகள் நாற்காலிகள் சமஸ்தமும் யெடுத்து வந்து மேற்சொன்ன பந்தலுக்குள்ளே போட்டு முஸ்தீது செய்து வைத்தார்கள். சகலரும் வந்து கூடும்படியாய் பனிரெண்டடித்தொரு மணிக்கு ஒரு பீரங்கி வெடி சுட்டடையாளங் காட்டினார்கள்.

ஆகையால் ரெண்டு மணிக்கி மிலித்தேர்கள் முதலாய் அபித்தாமென்ற துரைகள் சமஸ்தமானவர்களும் 500–600 பேர்கள் வந்து மேற்படி பந்தலில் கூடினார்கள். இவடத்திலிருந்து சில துரைகள் குவேற்ணமாவுக்குப் போய் தெப் பிறேனவர்களை யழைத்தார்கள். துரைக ளெல்லாங் குவளைகளில் சாறாயம் வார்த்துக் கொண்டு *la santé de la Nation et à la santé du Roi* என்று குடிச்சார்கள். அந்த க்ஷணம் 21 பீரங்கி வெடி சுட்டார்கள். உடனே சாப்பிடத் துவக்கி ஆறரை மணி வரைக்குஞ் சாப்பிட்டுக் கொண்டு சொல்தாதுகளில் 30 பேர் வரைக்குமிந்தக் கும்பலில் வந்திருந்ததினாலே துரைகளுஞ் சொல்தாதுகளுங் கூடிக் கொண்டுப் பாடிக்கொண்டு வெகு வெக்களிப்பா யிருந்தார்கள்.

சொல்தாதுகள் கும்பல் கும்பலாய்க் கூடிக்கொண்டு தெருக்களில் தம்புறடித்துக்கொண்டு பாட்டுப் பாடிக்கொண்டு கூத்தாடிக்கொண்டு வேடிக்கை யாயிருந்தார்கள். சீர்மையிலே ராசாவுங் குடிகளும் வொருமித்துச் சமாதானமாய்ப் போன படியினாலே அதற் கடையாளமாக இவடத்திலிந்த விருந்து செய்து பண்டிகைக் கொண்டாடப்பட்டுதென்றும் *Confédération* என்றுஞ் சொன்னார்கள்.

சாறாய மாத்திரம் 1,500 போட்டில் சிலவாச்சுது.

விசேஷிச்ச சிலவானபடியினாலே ஒரு மாசத்துக்கு முன்னமேதானே யிந்தப் பட்டணத்திலிருக்கப்பட்ட துரைகள் பெரிய மனுஷர் முதல் சில்லறையார் வரைக்கும் வீடு 1–க்கு 10 ரூபாய் வரிப்போட்டு சேர்மானஞ் செய்து சிலவு செய்யப் பட்டுது.

இன்றையத் தினம் சொல்தாது ராணுவத்தார்களுக் காவல்கட் டில்லாதபடியினாலே மனதின்படி சாறாயங்கள் குடித்துக்கொண்டு தெருக்கடோறும் கூத்தாடிக் கொண்டுத் திரிஞ்சார்கள்.

நாளது மா. 18–ந் தே. – ஆடி 7–ந் தே.

இந்த நாள் வெகு நாளாய் ஷெயங்கண்டு வியாதியா யிருந்த முசியே சிவறாக் கிறந்துப் போனபடியினாலே சொல்தாது ராணுவத்தார் தம்பூர் முதலான சம்பிறங்களுடனே முசியே தெப் பிறேன் முதலாயுள்ள சகல துரைகளுங் கூடிக் கோவிலுக்குக்

கொண்டு போய்ச் சடங்குகளானவுடனே சொல் தாதுகள் மும்மூன்று துவாக்கி வெடி சுட்டார்கள்.

மேற்படியான் பெரிய வந்தஸ்துள்ளவ னானதினாலே Messieurs De Fresne, de Soluminac, Despinasse, Duplessis இன் னான்கு பேர்களும் நான்கு பக்கங்களிலு மிருந்து முந்தாணி பிடித்தார்கள்.

துணைநூற் பட்டியல்

English, French and Tamil

Anandaranga Pillai, The Private Diary, ed. by F. Price, Madras, Vol 1-3 in 1904, 1907, 1914 and by H. Dodwell, Madras, Vol 4-12 in 1916, 1917, 1918, 1919, 1922, 1924, 1925, 1927, 1928.

Anonyme, Archives Nationales, Paris, C2-230

Anquetil-Duperron (A.H.), L'Inde en rapport avec l'Europe, Paris, 1805

Bellecombe (H.de), Essai biographique sur Guillaume-Léonard de Bellecombe, Revue de l'Agenais, 1895.

Bellecombe (H.de), Relation du siège de Pondichéry, Imp. Veuve Lamy, Agen, 1896.

Castonnet des Fosses H., La Révolution et les clubs de l'Inde française, Nantes, 1885.

Chelin A., Une Ile et son passé, Quatre Bornes, Ile Maurice, 1972.

De Fresne., Correspondance dans Ms NAF 9373, Bibliothèque Nationale, Paris.

De Fresne., Correspondance dans Ms. Asie Vol. 20, Archives du Ministère des Affaires Etrangères, Paris.

De Froberville L.H., Ile de France - Le Combat du Grand Port et la fin de l'occupation française, Ile Maurice, 1910.

Dodwell H.H., The Cambridge History of India, Vol. V. British India 1497 - 1858, Cambridge University Press, 1929.

Duruy (Georges), Mémoires de Barras, Paris, 1895.

Glachant R., Histoire de l'Inde des Français, Paris, 1965.

Gobalakichenane M., "Viranaicker, Chroniqueur et historien de Pondichéry (1788 - 1792)", 7th International Tamil Conference, Mauritius, Dec 1989.

Gobalakichenane M., Le Journal de Viranaicker, Le Trait-d'Union, Pondichéry, mai 1989

Gobalakichenane M., "La Révolution de Pondichéry d'après Viranaiker II", contrib. Colloque Révolution Française et Océan Indien, St. Pierre, La Réunion, Oct 1990.

Labernadie M., Le vieux Pondichéry (1674-1815), Pondichéry, 1936.

Labernadie M., La Révolution et les Etablissements Français dan l'Inde (1790-1793) Paris, 1930.

Le Gentil., Voyage dans les Mers de l'Inde, Tome I, Paris, 1779.

Lièvre (D.), Un marin de I'Ile de Ré, Jacob Dechezaux au siège de Pondichéry en 1778, Imp.Minerva, Alger, s.d.

Malleson G.B, The final french struggles in India and in the Indian seas, 1878.

Malleson G.B, Les dermières luttes des Français dans l' Inde et sur l'Océan Indien, trad. et annoté par E. Gaudart, Pondichéry, 1911.

Martineau A., Bussy et l'Inde Française, Pondichéry, 1935.

Moracin, Compte rendu dans Ms.NAF 9373 Bibliothèque Nationale, Paris.

Moulencq (F.), M.de Bellecombe, général agenais et les colonies françaises au XVIIIe s., Revue de I'Agenais, 1874 et 1876.

Rajayyan K., History of Madurai (1736-1801) Madurai, 1974.

Rajayyan K., South Indian Rebellion, Mysore, 1971

Sen S.P., The French in India (1765-1816) Calcutta, 1958.

Sonnerat (Pierre), Voyage aux Indes Orientales et à la Chine, fait par ordre du Roi depuis 1774 jusqu'en 1781, Paris, 1782.

Sooriamoorthy Ramoo, Les Tamouls à l'Ile Maurice, Port Louis, 1977.

Toussaint A., Port Louis, deux siècles d'histoire (1735-1935) Port Louis, Ile Maurice, 1936.

Vignes (M.) et Deloche (J.), Mémoires de René Madec, Pondichéry, 1983.

Welsh J., Military reminiscences, London, 1830

Wilks M., Historical sketches of the South India, vol. 2, Madras 1869.

தமிழ்

வீரநாய்க்கர் தினசரிதை., Ms. Ind. 143, Bibliothèque Nationale, Paris.

ஆனந்தரங்கப்பிள்ளை., ஆனந்தரங்கப்பிள்ளை தினசரிதை, தமிழ்ப்பதிப்பு, புதுச்சேரி (Vol. 1-9).

மா. கோவலங்கண்ணன், "இரண்டாம் வீரநாய்க்கர் நாட்குறிப்பு (1778 – 1792)" செந்தமிழ்ச் செல்வி, சூலை 1991.

மா. கோபாலகிஷ்ணன் (ப–ர்), ஆனந்தரங்கப்பிள்ளை வி–நாட்குறிப்பு பிறசோற்பத்தி ஆண்டு (1751–1752), மணிவாசகர் பதிப்பகம், சென்னை, 2004.

மா. கோபாலகிஷ்ணன் (ப–ர்), ஆனந்தரங்கப்பிள்ளை வி–நாட்குறிப்பு ஆங்கிரச ஆண்டு (1752–1753), நற்றமிழ் பதிப்பகம், சென்னை 2005.

மா. கோபாலகிஷ்ணன் (ப–ர்), ஆனந்தரங்கப்பிள்ளை வி–நாட்குறிப்பு சிரீமுக ஆண்டு (1753–1754), பழனியப்பா பிரதர்ஸ், சென்னை 2008.

மா. கோபாலகிஷ்ணன் (ப–ர்), ஆனந்தரங்கப்பிள்ளை வி–நாட்குறிப்பு பவ ஆண்டு (1754–1755) (விரைவில்)

மா. கோபாலகிஷ்ணன் (ப–ர்), நாட்டுக்கோட்டையாரின் உற்பத்தியும் அவர்களின் சாதியின் முறையும், நற்றமிழ் பதிப்பகம் சென்னை, 2006.

பெயரடைவு

அ

அக்கித்தேன் 83, 85, 108, 111
அண்ணா பிள்ளை 244
அண்ணாசாமி 198, 213
அண்ணையாப்பிள்ளை 269
அண்ணையாப் பிள்ளை 269
அந்தீல் 100
அப்புறிக்கை 97
அபரா முதலி 240
அபித்தாம் 38, 61, 73, 169, 198, 203, 205, 207, 209, 215, 218, 226, 247, 253, 255, 256, 259, 271
அபிறா முதலி 201, 231
அமரீக்கு 90
அமீரால் யூசு 90
அயதர் 57
அயா சுபாயி 81
அயதரல்லி கான் 38
அயித ரல்லி கான் 5, 7
அயிதர் பாதர் 55
அரியாங்குப்பம் 40, 65, 174, 210, 229, 231, 232
அரும்பாத்தை சோணாசல பிள்ளை 251
அரும்பாத்தை பொன்னையாப் பிள்ளை 255
அரும்பாத்தைப் பிள்ளை 252
அழகப்பப் பிள்ளை 213
அழகியமணவாள செட்டி 156, 157
அழசிப்பாக்கம் 210
அறுக்காறு 61
அறுக்கேன் 96
அன்பு பிள்ளை 261
அன்னப் பிள்ளை 255
அனந்துனாய்க்கன் 254

ஆ
ஆபஸ்த்தே 172
ஆர்க்காடு 66
ஆலம்பறைத் துறை 17
ஆலங்குப்பம் 211
ஆழ்காடு 57, 66, 68

இ
இராசகோபால நாயக்கர் 180
இராமராயர் 126
இஷ்ட்டோட் 102
இஷ்டொாட் 66

ஈ
ஈந்தி 48, 167
ஈந்து 60
ஈந்தை 47–49, 98, 109, 127, 144

உ
உத்தரெஷ்சு 95
உதேன் 258
உவேத்து 122, 125, 133, 164, 239, 248, 253

ஊ
ஊசட்டேரி 244

எ
எக்குசு 93
எக்குசு லாஷப்பேல் 93
எக்குத்தோறு 50
எசுக்காதிறு 60, 69
எசுப்பானு 90
எதுவாற் வெற்னோ 23
எதுவாறு வெற்னோ 50
எலிசாபெத்து 18, 19
எலிசாபேத்து (கப்பல்) 18
எலீசாபேத்து 19
எவேக்கு 43, 166, 167, 174, 175
எவேக்கு தாதுராம் 174
எழும்பூர் 53
எறொப் 1, 2, 48
எறோப்பு 44, 46, 83, 114
எறோப்பு தேசம் 114
எஷேவே னென் 226

ஏ
ஏனம் 122, 147

ஐ

ஐதர் பாதர் 51, 155
ஐதரல்லி கான் 61

ஒ

ஒபேர் 203
ஒவ்வறுன் 16
ஒழில்வி 16
ஒழிறார் 87
ஒழுகரை 156, 210, 230
ஒழுகரைத் தோட்டம் 157, 192
ஒஸ்த்துராசி 120

ஓ

ஓயன் 59, 60, 61, 62, 66

க

கஞ்சம் 48
கட்டைக் குச்சி குட்டையாப்பிள்ளை 210
கடலோரத்து மாரியம் முத்துசாமி முதலியார் 213
கத்துக்காறு 86
கத்தேக்கு 12
கந்தப்பமுதலியார் சாவடி 179
கப்பீசு 28, 115, 149, 151, 209
கப்பீசு கோவில் 28, 115, 149, 151, 209
கப்புசு கோவில் 117, 128, 157
கப்புசுக்கோவில் 117
கப்புசுக் கோயில் 257
கப்புசேன் 195
கப்பூசு கோவில் 127, 128, 150, 160, 268
கம்பி 97, 251
கம்மாளர் வாசந்தி 159
கரீம் சாயேபு 55
கரையாம்புத்தூர் 212
கல்குத்தா 2
கல்லியோ 58
கலாம் 96
கற்னேல் கெல்லி 86
கறதேக்கு 34
கன்னியா குமரி 98
கன்னியாகுமரி 2
கனுவா 161, 179
கனுவே 150, 151, 157, 166, 169, 170
காஞ்சிபுரம் 6

காட்டு மேடு 13, 59, 72, 82, 83, 85, 103, 179
காட்டுமேடு 59, 71, 81–84, 165
காடுமேடு 53
காப்பறே 94
காப்பு சென் மூாம் 94
காப்பு தே பொ னெசுபரான்சு 104
காப்பு பொன்விஸ்தா 94
காப்பு தே போ னெஸ்ப்பரான்சு 152
காரைக்கால் 10, 12, 15, 22, 48, 98, 100, 121, 123, 126, 127, 130, 177, 192, 248–250
காலாப்பட்டு 211
காலாப்பேட்டி 161
காளத்தி யீஸ்பரன் 252
கானாப்பு 186
கிருஷ்ணராவ் 137
கிரனாதியே 26, 30, 31, 34, 140
கிறானாதேன் 100
கிறாந்து 90, 91
கிறாந்து பிறதான்னு 90
கிறாவியே தே வெறுழேன் 101
கிறுமாம்பாக்கம் 175
கிறேப்பியேர் 199, 211
கிறேனாது 32, 96, 100
கிறேனாதேன் 96
கிஷ்ணாராயர் 124, 155
கிஷ்ணாறாயன் 124
குண்டுகிறாமம் 210
குண்டு சாலை 4, 12, 14, 15, 20, 125, 161
குண்டுசாலை 20, 21, 142, 172
குத்தான்சோ 10, 36, 53, 115, 116, 118, 120, 122–129
குப்பி 230, 232, 237, 238, 240
குமரப்ப நயினார் 264–267
குமாரசாமி 139
குயிலாப்பாளையம் 179
குலோம் 209, 21–214, 216, 218, 220–222, 224, 226, 228, 238, 246, 254
குவற்ணமா 59, 115, 120, 125, 127–129, 137, 139–142, 146, 151, 157, 159, 160, 172, 179, 181, 183, 188, 195, 198, 202, 205, 206, 209, 210, 216, 218, 220, 225, 226, 228, 230, 238, 245, 252, 262
குவறணதோர் 55
குவெற்ணமா 156, 165, 173

குழம்பு 67
குறுவாசே 19
கூட்டு 60, 62, 65, 236, 255
கூடலூர் 8, 10, 21, 30–32, 36, 59, 60, 65, 70, 73, 74, 75, 76, 77, 78, 85, 90, 101–103, 106, 107, 120, 121, 138, 149, 211, 212, 229
கூடலூர் துறை 17, 64, 73–77, 89, 90, 112
கூனிமேட்டுத் துறை 81
கூனிமேடு 21, 81, 134
கெர் 19
கெல்லி 86
கையோ கொறு நேத்து 269
கொங்சேல் 197, 264
கொசிஞ்ஞி 131
கோசிஞ்ஞீ 128
கொசிஞி 81, 128, 131, 136–145, 147 150–154
கொசிஞி கோட்டை 131
கொத்தான்சோ 128
கொம்பமால் 248
கொம்மிசேர் 207
கொலாம் 205
கொலேன் 10, 11, 71, 139, 152, 169, 199, 262, 263
கொலோம் 221
கொவற்ணமா 28, 129, 140, 151, 205, 229
கொவெற்ணமா 119
கொவேறு 91
கொறு தொம் றூழு 105
கொறு தோம் றூழ் 166
கொறுதே 5
கொறுமாந்தேல் 48
கொறுமொறாம் (கப்பல்) 16
கொறுன்வாலீசு 263
கொன் சேல் 264, 267
கொனுவே 154–156, 174
கோட்டைகுப்ப 102
கோதாறு 121
கோந்து கொனுவே 155
கோந்து தெ கனுவே 152, 159, 169, 172, 177
கோந்து தெ சிவறாக்கு 172
கோந்து தெ மக்குனே மாறா 184, 185, 191
கோந்து தெ லமாற்கு 86, 89, 105, 108

கோந்து தொப்பிலீசு 71
கோல்ப் சேன் லொறாம் 95
கோவை 68
கோறே 97
கோன்சேல் 207, 267

ச

சக்குசி 131
சட்டுலேர் 113, 114
சட்டைக்காறர் 9, 15, 108, 254
சதிரங்கப்பட்டணம் 18
சதுரங்கப்பட்டணம் 21
சபாத்தியே 258
சம்பாகோவில் 165, 174
சர்தின் (கப்பல்) 6
சற்தின் 7, 17, 18
சலுஞி 252
சலுவேர் 60
சவரிமுத்தாப்பிள்ளை 248
சற்தீன் 7, 16, 18, 52
சாம்ல தோமினீக்கு 100
சாமி நாயக்கன் 52
சாயபு சதா 178
சாவடி மணியம் சிவசங்கர முதலியார் 213
சித்தூர் 66
சிதம்பர மேஸ்திரி 160
சிதம்பரம் 70, 161
சிந்து 1, 50. 51, 98, 104, 105, 109, 167, 172, 178, 187, 189
சிந்து தேசம் 50, 51, 105, 109, 172, 178, 187, 189
சிந்து நாடு 1, 104
சிரீ சிரீ நயினாத்தை முதலியார் 249, 255
சிரீ சிரீ பிள்ளையவர்கள் 236
சிரீ சிரீவேங்கிடப்பிள்ளை 234, 235, 239
சிரீ திருவேங்கிடப்பிள்ளை 233, 237, 259
சிரீ நயினாத்தை முதலியார் 240, 248, 249, 259
சிவராக்கு 259
சிவறாக்கு 172, 207, 209, 214, 259, 264, 266, 271
சின்ன சீனத்து ராசா 166
சின்ன சேலம் 193
சின்னப்பரசுராம பிள்ளை 213
சீரங்கப்பட்டணம் 51, 77, 80, 106, 146, 155, 263

சீர்மை 4, 7, 9, 11, 43, 46, 50, 55, 61, 80, 92—94, 99, 100, 104, 106, 109, 110, 113, 114, 118, 125, 126, 136, 142, 148, 150, 15, 167, 171, 172, 176, 178, 182, 187, 188, 191, 196, 197, 200, 203, 210, 211, 21, 219, 221, 230, 236, 241, 23, 250, 251, 256, 260

சீனத்து ராசா 166, 174

சீனிவாச ராசா 157

சுக்கிறமணிய முதலியார் 213

சுசெப் பிள்ளை 213

சுப்பிறேன் 69, 70, 73–76, 80, 87, 89, 90, 102, 106, 109, 171

சுப்புராய பிள்ளை 158

சுப்போறு 100

சுயில்லியாக் 136

சுயே 2

சுல்லியாக்கு 127, 137

சுலுமியாக் 151, 168

சுலோமியாக் 128

சுழாத்துல்லா 9

சூரத்து 98

சூரத்துக் கோந்து 98

செக்காத்தி 108, 146

செக்கிறத்தேர் 207, 222

செக்குவராசு (கப்பல்) 16

செஞ்சி 155, 211

செயின்வேன்சாம் 96

செல்வப்பட்டணம் 185, 186

செறோ 100

சென்தொறென் 18

சென்தோறென் 6

சென்தோறேன் 18

சென்னப்பட்டணம் 2, 4, 8, 10, 15, 22, 26, 32, 36, 50, 53—55, 63, 65, 90, 91, 101, 105, 107, 108, 110, 113, 115, 118, 119, 131, 143, 144, 148, 155, 172, 177, 178, 179, 212, 217, 232, 244, 258

சென்னப் பட்டணம் 2, 10, 20, 40, 53, 66, 70, 74, 77, 78, 102, 106, 110, 114, 144, 230, 262

சென்னபுரி 6, 13, 52

செனேகால் 96

சென் வேன்சாம் 96

சேந்து லுசி 95, 100

சேறா 96

சேன் கிறிஸ்தோப்பு 96

சேன் கிறீஸ்த்தோப்பு 100

சேன் பியேர் 96, 99
சேன் பியேர் மிக்கெலோம் 94
சேன் மிஷேல் 121
சேன் லுவி 96, 145
சேன் ஜொசேப்பு 32, 34, 36
சேன் நிவேல் 193
சொகுசுசாமி செட்டி 255
சொழிக்கிறெப்பியே லெபே விறு 252
சொழிமயுடைய துவாசி குழந்தை 213
சோணாசலப் பிள்ளை 251
சோலை 264, 266
சோழி 197, 199, 269

டி

டில்லி 9
டிப்பு 186–190, 230–232, 265
டிப்பு சாயபு 73–75, 77, 125
டிப்பு சாயேபு 81, 110
டிப்பு சுல்தான் 137, 184
டிப்பு சுல்த்தான் 113, 186, 191, 192, 211, 229, 232, 259, 261, 265
டிப்பு சுலுத்தான் 83, 106, 145, 148, 155, 186–190, 230, 231, 233, 243, 258, 263
டிப்பு பாதர் 164

த

தபாகோ 95, 96
தபெலியோ 256
த மறுக்கி 75
த மறுக்கி தெ புசி 75–79, 84, 90, 91, 104, 107, 109, 111, 115–119, 216, 217
தக்கர் 9
தக்கோலம் 56
தமிழர் 21, 42, 78, 80, 116, 132, 141, 170, 181, 214, 219, 237, 253, 259
தங்கசாலைக் கணக்கு சுப்புராய பிள்ளை 158
தஞ்சை 126
தரங்கம்பாடி 172
தரங்காபாடி 67
தலுபிஞாக்கு 36
தலுபிஞ்ஞாக்கு 10, 86, 87
தலுமிஞ்ஞாக்கு 86, 87
தலைச்சேரி 190, 259
தறுழாங்கூறு 145
தாண்டவறாயன் 53

தஸ்திரேல் 17
தாந்துறகஸ்தே 142, 144
தாம்பூர் 154
தாவ்வு 11
தான்சாசு 168, 205
திண்டிவனம் 258
தியாகதுற்கம் 64
தியேறனே 62
திரு நயினார் 115
திரு பிள்ளை 104, 111
திரு பிள்ளையவர்கள் 104, 111
திருக்கணாமலை 75–77, 80, 82, 89, 108, 110, 121, 122, 126, 145, 160, 162, 163
திருக்காஞ்சி 80, 81
திருக்கிணாமலை 75
திருச்சிராப்பள்ளி 64
திருச்சிற்றம்பலம் 102
திருச்செல்வராய முதலி 198
திருவேங்கடப்பிள்ளை 185, 277
திருவேங்கிடப் பிள்ளை 156, 157, 158, 233, 234, 236, 237, 239
திலார்சு 179
திவான் நயினாத்தை முதலியார் 142, 161
திறிஸ்தால் 105
துங்கெற்கு 99
துததோ 78, 80, 81
துதொத்தோ (துதெத்தோ) 83
துப்பிலெக்கி 109
துப்பிலேசி 237, 238, 242, 243
துப்பிளெக்கிசு 270
துப்பிளெச்சி 240
துப்பிளேச்சி 243
துப்பிளேக்கிசி 241
துப்பிளேசி 253
துப்புறவீல் 162, 248, 249
துப்புறுவில் 241
துபாசி சரகணி 213
துபுலாக்கு 34
துலாக் 5
துலோறாம் 168, 169
துறோன்ழொலி 6, 7, 14–17, 19

துஷெமென் 71, 150
துஷெலா 16, 18
துஷேலா 7
தெ கனுவே 150-152, 156-160, 172, 177
தெ கொசிஞி 81, 128, 131, 136, 136-147, 150-154
தெ சுப்பிலேத்து
தெ சுப்பிறேன் 70, 74, 75, 87, 89, 90, 102, 106, 171
தெ சுல்லியாக் 130, 134, 137, 169
தெ சென்றுமோ 126
தெ பறி 29
தெ புசி 75, 77-79, 84, 90, 109, 111, 118, 119
தெ புசியவர்கள் 75, 77-79, 84, 90, 109, 111, 118, 119
தெ பெலுக்கோம்பு 1, 4, 5, 7, 8, 9, 10, 11, 13, 14, 17, 19, 20, 23, 24, 27, 32, 38-41, 43, 46, 47, 49, 53
தெ பொஸ்தேல் 12, 15
தெ போஸ்தேல் 10
தெ போந்தேன் 253, 259
தெ தம்பிறக்கா 43
தெ ல லுஸ்தியே
தெ லமாற்கு 83, 86, 89, 105, 108
தெ வேஷேசா 16
தெசாவெறனு 18
தெசுப்பினேத்து 11, 55
தெசோவெறனு 31, 32
தெப் பிறேன் 139-141, 143, 147, 151, 154, 170, 182, 193, 196, 198, 201-203, 206, 207, 209-211, 213, 214, 226-232, 234, 238, 240-242, 244-253, 256, 264, 266, 268-270
தெப்பிறேன் 141, 163, 188, 198, 203, 204, 237, 264
தெமொறோம் 211
தெரான்ஷெ 5
தெலர்சு 177
தெவ்வியன் 177
தெவனோ 125
தெஸ்தாக்கு 152, 162
தே கனுவே 150, 151, 157, 166, 169, 170
தே வியோலத்து 205
தேர் நெவ் 94
தேர் நேவு 94
தேர் நொவ்வு 94
தேவரா செட்டி 126, 180, 238, 239, 255, 268, 269
தொச்செட் 21

தோசே 24
தொப்பாசு 42, 58, 205
தொப்பிலீசு 71
தொறுலெயா 52
தொறுவு 60, 68, 69
தோமே 22
றம்பே 22

ந

நசியோம் 203, 207, 217, 226, 227, 247, 270
நசியோன் 243, 350, 261
நசியோனால் 243, 250, 261
நபாபு 64, 84, 102, 178
நபாபு பாதர் 63
நபாபு மகம்மதல்லிகான் 4
நபாபு மமுதல்லிகான் 114, 155
நய்நாத்தை முதலி 199, 200
நயினாத்தே முதலியார் 179, 235
நயினாத்தை 122, 142, 161, 179, 202, 212, 218, 235, 237, 240, 248, 255, 259
நயினாத்தை முதலியார் 102, 142, 202, 218, 237
நயினார் 56, 79, 115, 166, 125, 134, 213, 246, 255, 264—266
நரசிம்ம செட்டி 238
நல்ல தம்பி 251
நல்ல தம்பி முதலி 179
நல்ல தம்பிரான் 251
நவாப்பு மமு தல்லீகான் 103
நவாபு 56, 132, 142, 155, 178, 179
நவாபு மகமதல்லி 178
நவாபு மமுதல்லிகான் 155
நாகப்பட்டணம் 19, 67, 249
நாகூர் 249
நிசா மல்லி கான் 5
நிமெக்கு 92
நெவி 96, 100
நெஸ்ஸெஸ்ஸேர் 162
நோறட்டு 2

ப

பங்காளத்து 11, 75, 147, 256
பசாலத்து சங்கு 5
பதேன் 93
பரமானந்தப்பிள்ளை 174
பவுழக்காட்டுத்துறை 69, 76, 119

பவழக்காடு 69, 76, 119
பவழற்காட்டுத்துறை 74
பவழற்காடு 74
பழனி 280
பறங்கிப்பேட்டை 55, 64, 69, 70, 76
பறி 29, 91, 95
பறீ 2, 191
பறீஸ் 93
பறோந் தலுபிஞ்ஞாக்கு 86. 87
பறோம் தலுபிஞ்ஞாக்கு 83
பாகூர் 212, 261
பாதர் 56—60, 63—68, 71, 73, 74, 77, 80, 81, 84, 113, 124, 125
பாந்தோம் 16
பாளையங் கூடலூர் 65, 74, 83, 84, 149
பிக்காம் 5
பிடிதீசுக்காற 74
பிமோறன் 65
பிமோறேன் 66, 68
பியானா 9
பியேர் குலோாம் 213
பியேர் மொனறாங் 131, 149
பிரம்பை 13, 53
பிராஞ்சு தேசம் 129, 167, 171, 172, 175, 184, 185, 210
பிராம்சு 16
பிராம்சு தேசம் 80, 90, 105, 106, 109, 112, 118, 125, 137, 144, 145, 148, 166, 210, 220, 260
பிரான்சு 12, 99, 145
பிவறேம் 55, 56, 58, 60, 68, 71, 77, 128, 137
பிவறோம் 55, 56, 59, 60, 68, 71, 77, 128, 137
பிள்ளைச்சாவடி 53
பிளாசுக்கந்தி 133
பிளியஞ்சாலை 24
பிளோன் 168
பிறகாது கப்பல் 68, 75, 129, 211, 259
பிறகாதுக் கப்பல் 110
பிறசிதாம் 207, 226
பிறதாக்கு 112
பிறாஞ்சு தேசம் 51, 55, 129, 139, 149, 159, 160, 192, 193, 208, 216—218, 250, 259, 268
பிறான்சுக்காறன் 4, 76, 259

பிறிசோம் (கப்பல்) 7, 16, 19, 44, 93

பிறில்லியா 6, 17, 19, 103

பிறிலவியாம் (கப்பல்) 16

பிறேஸ்து 171

புக்குறோ 168, 169, 197, 198, 206, 219, 264–269

புதுச்சேரி 1, 6, 7, 12, 13, 18, 31, 34, 38, 40–42, 49, 61, 63, 191, 196, 205, 275

புதுப்பாளையம் 62

புதுவைநகர் 5, 6–8, 10–12, 15, 18, 21, 43, 44, 48, 50, 55, 58, 61, 68, 75, 80, 82, 101, 103, 107, 109, 110, 114, 119, 121, 143, 144, 145, 147, 150, 171, 176, 195, 196, 207, 212, 229, 233, 249, 256, 258

புதுவை நகர் 1, 3, 4, 8, 9, 14, 15, 43, 50, 57, 60, 65, 66, 71, 74, 78, 106, 107, 109, 120, 121, 125, 132, 141, 149, 151, 155, 163, 167, 172, 174, 179, 211, 231, 251

புதுவை நகர்பட்டணம் 43

புதுவை நகரந்துறை 74

புதுவை நகரப்பட்டணம் 3, 109

புதுவை நகரம் 71, 113, 149

புதுவை மாநகரம் 54, 105

புதுவைத் துறை 243

புதுவைநகரத் துறை 70, 74, 82, 106, 127, 171

புதுவைநகரப்பட்டணம் 55, 62, 77, 98, 108, 134, 136

புதுவைப் பட்டணம் 62, 118, 122, 219, 261

புலேன்தான் சாசு 168

புளியஞ்சாலை 138

புறி 57

புறுசேத்து 131

புறுபோம் 139–141, 143, 145, 147, 148, 150–153, 159, 161, 162, 167, 176, 179, 182, 183, 196–199

புறுபோமி 133

புறுல்லியாம் (கப்பல்) 18

புறுவோய்யேசு (கப்பல்) 6, 17–19

புறுழீன் 139

புறோன் 66

புஷே 70, 199

பூந்தமல்லி 262

பெங்கோ 24, 256

பெந்தாது (கப்பல்) 7, 18, 20, 27

பெந்தியளிபால்

பெந்தியேவு 159

பெந்து 83–87

பெரியண்ண நயினார் 264, 266, 267
பெரும்பாக்கம் 56
பெருமுக்கல் 78, 81, 102, 233
பெல்கோம் 175
பெலி 40, 57
பெலுக்கோம்பு 45, 50, 54, 203
பெவறோம் 60
பெறோ 65
பென்னி 116
பென்னியே 116
பேந்தாது 17
பேலி 57
பொசியே கானாப்புறு தெரோ தெரிவோ 87
பொசேத்து 174, 200
பொதோறு 96
பொம்பாய் 64, 110
பொம்மையாபாளையம் 102
பொலொந் 169
பொறுத்தாந்திக்கு 96, 97
பொறேஸ்தியேர் 122
பொன்விஸ்தா 94
பொன்னப்ப செட்டி 124, 156, 157
பொன்னியாப் பிள்ளை 269
பொஸ்த்தேல் 121, 130
போம்மையாப்பாளையம் 53
போலோ 168, 169

ம

மக்காலட்டு 113
மக்கிலான் 14, 40
மக்கினேமறா 187, 199
மகசேன் சவரிமுத்து 248
மகம்ம தல்லி கான் 4
மச்சிலிபந்தறு 48
மசே 67
மஞ்சங்குப்பம் 103
மஞ்சாங்குப்பம் 71, 73, 77, 149
மண்டுறோ 12, 22, 23, 38–41
மண்றோ 14
மத்து ஷெப்பு கான் 9
மதேக்கு 20, 24, 30, 31, 33
மதேர் 34

மமு தலி கான் 145, 178, 199
மமுதல்லிகான் 114, 155
மமு தல்லி கான் 54, 132, 142, 188, 202
மராட்டியர் 5
மறாட்டியர் 5, 9
மரியதாசுபிள்ளை 237, 239, 267
மரியதாசுப்பிள்ளை 213, 245
மரியனா 264
மலையப்ப முதலியார் 213
மற்க்கனா 10
மற்கி தே புசி 106, 150
மற்தேன் 106, 122
மற்ஷாம் 36
மறுக்கனா 36, 159
மறுக்கி துப்பிலெக்கிசு 109
மறுக்கி தெ புசி 75–79, 84, 90, 91, 104, 107, 109, 111, 115–119, 216, 217
மறுசெல்லி 262
மறுணுவில் 34
மறுஷாம் 5
மன்சோ 33
மான்சோ 33
மனறோால் 132
மான்மேன் 136
மான்ஷெஸ்த்தேர் 101
மிக்கெலோம் 94
மிசியானோர் 104, 126
மிலித்தேர் 78, 143, 147, 153, 160, 165, 169, 170, 207, 264–266, 271
மிஸ்திசு 58
மிஸ்தீசு 205
மீர் சாயபு 64
மீரா சாயேபு 63
மையி 7, 186
முத்தப்பிள்ளை 139
முத்திரைபா ளையம் 176
முத்துக் குமரப்பிள்ளை 20
முத்துக்குமரப் பிள்ளை 27
முத்துசாமி முதலியார் 213, 238, 255, 268, 269
முதலியார் பேட்டை 212, 229
மெதே 91
மெதேர் 269
மெதேற் 169

மெவில் 80, 102

மேசியே 87, 269

மேடோசு 263

மேவில் 80, 101

மைக்காலட்டு 113

மொகறுமியா 55

மொத்தே மத்து 268

மொத்தேய் 250, 266

மொம்பொக்காழு 22

மொறசென் 8

மொறசேன் 39 40, 54, 118, 134, 140, 151, 157, 169, 197, 205, 207, 208, 213, 215, 222, 225, 226, 236, 255

மொறட்டாண்டி 78, 80

மொறலோங் 16

மொறாட்டாண்டி தண்ணி பந்தல் 78, 80

மொன்றோ 50

மொனறோ

மொண்டுறோ 39, 40, 50

மோக்கா 141

மோரிசு 48, 202

மோரீசு 44, 68, 107, 130, 144, 190, 194, 196, 202, 243, 260, 268

மோறசேன்

மோறட்டு 72

மோறீசு 6, 13, 19, 44, 60, 112, 132, 137, 150, 154, 194, 197—199, 210, 243

மோன் செறோ 100

மோன் சேறா 96

மோன்சியேர் தெ லா லாஸ்தியேர்

மையை 98

யி

யிங்கிலீசுக்காறர் 4, 7, 12, 15, 18, 19, 25, 28, 34, 39, 48, 51, 64, 65, 67, 81, 82, 90, 95, 97, 100, 102, 103, 105, 107, 110, 114, 121, 147, 148, 163, 251, 265

யீந்தி 17, 98, 100, 207, 217

யீந்தை 5, 39, 46, 48, 100

யீலு தெ பிராம்சு 16

யுத்திரெஷ்சு 94, 99

யூசு 90

யூஸ் 96

யேறோப்பு 90

யேனம் 48

ரா

ராசகோபால 115, 165, 180

ராசகோபாலநாயக்கர் 115, 165, 180

ராசகோபாலுநாய்க்கார் 264

ராசப்பையர் 170, 177, 202, 218, 229, 237, 240

ராமராயர் 126, 192

ராவுத்தர் 9, 13, 24, 30, 55, 64, 108, 191

ரிசுவிக் 92

ருசில்லியோ 107

ரெசோலீசியா 153

ரெனோ 224

ல

ல தோமினிக்கு 96

ல வியோலேத்து 53

ல றேன் 8, 10, 20, 24. 25, 32, 33, 36

ல றோவேஷ் 7

லக்கிறனே 8

லக்கிறேன் 169

லகே 93

லபே 16

லமாற்கு 85, 86

லலி 207

லலே 6, 56, 68, 70, 71, 125, 232

லறேன் 103

லறோக்கு 5

லறோவேஷ் 19

லக்ஷ்மணபிள்ளை 168

லாசு 39, 40, 82, 156, 188

லா சோவாழேர் 108

லாட்டு கத்துக்காறு 86

லாட்டு நோறட்டு 2

லாட்டு மக்கலாட்டு 113

லாலே 65, 66

லாவ்வு 184

லாவு 11, 13, 53, 54, 103, 106

லீல் தெ பிறான்சு 141

லீல் தே பிரான்சு 147, 148, 152, 162, 165

லுக்கா 105

லுயிப் பிரகாச முதலி 198

லுவி மொனரோ 67, 260

லெபேவுறு 199
லெரி 205
லெழே 231
லெழே 54, 159, 162, 197, 201, 226, 231,, 232, 233, 250, 251, 255
லெயோனார் 36
லேயோனார் 10
லேஷெ 227
லொறியாம் 166
லொறிஸ்தோம் (கப்பல்) 13, 16, 19
லொனே 101–103, 105
லோந்திறு 2
லோந்துறு 93

வ

வங்காளம் 2, 48, 97, 147
வண்ணான்துறை 138
வண்ணான் துறை 20, 26, 106, 108, 112
வண்ணாந்துறை 27, 133
வந்தவாசி சின்னையாப்பிள்ளை 202
வரதராசப் பெருமாள் 138
வலசை வாங்கி 127, 249, 261
வலாந்தேன் (கப்பல்) 16
வழுதாவூர் 8, 10, 35, 53, 63, 178, 179, 244
வாவூர் 98, 109, 122, 123, 161
விக்கோந்து 78, 80,
விக்கோந்து சுல்லியாக்கு 127
விக்கோந்து து சுல்லியாக்கு 130, 134, 137, 169
விக்கோந்து து தொத்தோ 83
விக்கோந்து துதத்தோ 83, 85
விக்கோந்து துததோ 78, 80, 81
விக்கோந்து தெ சென்றிவேல்
வியேன் 93
விரிசைப்ப முதலி 231
வில்நோவ்வு 87
வில்லவ நல்லூர் 10, 123, 138
வில்லவ னல்லூர் 56, 134, 145
வில்லி செட்டி சாவடி 240
வில்லிய நல்லூர் 109, 188, 229, 237
வில்லியநெல்லூர் 8
வில்வநல்லூர் 102, 122
வில்வவன நல்லூர் 161, 181, 193, 212, 238
வில்வனல்லூர் 15, 33, 34, 40, 49

வில்வன நல்லூர் 98
வில்வேந்திரப்பிள்ளை 234, 239
வில்வேந்திரன் 248
விழுப்புரம் 68
விழுப்புறம் 68
வினாயில் பிள்ளை 251
வினே 121
வினேயென் 121
வினைதீத்தா முதலி 180
வீராசாமி நாய்க்கன் 57
வீராசாமினாயக்கன் 57
வுத்தி ரெஷ்சு 94
வுத்திறெஷ் 93
வுவேத்து 125, 164
வுளுந்தூர்பேட்டை 155
வெல்வேந்திரபிள்ளை 239
வெல்வேந்திரன் 248
வெவறனோ 16, 17, 40
வெள்ளாழன்சாவடி 81
வெள்ளாளன் சாவடி 81
வெற்சால் 90, 101
வெற்னோ 16
வெறனோ 16, 17, 40
வெறுசால் 91
வெஸ்துப்பாலி 92
வெழும்பூர் 55
வேற்னோ 23
வேலாயுத பிள்ளை 168
வேலூர் 66–68, 170
வொரிச்சா 97
வொலாந்தக்காறன் 73, 74, 78, 109
வொழுகரை 103, 107, 111, 151, 188

ழா

ழாம் 97
ழெலேன் 205
ழெறார் 62, 169, 193, 194, 197, 199
ழெனெ றூல் 2, 128
ழெனெறால் 4, 6, 9, 11, 12, 14, 15, 22, 24, 27, 29, 35, 37, 38, 40, 53—56, 58, 59, 61, 62, 63, 65, 66, 71, 75, 76–79, 81, 103, 106, 110, 127, 129–132, 137, 149–152, 154, 157, 159–163, 178–181, 186, 188–190, 193–195, 197, 198, 202, 237, 238, 245, 252, 256, 263

ழெனெரால் 5, 12, 17, 25, 33, 55, 80, 102, 104–106, 109, 110, 112–119, 127, 128, 130, 134, 143, 146, 151–158,
ழேறார் 199
ழொய்யோசு 17
ஷாற்லு ழொசேப்பு மறுக்கி தெ புசி யே தெ கஸ்தேல்னோ 104

றா

றாசகோபால்பிள்ளை 213
றிப்போம் (கப்பல்) 15, 16
றெய்னோ 168
றெனோ 174, 180, 198, 220
றொபியா 197

ஷ

ஷந்தெற்னகோ 98
ஷந்தேர்நகோறு 48
ஷம்பாஞி 9
ஷஸ்தேல் 177
ஷாந்தேர்நகர் 11, 12
ஷாயே யாலம் 9
ஷாற்லு குலோது ஆன்மூ மொனறோ 105
ஷாற்லு ழொசேப்பி மறுக்கி தெ புசி யே தெ கஸ்தேல்னோ 104
ஷெர்மோ 163
ஷெர்மோம் 162
ஷெவால்லியே தெப்பிறேன் 198
ஷெவாலியே 12, 23, 50, 206, 218, 227, 230, 234, 240
ஷெவாலியே பிறிலீயோன் 6
ஷெவுறோவு 4
ஷெறோ 28, 47
ஷேமேன் 149

ஸ்

ஸ்துவார் 65

Index of French/English names

(ships are in *italics and underlined*)

Abestee 172
Abraham 201
Adran (Evêque d') 166
Adville 224, 258
Afrique (Africa) 97
Aix-la-Chapelle xii, 93
Alix 224, 258
Anbu Pillai 261
Arguin 96
Ariel (Edouard) xvi
Ariyancoupom 174
Aubert 203
Baden 93
Bagicher 224
Baillie (Colonel) 40, 57
Baross 39
Barry (de) 29
Batavia ix
Bausset 174
Bayote 223
Bellecombe vii, 175
Bellecombe (de) 53
Bengal 97
Beylié 117, 210
Beylier 208
Biancourt 223
Bican 5
Bint 89
Blin 168
Blin de Grincourt 223
Boistel (de) 10, 12
Bombay 110
Bonnefoi 265
Bonnefoy 182
Bons Amis 110
Bosset 224
Boucher 70
Bourbon xi, 133, 144, 151,173, 181, 183, 184, 192, 193, 196
Bourcet 131
Boutroux 258
Boyellau 168
Braithwaite 71
Brillanne 6
Brillant (le) 6, 103, 130
Brisson (le) 7, 27
Brown 66
Bury 57
Bussy xiii
Bussy (marquis de) 75, 83
Buthler 194
Caire 19
Calapet 161
Calcutta 2
Canaples 186, 189
Candappa Mudaliar 179
Cap de Bonne Espérance 104, 194, 217
Cape Bon Vista 94
Cape of Good Hope 104, 217
Cape Raye 94
Cape Saint Jean 94
Caribbean islands 100
Carrion 39
Castries 130
Cathcart (Lord) 86
Cazenave 223
Ceccaty (=Ceccati) 108, 121, 146
Cenji 155
Cesar 210
Champ de Mars 181
Champagne 9
Chandernagor 98, 256
Chastel 177
Chaugy 213, 254, 262
Chermont 175, 183, 185, 188, 194
Chevalier 12
Chevreau 4
Clairaut (Mme) 219
Civrac (de) 172, 207, 223, 257, 264
Civrac (Durfort) 181
Cochinchine 166
Colbert viii
Colin (Mme) 169

Colombo	67	Dow	11
Colondon	224	Du Faure	39
Combemale	223	Du Laurent	136
Consul du Levant	2	Duboulac	34
Conway	xviii, 157, 159, 182, 185, 210, 243	Duchemin	71, 149
		Ducluseau	218
Corde	5	Dulac	5
Cordier	xix	Dulaurens	168
Coringuy	147	Dumorier	xix
Cornette	224	Dunkerque	99
Cornwallis	263, 265	Dupleix	x
Cossigny	128, 136, 137, 147, 149	Duplessis	224, 237, 272
		Duport	203, 243
Cossigny (de)	xviii, 131	Durand	214, 218
Côte de Coromandel	48	Duruth Dombale	223, 248
Cote Malabare	183	Dusaussois	8, 24
Coulon	169, 209, 212, 213, 223	Espagne	261
		Europe	1, 83, 156, 171
Coutenceau	115, 117, 122	*Fanfaron*	*196*
Croizet	19	Filleuil	149
Culan	217, 218	*Fine (La)*	74, 103
Cuttack	12	Finiel	223
d'Albignac	10, 86	*Flamant*	90
d'Argencourt	145	*Fondant*	112, 116
d'Entrecasteaux	142, 144, 153	Forestier	122
d'Estaque	152, 185, 188	Fouqueraux	168, 198, 206, 262
d'Hofflize	71, 83		
d'Houdetot (vicomte)	78	Fournon	194
d'Orves	60	Freytag	112
d'Orves (Thomas)	59	Fumeron	223
de Boistel	121	Galam	96
de Fournon (comte de)	193, 197	Galaup (Chr.)	31
de Fresne	139, 140, 141, 147, 148, 185, 188, 199, 202, 203, 207, 209, 215, 219, 227, 229, 232, 239, 243, 254, 262, 272	Galliot	58
		Gambie	97
		Geils	39
		Gelin	223
Danzas	168	George II	xiv
Deboistel	117	George III	xiv
Dechamp	175, 196, 199	Gérard	62, 136, 193
Defontaine	253	Geraud?	213
Defresne	133, 175, 183	Gibraltar	80
Delarche	177, 196	Goa	68
Delarche le Fils	208, 210	Gobelins (Tapisserie des)	190
Deranger	5		
Desauvergnes	18	Godard	149
Despinasse	272	Godeheu	xiii
Despinette	11, 55	Gorée	97
Dessonville	149	Gorry	176
Devaux	186, 189, 192	Goupil	230
Devien	172, 177	Grande Bretagne	90, 91
Dosset	21, 24	Great Britain	90, 91
Doumergue	224, 257	Grenade	96

Grenadine	96		Lamarck (de)	105
Henri IV	viii		Laroque	5
Hervé	203, 214, 218		Launay	105
Hoover	91		*Lauriston (Le)*	13
Hughes	64, 90, 91		Law	xiii, 11, 39, 53, 54, 139, 156, 188
Hugon	148		Law de Lauriston	188
Ile de France	181, 194, 196		*Le chameau*	*171*
Inde (India)	98, 167		Le Chat	16
Isle de France	183, 184, 193, 194		Le Guesse	262
Jérome	159		Lecour	148
Joanis	224		Lefebvre	211, 252, 254, 262
Joliag	224		Léger	54, 159, 197, 203, 227, 230
Joly	258			
Joyeuse	17, 149		Léonard	10
Kanniyakumari	98		Lerridé	223
Karadec	34		Lestache	223
Karaikal	177		Letang	149
Kelly	86		Londres (London)	2, 93
Kerjean	145, 181, 208, 210		Lorient	166
L'Astrée	163, 183, 193		Louis XIV	viii, ix, 191
L'Aurore	148		Louis XIV (Bataille de)	191
L'Empereur	223		Louis XVI	xiv
L'Etang	224		Maclane	14, 40
L'Evêque	224		Macleod	113
L'Ile de France	141, 151, 165		Macnamara (comte)	184, 185, 193, 198, 236, 243
L'Isle de France	144, 173			
La Bienvenue	197, 202, 211, 214, 243		Madec	9
			Mader	34
La Boulaye	213, 218		Mahe	98, 186, 259
La Dominique	96		Mahomed Ali Khan	178
La Driade	183		Mainville	80
La Fine	69		Malet	148
La Forgue	257		Malherbes	xiv
La Grandeur	33		Manceau	31, 32, 33
La Haye	93		Manchester	101
La Lustière (de)	131, 182, 200		Mangin	136
La Méduse	183		Marchand	5, 36, 224
La Morandière	213, 214, 218		Marcilly	211
La Nimphe	194, 197		Marguenat	10, 159
La Sauvagère	108, 223		Marneville	34
La Violette	54		Martin	106, 122
Labbé	16		Martin (François)	ix, xvii
Laboulaye	213		Mattre [Malte]	171
Labourdonnais (Mahé de)	xi		Maurice	68, 194
			Mauritius	141, 218
Lafay	223		Meder	169, 223
Lafayette	xv		Medows	263
Lafontaine	223		Mercier	207
Lagrenée	8, 169, 223		Michel	258
Lallée	6, 56, 65, 125, 232		Milber	258
Lally	207		Moka	141

Monbocage	22		Rassagopal Naiker	164
Monneron	123, 125		Rassappayer	177, 185
Monneron (Charles Claude Ange)	105		*Resolution*	142, 153
			Reunion	133
Monneron (Louis)	67, 260		Reynaud	xviii, 164, 168, 174, 262
Monneron (Pierre)	141			
Montserrat	96		Richardin	224
Montcalm	vii		Richemont	209
Moracin	8, 39, 54, 134, 136, 140, 157, 197, 209, 219, 222, 223		Rijswick	ix, 92
			Rippon	15
Mottet	xviii, 136, 250, 254		Rochette (La)	7
			Rumbold (Thomas)	22
Munro	22		Sabatier	223
Murnwell?	263		Sabathier	257, 258
Muttiraipaiyam	176		Sadleir	113
Muttussamy Mudaly	180		Saint Christophe	96
Nageur	200		Saint Louis	96
Napoléon	xiv		Saint Orain	6
Nayinattai Mudaliar	142		Saint Pierre Miquelon	94
Nécessaire	129		Saint Riveul (vicomte de)	176, 183, 187
Necker	xiv			
Nevis	96		Saint Vincent	96
Nimegue	92		Sainte Lucie	95
Normand	223		Saligny	223, 251
North (Lord)	2		Salvert	59, 90
Nuly	224		*Sartine (Le)*	6, 7
Ojugarai	176, 188		Saugy	197, 213
Orissa	97		Sayeb Sada	178
Oyen	59, 66		Senarmont	87
Pandaure	183		Senegal	96
Paramananda Pillai	174		Sindu	167
Paris	2, 91, 93, 191, 219		Solminac (de)	272
Paris (Treaty of)	vii		Solminihac (=Solmihac)	128, 142
Pas de Loup	16		Souillac	xviii, 132, 136
Persée	194		Souillac (Vicomte)	127, 128, 130, 137, 144
Petit	214			
Petit Annibal	125		Spain	xv
Peynier (=Pennier)	116, 117		St Fulgence	209
Pilavoine	213, 214		St Laurent (Golfe)	95
Pingaut	24, 256		St Riveul	173, 187, 193
Pintade (La)	7, 17		*Subtile*	59, 68
Pitt (William)	xiv		Suez	2
Piveron	128, 137		Suffren	69
Podor	96		Sujah-ud-Daula	9
Port Louis	xii		Surat	98
Portendick	96		Takkar (Subah)	9
Pourvoyeuse (La)	6, 17		Talaicchery	190
Puymorin	65, 66		Tarangambady	172
Rabillard	149, 197		Terre Neuve	94
Ramadier	224, 258		*Tétisse (La)*	184, 199, 236, 243, 248, 249, 251
Ramarayer	155			
Rasagopala Naicker	180			

Tevara Chetty	180	Vaugirard	87
Thévenot	125	Vergennes (Gravier de)	101
Tierney	62	Vernon	16
Tippu Bahader	164	Vernon (Edward)	23
Tippu Sultan	137, 184	Versailles	xiii, 91, 101
Tiruvambala Chetty	179	Vienne (Vienna)	93
Tiruvengada Pillai	185	Villeneuve	87
Tobago	95	Villiyanallur	188
Touffreville	159, 163, 175, 194, 224	Vinaithittal Mudaly	180
		Vinay	121
Trincomalé	75	Violette	223
Triton	199	Westphalie	92
Tronjoli	13	White	136, 164, 193, 223, 229
Turgot	xiv		
Utrecht	93, 94	Yanaon	122, 147
Vajudavur	178	Yousse	64, 91

காலவரிசை

நாள்	பக்கம்	நாள்	பக்கம்
5 – 7 – 1778	2	15 – 10 – 1778	37
7 – 7 – 1778	5	16 – 10 – 1778	38
6 – 8 – 1778	7	17 – 10 – 1778	39
8 – 8 – 1778	13	18 – 10 – 1778	40
9 – 8 – 1778	14	10 – 5 – 1779	51
10 – 8 – 1778	15	11 – 5 – 1779	52
11 – 8 – 1778	15	12 – 5 – 1779	52
14 – 8 – 1778	17	14 – 5 – 1779	52
15 – 8 – 1778	17	3 – 6 – 1779	53
17 – 8 – 1778	18	15 – 6 – 1779	53
18 – 8 – 1778	18	16 – 6 – 1779	53
21 – 8 – 1778	19	14 – 7 – 1779	53
25 – 8 – 1778	20	22 – 7 – 1780	55
1 – 9 – 1778	24	1 – 8 – 1780	55
3 – 9 – 1778	25	12 – 8 – 1780	56
4 – 9 – 1778	25	10 – 9 – 1780	56
5 – 9 – 1778	26	1 – 11 – 1780	57
8 – 9 – 1778	26	2 – 11 – 1780	57
9 – 9 – 1778	27	18 – 11 – 1780	57
17 – 9 – 1778	27	18 – 1 – 1781	57
18 – 9 – 1778	28	21 – 1 – 1781	57
9 – 9 – 1778	29	28 – 1 – 1781	58
22 – 9 – 1778	30	30 – 1 – 1781	58
23 – 9 – 1778	30	5 – 2 – 1781	59
24 – 9 – 1778	30	6 – 2 – 1781	59
25 – 9 – 1778	31	7 – 2 – 1781	59
30 – 9 – 1778	33	8 – 2 – 1781	59
3 – 10 – 1778	34	9 – 2 – 1781	60
4 – 10 – 1778	34	13 – 2 – 1781	60
11 – 10 – 1778	35	10 – 4 – 1781	60
13 – 10 – 1778	35	15 – 4 – 1781	62
14 – 10 – 1778	36	19 – 4 – 1781	62

நாள்	பக்கம்	நாள்	பக்கம்
22 — 5 — 1781	63	9 — 7 — 1783	102
25 — 5 — 1781	64	12 — 7 — 1783	102
10 — 6 — 1781	64	15 — 7 — 1783	102
22 — 6 — 1781	64	18 — 7 — 1783	102
2 — 7 — 1781	64	4 — 8 — 1783	103
4 — 7 — 1781	65	8 — 8 — 1783	103
7 — 7 — 1781	65	25 — 8 — 1783	103
9 — 7 — 1781	65	28 — 8 — 1783	103
10 — 7 — 1781	65	29 — 8 — 1783	104
11 — 7 — 1781	65	10 — 9 — 1783	105
12 — 7 — 1781	65	13 — 9 — 1783	105
13 — 7 — 1781	65	19 — 9 — 1783	106
14 — 7 — 1781	65	20 — 10 — 1783	106
17 — 7 — 1781	65	1 — 11 — 1783	107
18 — 7 — 1781	65	2 — 11 — 1783	107
22 — 7 — 1781	66	13 — 11 — 1783	107
27 — 8 — 1781	66	13 — 12 — 1783	107
27 — 9 — 1781	66	21 — 1 — 1784	107
3 — 10 — 1781	66	28 — 1 — 1784	108
28 — 10 — 1781	66	16 — 2 — 1784	108
10 — 11 — 1781	67	17 — 2 — 1784	108
18 — 11 — 1781	67	24 — 3 — 1784	108
24 — 11 — 1781	67	12 — 4 — 1784	108
1 — 12 — 1781	68	6 — 5 — 1784	110
8 — 1 — 1781	68	6 — 6 — 1784	110
13 — 2 — 1782	68	16 — 6 — 1784	110
16 — 2 — 1782	69	21 — 6 — 1784	111
17 — 2 — 1782	69	2 — 8 — 1784	112
18 — 2 — 1782	69	6 — 8 — 1784	112
20 — 2 — 1782	69	7 — 8 — 1784	112
22 — 3 — 1782	69	10 — 9 — 1784	112
23 — 3 — 1782	70	15 — 9 — 1784	113
27 — 3 — 1782	70	7 — 1 — 1785	116
31 — 3 — 1782	70	16 — 1 — 1785	118
19 — 4 — 1782	70	17 — 1 — 1785	118
20 — 4 — 1782	70	19 — 1 — 1785	118
22 — 4 — 1782	70	25 — 1 — 1785	118
23 — 4 — 1782	71	29 — 1 — 1785	119

நாள்	பக்கம்	நாள்	பக்கம்
12 – 8 – 1782	71	21 – 8 – 1785	135
6 – 9 – 1782	71	27 – 8 – 1785	135
7 – 9 – 1782	72	28 – 8 – 1785	135
10 – 9 – 1782	72	3 – 9 – 1785	135
11 – 9 – 1782	72	12 – 9 – 1785	136
12 – 9 – 1782	73	18 – 9 – 1785	136
13 – 9 – 1782	73	19 – 9 – 1785	137
2 – 10 – 1782	73	21 – 9 – 1785	137
7 – 10 – 1782	73	4 – 10 – 1785	137
6 – 12 – 1782	73	10 – 10 – 1785	137
7 – 1 – 1783	73	14 – 10 – 1785	138
24 – 1 – 1783	74	23 – 10 – 1785	138
4 – 2 – 1783	74	12 – 12 – 1785	138
5 – 2 – 1783	74	12 – 1 – 1786	139
5 – 3 – 1783	75	22 – 1 – 1786	140
12 – 3 – 1783	75	5 – 2 – 1786	141
13 – 3 – 1783	76	10 – 2 – 1786	142
15 – 3 – 1783	76	24 – 2 – 1786	142
16 – 3 – 1783	76	4 – 5 – 1786	142
18 – 3 – 1783	76	10 – 6 – 1786	142
23 – 3 – 1783	76	16 – 6 – 1786	143
31 – 3 – 1783	77	27 – 6 – 1786	143
1 – 4 – 1783	77	15 – 8 – 1786	143
18 – 4 – 1783	77	16 – 8 – 1786	144
20 – 4 – 1783	77	11 – 9 – 1786	144
29 – 4 – 1783	78	14 – 9 – 1786	144
3 – 5 – 1783	80	25 – 1 – 1787	145
6 – 5 – 1783	80	31 – 1 – 1787	145
9 – 5 – 1783	80	3 – 2 – 1787	146
14 – 5 – 1783	81	4 – 2 – 1787	146
28 – 5 – 1783	81	5 – 2 – 1787	146
29 – 5 – 1783	82	30 – 5 – 1787	147
2 – 6 – 1783	82	26 – 6 – 1787	147
5 – 6 – 1783	82	13 – 7 – 1787	148
13 – 6 – 1783	83	16 – 7 – 1787	148
17 – 6 – 1783	87	21 – 7 – 1787	148
28 – 6 – 1783	90	27 – 7 – 1787	149
3 – 7 – 1783	91	31 – 7 – 1787	150

நாள்	பக்கம்	நாள்	பக்கம்
1 — 2 — 1785	120	3 — 4 — 1788	164
2 — 2 — 1785	121	12 — 4 — 1788	165
12 — 2 — 1785	121	16 — 4 — 1788	165
18 — 2 — 1785	122	19 — 4 — 1788	165
19 — 2 — 1785	122	13 — 5 — 1788	166
23 — 2 — 1785	122	18 — 5 — 1788	166
24 — 2 — 1785	122	19 — 5 — 1788	166
25 — 2 — 1785	122	10 — 6 — 1788	167
26 — 2 — 1785	123	11 — 6 — 1788	167
27 — 2 — 1785	123	30 — 6 — 1788	167
28 — 2 — 1785	123	15 — 7 — 1788	168
1 — 3 — 1785	123	16 — 7 — 1788	170
2 — 3 — 1785	123	21 — 7 — 1788	171
4 — 3 — 1785	125	10 — 8 — 1788	171
8 — 3 — 1785	125	11 — 8 — 1788	172
21 — 3 — 1785	125	21 — 8 — 1788	172
8 — 4 — 1785	126	24 — 8 — 1788	173
20 — 4 — 1785	126	8 — 9 — 1788	174
26 — 4 — 1785	126	10 — 9 — 1788	175
14 — 5 — 1785	126	12 — 9 — 1788	175
17 — 5 — 1785	127	1 — 10 — 1788	176
20 — 5 — 1785	127	4 — 10 — 1788	176
21 — 5 — 1785	128	27 — 11 — 1788	177
11 — 6 — 1785	129	3 — 12 — 1788	177
14 — 6 — 1785	130	21 — 12 — 1788	177
21 — 6 — 1785	130	6 — 1 — 1789	179
29 — 6 — 1785	131	29 — 1 — 1789	179
30 — 6 — 1785	131	1 — 2 — 1789	179
7 — 7 — 1785	131	15 — 2 — 1789	179
11 — 7 — 1785	131	20 — 2 — 1789	181
12 — 7 — 1785	132	25 — 2 — 1789	181
13 — 7 — 1785	132	4 — 3 — 1789	182
18 — 7 — 1785	132	7 — 3 — 1789	182
19 — 7 — 1785	132	13 — 3 — 1789	183
28 — 7 — 1785	133	27 — 3 — 1789	183
4 — 8 — 1785	134	13 — 4 — 1789	183
8 — 8 — 1785	134	11 — 5 — 1789	184
16 — 8 — 1785	134	13 — 5 — 1789	184

நாள்	பக்கம்	நாள்	பக்கம்
27 – 8 – 1787	150	15 – 5 – 1789	190
8 – 9 – 1787	150	28 – 5 – 1789	192
10 – 9 – 1787	151	1 – 6 – 1789	192
11 – 9 – 1787	151	6 – 6 – 1789	192
12 – 9 – 1787	152	15 – 6 – 1789	193
16 – 9 – 1787	153	27 – 6 – 1789	193
17 – 9 – 1787	153	11 – 7 – 1789	194
18 – 9 – 1787	153	15 – 7 – 1789	194
26 – 9 – 1787	153	18 – 7 – 1789	194
3 – 10 – 1787	154	1 – 8 – 1789	194
4 – 10 – 1787	154	24 – 8 – 1789	195
15 – 10 – 1787	154	7 – 9 – 1789	195
20 – 10 – 1787	155	11 – 9 – 1789	196
25 – 10 – 1787	155	21 – 9 – 1789	197
11 – 11 – 1787	155	25 – 9 – 1789	197
11 – 12 – 1787	155	26 – 9 – 1789	197
14 – 12 – 1787	155	27 – 9 – 1789	197
1 – 1 – 1788	156	3 – 10 – 1789	197
3 – 1 – 1788	156	4 – 10 – 1789	198
14 – 1 – 1788	156	5 – 10 – 1789	198
27 – 1 – 1788	157	6 – 10 – 1789	199
3 – 2 – 1788	158	8 – 10 – 1789	199
4 – 2 – 1788	158	9 – 10 – 1789	199
9 – 2 – 1788	159	11 – 10 – 1789	199
14 – 2 – 1788	159	27 – 10 – 1789	199
15 – 2 – 1788	160	29 – 10 – 1789	200
16 – 2 – 1788	160	2 – 11 – 1789	200
17 – 2 – 1788	161	19 – 11 – 1789	200
18 – 2 – 1788	161	17 – 12 – 1789	200
19 – 2 – 1788	162	18 – 1 – 1790	202
21 – 2 – 1788	162	22 – 2 – 1790	202
27 – 2 – 1788	162	25 – 2 – 1790	202
9 – 3 – 1788	163	26 – 2 – 1790	202
17 – 3 – 1788	163	28 – 2 – 1790	202
21 – 3 – 1788	163	1 – 3 – 1790	205
22 – 3 – 1788	163	2 – 3 – 1790	207
24 – 3 – 1788	164	3 – 3 – 1790	209
25 – 3 – 1788	164	11 – 3 – 1790	209

நாள்	பக்கம்	நாள்	பக்கம்
17 – 3 – 1790	210	12 – 4 – 1791	240
29 – 3 – 1790	210	18 – 4 – 1791	240
14 – 6 – 1790	210	25 – 4 – 1791	240
8 – 7 – 1790	211	28 – 4 – 1791	241
12 – 7 – 1790	211	3 – 5 – 1791	243
13 – 7 – 1790	211	19 – 6 – 1791	244
2 – 8 – 1790	211	20 – 6 – 1791	244
3 – 8 – 1790	212	26 – 6 – 1791	244
20 – 8 – 1790	212	8 – 7 – 1791	244
21 – 8 – 1790	212	9 – 7 – 1791	245
24 – 8 – 1790	216	10 – 7 – 1791	245
25 – 8 – 1790	218	11 – 7 – 1791	245
6 – 9 – 1790	218	12 – 7 – 1791	245
20 – 9 – 1790	219	13 – 7 – 1791	245
2 – 10 – 1790	219	14 – 7 – 1791	247
21 – 10 – 1790	220	23 – 7 – 1791	248
13 – 11 – 1790	224	24 – 7 – 1791	248
14 – 11 – 1790	225	26 – 7 – 1791	248
15 – 11 – 1790	228	28 – 7 – 1791	249
16 – 11 – 1790	228	1 – 8 – 1791	250
3 – 12 – 1790	229	4 – 8 – 1791	250
20 – 12 – 1790	229	8 – 8 – 1791	251
21 – 12 – 1790	230	9 – 8 – 1791	251
23 – 12 – 1790	230	22 – 8 – 1791	252
13 – 1 – 1791	230	23 – 8 – 1791	254
17 – 1 – 1791	231	24 – 8 – 1791	254
22 – 1 – 1791	232	25 – 8 – 1791	255
23 – 1 – 1791	233	26 – 8 – 1791	255
27 – 1 – 1791	233	27 – 8 – 1791	255
6 – 2 – 1791	233	29 – 8 – 1791	255
7 – 2 – 1791	233	30 – 8 – 1791	255
13 – 2 – 1791	234	31 – 8 – 1791	256
14 – 2 – 1791	234	2 – 9 – 1791	257
16 – 2 – 1791	236	3 – 9 – 1791	257
24 – 2 – 1791	236	5 – 9 – 1791	258
6 – 3 – 1791	237	9 – 9 – 1791	258
7 – 3 – 1791	238	24 – 9 – 1791	258
10 – 4 – 1791	240	5 – 11 – 1791	258

நாள்	பக்கம்	நாள்	பக்கம்
1 – 12 – 1791	259	18 – 2 – 1792	263
14 – 12 – 1791	259	1 – 3 – 1792	264
1 – 1 – 1792	260	2 – 3 – 1792	265
6 – 1 – 1792	260	7 – 3 – 1792	265
18 – 1 – 1792	261	9 – 3 – 1792	265
22 – 1 – 1792	261	17 – 3 – 1792	265
23 – 1 – 1792	262	19 – 3 – 1792	265
26 – 1 – 1792	262	4 – 4 – 1792	265
3 – 2 – 1792	262	5 – 4 – 1792	265
4 – 2 – 1792	262	16 – 4 – 1792	268
5 – 2 – 1792	262	17 – 4 – 1792	268
12 – 2 – 1792	263	25 – 4 – 1792	268
13 – 2 – 1792	263	14 – 7 – 1792	270
15 – 2 – 1792	263	18 – 7 – 1792	271